ಪದ್ಮರಾಜ ದಂಡಾವತಿ

ಪದ್ಮರಾಜ ದಂಡಾವತಿ (ಜನನ 1955) ಸ್ನಾತಕೋತ್ತರ ಪದವಿಗೆ ಓದಿದ್ದು ಕನ್ನಡ ಸಾಹಿತ್ಯವನ್ನು. ಅನಿರೀಕ್ಷಿತವಾಗಿ ಪತ್ರಿಕೋದ್ಯಮ ವೃತ್ತಿಗೆ ಸೇರಿದರು. 'ಪ್ರಜಾವಾಣಿ'ಯ ಕಾರ್ಯನಿರ್ವಾಹಕ ಸಂಪಾದಕರಾಗಿ ಸುಮಾರು ಹತ್ತು ವರ್ಷ ಕೆಲಸ ಮಾಡಿದರು. ಒಟ್ಟು ವೃತ್ತಿಯಲ್ಲಿ ಸೇವೆ ನಾಲ್ಕು ದಶಕ ಮೀರಿದ್ದು. ಪ್ರತಿ ಭಾನುವಾರ 'ನಾಲ್ಕನೇ ಆಯಾಮ' ಎಂಬ ಜನಪ್ರಿಯ ಅಂಕಣವನ್ನು ಬರೆದುದು ಎಂಟು ವರ್ಷಗಳಿಗೂ ಮಿಗಿಲು ಅವಧಿಗೆ. ರಾಜಕೀಯ, ಸಾಮಾಜಿಕ, ಕೃಷಿ, ಶಿಕ್ಷಣ, ಮಾಧ್ಯಮ, ಸಾಹಿತ್ಯ, ನಾಟಕ, ಸಿನಿಮಾ, ಪ್ರವಾಸ, ಪುಸ್ತಕ... ಹೀಗೆ ಅವರ ಅಂಕಣದ ವಸ್ತು ಸಾಮಗ್ರಿ ವೈವಿಧ್ಯಮಯವಾದುದು. ಅದೆಲ್ಲ 'ನಾಲ್ಕನೇ ಆಯಾಮ' ಎಂಬ ಆರು ಸಂಪುಟಗಳಲ್ಲಿ ದಾಖಲಾಗಿವೆ.

ಜೊತೆಗೆ 'ಅವಲೋಕನ', 'ಪತ್ರಿಕಾ ಭಾಷೆ', 'ರಿಪೋರ್ಟಿಂಗ್', 'ಹೆಜ್ಜೆ ಮೂಡಿಸಿದ ಹಾದಿ', 'ಚೌಕಟ್ಟಿನಾಚೆ', 'ಆರಂಭ', 'ಸುರಂಗದ ಕತ್ತಲೆ...', 'ಗೊಮ್ಮಟ', 'ಮಾಧ್ಯಮ ಮಾರ್ಗ', 'ಸಮೀಚೀನ', 'ಕನ್ನಡ ಪತ್ರಿಕೋದ್ಯಮ 1991–2021 ಮೂವತ್ತು ವರ್ಷ', 'ಮಾಧ್ಯಮ ಭಾಷಾ ದೀಪಿಕೆ' ಮುಂತಾದುವು ಅವರ ಪ್ರಕಟಿತ ಕೃತಿಗಳು. ಕ್ಯಾಪ್ಟನ್ ಗೋಪಿನಾಥ್ ಅವರ 'ನಾನೂ ದೇವಮಾನವನಾಗಿದ್ದಿದ್ದರೆ...' ಎಂಬ ಕೃತಿಯೂ ಸೇರಿದಂತೆ ಹಲವು ಕೃತಿಗಳನ್ನು ಸಂಪಾದಿಸಿದ್ದಾರೆ.

ಅಮೆರಿಕದ ಅಂತರರಾಷ್ಟ್ರೀಯ ನಾಯಕತ್ವ ಶಿಬಿರಕ್ಕೆ ಆಯ್ಕೆ, ಇಟಲಿಯಲ್ಲಿ ನಡೆದ ಜಿ8–ಜಿ5 ದೇಶಗಳ ಶೃಂಗ ಸಭೆಗೆ ಪ್ರಧಾನಿ ಜತೆಗೆ ಪಯಣ. ಪೂರ್ವದಿಂದ ಪಶ್ಚಿಮದ ಹಲವು ದೇಶಗಳಿಗೆ ಪ್ರವಾಸ. ರಾಜ್ಯೋತ್ಸವ, ಮಾಧ್ಯಮ ಅಕಾಡೆಮಿ, ಬೆಟಗೇರಿ ಕೃಷ್ಣಶರ್ಮ, ಖಾದ್ರಿ ಶಾಮಣ್ಣ, ಆಳ್ವಾಸ್ ನುಡಿಸಿರಿ, ಚಾವುಂಡರಾಯ ದತ್ತಿ... ಮುಂತಾದ ಪ್ರಶಸ್ತಿಗೆ ಭಾಜನ.

ನಿವೃತ್ತಿಯ ನಂತರ ಹಂಪಿಯ ಕನ್ನಡ ವಿಶ್ವವಿದ್ಯಾಲಯದಿಂದ ಡಿ.ಲಿಟ್ ಪದವಿ ಪಡೆದಿದ್ದಾರೆ. ಕರ್ನಾಟಕ ಮಾಧ್ಯಮ ಅಕಾಡೆಮಿ ಅಧ್ಯಕ್ಷರಾಗಿ, ಕನ್ನಡ ಸಾಹಿತ್ಯ ಪರಿಷತ್ತಿನ ಗೌರವ ಕಾರ್ಯದರ್ಶಿಯಾಗಿ ಕಾರ್ಯ ನಿರ್ವಹಿಸಿದ್ದಾರೆ. ಅವರ 'ಸೀತಾ ರಾಮಾಯಣ: ಸಚಿತ್ರ ಮರುಕಥನ' ಕೃತಿಗೆ ಹಲವು ಪ್ರಶಸ್ತಿಗಳ ಜತೆಗೆ ಕೇಂದ್ರ ಸಾಹಿತ್ಯ ಅಕಾಡೆಮಿಯ ಪ್ರತಿಷ್ಠಿತ ಅನುವಾದ ಪ್ರಶಸ್ತಿ ಲಭಿಸಿದೆ.

ಕ್ಯಾಥರೀನಾ ಏನಾದಳು?

ಕನ್ನಡಕ್ಕೆ
ಪದ್ಮರಾಜ ದಂಡಾವತಿ

ಮೂಲ ಜರ್ಮನ್:
ಹೈನ್ರಿಶ್ ಬ್ಯೋಲ್

ಇಂಗ್ಲಿಷ್ ಅನುವಾದ:
ಲೈಲಾ ವೆನ್ನೆವಿಟ್ಜ್

ಬಹುರೂಪಿ
ಎಂಬೆಸಿ ಸೆಂಟರ್, 111, ಮೊದಲನೇ ಮಹಡಿ, ಕ್ರೆಸೆಂಟ್ ರಸ್ತೆ,
ಕುಮಾರಪಾರ್ಕ್ ಈಸ್ಟ್, ಬೆಂಗಳೂರು 560 001.
ದೂರವಾಣಿ: 70191 82729

64

CATHERINA ENAADALU?
Translation of the novel
The Lost Honor of Katharina Blum

Original Title: **"Die verlorene Ehre der Katharina Blum"**
by **Heinrich Böll**

This Kannada translation was made from the English
by **Padmaraja Dandavati**

Published By
Bahuroopi
Embassy Centre, 111, First Floor, Crescent Road,
Kumarapark East, Bangalore 560001

editor@bahuroopi.in

Mobile | WhatsApp Bookstore: **70191 82729**

online book store: **bahuroopi.in**

ISBN: 978-81-956152-4-7
First Edition: April 2023
Pages: 148 | Price: Rs. 180
Cover and Inside Design: **Sagar M S**
Photo: **Vishvanath Suvarna**

ಪ್ರೊ. ಸಿ.ಎನ್. ರಾಮಚಂದ್ರನ್
ಅವರಿಗೆ

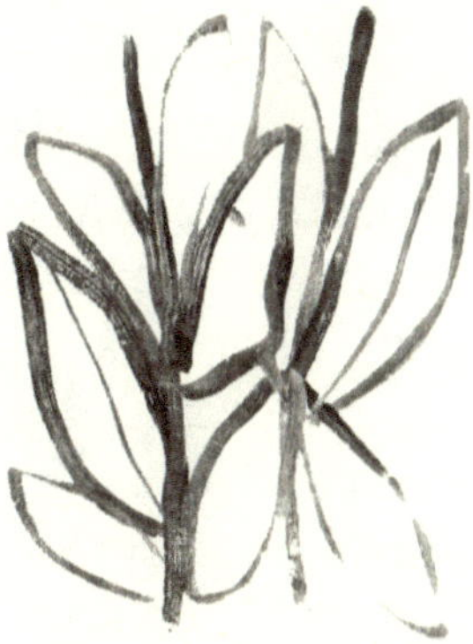

ಅನುವಾದಕನ ಮಾತು

ಇದೆಲ್ಲ ಶುರುವಾದುದು ಎರಡನೇ ಲಾಕ್ ಡೌನ್ ಅವಧಿಯಲ್ಲಿ (2021ರ ಏಪ್ರಿಲ್‌ನಲ್ಲಿ). ಪ್ರೊ. ಸಿ ಎನ್ ರಾಮಚಂದ್ರನ್ ಅವರು ಈಗ ಏನು ಮಾಡುತ್ತಿದ್ದೀರಿ ಎಂದು ಒಂದು ದಿನ ನನ್ನನ್ನು ಕೇಳಿದರು. 'ಅದು ಇದು ಓದುತ್ತಿರುವೆ' ಎಂದೆ. ಹಾಗಾದರೆ, ಹೈನ್ರಿಶ್ ಬ್ಯೋಲ್ ಅವರ ಕಾದಂಬರಿ ಅನುವಾದ ಮಾಡಿ ಎಂದು 'ಆದೇಶ' ಕೊಟ್ಟರು. ಅಷ್ಟಕ್ಕೇ ಸುಮ್ಮನಾಗದೇ ಆ ಪುಸ್ತಕವನ್ನೂ ತಮ್ಮ ಗ್ರಂಥ ಭಂಡಾರದಿಂದ ಹುಡುಕಿ ತೆಗೆದು ಕೊಟ್ಟರು. ಈ ಪುಸ್ತಕದ ಕುರಿತು ಅವರು ಹಲವು ವರ್ಷಗಳ ಹಿಂದೆ ನನಗೆ ಮಾಹಿತಿ ಕೊಟ್ಟು ಓದಲು ಹೇಳಿದ್ದರು. ಅದು 2013ನೇ ಇಸವಿ. ಆಗ 'ಪ್ರಜಾವಾಣಿ'ಯಲ್ಲಿ ನಾನು ಬರೆಯುತ್ತಿದ್ದ 'ನಾಲ್ಕನೇ ಆಯಾಮ'ದಲ್ಲಿ ಒಂದು ವಾರ "ನೀವೇನು ಸರ್ವಜ್ಞರೇ, ಸರಸ್ವತಿಯರೇ ಎಂದ ಆ ಹೆಣ್ಣು ಮಗಳಿಗೆ ಏನು ಹೇಳಲಿ?" ಎಂಬ ಅಂಕಣ ಬರೆದಿದ್ದೆ. ಒಬ್ಬ ಶಿಕ್ಷಕಿಯನ್ನು ಟಿವಿ ಮಾಧ್ಯಮದವರು ಹೇಗೆ ಬೇಟೆಯಾಡಿದ್ದರು ಎಂಬುದು ಅದರ ವಸ್ತುವಾಗಿತ್ತು. ಆಗಲೇ ಅವರು ನನಗೆ ಈ ಪುಸ್ತಕ ಓದಲು ಹೇಳಿದ್ದರು. ಅವರ ಸಲಹೆಯಂತೆ, 'ಪ್ರಜಾವಾಣಿ'ಯ ಗ್ರಂಥಾಲಯಕ್ಕೆ `The Lost Honor of Katharina Blum' ಪುಸ್ತಕವನ್ನು ತರಿಸಿದೆವಾದರೂ ನನ್ನ ವ್ಯವಧಾನವಿಲ್ಲದ ಕೆಲಸದ ನಡುವೆ ಅದನ್ನು ಓದಲು ಆಗಲಿಲ್ಲ.

ಸಿಎನ್‌ಆರ್ ಅವರು ಈ ಕಾದಂಬರಿಯನ್ನು ನನಗೆ ಆಗ ಓದಲು ಹೇಳಿದ್ದಕ್ಕೆ ಕಾರಣವಿತ್ತು: ಈ ಕಾದಂಬರಿಯಲ್ಲಿಯೂ ಒಬ್ಬ ಅಮಾಯಕ ಯುವತಿಯನ್ನು ಮಾಧ್ಯಮ ಬೇಟೆಯಾಡುತ್ತದೆ. ಹಾಗೆ ನೋಡಿದರೆ ಆಕೆಯನ್ನು ಬೇಟೆಯಾಡಲು ಮಾಧ್ಯಮಕ್ಕೆ ಯಾವುದೇ ನಿರ್ದಿಷ್ಟ ಕಾರಣವೇನೂ ಇರುವುದಿಲ್ಲ. ನಿರ್ದಿಷ್ಟ ಕಾರಣ ಇಲ್ಲದಿರುವಾಗಲೂ 'ನ್ಯೂಜ್' ಎಂಬ ಪತ್ರಿಕೆಯಲ್ಲಿ ಪ್ರಕಟವಾದ ತಿರುಚಿದ ಸುದ್ದಿಗಳಿಂದ ಆದ ಕಿರುಕುಳ ತಾಳದೇ ಆ ಕಾದಂಬರಿಯ ನಾಯಕಿ ಆ ಪತ್ರಿಕೆಯ ವರದಿಗಾರನನ್ನು ಕೊಲೆ ಮಾಡಿ ಬಿಡುತ್ತಾಳೆ.

ಇದು ಪತ್ತೇದಾರಿ ಕಥೆಯೇನೂ ಅಲ್ಲ. ಪತ್ರಿಕೆಯ ವರದಿಗಾರನ ಕೊಲೆ ಆರಂಭದಲ್ಲಿಯೇ ಆಗಿ ಬಿಡುತ್ತದೆ. ನಂತರ ಅದರ ಸುತ್ತ ಕಥೆ ಬಿಚ್ಚಿಕೊಳ್ಳುತ್ತ ಹೋಗುತ್ತದೆ. ಜೊತೆಗೆ ಮಾಧ್ಯಮ ಹೇಗೆ ವಿನಾಕಾರಣವಾದ ರೋಚಕತೆಯ ಬೆನ್ನು ಹತ್ತಿದೆ, ಸುಳ್ಳಿನ ಹಿಂದೆ ಬೆನ್ನು ಬಿದ್ದಿದೆ, ಪತ್ರಿಕೆಗಳಲ್ಲಿ ಸುದ್ದಿಯನ್ನು ಹೇಗೆ ತಿರುಚುತ್ತಾರೆ ಎಂಬುದೆಲ್ಲ ಅನಾವರಣವಾಗುತ್ತ ಹೋಗುತ್ತದೆ. ಕಾದಂಬರಿಯ ನಾಯಕಿಯ ಸುತ್ತಲೂ ಇದ್ದ ಜೀವಗಳಿಗೂ ಇದರ ಬಿಸಿ ತಟ್ಟುತ್ತದೆ. ಈ ಕಾದಂಬರಿ ಒಂದು ರೀತಿ 'ವಿಘಟನೆ'ಯನ್ನು ಹೇಳುವಂಥದು. ಅದಕ್ಕೆ ಮೂಲ ಕಾರಣ ಮಾಧ್ಯಮವೇ ಆಗಿರುತ್ತದೆ. 'ನ್ಯೂಜ್' ಪತ್ರಿಕೆಯಿಂದಾಗಿ ಈ ಕಾದಂಬರಿಯಲ್ಲಿನ ಎಲ್ಲ ಪಾತ್ರಗಳ ಜೀವನ ಅಸ್ತವ್ಯಸ್ತವಾಗುತ್ತದೆ. ಅದು ಮಾಧ್ಯಮ, ಜನರ ಜೀವನದ ಮೇಲೆ ಮಾಡಬಹುದಾದ ಪರಿಣಾಮ ಎಷ್ಟು ಘೋರವಾಗಿರುತ್ತದೆ ಎಂಬುದರ ಸಂಕೇತದಂತೆ ಇದೆ.

ಬ್ಯೋಲ್‌ನ ಈ ಕಾದಂಬರಿ `The Lost honor of Katharina Blum' ಶೀರ್ಷಿಕೆಯ ಕೆಳಗೆ Or: How violence develops and where it can lead' ಎಂಬ ಸಾಲೂ ಇದೆ. ಸಮಾಜದಲ್ಲಿ ಹಿಂಸೆ ಹೇಗೆ ಬೆಳೆಯುತ್ತದೆ ಮತ್ತು ಅದು ಎಲ್ಲಿಗೆ ಹೋಗಿ ತಲುಪುತ್ತದೆ ಎಂದು ಕಾದಂಬರಿಕಾರ ಹೇಳುವಾಗ ಇಡೀ ಕಾದಂಬರಿಯಲ್ಲಿ ಮಾಧ್ಯಮ ಪಸರಿಸುವ ಹಿಂಸೆಯ ಪರಿಣಾಮಗಳು ಗೋಚರಿಸುತ್ತ ಹೋಗುತ್ತವೆ.

1975ರಲ್ಲಿ ಈ ಕಾದಂಬರಿಯ ಇಂಗ್ಲಿಷ್ ಆವೃತ್ತಿ ಪ್ರಕಟವಾಗಿತ್ತು. ಆ ಆವೃತ್ತಿಯ ಆರಂಭದಲ್ಲಿಯೇ ಲೇಖಕರು 'ಬಿಲ್ಡ್ ಝ್ಯುತುಂಗ್' ಎಂಬ ಪತ್ರಿಕೆಯ ಕಾರ್ಯವೈಖರಿಗೂ ಈ ಕಾದಂಬರಿಯಲ್ಲಿಯ 'ನ್ಯೂಜ್' ಪತ್ರಿಕೆಯ ಕಾರ್ಯವೈಖರಿಗೂ ಸಾಮ್ಯಗಳು ಕಂಡು ಬಂದರೆ ಅದು ಕೇವಲ ಆಕಸ್ಮಿಕವಲ್ಲ, ಆದರೆ ಅನಿವಾರ್ಯ ಎಂದು ಹೇಳಿದ್ದಾರೆ. ಅವರ ವೈಯಕ್ತಿಕ ಜೀವನದಲ್ಲಿಯೂ ಒಂದು ಪತ್ರಿಕೆ ಅವರ ಜೊತೆ ಕೆಟ್ಟದಾಗಿ ನಡೆದುಕೊಂಡ ಕಹಿ ನೆನಪು ಕೂಡ ಅವರಿಗೆ ಈ ಕಾದಂಬರಿ ಬರೆಯಲು ಪ್ರೇರಣೆ ಒದಗಿಸಿದಂತೆ ಇದೆ.

ಮುಂಚೆಯೇ ಪ್ರಸ್ತಾಪಿಸಿದ ಹಾಗೆ ಈ ಕಾದಂಬರಿಯ ಆರಂಭದಲ್ಲಿಯೇ 'ನ್ಯೂಜ್' ಪತ್ರಿಕೆಯ ವರದಿಗಾರ ಟ್ಯೋಟ್‌ಗೆಸ್ ಎಂಬಾತನನ್ನು ಗುಂಡಿಟ್ಟು ಕೊಲೆ ಮಾಡಿ ನೇರವಾಗಿ ಪೊಲೀಸ್ ಅಧಿಕಾರಿಗಳ ಬಳಿ ಬಂದು ತಾನು ಕೊಲೆ ಮಾಡಿದ್ದೇನೆ ಎಂದು ಕಾದಂಬರಿಯ ನಾಯಕಿ ಕ್ಯಾಥರೀನಾ ಬ್ಲೂಮ್ ಹೇಳುತ್ತಾಳೆ. ನಂತರ ಕಥೆ ಫ್ಲ್ಯಾಶ್‌ಬ್ಯಾಕ್ ರೀತಿ ಬಿಚ್ಚಿಕೊಳ್ಳುತ್ತದೆ.

ಈ ಕೊಲೆ ನಡೆಯುವುದಕ್ಕಿಂತ ನಾಲ್ಕು ದಿನ ಮುಂಚೆ ಅವಳು ಒಂದು ಡಾನ್ಸ್ ಪಾರ್ಟಿಯಲ್ಲಿ ಭಾಗವಹಿಸಿರುತ್ತಾಳೆ. ಆ ಪಾರ್ಟಿಯಲ್ಲಿ ಆಕೆಗೆ, ಪೊಲೀಸರಿಗೆ ಬೇಕಾದ ಒಬ್ಬ ಅಪರಾಧಿಯ ಭೇಟಿಯಾಗುತ್ತದೆ. ಆತನ ಜೊತೆಗೆ ಆಕೆ ಮೈ ಮರೆತು ನೃತ್ಯ

ಮಾಡುತ್ತಾಳೆ. ಅಂದು ರಾತ್ರಿ ಅವಳ ಜೊತೆಗೆ ಅವಳ ಮನೆಯಲ್ಲಿಯೇ ತಂಗುವ ಆತ ಅವಳ ನೆರವಿನಿಂದ ಅವಳ ಅಪಾರ್ಟ್‌ಮೆಂಟ್‌ನಿಂದ ತಪ್ಪಿಸಿಕೊಳ್ಳುತ್ತಾನೆ. ಆಗ ಆಕೆಗೆ ಆತ ಅಪರಾಧಿ ಎಂದು ತಿಳಿದಿರುವುದಿಲ್ಲ. ಅವಳು ಮಾಡಿದ ಅಪರಾಧ ಎಂದರೆ ಇದಿಷ್ಟೇ. ಅವನ ಹಿಂದೆ ಕಣ್ಗಾವಲು ಇದ್ದ ಪೊಲೀಸರು ಇವಳನ್ನು ಕರೆದು ಆ ಅಪರಾಧಿಗೂ ನಿನಗೂ ಏನು ಸಂಬಂಧ ಎಂದು ಕೆದಕಲು ತೊಡಗುತ್ತಾರೆ. ಪೊಲೀಸ್ ವಿಚಾರಣೆಯಲ್ಲಿ ಹೊರಬಿದ್ದ, ಅಲ್ಲ, ಸೋರಿಕೆಯಾದ (?) ಸಂಗತಿಗಳನ್ನೆಲ್ಲ 'ನ್ಯೂಜ್' ಪತ್ರಿಕೆ ತಿರುಚಿ, ರೋಚಕತೆಯನ್ನು ತುಂಬಿ, ಸುಳ್ಳನ್ನು ಸೇರಿಸಿ, ಅತಿರಂಜಿತಗೊಳಿಸಿ ಬರೆಯಲು ತೊಡಗುತ್ತದೆ. ಇದಕ್ಕೆಲ್ಲ, ವಿಚಾರಣೆಯಲ್ಲಿ ಬಹಿರಂಗವಾಗುವ ಸಂಗತಿಗಳು ಪತ್ರಿಕೆಗಳಿಗೆ ಹೋಗಿ ತಲುಪಿರುವುದು ಸ್ಪಷ್ಟವಾಗಿದೆ. ಈ ಮಾಹಿತಿಯೆಲ್ಲ ಪತ್ರಿಕೆಗಳಿಗೆ ಹೋಗಿ ಹೇಗೆ ತಲಪುತ್ತದೆ ಎಂಬ ಪ್ರಶ್ನೆಯೂ ಏಳುತ್ತದೆ. ಆದರೆ, ಇದು 'ಸಾರ್ವಜನಿಕ ಮಹತ್ವದ ಸಂಗತಿ'ಯಾದ್ದರಿಂದ ಇದನ್ನೆಲ್ಲ ತಡೆಯಲು ಆಗದು ಎಂಬ ವಿವರಣೆ ತನಿಖಾಧಿಕಾರಿಗಳಿಂದ ಸಮಜಾಯಿಷಿ ರೂಪದಲ್ಲಿ ಸಿಗುತ್ತದೆ.

ಈಗಲೂ ಭಾರತದಲ್ಲಿ ವಿಚಾರಣೆ ನಡೆಯುವಾಗಲೇ, ಇಂಥದೇ ಸುದ್ದಿ ಸೋರಿಕೆಗಳ ಮೂಲಕ, ಒಬ್ಬ ಆರೋಪಿಯನ್ನು ಅಪರಾಧಿಯ ಸ್ಥಾನದಲ್ಲಿ ನಿಲ್ಲಿಸುವ, ನ್ಯಾಯಾಲಯದ ಹೊರಗೇ ತನಿಖಾಧಿಕಾರಿಗಳು ಮತ್ತು ಮಾಧ್ಯಮಗಳೂ ಕೂಡಿಯೇ ವಿಚಾರಣೆ ಮಾಡುವುದನ್ನು ನಾವು ನೋಡುತ್ತಿದ್ದೇವೆ. ವಿಶೇಷ ಎಂದರೆ ಇದು ಆಗಲೂ ಇತ್ತು ಎಂಬುದನ್ನು ಗಮನಿಸಿದರೆ ಕಾದಂಬರಿಯ ಸಾರ್ವಕಾಲಿಕ ಮೌಲ್ಯ ಅರ್ಥವಾಗುತ್ತದೆ. ತನಿಖೆ ನಡೆಯುವಾಗ ಇಂಥ 'ಸೋರಿಕೆ' ಕೂಡದು ಎಂದು ಈಚೆಗೆ ದೇಶದ ಸುಪ್ರೀಂಕೋರ್ಟ್ ಹೇಳಿದ್ದು ಅದರ ಪರಿಣಾಮ ಏನಾಗುತ್ತದೆ ಎಂದು ನೋಡಬೇಕು. ಏಕೆಂದರೆ ಸುದ್ದಿಯನ್ನು ಸೋರಿಕೆ ಮಾಡುವುದು ಮತ್ತು ಅದನ್ನು ಸುದ್ದಿಮೂಲಗಳ ಉಲ್ಲೇಖ ಇಲ್ಲದೇ ವರದಿ ಮಾಡುವುದು ಎರಡೂ ಅತ್ಯಂತ ಹೊಣೆಗೇಡಿ ಕೆಲಸಗಳು. ಇಂಥ ಸೋರಿಕೆಗಳು ಆಗುವುದು ಹೈ ಪ್ರೊಫೈಲ್ ಪ್ರಕರಣಗಳಲ್ಲಿ ಹೆಚ್ಚು ಎಂಬುದನ್ನೂ ನಾವು ಗಮನಿಸಬೇಕು. ಇದರ ಮುಂದುವರಿಕೆಯಾಗಿ ಅಥವಾ ಇನ್ನೊಂದು ರೂಪವಾಗಿ ಎನ್‌ಕೌಂಟರ್‌ಗಳು ನಡೆಯುತ್ತವೆ. ತೆಲಂಗಾಣದಲ್ಲಿ ದಿಶಾ ಎಂಬ ಯುವತಿಯ ಮೇಲೆ ನಡೆದ ಸಾಮೂಹಿಕ ಅತ್ಯಾಚಾರ ಪ್ರಕರಣದಲ್ಲಿ ಆರೋಪಿಗಳನ್ನು ಘಟನೆ ನಡೆದ ಒಂದೆರಡೇ ದಿನಗಳಲ್ಲಿ ಎನ್‌ಕೌಂಟರ್ ಮಾಡಿದ್ದುದನ್ನು ನಾವು ಇಲ್ಲಿ ನೆನಪಿಸಿಕೊಳ್ಳಬಹುದು. ಇಂಥ ಎನ್‌ಕೌಂಟರ್‌ಗಳು ಅಥವಾ ತನಿಖಾಧಿಕಾರಿಗಳು ಟ್ರಯಲ್ ಮಾಡಲು ಮಾಧ್ಯಮಗಳನ್ನು ಪ್ರೇರೇಪಿಸುವುದು, ಇಲ್ಲವೇ ಮಾಧ್ಯಮವೇ ತಾನೇ ತಾನಾಗಿ ಟ್ರಯಲ್ ಮಾಡಲು ತೊಡಗುವುದು ಎಲ್ಲವೂ ನಮ್ಮ ನ್ಯಾಯ ವ್ಯವಸ್ಥೆಯ ಕಾರ್ಯವೈಖರಿ ಮೇಲಿನ ಪರೋಕ್ಷ 'ವ್ಯಾಖ್ಯಾನ'ಗಳೂ ಆಗಿರುವುದನ್ನು

ನಾವು ಗಮನಿಸಬೇಕು. ನ್ಯಾಯಾಂಗ ವ್ಯವಸ್ಥೆಯ ನಿಧಾನ ಗತಿಯೇ ಇಂಥ ಟ್ರಯಲ್‌ಗಳಿಗೆ ಕಾರಣವೂ ಆಗಿರಬಹುದು.

'ನ್ಯೂಜ್' ಪತ್ರಿಕೆಯ ಇಂಥ ವರದಿಗಾರಿಕೆಯಲ್ಲಿ ಹಿಂಸೆಯಿದೆ. ಜನರನ್ನು ವಿನಾಕಾರಣವಾಗಿ ಬೇಟೆಯಾಡಿ ಹಿಂಸೆಯ ಸುಖ ಅನುಭವಿಸುವ ಮಾಧ್ಯಮದ ಗುಣ ಕೇಡಿಗತನದ್ದು. ಈ ಈವಿಲ್ (Evil)ನ ಕಾರಣವಾಗಿ ಪತ್ರಿಕೆಯ ವರದಿಗಾರ ಕೊಲೆಯಾಗುತ್ತಾನೆ. ಇದು ಹಿಂಸೆ ಎಲ್ಲಿಗೆ ಹೋಗಿ ತಲುಪಬಹುದು ಎಂಬ ಕಾದಂಬರಿಯ ಉಪಶೀರ್ಷಿಕೆಯ ಒಂದು ಅರ್ಥ ಇರಬಹುದು. ಹಿಂಸೆ ಎಲ್ಲಿಗೆ ಹೋಗಿ ತಲುಪಬಹುದು ಎಂಬುದಕ್ಕೆ ಕಾದಂಬರಿ ಬೆಳೆಯುತ್ತ ಹೋದಂತೆ ಅನೇಕ ಅರ್ಥಗಳು ಸಿಗುತ್ತ ಹೋಗುತ್ತವೆ. ವಿಶೇಷ ಎಂದರೆ ಕಾದಂಬರಿಕಾರ ಉದ್ದೇಶಪೂರ್ವಕವಾಗಿ ಎಲ್ಲಿಯೂ ರಕ್ತಪಾತ ಆಗಬಾರದು ಎಂದು ಕಾಳಜಿ ವಹಿಸುತ್ತಾನೆ. ಆದರೆ, ರಕ್ತಪಾತ ಆಗದೆಯೇ ಪರಸ್ಪರರನ್ನು ತಿವಿಯುವ, ನೋಯಿಸುವ ಕೃತ್ಯಗಳು ಕಾದಂಬರಿಯ ವಿವಿಧ ಹಂತದಲ್ಲಿ ಆಗುತ್ತವೆ.

ಪತ್ರಿಕೋದ್ಯಮದಲ್ಲಿ ವರದಿಯನ್ನು 'ಸ್ಟೋರಿ (ಕಥೆ)' ಎಂದೂ ಕರೆಯುತ್ತಾರೆ. ಈ ಕಾದಂಬರಿಯಲ್ಲಿ ಅಂಥ ಒಂದು 'ಸ್ಟೋರಿ'ಯೂ ಇದೆ. ಆದರೆ, 'ನ್ಯೂಜ್' ಪತ್ರಿಕೆಯಲ್ಲಿ ಇದೇ 'ಸ್ಟೋರಿ' ವರದಿಯಾದ ಬಗೆಗೂ ಅದನ್ನು ಈ ಕಾದಂಬರಿ ವರದಿ ಮಾಡುವ ಬಗೆಗೂ ಅಜಗಜಾಂತರ ಇದೆ. ಆ ಮೂಲಕ ವರದಿಗಾರಿಕೆಯನ್ನು ಹೇಗೆ ನಿರ್ಮಮಕಾರವಾಗಿ, ದೂರ ನಿಂತು ಮಾಡಬೇಕು ಎಂಬ ಮಾದರಿಯನ್ನು ಕಾದಂಬರಿ ಸಮಾನಾಂತರವಾಗಿ ಮತ್ತು ಸೂಕ್ಷ್ಮವಾಗಿ ಒದಗಿಸುತ್ತದೆ. ಪತ್ರಿಕೋದ್ಯಮ ದಲ್ಲಿ ಅನುಸರಿಸಬೇಕಾದ ನೀತಿಸಂಹಿತೆ, ವರದಿಗಾರಿಕೆಯಲ್ಲಿ ಇರಬೇಕಾದ ಎಚ್ಚರ ಮತ್ತು ಜವಾಬ್ದಾರಿಯನ್ನೆಲ್ಲ ಈ ಕಾದಂಬರಿಯ ನಿರೂಪಣೆಯಲ್ಲಿ ನಾವು ಗುರುತಿಸಬಹುದಾಗಿದೆ.

ಕ್ಯಾಥರೀನಾಳ ವಿರುದ್ಧ ಅತಿರಂಜಿತವಾದ, ರೋಚಕವಾದ ಹಾಗೂ ಸುಳ್ಳುಗಳಿಂದ ತುಂಬಿದ ವರದಿ ಮಾಡಿದ ಟ್ಯೋಟ್‌ಗೆಸ್‌ನ ಕೊಲೆಯನ್ನು ವೃತ್ತಿಯ 'ಪರಿಣಾಮವಾಗಿ' ಆದ ಕೊಲೆ ಎಂದು ಕಾದಂಬರಿ ಬಣ್ಣಿಸುತ್ತದೆ. ಅಂದರೆ ಅದು ವೃತ್ತಿಯ 'ಕಾರಣವಾಗಿ' ಆದ ಕೊಲೆಯಲ್ಲ ಎಂದು ಅದು ಸ್ಪಷ್ಟಪಡಿಸುತ್ತದೆ. ಅವನ ಶವ ಸಿಕ್ಕ ಸಮಯದಲ್ಲಿಯೇ ಅದೇ ಪತ್ರಿಕೆಯ ಛಾಯಾಗ್ರಾಹಕ ಶ್ಯೋನ್ನರ್ ಎಂಬಾತನ ಕೊಲೆಯೂ ಆಗಿರುತ್ತದೆ. ಆದರೆ, ಆ ಕೊಲೆಯನ್ನು ಯಾರು ಮಾಡಿದರು ಎಂಬುದು ಕಾದಂಬರಿಯಲ್ಲಿ ಖಚಿತವಾಗುವುದಿಲ್ಲ. ಕಾದಂಬರಿಕಾರ ಇದನ್ನು ಕಥನಕಲೆಯ ತಂತ್ರಗಾರಿಕೆಯ ಭಾಗವಾಗಿ ತಂದಂತಿದೆ. ಟ್ಯೋಟ್‌ಗೆಸ್‌ನ ಕೊಲೆಯನ್ನು ವೈಭವಿಸುವ ಪತ್ರಿಕೆ ಶ್ಯೋನ್ನರ್‌ನ ಕೊಲೆಯನ್ನು 'ತೇಲಿಸಿದಂತೆ' ವರದಿ ಮಾಡುತ್ತದೆ. ಅದನ್ನು ಬಂಡವಾಳ ಮಾಡಿಕೊಳ್ಳಲು ಆಗದು ಎಂದು

ಅದಕ್ಕೆ ಗೊತ್ತಾಗಿದೆ. ಇದು ಕೂಡ ಪತ್ರಿಕೆಗೆ ಇರಬೇಕಾದ ನಿಷ್ಪಕ್ಷಪಾತತನದ ಗೈರು ಹಾಜರಿಯ ಸಂಕೇತದಂತೆ ಇದೆ.

ಕಾದಂಬರಿಯ ಆರಂಭದಲ್ಲಿಯೇ ಪತ್ರಿಕೋದ್ಯಮ ಹೇಗೆ ಕೆಲವರಿಗೆ 'ಚೆಲ್ಲಾಟ' ಎನಿಸುತ್ತದೆ ಎಂಬುದಕ್ಕೆ ಕಾದಂಬರಿಕಾರ ಮಳೆನೀರಿನ ಗುಂಡಿಯ ರೂಪಕವನ್ನೂ ತರುತ್ತಾರೆ. ಗುಂಡಿಗಳಲ್ಲಿ ನಿಂತ ನೀರಿನ ಜೊತೆ ಆಟವಾಡುವ ಮಕ್ಕಳ ರೂಪಕ ತರುತ್ತಲೇ ಈ ಆಟ ಬರುಬರುತ್ತ ಹೇಗೆ ಗಬ್ಬೇಳುತ್ತದೆ, ಸಣ್ಣ ಗುಂಡಿಯ ನೀರು ದೊಡ್ಡ ಕಾಲುವೆಯಲ್ಲಿ ಹರಿಯುವಷ್ಟು ಪ್ರಮಾಣವನ್ನು ಹೇಗೆ ಪಡೆಯುತ್ತದೆ ಎಂಬುದು ಕಾದಂಬರಿಯಲ್ಲಿನ ಒಂದು ಸಣ್ಣ ಘಟನೆ ಪಡೆಯುವ ವಿಶಾಲ ಸ್ವರೂಪದ ಪ್ರತೀಕದಂತೆ ಇದೆ. ಸಣ್ಣ ಗುಂಡಿಯಲ್ಲಿನ ತಿಳಿನೀರು ಬಗ್ಗಡವಾಗುವ ಬಗೆಯ ಮೂಲಕ ಕಾದಂಬರಿಯಲ್ಲಿನ ಪಾತ್ರಗಳ ಜೀವನವೂ ಬಗ್ಗಡವಾಗುವುದನ್ನು ಕಾದಂಬರಿ ಅನಾವರಣಗೊಳಿಸುತ್ತದೆ. ಈ ನೀರಿನ ಗುಂಡಿಗಳು ಮತ್ತು ಚರಂಡಿಗಳ ಪ್ರತೀಕಗಳು ಕಾದಂಬರಿಯಲ್ಲಿ ಅಲ್ಲಲ್ಲಿ ಕಾಣಿಸುತ್ತವೆ ಎಂಬುದನ್ನು ಓದುಗರು ಈ ದೃಷ್ಟಿಯಿಂದಲೇ ಗಮನಿಸಬೇಕು. ಈ ಭಾಗದಲ್ಲಿ ಮತ್ತು ಇನ್ನೂ ಹಲವು ಕಡೆ ಕಾದಂಬರಿಯಲ್ಲಿನ ವಾಕ್ಯ ರಚನೆಯ ಸಂಕೀರ್ಣತೆ ಮತ್ತು ಗೋಜಲು ಒಟ್ಟು ಕಾದಂಬರಿಯ ಬಿಕ್ಕಟ್ಟಿನ ಸೂಚನೆಯಂತೆಯೂ ಇದೆ.

ಕ್ಯಾಥರೀನಾ ಬ್ಲೂಮ್ ಮನೆಗೆಲಸ ಮಾಡಿಕೊಂಡು ಜೀವನೋಪಾಯ ನಡೆಸುವ ಒಬ್ಬ ಅಮಾಯಕ ಹೆಣ್ಣುಮಗಳು. ಅವಳು ಅನುಭವಿಸುವ ಹಿಂಸೆ, ಅವಮಾನ ಕಂಡಾಗ ನಮ್ಮ ಒಡನಾಡಿ ಯುವತಿಯೊಬ್ಬಳು ಅನುಭವಿಸುತ್ತಿರುವ ಸಂಕಟವಿದು ಎಂದು ಓದುಗನಿಗೆ ಅನಿಸುತ್ತದೆ. ಆಕೆ ಎಂಥ ಪ್ರಾಮಾಣಿಕಳು ಎಂದರೆ ತನಿಖಾಧಿಕಾರಿಗಳ ಪರವಾಗಿ ಅವಳ ಲೆಕ್ಕಪತ್ರವನ್ನು ತಪಾಸಣೆ ಮಾಡುವ ಲೆಕ್ಕ ತಪಾಸಣೆಗಾರರೊಬ್ಬರು, "ನಾನು ಹೇಳುವುದು ಇಷ್ಟೇ, ಅವಳು ಬಿಡುಗಡೆಯಾಗಿ ಯಾವುದಾದರೂ ಕೆಲಸವನ್ನು ಹುಡುಕುತ್ತಿದ್ದಾಳೆ ಎಂದು ಗೊತ್ತಾದರೆ ನನಗೆ ತಿಳಿಸಿ. ತಿಳಿಸುತ್ತೀರಿ ತಾನೇ? ನಾವು ಇಂಥವರನ್ನೇ ಯಾವಾಗಲೂ ಹುಡುಕುತ್ತ ಇರುತ್ತೇವೆ. ಆದರೆ, ಇಂಥವರು ನಮಗೆ ಸಿಗುವುದೇ ಇಲ್ಲ," ಎಂದು ಹೇಳುತ್ತಾರೆ. ಈ ಮಾತಿನಲ್ಲಿಯೇ ಕ್ಯಾಥರೀನಾಳ ಒಟ್ಟು ವ್ಯಕ್ತಿತ್ವ ಬಿಂಬಿತವಾಗಿದೆ. ಆದರೆ, ಹೊಣೆಗಾರಿಕೆಯಿಲ್ಲದ ಪತ್ರಿಕೋದ್ಯಮ, ತನ್ನ ಪ್ರಸಾರವನ್ನು ಹೆಚ್ಚಿಸಿಕೊಳ್ಳುವ ದೃಷ್ಟಿಯಿಂದಲೋ ಏನೋ ನಿಜವಲ್ಲದ ವರದಿಗಾರಿಕೆಯಿಂದ ಇಂಥ 'ಅಮಾಯಕ ಜನರ ಗೌರವ, ಘನತೆ ಮತ್ತು ಆರೋಗ್ಯವನ್ನು ಕಸಿದುಕೊಳ್ಳುತ್ತದೆ' ಎಂದು ಕಾದಂಬರಿ ಹೇಳುತ್ತದೆ.

ಇದು ಐವತ್ತು ವರ್ಷಗಳ ಹಿಂದೆ ಬಂದ ಕಾದಂಬರಿ. ಆಗಿನ್ನೂ ಟಿ.ವಿ. ಮಾಧ್ಯಮ ಹುಟ್ಟಿರಲಿಲ್ಲ. ಆದರೆ, ಈಗಿನ ಟಿ.ವಿ. ಮಾಧ್ಯಮ ಮತ್ತು ಸಾಮಾಜಿಕ ಮಾಧ್ಯಮಗಳು

ನಡೆದುಕೊಳ್ಳುವ ರೀತಿಯಲ್ಲಿಯೇ 'ನ್ಯೂಜ್' ಪತ್ರಿಕೆ ನಡೆದುಕೊಳ್ಳುತ್ತದೆ. ಅಂದರೆ ಇದು ಯಾವಾಗಲೂ ಇದ್ದ 'ಪತ್ರಿಕೋದ್ಯಮ'ದ ರೀತಿ ಎಂದು ಅನಿಸುತ್ತದೆ.

1941ರಲ್ಲಿ ನಿಧನರಾದ ಇಪ್ಪತ್ತನೇ ಶತಮಾನದ ಇಂಗ್ಲಿಷಿನ ಶ್ರೇಷ್ಠ ಲೇಖಕಿ ವರ್ಜೀನಿಯಾ ವುಲ್ಫ್ ಅವರು ಪತ್ರಿಕೋದ್ಯಮ ಮಾಡುವ ಏಳು ಪಾಪಗಳನ್ನು ಕುರಿತು ಪ್ರಸ್ತಾಪಿಸುತ್ತಾರೆ. ಕ್ರೈಸ್ತ ಧರ್ಮದಲ್ಲಿನ ಏಳು ಪಾಪಗಳಿಗೆ (ಕಳವು, ಕೊಲೆ, ಶೀಲಗೆಟ್ಟ ನಡತೆ... ಇತ್ಯಾದಿ) ಅವರು ಪತ್ರಿಕೋದ್ಯಮದ ಪಾಪಗಳನ್ನು ಹೋಲಿಸುತ್ತಾರೆ. ವುಲ್ಫ್ ಪ್ರಕಾರ ಪತ್ರಿಕೋದ್ಯಮ ಮಾಡುವ ಏಳು ಪಾಪಗಳು ಯಾವುವು ಎಂದರೆ: 1 ನಿಜಸಂಗತಿಗಳನ್ನು ಹತ್ತಿಕ್ಕುವುದು 2 ಅರ್ಧ ಸತ್ಯಗಳು 3 ಅತಿ ರಂಜಿತಗೊಳಿಸುವುದು 4 ರೋಚಕತೆ 5 ದುರುದ್ದೇಶ 6 ಅನಗತ್ಯ ತೀರ್ಮಾನಗಳು ಮತ್ತು 7 ಶುದ್ಧ ಸುಳ್ಳುಗಳು. ಈ ಎಲ್ಲ ಕಾರಣಗಳಿಂದಾಗಿ ಪತ್ರಿಕೋದ್ಯಮ ಸ್ವತಂತ್ರವಾದುದು ಅಲ್ಲ ಎಂದು ಅವರು ಅಭಿಪ್ರಾಯ ಪಡುತ್ತಾರೆ.

ಹೈನ್ರಿಶ್ ಬ್ಯೋಲ್ ಅವರ ಕಾದಂಬರಿಯಲ್ಲಿಯೂ ಪತ್ರಿಕೋದ್ಯಮ ಹೇಗೆ ಸ್ವತಂತ್ರವಾದುದಲ್ಲ ಎಂಬುದಕ್ಕೆ ಅನೇಕ ಇಂಗಿತಗಳು ಸಿಗುತ್ತ ಹೋಗುತ್ತವೆ. ಲ್ಯುಡಿಂಗ್ ಎಂಬ ಒಬ್ಬ ಪ್ರಭಾವಿ ವ್ಯಕ್ತಿ ಪತ್ರಿಕೆಯ ಸಂಪಾದಕರಿಗೆ ಕರೆ ಮಾಡಿ ಈಗ 'ಎಸ್' ನನ್ನು ಬಿಟ್ಟು 'ಬಿ' ಯ ಬೆನ್ನು ಹತ್ತಬೇಕು ಎಂಬ ಸೂಚನೆ ಕೊಡುತ್ತಾನೆ. ಹೀಗೆ ಬೆನ್ನು ಹತ್ತಬೇಕು ಎಂದು ಹೇಳುವುದಕ್ಕೆ ಕಾರಣಗಳು ನಿಗೂಢವಾಗಿವೆ. ಲ್ಯುಡಿಂಗ್ ಎಂಬ ವ್ಯಕ್ತಿಯ ಬಗೆಗೂ ಹೆಚ್ಚು ವಿವರಗಳು ಇಲ್ಲದೇ ಇರುವುದು ಮತ್ತು ಆತ ವ್ಯಕ್ತವಾಗಿ ಎಲ್ಲಿಯೂ ಕಾಣಿಸಿಕೊಳ್ಳದೇ ಹಿಂದೆಯೇ ಉಳಿಯುವುದು ಕೂಡ ಕಾದಂಬರಿಯ ತಂತ್ರಗಾರಿಕೆಯ ಭಾಗವೇ ಆಗಿದೆ. ಸ್ವತಂತ್ರ ಪತ್ರಿಕೋದ್ಯಮವನ್ನು ನಿಯಂತ್ರಿಸುವ ವಿವಿಧ ಮತ್ತು ಕಾಣದ ಶಕ್ತಿಗಳ ಪ್ರತೀಕವಾಗಿ ಈ ವ್ಯಕ್ತಿ ಇದ್ದಂತಿದೆ.

ವುಲ್ಫ್ ಅವರು ಪಟ್ಟಿ ಮಾಡಿದ ಎಲ್ಲ ಏಳು ಪಾಪಗಳನ್ನು 'ನ್ಯೂಜ್' ಪತ್ರಿಕೆ ಅಕ್ಷರಶಃ ಅಳವಡಿಸಿಕೊಳ್ಳುತ್ತದೆ. ಅಥವಾ ಅನುಸರಿಸುತ್ತದೆ. ಅಲ್ಲಿಯ ವರದಿಗಾರ ನಿಜಸಂಗತಿಗಳನ್ನು ಹತ್ತಿಕ್ಕುತ್ತಾನೆ. ಅರ್ಧ ಸತ್ಯಗಳನ್ನು ಬರೆಯುತ್ತಾನೆ. ವರದಿಯನ್ನು ಅತಿ ರಂಜಿತಗೊಳಿಸುತ್ತಾನೆ. ಅದು ವರದಿಯನ್ನು ಬಿಂಬಿಸುವ ರೀತಿಯಲ್ಲಿ, ಛಾಯಾ ಚಿತ್ರಗಳನ್ನು ಬಳಸುವ ರೀತಿಯಲ್ಲಿ, ಅವುಗಳಿಗೆ ಕೊಡುವ ಶೀರ್ಷಿಕೆಯಲ್ಲಿ ವ್ಯಕ್ತವಾಗುತ್ತ ಹೋಗುತ್ತದೆ. 'ನ್ಯೂಜ್' ಪತ್ರಿಕೆ ಈ ಪ್ರಕರಣವನ್ನು ವರದಿ ಮಾಡುವ ರೀತಿಯಲ್ಲಿಯೇ ರೋಚಕತೆ ಎದ್ದು ಕಾಣುತ್ತದೆ. ಈ ಪತ್ರಿಕೆಯ ವರದಿಗಾರ ವರದಿ ಮಾಡುವಾಗ ಕ್ಯಾಥರೀನಾಳ ತಾಯಿ, ಗಂಡ, ಆಕೆಯ ಸಂಬಂಧಿಕರು, ಒಡನಾಡಿಗಳು ಮತ್ತು ಆಕೆಯನ್ನು ಕೆಲಸಕ್ಕೆ ಇಟ್ಟುಕೊಂಡವರು ಹೀಗೆ ಎಲ್ಲರನ್ನೂ ಭೇಟಿ ಮಾಡಿ 'ಕ್ಯಾಥರೀನಾ ಎಂಥವಳು' ಎಂದು ಚಿತ್ರಿಸುವಾಗ ತಾನು ಭೇಟಿ ಮಾಡಿದ ಯಾರ ಮಾತುಗಳನ್ನೂ ಸರಿಯಾಗಿ ಉಲ್ಲೇಖ ಮಾಡುವುದಿಲ್ಲ.

ಅವರು ಹೇಳಿದ್ದೇ ಒಂದು, ಈತ ವರದಿ ಮಾಡುವುದೇ ಒಂದು. ಇದು ಒಬ್ಬ ವರದಿಗಾರನಲ್ಲಿ ಇರುವ ದುರುದ್ದೇಶವಲ್ಲದೇ ಬೇರೆ ಏನೂ ಆಗಿರಲು ಸಾಧ್ಯವಿಲ್ಲ. ತಾನು ಹೀಗೆ ಸುದ್ದಿಯನ್ನು ತಿರುಚಿ ಬರೆಯುತ್ತಿದ್ದೇನೆ ಎಂದು ವರದಿಗಾರ ಒಪ್ಪುವುದೇ ಇಲ್ಲ. ಬದಲಿಗೆ, "ಸರಳ ಸ್ವಭಾವದ ಜನರು ತಾವು ಹೇಳುವುದನ್ನು ಇನ್ನೂ ಸ್ಪಷ್ಟವಾಗಿ ಹೇಳುವಂತೆ ಮಾಡಲು ಒಬ್ಬ ವರದಿಗಾರನಾಗಿ ಸಹಾಯ ಮಾಡುವುದು ನನ್ನ ರೂಢಿ," ಎಂದು ಸಮರ್ಥಿಸಿಕೊಳ್ಳುತ್ತಾನೆ! ಇಲ್ಲಿನ 'ರೂಢಿ' ಎಂಬ ಪದ ಬಳಕೆಯನ್ನೂ ಗಮನಿಸಬೇಕು. ಹೀಗೆ ಸುದ್ದಿ ತಿರುಚುವುದು ಅವನಿಗೆ ರೂಢಿಯಾಗಿದೆ. ಅಥವಾ ಅವನ ಪತ್ರಿಕೆ ಅವನಿಗೆ ಆ ರೂಢಿ ಮಾಡಿದೆ. ಅಥವಾ ಅದು ಪತ್ರಿಕೋದ್ಯಮದ ರೂಢಿಯಾಗಿದೆಯೇ?!

ಕ್ಯಾಥರೀನಾ ಒಬ್ಬ ಅಪರಾಧಿಯ ಜೊತೆಗೆ, ವಾಸ್ತವದಲ್ಲಿ ಆತ ಅಪರಾಧಿ ಎಂದು ತಿಳಿಯದೇ, ನೃತ್ಯ ಮಾಡಿದ ಒಂದೇ ಕಾರಣಕ್ಕಾಗಿ ಅವಳ ಚಾರಿತ್ರ್ಯ ನಾಶ ಮಾಡಬಹುದಾದ ಏನೆಲ್ಲವನ್ನೂ ಬರೆಯುವ ಮೂಲಕ ಅನಗತ್ಯ ತೀರ್ಮಾನಗಳಿಗೆ ಬರುವ ಪತ್ರಿಕೆ ಅದಕ್ಕೆ ಶುದ್ಧ ಸುಳ್ಳುಗಳನ್ನು ಆಶ್ರಯಿಸುತ್ತದೆ. ಇದಕ್ಕೆ ಕಾದಂಬರಿಯಲ್ಲಿ ಉದ್ದಕ್ಕೂ ಅನೇಕ ಸಾಕ್ಷ್ಯಗಳು ಸಿಗುತ್ತವೆ. ಹಾಗೆ ನೋಡಿದರೆ ಒಂದು ಹಂತದಲ್ಲಿ, 'ವಿಚಾರಣೆಯ ವಿಧಾನಗಳು ತೀರಾ ಮೃದುವಾಗಿವೆ ಎಂಬುದನ್ನು ನಿರಾಕರಿಸಲಾಗುತ್ತದೆಯೇ? ಅಮಾನವೀಯ ಕೃತ್ಯ ಎಸಗಿದವರನ್ನು ಈಗಲೂ ಮಾನವೀಯವಾಗಿ ನಡೆಸಿಕೊಳ್ಳಲಾಗುತ್ತಿದೆಯೇ' ಎಂದು ಪತ್ರಿಕೆಯು ಪೋಲೀಸರಿಗೆ 'ಬಲಪ್ರಯೋಗ' ಮಾಡುವುದಕ್ಕೂ ಸೂಚನೆ ಕೊಡುತ್ತದೆ. 'ಥರ್ಡ್ ಡಿಗ್ರಿ' ವಿಚಾರಣೆಯ ಕ್ರಮಗಳನ್ನು ಅನುಸರಿಸಬಾರದು ಎಂದು ಪತ್ರಿಕೆಗಳೇ ಸಂಪಾದಕೀಯ ಬರೆಯಬೇಕಿರುವಾಗ ಅದಕ್ಕೆ ತದ್ವಿರುದ್ಧವಾಗಿ ಆರೋಪಿಯನ್ನು 'ದಂಡಿಸಿ' ತಾನು ಬರೆಯ ಬಯಸುವ ಸಂಗತಿಯನ್ನು ಹೇಳಿಸಬೇಕು ಎಂದು ಪ್ರತಿಪಾದಿಸುವುದು ಒಟ್ಟು ಪತ್ರಿಕೋದ್ಯಮದ ಅಧೋಗತಿಯಾಗಿದೆ.

ಕಾದಂಬರಿ ಬೆಳೆಯುತ್ತ ಹೋದಂತೆ ಇದು ಪತ್ರಿಕೋದ್ಯಮದ ಅಧೋಗತಿಯೋ ಅಥವಾ ಪತ್ರಕರ್ತರ ನೈಚ್ಯಾನುಸಂಧಾನವೋ ಎಂಬ ವ್ಯತ್ಯಾಸ ತಿಳಿಯದಂತೆ ಆಗುತ್ತದೆ. ಕ್ಯಾಥರೀನಾಳ ಕರೆಯ ಮೇರೆಗೆ ಆಕೆಯ ಸಂದರ್ಶನ ಮಾಡಲು ಬಂದ ಟ್ಕ್ಯೋಟ್‌ಗೆಸ್ ಒಬ್ಬ ವೃತ್ತಿಪರ ಪತ್ರಕರ್ತನ ಹಾಗೆ ಅವಳಿಗೆ ಪ್ರಶ್ನೆ ಕೇಳಲು ಆರಂಭಿಸದೇ 'ನಾವು ಈಗ ಮೊದಲು ಸಂಭೋಗ ಮಾಡೋಣವೇ' ಎಂದು ಕೇಳುತ್ತಾನೆ. 'ನಿನಗೆ ಸಂಭೋಗವೇ ಬೇಕಲ್ಲ, ತೆಗೆದುಕೋ' ಎನ್ನುವಂತೆ ಕ್ಯಾಥರೀನಾ ಆತನಿಗೆ ಗುಂಡು ಹಾಕಿ ಸಾಯಿಸುತ್ತಾಳೆ. ಅದುವರೆಗೆ ಅವಳು ಅನುಭವಿಸಿದ ಹಿಂಸೆಯನ್ನು ನೆನಪಿಸಿಕೊಂಡರೆ ಆಕೆ ಅದನ್ನು ಅತ್ಯಂತ ಆಕ್ರೋಶದಿಂದ ಮಾಡಬೇಕಿತ್ತು. ಆದರೆ, ಆಕೆ ಕೊರೆಯುವ ತಣ್ಣನೆಯ ರೀತಿಯಲ್ಲಿ ಮಾಡಿ

ಮುಗಿಸುತ್ತಾಳೆ. ಯಾರನ್ನೂ ನೋಯಿಸದ ಆಕೆ ಒಂದು ಕೊಲೆಯನ್ನೇ ಮಾಡಿದರೂ ಅವಳಿಗೆ ಯಾವ ಪಶ್ಚಾತ್ತಾಪವೂ ಆಗುವುದಿಲ್ಲ ಎಂಬುದನ್ನೂ ಕಾದಂಬರಿ ಹೇಳುತ್ತದೆ.

ಅವಳ ಸರಳತೆ, ಪ್ರಾಮಾಣಿಕತೆ, ನೇರವಂತಿಕೆ, ಕಷ್ಟಪಟ್ಟು ದುಡಿಯುವ ಮನೋಭಾವ ಇತ್ಯಾದಿ ಗುಣಗಳಿಂದಾಗಿ, ಸಮಾಜದಲ್ಲಿ ಪ್ರತಿಷ್ಠಿತರಾದವರೆಲ್ಲ ಆಕೆಯ ಸ್ನೇಹ ಬಯಸಲು ಸರದಿಯಲ್ಲಿ ನಿಂತಿದ್ದಾಗ ಅವರನ್ನೆಲ್ಲ ತನ್ನ ವ್ಯಕ್ತಿತ್ವದ ಘನತೆಯಿಂದಲೇ ದೂರ ಇಟ್ಟಿದ್ದ ಆಕೆ ಒಬ್ಬ ಅಪರಾಧಿಯ ಜೊತೆಗೆ ಜೀವನ ಮಾಡಲು, ಕಾದಂಬರಿಯ ಕೊನೆಯಲ್ಲಿ, ನಿರ್ಧರಿಸುವುದು ಒಂದು ವ್ಯಂಗ್ಯದಂತೆ ತೋರುತ್ತದೆ.

ಒಂದು ಕಾದಂಬರಿ ಅಥವಾ ಕಥೆ ಸಾರ್ವಕಾಲಿಕ ಮೌಲ್ಯವನ್ನು ಹೊಂದುವುದು ಅದರಲ್ಲಿನ ಸಮಕಾಲೀನ ಮೌಲ್ಯಗಳಿಂದಾಗಿ. ಮುಂಚೆಯೇ ಪ್ರಸ್ತಾಪಿಸಿದಂತೆ ಬ್ಲ್ಯೋಲ್ ಅವರು 70ರ ದಶಕದಲ್ಲಿ ಬರೆದ ಕಾದಂಬರಿ ಇದು. ಅವರಿಗೆ ಪ್ರೇರಣೆ ಯಾಗಿರುವುದು ಒಂದು ಟ್ಯಾಬ್ಲಾಯ್ಡ್ ಪತ್ರಿಕೆಯ ವರದಿಗಾರಿಕೆ ಎಂಬುದನ್ನೂ ಆರಂಭದಲ್ಲಿಯೇ ಪ್ರಸ್ತಾಪಿಸಲಾಗಿದೆ. ಅದೇ ಕಾರಣಕ್ಕಾಗಿ ಇದು ಪತ್ರಿಕೋದ್ಯಮವನ್ನು ಕುರಿತ ಕಾದಂಬರಿ. ಅದರ ಜೊತೆಗೆ ಇಲ್ಲಿ ಪೊಲೀಸರು ಇದ್ದಾರೆ, ಅವರ ತನಿಖೆಯ ರೀತಿ ಇದೆ. ವಿಶೇಷ ಎಂದರೆ ಈಗ ನಾವು ಕೇಳುತ್ತಿರುವ ದೂರವಾಣಿ ಕದ್ದಾಲಿಕೆಯ ವಿಚಾರವೂ ಇಲ್ಲಿ ಇದೆ. ಆದರೆ, ಅದರಿಂದ ಏನೇನು ಪರಿಣಾಮಗಳು ಆಗಬಹುದು ಎಂಬುದನ್ನು ಕಾದಂಬರಿಕಾರ ವಿವರವಾಗಿ ಪ್ರಸ್ತಾಪಿಸುತ್ತಾರೆ. ಅದನ್ನು ತಡೆಯಲು ಏನಾದರೂ ಮಾಡಬೇಕು ಎಂದು ಒಂದಿಷ್ಟು ವಾಚ್ಯವಾಗಿ ಪ್ರತಿಪಾದಿಸುತ್ತಾರೆ. ಹಾಗೆ ಪ್ರತಿಪಾದಿಸುವುದರಲ್ಲಿ ಅವರ ಆತಂಕ ವ್ಯಕ್ತವಾಗುತ್ತದೆ. ಕಾದಂಬರಿಯ ಉದ್ದಕ್ಕೂ ಇರುವ ಗಾಢ ವಿಷಾದ ಎದ್ದು ಕಾಣುತ್ತದೆ. ಈ ಕದ್ದಾಲಿಕೆ ಈಗ ತಂತ್ರಜ್ಞಾನದ ನೆರವಿನಿಂದ ಪಡೆದಿರುವ ಆಯಾಮ ಊಹೆಗೂ ನಿಲುಕದ್ದು, ನ್ಯಾಯಾಲಯದ ವಿಚಾರಣೆಗೂ ಒಂದು ರೀತಿ ಅತೀತವಾಗಿರುವಂತೆ ಕಾಣುತ್ತಿದೆ. ಇಂಥ ಕದ್ದಾಲಿಕೆ ಪ್ರಭುತ್ವದ ಹಿತ ಕಾಪಾಡಲು ಸದಾ ಬೇಕಾಗುತ್ತದೆ. ಅದು ಯಾವ ಪ್ರಭುತ್ವವಾದರೂ ಅಷ್ಟೇ. ಆಂತರಿಕ ಕದ್ದಾಲಿಕೆಗಳದು ಒಂದು ರೀತಿಯಾದರೆ, ಅಂತಾರಾಷ್ಟ್ರೀಯ ಕದ್ದಾಲಿಕೆಗಳ ಸುದ್ದಿಯನ್ನೂ ನಾವು ಓದಿದ್ದೇವೆ. 'ಬಿಗ್ ಬಾಸ್' ಎನ್ನುವವ ಎಲ್ಲ ಕಡೆಯೂ ಇರುತ್ತಾನೆ!

ಇಂಥ ಎಲ್ಲ ಅಪಸವ್ಯಗಳ ಜೊತೆಗೆ ಪತ್ರಿಕೋದ್ಯಮದ ಅಧೋಗತಿಯೇ ಕಾದಂಬರಿಕಾರನನ್ನು ಪ್ರಧಾನವಾಗಿ ಕಾಡಿದಂತೆ ಕಾಣುತ್ತದೆ. ಮನುಷ್ಯನ ಬದುಕಿಗೆ ನೇರವಾಗಿ ಸಂಬಂಧಿಸಿದ ಈ ಉದ್ಯಮ ಅಥವಾ ಈ ವೃತ್ತಿ ಎದುರಿಸುವ ಬಿಕ್ಕಟ್ಟುಗಳು ಎಲ್ಲ ಕಾಲದಲ್ಲಿಯೂ ಚರ್ಚೆಗೆ ಒಳಪಟ್ಟಿವೆ. ವುಲ್ಫ್ ಅವರು ಹೇಳುವ ಪತ್ರಿಕೋದ್ಯಮದ ಏಳು ಪಾಪಗಳಿಗೆ ಪೂರಕವಾಗಿ ಇನ್ನೂ ಅನೇಕ ಏಳು ಪಾಪಗಳನ್ನು ಅನೇಕರು ಸೇರಿಸುತ್ತ ಹೋಗಿದ್ದಾರೆ. ಇದರ ಅರ್ಥ ಏನು ಎಂದರೆ

ಕಾಲ ಕಳೆದಂತೆ ಪತ್ರಿಕೋದ್ಯಮ ಹೇಗೆ ಹೆಚ್ಚು ಹೆಚ್ಚು ಪಾಪಗಳನ್ನು ಮಾಡುತ್ತ ಹೊರಟಿದೆ ಎಂದೇ ಅಲ್ಲವೇ? ಜೀವಪರವಾಗಬೇಕಿದ್ದ ಪತ್ರಿಕೋದ್ಯಮ ಏಕೆ ಹೀಗೆ ತನ್ನ ವಿಶ್ವಾಸಾರ್ಹತೆಯನ್ನು ಕಳೆದುಕೊಳ್ಳುತ್ತ ಜೀವ ವಿರೋಧಿಯಾಗುತ್ತ ಹೋಯಿತು ಎಂಬ ಕುರಿತೂ ಅನೇಕ ಅಧ್ಯಯನಗಳು ನಡೆದಿವೆ. ಅದಕ್ಕೆ ಪತ್ರಿಕೋದ್ಯಮದ ಸ್ವರೂಪ ಪಡೆದಿರುವ ಭಿನ್ನ ಆಯಾಮವೂ ಕಾರಣವಾಗಿರಬಹುದು. ಮುದ್ರಣ ಮಾಧ್ಯಮದಿಂದ ಎಲೆಕ್ಟ್ರಾನಿಕ್ ಮಾಧ್ಯಮದ ಮಗ್ಗುಲಿಗೆ ಹೊರಳಿ ಈಗ ಡಿಜಿಟಲ್ ಮಾಧ್ಯಮದ ಕಾಲದಲ್ಲಿ ಇರುವ ಈ ಸಮೂಹ ಸಂವಹನವು ಈಗ ಯಾವ ಲಂಗು ಲಗಾಮು ಇಲ್ಲದ ಕಾಲಘಟ್ಟವನ್ನು ಪ್ರವೇಶಿಸಿದೆ. ಹಾಗೆ ನೋಡಿದರೆ ಸುದ್ದಿ ಯಾವುದು ಸುಳ್ಳು ಸುದ್ದಿ ಯಾವುದು, ಎಂಬುದರ ವ್ಯತ್ಯಾಸ ಮಾಡಲು ಸಾಧ್ಯವಾಗದಂಥ ಒಂದು ಸ್ಥಿತಿಯಲ್ಲಿ ಇಡೀ ಜಗತ್ತು ಇದೆ.

ಮುದ್ರಣ ಮಾಧ್ಯಮ ಮತ್ತು ಎಲೆಕ್ಟ್ರಾನಿಕ್ ಮಾಧ್ಯಮಗಳಿಗಿಂತ ಯುವಪೀಳಿಗೆ ಯನ್ನು ಸಾಮಾಜಿಕ ಮಾಧ್ಯಮಗಳು ಹೆಚ್ಚು ಆಕರ್ಷಿಸಿರುವುದಕ್ಕೂ ಸುಳ್ಳು ಸುದ್ದಿಗಳು ವಿಜೃಂಭಿಸುತ್ತಿರುವುದಕ್ಕೂ ನೇರ ಸಂಬಂಧ ಇರುವಂತಿದೆ. ಅಂತರ್ಜಾಲ ಬಳಕೆ ಪ್ರಮಾಣವು ಜಾಗತಿಕವಾಗಿ ಅತ್ಯಂತ ವೇಗವಾಗಿ ಹೆಚ್ಚುತ್ತಿರುವುದು ಮತ್ತು ಗ್ರಾಮೀಣ ಜನರ ಕೈಯಲ್ಲಿಯೂ ಮೊಬೈಲ್ ಸಿಕ್ಕಿರುವುದು ಸಾಮಾಜಿಕ ಮಾಧ್ಯಮಗಳ ನಾಗಾಲೋಟಕ್ಕೆ ಪುಟ ನೀಡಿದೆ. ಒಬ್ಬರು ಹಲವರ ಜೊತೆಗೆ ಮಾತ್ರವಲ್ಲದೇ ಹಲವರು ಹಲವರ ಜೊತೆಗೆ ಏಕ ಕಾಲದಲ್ಲಿಯೇ ಸಂವಾದ ಮಾಡುವಂಥ ಅವಕಾಶವನ್ನು ಅಂತರ್ಜಾಲ ತಂತ್ರಜ್ಞಾನ ಒದಗಿಸಿದೆ. ಹೀಗಾಗಿ ಸಾಂಪ್ರದಾಯಿಕ ಮಾಧ್ಯಮಗಳನ್ನು ಹೊರತುಪಡಿಸಿಯೂ ಅತ್ಯಂತ ಪ್ರಬಲವಾದ ಧ್ವನಿಗಳು ಹಾಗೂ ಜಾಲಗಳು ಎದ್ದು ನಿಂತಿರುವುದನ್ನು ನಾವು ಈಗ ಕಾಣುತ್ತಿದ್ದೇವೆ. ಅದಕ್ಕಾಗಿಯೇ ಮಾಧ್ಯಮವನ್ನು ಮೊದಲು 'ನಾಲ್ಕನೇ ಸ್ತಂಭ' ಎಂದು ಕರೆದವರು ಈಗ ಅಂತರ್ಜಾಲ ಮಾಧ್ಯಮವನ್ನು 'ಐದನೇ ಸ್ತಂಭ' ಎಂದು ಕರೆಯಲು ಆರಂಭಿಸಿದ್ದಾರೆ.

ಇಂಥ ಎಲ್ಲ ತಂತ್ರಜ್ಞಾನಗಳ ಕ್ರಾಂತಿಯಿಂದ ಪ್ರಯೋಜನಗಳು ಅಗುವ ಹಾಗೆಯೇ ಅಪಾಯಗಳೂ ಅಗುತ್ತಿವೆ. ಮುದ್ರಣ ಮಾಧ್ಯಮಗಳು ಒಂದು ಕಾಲದಲ್ಲಿ ಸೇತುವೆಯ ಹಾಗೆ ಕೆಲಸ ಮಾಡುತ್ತಿದ್ದುವು. ತನ್ನ ಪ್ರಜೆಗಳಿಗೆ ಏನನ್ನಾದರೂ ಹೇಳಬೇಕು ಎಂದು ಪ್ರಭುತ್ವಕ್ಕೆ ಅನಿಸಿದರೆ ಅದು ಮಾಧ್ಯಮಗಳು, ಅದರಲ್ಲಿಯೂ ಮುದ್ರಣ ಮಾಧ್ಯಮಗಳ ಸಹಾಯ ಪಡೆಯುತ್ತಿತ್ತು. ಅಧಿಕೃತ ದೂರದರ್ಶನದ ನೆರವನ್ನೂ ಆಗೀಗ ಪಡೆಯುತ್ತಿತ್ತು. ಆದರೆ, ಈಗ ಈ ಎರಡೂ ಮಾಧ್ಯಮಗಳ ಜಾಗದಲ್ಲಿ ಟ್ವಿಟರ್ ಬಂದು ಕುಳಿತಿದೆ. ತನಗೆ ಏನು ಹೇಳಬೇಕೋ ಅದನ್ನು ಟ್ವಿಟರ್‌ನಲ್ಲಿ ಪ್ರಕಟಿಸುವ ಮೂಲಕ ಪ್ರಭುತ್ವ ನೇರವಾಗಿ ಮಾಧ್ಯಮವನ್ನು ಎದುರುಗೊಳ್ಳುವ 'ಇಕ್ಕಟ್ಟಿ'ನಿಂದ ಪಾರಾಗಿದೆ. ದುರಂತ ಎಂದರೆ ಟ್ವಿಟರ್‌ನಂಥ ಸಮೂಹ ಮಾಧ್ಯಮಗಳಲ್ಲಿ ಖಾತೆ

ಹೊಂದಿರುವವರಿಗೆ ಕೋಟಿಗಟ್ಟಲೆ ಅನುಯಾಯಿಗಳು ಆಯಾ ವೇದಿಕೆಗಳಲ್ಲಿಯೇ ಹುಟ್ಟಿಕೊಂಡಿದ್ದಾರೆ. ಸಾಂಪ್ರದಾಯಿಕ ಮಾಧ್ಯಮಗಳ ನಿಂತ ಜಾಗ ಕುಸಿಯಲು ಇನ್ನೇನು ಬೇಕು?

ಮುದ್ರಣ ಮಾಧ್ಯಮಗಳಲ್ಲಿ ಇರುವ ಹಾಗೆ, ಅಂತರ್ಜಾಲ ಮಾಧ್ಯಮಗಳಲ್ಲಿ ಒಬ್ಬ ದ್ವಾರಪಾಲಕ (ಸಂಪಾದಕ) ಇಲ್ಲದೇ ಇರುವ ಕಾರಣ ಇಂಥ ಮಾಧ್ಯಮಗಳಲ್ಲಿ ಬರುವ ಸುದ್ದಿಯನ್ನು ನಂಬಬೇಕೇ ಬೇಡವೇ ಎಂಬ ದೊಡ್ಡ ಪ್ರಶ್ನೆ ಈಗ ಜನರ ಮುಂದೆ ಧುತ್ತೆಂದು ನಿಂತಿದೆ. ಇಲ್ಲಿಯೇ 'ಸುಳ್ಳು ಸುದ್ದಿ'ಯ ಹಾವಳಿಯ ಕೇಂದ್ರವೂ ಇದೆ. ನಿತ್ಯವೂ ಮಾಧ್ಯಮಗಳಲ್ಲಿ ಬರುತ್ತಿರುವುದು ನಿಜವಾದ ಸುದ್ದಿಯೇ ಅಥವಾ ಸುಳ್ಳು ಸುದ್ದಿಯೇ ಎಂಬುದನ್ನು ತಿಳಿಯಲಾಗದಂಥ ಒಂದು ಕಾಲಘಟ್ಟದಲ್ಲಿ ನಾವು ಇದ್ದೇವೆ. ಈ ಕುರಿತು ಸಾಕಷ್ಟು ಅಧ್ಯಯನಗಳೂ ನಡೆದಿವೆ. ಏಕೆಂದರೆ, ಸುಳ್ಳು ಸುದ್ದಿಯನ್ನು ಯಾರು ಸೃಷ್ಟಿಸುತ್ತಿದ್ದಾರೆ ಎಂದು ತಿಳಿಯುವುದು ದುಸ್ತರವಾಗಿದೆ. ಅದು ಎಂಥ ಸುದ್ದಿ ಎಂಬುದರ ಮೂಲಕ ನಮಗೆ ಅದನ್ನು ಯಾರು ಸೃಷ್ಟಿಸುತ್ತಿದ್ದಾರೆ ಎಂದು ತಿಳಿಯುತ್ತದೆ. ಬಹುಶಃ ಅದನ್ನು ಪ್ರಭುತ್ವ ಅಥವಾ ಪ್ರಭುತ್ವದಲ್ಲಿ ಇರುವ ಪಕ್ಷ ಅಥವಾ ಆ ಪಕ್ಷದ ಸಿದ್ಧಾಂತದಲ್ಲಿ ನಂಬಿಕೆ ಇರುವವರು ಮಾಡುತ್ತಾರೆ ಎಂದು ಮಾತ್ರ ತಿಳಿಯಬಹುದು.

ಹೀಗೆ ಚಲಾವಣೆಗೆ ಬಂದ ಸುದ್ದಿಗಳು ನಿಜವೇ ಅಲ್ಲವೇ ಎಂದು ತಿಳಿಯಲು ಪ್ರಯತ್ನಗಳೂ ನಡೆದಿವೆ. ಅದಕ್ಕೆ 'ಫ್ಯಾಕ್ಟ್ ಚೆಕ್' ಎಂಬ ಅಂಕಣಗಳನ್ನೂ ಪತ್ರಿಕೆಗಳು ಆರಂಭಿಸಿವೆ. ಬಿಬಿಸಿ ಸುದ್ದಿ ಸಂಸ್ಥೆಗಾಗಿ ಚಕ್ರವರ್ತಿ ಶಂತನು ಅವರು ಸ್ವೆನ್ಗೆಲಾ ಲೂಸಿಲ್ ಮತ್ತು ಸಪ್ನಾ ಸೋಳಂಕಿ ಜೊತೆಗೂಡಿ ಮಾಡಿದ Duty, Identity, Credibility : Fake News and the ordinary citizen in India (bbc.co.uk) ಅಧ್ಯಯನ ಸುಳ್ಳು ಸುದ್ದಿಯ ಇತ್ಯೋಪರಿಯನ್ನು ತಿಳಿಸುತ್ತದೆ. ಇದನ್ನು ತಡೆಯಬೇಕು ಎಂದು ದೇಶದ ಸುಪ್ರೀಂ ಕೋರ್ಟ್ ಈಚೆಗೆ ಮಾಡಿದ ಆದೇಶದ ಫಲಶ್ರುತಿಯನ್ನೂ ನಾವು ಕಾದು ನೋಡಬೇಕು.

ಹೈನ್ರಿಶ್ ಬ್ಯೋಲ್ ಅವರು ತಮ್ಮ ಕಾದಂಬರಿಯಲ್ಲಿ ಎತ್ತುವ ಸುಳ್ಳು ಸುದ್ದಿಯ ಸ್ವರೂಪ ಒಂದಿಷ್ಟು ಪ್ರಾಥಮಿಕ ಸ್ವರೂಪದ್ದು. ಅದು ಆ ಕೃತಿಯ ಲೇಖಕನನ್ನು ಎಷ್ಟು ಆತಂಕಕ್ಕೆ ದೂಡಿದೆ ಎಂಬುದನ್ನು ನಾನು ಮೇಲೆ ಪ್ರಸ್ತಾಪಿಸಿರುವೆ. ಆದರೆ, ಈಗ ಭಾರತವೂ ಸೇರಿದಂತೆ ಜಗತ್ತಿನಾದ್ಯಂತ ಹಾವಳಿಯ ರೀತಿಯಲ್ಲಿ ಹಬ್ಬುತ್ತಿರುವ ಸುಳ್ಳು ಸುದ್ದಿ (ಫೇಕ್ ನ್ಯೂಜ್) ಪತ್ರಿಕೋದ್ಯಮ ಅನುಸರಿಸಬೇಕಾದ ಸತ್ಯಶೋಧನೆಯ ತತ್ವವನ್ನು ಅಪಹಾಸ್ಯ ಮಾಡುವಂತಿರುವುದು ನಿಜಕ್ಕೂ ಕಳವಳಕಾರಿಯಾಗಿದೆ.

***

ಈ ಕಾದಂಬರಿಯನ್ನು ಅನುವಾದ ಮಾಡಬೇಕು ಎಂದು ತಿಳಿಸುವ ಮೂಲಕ ಮತ್ತು ತಮ್ಮ ಏನೆಲ್ಲ ಕೆಲಸಗಳ ನಡುವೆಯೂ ಅದರ ಪ್ರಗತಿಯನ್ನು ಕೇಳುತ್ತಿದ್ದ ಹಾಗೂ ನನಗೆ ಮಾತು ಕೊಟ್ಟಂತೆ ನನ್ನ ಅನುವಾದವನ್ನು ಮೂಲದ ಜೊತೆಗೆ ಹೋಲಿಸಿ ತಿದ್ದುಪಡಿಗಳನ್ನು ಸೂಚಿಸಿದ ಪ್ರೊ. ಸಿ ಎನ್ ರಾಮಚಂದ್ರನ್ ಅವರಿಗೆ ನಾನು ಋಣಿಯಾಗಿದ್ದೇನೆ ಎಂದರೆ ಏನೂ ಹೇಳಿದಂತೆ ಆಗುವುದಿಲ್ಲ. ಇಂಥ ಋಣಗಳನ್ನು ಕೇವಲ ಒಂದೆರಡು ವಾಕ್ಯಗಳ ಮೂಲಕ ತೀರಿಸಲು ಆಗದು ಎಂದು ಮಾತ್ರ ಹೇಳಬಹುದು. ಅವರು ನನ್ನ ಕುರಿತು ತೋರಿಸುವ ಪ್ರೀತಿ, ಆದರಗಳಿಗೆ ನಾನು ಮೂಕನಾಗಿದ್ದೇನೆ. ಪ್ರೊ. ಸಿಎನ್‌ಆರ್ ಅವರು ನನ್ನ 'ಚೌಕಟ್ಟಿನಾಚೆ' ಮತ್ತು 'ಸೀತಾ ರಾಮಾಯಣ: ಸಚಿತ್ರ ಮರುಕಥನ' ಕೃತಿಗಳಿಗೆ ಮುನ್ನುಡಿ ಬರೆದು ಹರಸಿದವರು. ಕಳೆದ ಆರೆಂಟು ವರ್ಷಗಳಿಂದ ಅವರ ಮತ್ತು ನನ್ನ ಒಡನಾಟ ಆತ್ಮೀಯ ಸ್ವರೂಪವನ್ನು ಪಡೆದುಕೊಂಡಿದೆ. ನಾನು ಕಂಡ ಅತ್ಯಂತ ವಿರಳ, ನಿಸ್ವಾರ್ಥ ವಿದ್ವಾಂಸರಲ್ಲಿ ಅವರೂ ಒಬ್ಬರು. ಅವರಿಗೆ ಈ ಕೃತಿಯನ್ನು ಅರ್ಪಿಸುವ ಮೂಲಕ ನನ್ನ ಗೌರವವನ್ನು ಸಲ್ಲಿಸುತ್ತಿದ್ದೇನೆ.

***

ಈ ಕಾದಂಬರಿಯನ್ನು ಅನುವಾದ ಮಾಡಿದ್ದೇನೋ ಆಯಿತು. ಆದರೆ, ಮೂಲ ಲೇಖಕರಿಂದ ಅಥವಾ ಅವರ ಉತ್ತರಾಧಿಕಾರಿಗಳಿಂದ ಅನುಮತಿ ಪಡೆದಿರಲಿಲ್ಲ. ಅದನ್ನು ಪಡೆಯಲು ನಾನು ಪಟ್ಟ ಕಷ್ಟ ಅಷ್ಟಿಷ್ಟಲ್ಲ. ಒಂದು ರೀತಿ ಈ ಕೃತಿ ಹೊರಗೆ ಬರುವುದೇ ಇಲ್ಲ ಎಂದು ಅನಿಸಿತ್ತು. ನನ್ನನ್ನು ತಮ್ಮ (ಅನುವಾದದಲ್ಲಿ) ಸಹಪಯಣಿಗ ಎಂದು ಕರೆಯುವ ಪ್ರೊ. ವನಮಾಲಾ ವಿಶ್ವನಾಥ್ ಅವರ ಜತೆಗೆ ಮಾತನಾಡುತ್ತಿದ್ದಾಗ ಈ ಸಂಗತಿಯನ್ನು ಅವರ ಗಮನಕ್ಕೆ ತಂದೆ. ಅವರು ಕೇವಲ ಒಂದೇ ದಿನದಲ್ಲಿ ಇಂಥವರನ್ನು ಸಂಪರ್ಕಿಸಿ ಎಂದು ನನಗೆ ಮಾಹಿತಿಯನ್ನು ಒದಗಿಸಿದರು. ಅದು ಸರಿಯಾದ ಮೂಲವಾಗಿತ್ತು. ಆದರೆ, ಅವರಿಂದ ಅನುಮತಿ ಪಡೆಯಬೇಕಾದರೂ ಐದು ತಿಂಗಳು ಹಿಡಿಯಿತು. ಅನುಮತಿ ಕೊಡುವುದಕ್ಕಿಂತ ಮುಂಚೆ ಜರ್ಮನ್ ಭಾಷೆ ಬಲ್ಲವರು ಈ ಅನುವಾದವನ್ನು ನೋಡಬೇಕು ಎಂಬ ಷರತ್ತನ್ನು ಅವರು ವಿಧಿಸಿ ಬೆಂಗಳೂರಿನ ಜರ್ಮನ್ ಕಾನ್ಸುಲೇಟ್‌ನಲ್ಲಿ ಕೆಲಸ ಮಾಡುವ ಡಾ. ಮಂಜುಳಾ ಶೇಖರ್ ಮುಂಡಕಾನಾ ಎಂಬುವರು ಇದನ್ನು ನೋಡಬೇಕು ಎಂದು ಸಲಹೆ ಮಾಡಿದರು.

ಡಾ.ಮಂಜುಳಾ ಅವರು ಕೇರಳದ ಕಾಸರಗೋಡಿನವರಾದರೂ ಕನ್ನಡವನ್ನು ಬಹಳ ಚೆನ್ನಾಗಿ ಬಲ್ಲವರು. ಅವರು ಮೂಲ ಜರ್ಮನ್ ಭಾಷೆಯಲ್ಲಿನ ಕೃತಿಯನ್ನು ಸಮಗ್ರವಾಗಿ ಓದಿ ಅದರ ಜತೆಗೆ ನನ್ನ ಅನುವಾದವನ್ನು ಶಬ್ದಶಃ ಹೋಲಿಸಿ ನೋಡಿ ಅತ್ಯಂತ ಉಪಯುಕ್ತವಾದ ಸಲಹೆ ಸೂಚನೆಗಳನ್ನು ಕೊಟ್ಟರು. ಅವರು

ನನ್ನ ಮನೆಗೇ ಬಂದು ಎರಡು ಗಂಟೆಗೂ ಹೆಚ್ಚು ಕಾಲ ಕುಳಿತುಕೊಂಡು ಕೊಟ್ಟ ಸಲಹೆಯನ್ನು ನಾನು ಎಂದೂ ಮರೆಯಲಾರೆ. ಅವರು ಕೊಟ್ಟ ಸೂಚನೆಗಳನ್ನು ಇಟ್ಟುಕೊಂಡು ಮತ್ತೆ ಕಾದಂಬರಿಯನ್ನು ತಿದ್ದಿ ತೀಡಿ ಪೂರ್ತಿ ಮಾಡಿದ್ದೇನೆ. ಯಾವ ಅಪೇಕ್ಷೆಗಳೂ ಇಲ್ಲದೇ ಡಾ. ಮಂಜುಳಾ ಅವರು ಮಾಡಿದ ಸಹಾಯಕ್ಕೆ ಹೇಗೆ ಕೃತಜ್ಞತೆ ಹೇಳಬೇಕು ಎಂದು ನನಗೆ ತಿಳಿಯದು. ಇವೆಲ್ಲ ಜೀವನದ ಭಾಗ್ಯಗಳು. ಅವರಿಗೆ ನನ್ನ ನಮಸ್ಕಾರಗಳು.

ಪ್ರೊ. ಸಿಎನ್ಆರ್ ಅವರಿಂದ ನಾನು ಈ ಕಾದಂಬರಿಯ ಅನುವಾದ ಮಾಡುತ್ತಿರುವ ವಿಚಾರ ತಿಳಿದ ಜರ್ಮನಿಯ ವಿಶ್ವವಿದ್ಯಾಲಯದಲ್ಲಿ ಸಂದರ್ಶಕ ಪ್ರಾಧ್ಯಾಪಕರಾಗಿ ಕೆಲಸ ಮಾಡುತ್ತಿರುವ ಪ್ರೊ. ವಿವೇಕ ರೈ ಅವರೂ ಹಲವು ಸಲಹೆ ಸೂಚನೆಗಳನ್ನು ಕೊಟ್ಟಿದ್ದಾರೆ. ಅವರಿಗೂ ನಾನು ಆಭಾರಿಯಾಗಿದ್ದೇನೆ.

ಹೈನ್ರಿಶ್ ಬ್ಯೋಲ್ ಪ್ರತಿಷ್ಠಾನದಿಂದ ಅನುಮತಿ ಕೊಡಿಸುವ ಪ್ರಕ್ರಿಯೆಯಲ್ಲಿ ನನ್ನ ಜತೆಗೆ ನಿರಂತರ ಸಂಪರ್ಕದಲ್ಲಿ ಇದ್ದ ಮೋನಾ ಅವರಿಗೂ ನಾನು ಋಣಿಯಾಗಿದ್ದೇನೆ.

ಈ ಕೃತಿಯನ್ನು 80ರ ದಶಕದ ಆರಂಭದಲ್ಲಿಯೇ ಕನ್ನಡದ ಪ್ರಸಿದ್ಧ ಕಥೆಗಾರ ಜಿ ಎಸ್ ಸದಾಶಿವ ಅವರು 'ಕ್ಯಾಥರೀನಾ ಬ್ಲೂಮ್' ಎಂದು 'ಜಗತ್ ಕಥಾವಲ್ಲರಿ ಸರಣಿ'ಯಡಿಯಲ್ಲಿ ಅನುವಾದ ಮಾಡಿ ಪ್ರಕಟಿಸಿದ್ದರು ಎಂಬುದು ನನಗೆ ತಡವಾಗಿ ತಿಳಿಯಿತು. ಆಸಕ್ತರು ಅದನ್ನೂ ನೋಡಬಹುದು.

ಈ ಕೃತಿಯನ್ನು ಪ್ರಕಟಿಸುವ ಸಂಬಂಧದಲ್ಲಿ ನನ್ನ ಮಾಜಿ ಸಹೋದ್ಯೋಗಿಯೂ, ಈಗ ಪ್ರಕಟಣ ಕ್ಷೇತ್ರದಲ್ಲಿ ತಮ್ಮದೇ ಎನ್ನುವಂಥ ಹೆಜ್ಜೆ ಗುರುತುಗಳನ್ನು ತೀರಾ ಅಲ್ಪ ಕಾಲದಲ್ಲಿ ಮೂಡಿಸಿರುವ 'ಬಹುರೂಪಿ'ಯ ಜಿ ಎನ್ ಮೋಹನ್ ಅವರು ಬಹಳ ಪ್ರೀತಿಯಿಂದ ಮುಂದೆ ಬಂದರು. ಅವರು ನನ್ನ ಬಗ್ಗೆ ತೋರಿದ ಆದರ–ವಿಶ್ವಾಸಗಳಿಗೆ ಏನು ಹೇಳಬೇಕು ಎಂದು ತಿಳಿಯುತ್ತಿಲ್ಲ. ಅವರಿಗೆ ನನ್ನ ಧನ್ಯವಾದಗಳು.

ಪದ್ಮರಾಜ ದಂಡಾವತಿ

1

ಈಗ ನಾವು ಹೇಳುವ ಕಥೆಗೆ ಕೆಲವು ಅಮುಖ್ಯ ಎನ್ನಬಹುದಾದ ಮೂಲಗಳು ಮತ್ತು ಮೂರು ಮುಖ್ಯವಾದ ಮೂಲಗಳು ಇವೆ. ಆ ಮೂಲಗಳ ಹೆಸರುಗಳನ್ನು ಆರಂಭದಲ್ಲಿಯೇ ಹೇಳಿ ಬಿಡುತ್ತೇವೆ. ನಂತರ ಅವುಗಳ ಪುನರಾವರ್ತನೆ ಮಾಡುವುದಿಲ್ಲ. ಮುಖ್ಯ ಮೂಲಗಳು ಎಂದರೆ: ಪೊಲೀಸರ ವಿಚಾರಣೆಯ ಮತ್ತು ಅಟಾರ್ನಿ ಹ್ಯೂಬರ್ಟ್ ಬ್ಲೋರ್ನ ಮತ್ತು ಬ್ಲೋರ್ನ ಅವರ ಹೈಸ್ಕೂಲ್ ಹಾಗೂ ವಿಶ್ವವಿದ್ಯಾಲಯದ ಸಹಪಾಠಿಯಾದ ಪಬ್ಲಿಕ್ ಪ್ರಾಸಿಕ್ಯೂಟರ್ ಪೀಟರ್ ಹಾಶ್ ಅವರ ಹೇಳಿಕೆಗಳ ನಕಲು ಪ್ರತಿಗಳು. ಹಾಗೆ ನೋಡಿದರೆ ಹಾಶ್ ಅವರೇ ಖಾಸಗಿಯಾಗಿ (ಹಾಗೆಂದು ಹೇಳುವುದು ಅನಗತ್ಯ) ಈ ನಕಲು ಪ್ರತಿಗಳಿಗೆ ಪೂರಕವಾಗಿ ಮತ್ತು ಅವುಗಳಲ್ಲಿ ಇಲ್ಲದ ಪೊಲೀಸ್ ತನಿಖಾಧಿಕಾರಿಗಳು ತೆಗೆದುಕೊಂಡ ಕೆಲವು ಕ್ರಮಗಳು ಮತ್ತು ಅದರಿಂದ ಆದ ಪರಿಣಾಮಗಳು, ಇವೇ ಮುಂತಾದ ಸಂಗತಿಗಳನ್ನು ನಮ್ಮ ಗಮನಕ್ಕೆ ತಂದರು. ಕೂಡಲೇ ಇಲ್ಲಿ ಸೇರಿಸಬೇಕಾದ ಒಂದು ಅಂಶ ಎಂದರೆ, ತಾವು ಹೇಳಿದ ಪೂರಕ ಅಂಶಗಳನ್ನು ಅಧಿಕೃತವಾಗಿ ಬಳಸಲು ಆಗದು, ಬೇಕಾದರೆ ಖಾಸಗಿಯಾಗಿ ಬಳಸಿಕೊಳ್ಳಬಹುದು ಎಂದೂ ಅವರು ಸ್ಪಷ್ಟವಾಗಿ ತಿಳಿಸಿದ್ದರು.

ತಮ್ಮ ಗೆಳೆಯ ಬ್ಲೋರ್ನ ಅವರು ಅನುಭವಿಸುತ್ತಿರುವ ಆತಂಕ ಹಾಗೂ ಹತಾಶೆಯಿಂದ ಹಾಶ್ ನಿಜವಾಗಿಯೂ ವಿಚಲಿತರಾಗಿದ್ದರು. ಏಕೆಂದರೆ ಇಡೀ ಘಟನೆ ಹೇಗೆಲ್ಲ ಆಯಿತಲ್ಲ ಎಂದು ಬ್ಲೋರ್ನ ಅವರಿಗೆ ಅರ್ಥ ಮಾಡಿಕೊಳ್ಳಲು ಆಗದ ಹಾಗಾಗಿತ್ತು. "ಆದರೆ, ಇಡೀ ಘಟನೆ ಕುರಿತು ಯೋಚಿಸಿದಾಗ ಅದರಲ್ಲಿ ಅರ್ಥವಾಗದೇ ಇರುವಂಥದು ಏನೂ ಇಲ್ಲ. ಅದೆಲ್ಲ ಹೆಚ್ಚೂ ಕಡಿಮೆ ತರ್ಕ ಬದ್ಧವಾಗಿಯೇ ಇದೆ," ಎಂದು ಬ್ಲೋರ್ನ ಅವರಿಗೆ ಅನಿಸಿತು. ಏನೇ ಇದ್ದರೂ ಕ್ಯಾಥರೀನಾ ಬ್ಲೂಮ್‌ಳ ಈ ಪ್ರಕರಣ ಹೆಚ್ಚೂ ಕಡಿಮೆ ಕಟ್ಟು ಕಥೆಯಾಗಿಯೇ ಉಳಿಯುತ್ತದೆ. ಏಕೆಂದರೆ ಆರೋಪಿಯ ಮನಃಸ್ಥಿತಿ, ಆಕೆಯ ಪರ ವಕೀಲ ಬ್ಲೋರ್ನ ಅವರ ಇಕ್ಕಟ್ಟಿನ ಪರಿಸ್ಥಿತಿ ಮತ್ತು ವಿಚಾರಣೆ ನಡೆಯುವ ಸಮಯದಲ್ಲಿ ಪಬ್ಲಿಕ್ ಪ್ರಾಸಿಕ್ಯೂಟರ್ ಹಾಶ್ ಅವರ ವರ್ತನೆಯಲ್ಲಿ ಕಂಡ ಸಣ್ಣ ಪುಟ್ಟ ತೀರಾ ಮನುಷ್ಯ ಸಹಜ ಎನ್ನಬಹುದಾದ ಲೋಪದೋಷಗಳು– ಇವುಗಳನ್ನು ಅರ್ಥ ಮಾಡಿಕೊಳ್ಳಬಹುದು ಮಾತ್ರವಲ್ಲ ಕ್ಷಮಿಸಿಯೂ ಬಿಡಬಹುದು.

ಇನ್ನು ಅಮುಖ್ಯ ಎನ್ನಬಹುದಾದ ಮೂಲಗಳಲ್ಲಿ ಕೆಲವು ಹೆಚ್ಚಿನ ಮಹತ್ವದವು ಆಗಿದ್ದರೆ ಇನ್ನು ಕೆಲವು ಅಷ್ಟೇನು ಮುಖ್ಯ ಎನ್ನುವಂತೆ ಇರಲಿಲ್ಲ. ಆದರೆ, ಅವುಗಳನ್ನೆಲ್ಲ ಇಲ್ಲಿ ಉಲ್ಲೇಖಿಸಬೇಕಾಗಿಲ್ಲ. ಏಕೆಂದರೆ ಅವುಗಳ ಅಂತರಾರ್ಥ, ಪಾಲ್ಗೊಳ್ಳುವಿಕೆ, ಪ್ರಸ್ತುತತೆ, ಪೂರ್ವಗ್ರಹ, ದಿಗ್ಭ್ರಾಂತಿ ಹಾಗೂ ಪ್ರಮಾಣಗಳು ಈ ವರದಿಯಿಂದ ಕ್ರಮಶಃ ಹೊರಹೊಮ್ಮುತ್ತವೆ.

2

ಈ ವರದಿಯಲ್ಲಿ ಅನೇಕ ಸಾರಿ ಮೂಲಗಳ ಪ್ರಸ್ತಾಪ ಮತ್ತೆ ಮತ್ತೆ ಇರುವುದರಿಂದ ಇದು ಎಲ್ಲೆಲ್ಲಿಯೊ 'ಹರಿದಾಡುವ' ರೀತಿಯಲ್ಲಿದೆ ಎಂದು ಕೆಲವು ಸಾರಿ ಅನಿಸಬಹುದು. ಅದಕ್ಕಾಗಿ ನಾವು ಓದುಗರ ಕ್ಷಮೆ ಕೇಳುತ್ತೇವೆ. ಏಕೆಂದರೆ ನಮಗೆ ಅದು ಅನಿವಾರ್ಯವಾಗಿದೆ. ಹೀಗೆ ಒಮ್ಮೆಯೇ 'ಮೂಲಗಳು' ಮತ್ತು ಅವುಗಳ 'ಅಸ್ಥಿರತೆ' ಕುರಿತು ಮಾತನಾಡುತ್ತಿರುವುದಕ್ಕೆ ಕಾರಣ ಇದು ಒಂದು 'ಕಾಲ್ಪನಿಕ ರಚನೆ'ಯಾಗುವ ಎಲ್ಲಾ ಸಾಧ್ಯತೆಗಳನ್ನು ಇಲ್ಲವಾಗಿಸುವುದು. ಅದರ ಬದಲು, ಬೇರೆ ಪರಿಕಲ್ಪನೆಯನ್ನು ನಾವು ಇಲ್ಲಿ ಪರಿಚಯಿಸಲು ಬಯಸುತ್ತೇವೆ. ಅದು ಹೇಗಿದೆ ಎಂದರೆ, "ಇದುವರೆಗೆ ಆಗಿರುವುದು ಎಲ್ಲವನ್ನೂ ನಾವು ಒಂದು ಕಡೆ ಸೇರಿಸುತ್ತಿದ್ದೇವೆ." ಈ ಸೇರಿಸುವ, ಜೋಡಿಸುವ 'ಪರಿಕಲ್ಪನೆ' ಎಷ್ಟು ಸ್ಪಷ್ಟವಾಗಿದೆ ಎಂದರೆ, ನೀರಿನ ಗುಂಡಿಯಲ್ಲಿ, ಅದರ ಪಕ್ಕದಲ್ಲಿ ಅಥವಾ ಅದರ ಜೊತೆಗೆ ಮಗುವಿನ ಹಾಗೆ (ಅಥವಾ ಒಬ್ಬ ವಯಸ್ಕನ ಹಾಗೆ) ಆಟವಾಡಿದವನು

ಆ ಗುಂಡಿಯ ನೀರನ್ನು ಖಾಲಿ ಮಾಡಿ, ಬೇರೆ ಕಡೆ ತಿರುಗಿಸಿ ಮತ್ತೆ ಅದನ್ನು ಇನ್ನೊಂದು ಕಡೆ ಮತ್ತೆ ತಿರುಗಿಸಿ ಅಲ್ಲಿ ಇರಬಹುದಾದ ಎಲ್ಲ ನೀರನ್ನು ಒಂದು ರಾಜಕಾಲುವೆಯಲ್ಲಿ ಒಟ್ಟುಗೂಡಿಸಿ, ಅದನ್ನು ಮತ್ತೊಂದು ಎತ್ತರದ ಮಟ್ಟಕ್ಕೆ ಏರಿಸಿ ಅಥವಾ ಸ್ಥಳೀಯ ಆಡಳಿತ ಒದಗಿಸಿದ ತೋಡಿಗೆ ಅಥವಾ ಕಾಲುವೆಗೆ ವ್ಯವಸ್ಥಿತ ರೀತಿಯಲ್ಲಿ ಹರಿಸುವ ರೀತಿಯದಾಗಿದೆ. ಇಲ್ಲಿನ ಒಟ್ಟು ಉದ್ದೇಶ ಎಂದರೆ ಒಂದು ಕಾಲುವೆಗೆ ಹರಿಯುವಿಕೆಯ ಪರಿಣಾಮವನ್ನು ಸೃಷ್ಟಿಸುವುದು. ಸ್ಪಷ್ಟವಾಗಿ ಹೇಳಬೇಕೆಂದರೆ ಒಂದು ವ್ಯವಸ್ಥೆಯನ್ನು ತರುವ ಪ್ರಕ್ರಿಯೆ! ಹೀಗಾಗಿ ಈ ಕಥನದಲ್ಲಿ ಏನಾದರೂ ವ್ಯತ್ಯಾಸಗಳು ಮತ್ತು ಹೊಂದಾಣಿಕೆಗಳು ಇರುವ ಅಸ್ಥಿರ ಸ್ಥಿತಿ ಕಂಡು ಬಂದರೆ ಅದನ್ನು ಓದುಗರು ಮನ್ನಿಸಬೇಕು ಎಂದು ಕೋರುತ್ತೇವೆ. ಏಕೆಂದರೆ ಇಲ್ಲಿ ತಡೆ, ಅಡ್ಡಿ, ಹೂಳು ತುಂಬುವಿಕೆಗಳು ಮತ್ತು 'ಎಂದಿಗೂ ಒಟ್ಟಿಗೆ ಬರಲು ಸಾಧ್ಯವಿಲ್ಲದ' ಮೂಲಗಳು, ಹಾಗೂ ಹೇಳಬೇಕಾಗಿಲ್ಲದ ಗುಪ್ತಗಾಮಿನಿಗಳು, ಇತ್ಯಾದಿ, ಇತ್ಯಾದಿ ಎಲ್ಲವೂ ಇವೆ.

3

ಇಲ್ಲಿ ಮೊಟ್ಟಮೊದಲು ಮಂಡಿಸಲಿರುವ ಸಂಗತಿಗಳು ಭಯಂಕರವಾಗಿವೆ. 1974ರ ಫೆಬ್ರುವರಿ 20ರ ಬುಧವಾರವು ಕಾರ್ನಿವಾಲ್‌ನ ಸಾಂಪ್ರದಾಯಿಕ ಆರಂಭದ ಹಿಂದಿನ ದಿನವಾಗಿತ್ತು. ಅಂದು ಸಂಜೆ ಸುಮಾರು 6:45ರ ವೇಳೆಯಲ್ಲಿ, 27 ವರ್ಷದ ಒಬ್ಬ ಯುವತಿ ಒಂದು ಊರಿನ ತನ್ನ ಅಪಾರ್ಟ್‌ಮೆಂಟಿನಿಂದ ಇನ್ನೊಂದು ಮನೆಯಲ್ಲಿ ನಡೆಯಲಿರುವ ಖಾಸಗಿ ಸ್ನೇಹಕೂಟದಲ್ಲಿ ಭಾಗವಹಿಸಲು ತೆರಳುತ್ತಾಳೆ.

ನಾಲ್ಕು ದಿನಗಳು ಕಳೆದ ಮೇಲೆ, ನಾಟಕೀಯ ಸನ್ನಿವೇಶಗಳ ನಂತರ – ಈ ಪದದ ಬಳಕೆ ಮಾಡಲೇಬೇಕಾಗಿದೆ – (ಮತ್ತು ಹಲವು ಹಂತಗಳಲ್ಲಿ ಕಥೆ ಹರಿಯಲು ಅವಕಾಶ ಕಲ್ಪಿಸುವ ಒಂದು ಉದಾಹರಣೆಯಾಗಿ) ಘಟನಾವಳಿಗಳು ತಿರುವು ಪಡೆದು, ಭಾನುವಾರ ಸಂಜೆ ಹೆಚ್ಚೂ ಕಡಿಮೆ ಅದೇ ಅವಧಿಯಲ್ಲಿ (ಸರಿಯಾಗಿ ಹೇಳಬೇಕು ಎಂದರೆ, 7:04 ಗಂಟೆ) ಅವಳು ಅಪರಾಧ ಇಲಾಖೆಯ ಕಮಿಷನರ್ ವಾಲ್ಟರ್ ಮ್ಯೋಡಿಂಗ್ ಅವರ ಮನೆಯ ಮುಂಬಾಗಿಲ ಕರೆಗಂಟೆ ಬಾರಿಸಿದಳು. ಈ ಸಮಯದಲ್ಲಿ ಕಮಿಷನರ್ ಅವರು ಖಾಸಗಿಯಲ್ಲದ ಆದರೆ ವೃತ್ತಿ ಸಂಬಂಧದ ಕಾರಣದಿಂದ ಶೇಖ್‌ವೊಬ್ಬನ ಮಾರುವೇಷ ಧರಿಸಿಕೊಂಡು ಕುಳಿತಿದ್ದರು. ಅವರ ಮುಂದೆ ಹಾಜರಾದ ಆ ಯುವತಿ ತಾನು ಅಂದು ಮಧ್ಯಾಹ್ನ 12:15ರ ಸಮಯದಲ್ಲಿ ತನ್ನ ಅಪಾರ್ಟ್‌ಮೆಂಟ್‌ನಲ್ಲಿ ವೆರ್ನರ್ ಟ್ಯೋಟ್‌ಗೆಸ್ ಎಂಬ ವರದಿಗಾರನನ್ನು ಗುಂಡಿಟ್ಟು ಕೊಂದಿರುವುದಾಗಿ ಹೇಳಿ ಅವರನ್ನು ಬೆಚ್ಚಿ ಬೀಳಿಸಿದಳು. ತನ್ನ ಮನೆಯ

ಮುಂಬಾಗಿಲನ್ನು ಒಡೆದು ಆ ವರದಿಗಾರನ ಶವವನ್ನು 'ಹೊರತೆಗೆಯಲು' ಅಪರಾಧ ಇಲಾಖೆಯ ಕಮಿಷನರರು ಆದೇಶ ಕೊಡಬಹುದೇ ಎಂದು ಆಕೆ ಕೇಳಿಕೊಂಡಳು. ಆ ವರದಿಗಾರನ ಕೊಲೆಗೈದ ನಂತರ ಅಂದು ಮಧ್ಯಾಹ್ನ 12:15ರಿಂದ ಈಗಿನವರೆಗೆ ಅಂದರೆ ಸಂಜೆ 7:04 ಗಂಟೆಯವರೆಗೆ ಊರಲ್ಲೆಲ್ಲ ಅಲೆದಾಡಿದರೂ ತನಗೆ ಯಾವ ಬಗೆಯ ಪಶ್ಚಾತ್ತಾಪವೂ ಆಗಲಿಲ್ಲವೆಂದೂ, ತನ್ನನ್ನು ಬಂಧಿಸಬೇಕು ಎಂದೂ ಆಕೆ ಕೋರಿಕೊಂಡಳು. ತನ್ನ 'ಪ್ರೀತಿಯ ಲೂಡ್ವಿಶ್' ಇರುವ ಜಾಗದಲ್ಲಿಯೇ ತಾನೂ ಇರಲು ಬಯಸುವುದಾಗಿಯೂ ಆಕೆ ಹೇಳಿದಳು.

ಅನೇಕ ಸಾರಿ ಈ ಯುವತಿಯನ್ನು ವಿಚಾರಣೆ ಮಾಡಿದ್ದ ಮ್ಯೋಡಿಂಗ್ ಅವರಿಗೆ ಆಕೆಯ ಬಗೆಗೆ ಒಂದು ಬಗೆಯ ಸಹಾನುಭೂತಿ ಇತ್ತು. ಆಕೆ ಹೇಳಿದ್ದನ್ನೆಲ್ಲ ಕೇಳಿದ ಅವರಿಗೆ ಒಂದು ಕ್ಷಣವೂ ಅನುಮಾನವಾಗಲಿಲ್ಲ. ತಕ್ಷಣ ಅವರು ತಮ್ಮ ಕಾರಿನಲ್ಲಿಯೇ ಆಕೆಯನ್ನು ಕರೆದುಕೊಂಡು ಪೊಲೀಸ್ ಪ್ರಧಾನ ಕಚೇರಿಗೆ ಹೋಗಿ ತನ್ನ ಮೇಲಧಿಕಾರಿಯಾದ ಪ್ರಧಾನ ಅಪರಾಧ ಕಮಿಷನರ್ ಬೈತ್ಸ್‌ಮೆನ್ನೆ ಅವರಿಗೆ ಪರಿಸ್ಥಿತಿಯನ್ನು ವಿವರಿಸಿದರು. ನಂತರ ಆರೋಪಿಗಳನ್ನು ಇಡುವ ಠಾಣೆಯಲ್ಲಿನ ಸೆಲ್‌ಗೆ ಆ ಯುವತಿಯನ್ನು ಕಳಿಸಿದರು. ತದನಂತರ ಕಾಲು ಗಂಟೆಯಲ್ಲಿ ಆಕೆಯ ಮನೆಯ ಮುಂಬಾಗಿಲ ಬಳಿ ಬಂದು ನಿಂತಿದ್ದ ಬೈತ್ಸ್‌ಮೆನ್ನೆ ಅವರನ್ನು ಸೇರಿಕೊಂಡರು. ಆ ವೇಳೆಗಾಗಲೇ ಪೊಲೀಸ್ ಕಮಾಂಡೊಗಳು ಆ ಮನೆಯ ಬಾಗಿಲನ್ನು ಒಡೆದು ಹಾಕಿ ಆ ಹೆಣ್ಣುಮಗಳು ಹೇಳಿದ್ದೆಲ್ಲ ನಿಜವಾಗಿತ್ತು ಎಂಬುದನ್ನು ಕಂಡುಕೊಂಡಿದ್ದರು.

ಅಲ್ಲಿ ಬಿದ್ದಿದ್ದ ರಕ್ತದ ಕುರಿತು ನಾವು ಹೆಚ್ಚಿಗೆ ಏನೂ ಹೇಳಬೇಕಾಗಿಲ್ಲ. ಅದರ ಪ್ರಮಾಣದಲ್ಲಿನ ವ್ಯತ್ಯಾಸಗಳನ್ನು ಮಾತ್ರ ಅನಿವಾರ್ಯವೆಂದು ಗಮನಿಸಬೇಕಾಗಿದೆ. ಇತ್ತ, ನಮ್ಮ ಓದುಗರು ಟಿ.ವಿ. ನೋಡುವುದು, ಸಿನಿಮಾ ನೋಡುವುದು ಅಥವಾ ಸಂಗೀತ ಪಂಗೀತ ಕೇಳುವುದನ್ನು ಮಾಡಲಿ ಎಂದು ಸೂಚಿಸುತ್ತೇವೆ. ಇಲ್ಲಿ ಹರಿಯುವುದು ಏನಾದರೂ ಇದ್ದರೆ ಅದು ನೆತ್ತರು ಆಗಿರದೇ ಇರಲಿ. ಪರಂತು ನಾವು ಇಲ್ಲಿ ಗಮನ ಹರಿಸಬೇಕಾದುದು ಕೆಲವು ವರ್ಣ ಪರಿಣಾಮಗಳ ಕಡೆಗೆ: ಟ್ರ್ಯೋಟ್‌ಗೆಸ್‌ನು ಯಾವುದೋ ಗಡಿಬಿಡಿಯಲ್ಲಿ, ಬೆಡ್‌ಶೀಟ್ ಬಟ್ಟೆಯಲ್ಲಿ ಹೊಲಿದ ಶೇಖ್‌ನ ವಸ್ತ್ರಗಳನ್ನು ಧರಿಸಿದ್ದ. ಬಿಳಿ ಬಣ್ಣದ ಈ ವೇಷದ ಮೇಲಿನ ಕೆಂಪು ಬಣ್ಣ ಎದ್ದು ಕಾಣುವುದು ಖಂಡಿತ. ಮೇಲಾಗಿ ಅವನ ದೇಹಕ್ಕೆ ಗುಂಡಿಕ್ಕಿದ ಪಿಸ್ತೂಲು ಅವನು ಧರಿಸಿದ್ದ ವೇಷದ ಮೇಲೆಲ್ಲ ರಕ್ತವನ್ನು ಸಿಂಪಡಿಸುವ ಪಿಚಕಾರಿ ಕೆಲಸವನ್ನೂ ಮಾಡಿತ್ತು. ಅವನ ಉಡುಪಿಗೆ ದೊಡ್ಡ ಚಚ್ಚೌಕ ಬಿಳಿ ಬಟ್ಟೆಯನ್ನು ಬಳಸಲಾಗಿತ್ತು. ಅದರ ಮೇಲೆ ಚೆಲ್ಲಿದ ರಕ್ತವು ನವ್ಯ ವರ್ಣಚಿತ್ರದಂತೆ, ರಂಗ ಪರಿಣಾಮದಂತೆ ಕಾಣುತ್ತಿತ್ತೇ ಹೊರತು ಚರಂಡಿಯ ಹಾಗೆ ಅಲ್ಲ. ಅದು ಒತ್ತಟ್ಟಿಗೆ ಇರಲಿ. ಅವೆಲ್ಲ ನೈಜ ಸಂಗತಿಗಳಾಗಿದ್ದವು.

4

ಆ ಕಾರ್ನಿವಾಲ್ ನಡೆದ ಊರಿನ ಪಶ್ಚಿಮ ಭಾಗದಲ್ಲಿನ ಕಾಡು ಪ್ರದೇಶದಲ್ಲಿ ಗುಂಡೇಟಿನಿಂದ ಸತ್ತ ಪತ್ರಿಕಾ ಛಾಯಾಗ್ರಾಹಕ ಅಡಾಲ್ಫ್ ಶ್ಯೋನ್ನರ್‌ನ ಶವ ಬೂದಿ ಬುಧವಾರದ ದಿನ (ಈಸ್ಟರ್ ಉಪವಾಸದ ಮೊದಲ ದಿನ) ಕಂಡು ಬಂದಿತ್ತು. ಅವನ ಹತ್ಯೆಯನ್ನೂ ಬ್ಲೂಮ್‌ಳೇ ಮಾಡಿರಬೇಕು ಎಂದು ಕೆಲ ಸಮಯ ಭಾವಿಸಲಾಗಿತ್ತು. ಆದರೆ, ನಂತರ, ಈ ಕೊಲೆಗೆ ಸಂಬಂಧಿಸಿದ ಘಟನಾವಳಿಗಳನ್ನು ಪತ್ತೆ ಮಾಡಿದಾಗ 'ಅದು ಆಕೆಯ ಕೃತ್ಯವಲ್ಲ' ಎಂದು ಗೊತ್ತಾಯಿತು. ತಾನು ಶೇಖ್ ಉಡುಪಿನಲ್ಲಿ ಇದ್ದ ಶ್ಯೋನ್ನರ್‌ನ ಮತ್ತು ಅಂಡಾಲೂಸಿಯನ್ ಸಮುದಾಯದ ಹೆಣ್ಣುಮಗಳ ವೇಷದಲ್ಲಿ ಇದ್ದ ಒಬ್ಬ ಮಹಿಳೆಯನ್ನು ಈ ಕಾಡಿನ ಪ್ರದೇಶದಲ್ಲಿ ಬಿಟ್ಟು ಹೋದುದಾಗಿ ನಂತರ ಒಬ್ಬ ಕಾರಿನ ಚಾಲಕ ಹೇಳಿಕೆ ಕೊಟ್ಟ. ಆದರೆ, ಟ್ಯೋಟ್‌ಗೆಸ್‌ನನ್ನು ಭಾನುವಾರ ಮಧ್ಯಾಹ್ನ ಕೊಲೆ ಮಾಡಲಾಗಿತ್ತು. ಮತ್ತು ಶ್ಯೋನ್ನರ್‌ನ ಕೊಲೆ ಮಂಗಳವಾರ ಮಧ್ಯಾಹ್ನವಷ್ಟೇ ಆಗಿತ್ತು.

ಟ್ಯೋಟ್‌ಗೆಸ್‌ನ ಮೃತ ದೇಹದ ಪಕ್ಕದಲ್ಲಿ ದೊರೆತ ಪಿಸ್ತೂಲಿನಿಂದಲೇ ಶ್ಯೋನ್ನರ್‌ನ ಕೊಲೆ ಕೂಡ ನಡೆದಿರಲಾರದು ಎಂದೆನಿಸಿದರೂ ಅನೇಕ ಗಂಟೆಗಳ ಕಾಲ ಬ್ಲೂಮ್‌ಳ ಮೇಲೆಯೇ ಸಂಶಯದ ದೃಷ್ಟಿ ನೆಟ್ಟಿತ್ತು. ಅದಕ್ಕೆ ಪೂರಕವಾಗಿ ಕೊಲೆಗೆ ಕಾರಣವಾಗಿರಬಹುದಾದ ಉದ್ದೇಶವೂ ಇತ್ತು. ಟ್ಯೋಟ್‌ಗೆಸ್ ವಿರುದ್ಧ ಸೇಡು ತೀರಿಸಿಕೊಳ್ಳಲು ಆಕೆಗೆ ಕಾರಣಗಳು ಇದ್ದವು ಎನ್ನುವುದಾದರೆ ಶ್ಯೋನ್ನರ್‌ನ ಕೊಲೆ ಮಾಡುವುದಕ್ಕೂ ಅಷ್ಟೇ ಸಮಾನವಾದ ಕಾರಣಗಳು ಇದ್ದವು. ಆದರೆ, ಬ್ಲೂಮ್ ತನ್ನ ಬಳಿ ಎರಡು ಪಿಸ್ತೂಲುಗಳನ್ನು ಇಟ್ಟುಕೊಂಡಿರುವುದು ಅಸಂಭವನೀಯ ಎಂದು ಪೋಲೀಸರು ಒಪ್ಪಿಕೊಂಡರು. ಬ್ಲೂಮ್‌ಳು ಬುದ್ಧಿವಂತಿಕೆಯಿಂದ ಈ ಅಪರಾಧವನ್ನು ಮಾಡಿದ್ದಳು. "ಏನು ನೀನು ಶ್ಯೋನ್ನರ್‌ನನ್ನು ಕೂಡ ಕೊಂದಿರುವೆಯಾ," ಎಂದು ಆಕೆಗೆ ಕೇಳಿದಾಗ, "ಹೌದು, ಆ ಯೋಚನೆ ಬಂದಿತ್ತು, ಅವನನ್ನೂ ಏಕೆ ಕೊಲೆ ಮಾಡಬಾರದು," ಎಂದು ಆಕೆ ನಿಗೂಢವಾಗಿ ಉತ್ತರಿಸಿದಳು. ಆದಾಗ್ಯೂ, ಶ್ಯೋನ್ನರ್‌ನ ಕೊಲೆಯಲ್ಲಿ ಆಕೆಯ ಕೈವಾಡ ಇರಬಹುದು ಎಂಬ ಅನುಮಾನವನ್ನು ನಂತರ ಕೈ ಬಿಟ್ಟರು. ಏಕೆಂದರೆ ಆಕೆಯ ವಿಚಾರಣೆ ಮಾಡಿದಾಗ ಕೊಲೆ ನಡೆದ ಜಾಗದಲ್ಲಿ ಆಕೆ ಇರಲಿಲ್ಲ ಎಂಬುದು ಸಂಶಯಾತೀತವಾಗಿ ಸಾಬೀತಾಯಿತು.

ಕ್ಯಾಥರೀನಾ ಬ್ಲೂಮ್‌ಳ ಬಗ್ಗೆ ಗೊತ್ತಿದ್ದವರು ಹಾಗೂ ಅವಳ ನಡವಳಿಕೆಯನ್ನು ಅರಿತವರು ಎಲ್ಲರೂ, ಶ್ಯೋನ್ನರ್‌ನನ್ನು ಆಕೆಯೇ ಕೊಲೆ ಮಾಡಿದ್ದರೆ ಅದನ್ನು ವಿಚಾರಣೆಯ ಸಮಯದಲ್ಲಿ ಆಕೆ ನಿಶ್ಚಿತವಾಗಿಯೂ ಒಪ್ಪಿಕೊಳ್ಳುತ್ತಿದ್ದಳು ಎಂದೇ ಹೇಳಿದರು. ಏನೇ ಇರಲಿ, ಅರಣ್ಯ ಪ್ರದೇಶಕ್ಕೆ ತನ್ನ ಕಾರಿನಲ್ಲಿ ಈ ಜೋಡಿಯನ್ನು

ಕರೆದುಕೊಂಡು ಹೋದ ಚಾಲಕನಿಗೆ (ಆತ ಅದನ್ನು 'ದೊಡ್ಡದಾಗಿ ಬೆಳೆದ ಪೊದೆಗಳ ಪ್ರದೇಶವೆಂದು ಕರೆಯಲು ಬಯಸುವೆ' ಎಂದು ಹೇಳಿದ) ಬ್ಲೂಮ್‌ಳ ಫೋಟೊಗಳನ್ನು ತೋರಿಸಿದಾಗ ತಾನು ಬಿಟ್ಟು ಬಂದ ಜೋಡಿ ಈಕೆ ಅಲ್ಲ ಎಂದ. "ಕಂದು ತಲೆಗೂದಲಿನ, ತೆಳ್ಳಗಿನ, 24-27ರ ಆಸುಪಾಸು ವಯಸ್ಸಿನ, ಐದೂವರೆ ಅಡಿಯಿಂದ ಐದು ಅಡಿ ಎಂಟು ಅಂಗುಲ ಎತ್ತರದ ಲಕ್ಷಗಟ್ಟಲೆ ಮಂದಿ ಆ ಕಾರ್ನಿವಾಲ್‌ನಲ್ಲಿ ಪಾಲ್ಗೊಂಡಿದ್ದರು," ಎಂದು ಕಾರಿನ ಚಾಲಕ ಹೇಳಿದ.

ಶ್ಯೋನ್ನರ್‌ನ ಅಪಾರ್ಟ್‌ಮೆಂಟಿನಲ್ಲಿ ಬ್ಲೂಮ್‌ಳು ಬಂದು ಹೋದ ಯಾವುದೇ ಸುಳಿವು ಇರಲಿಲ್ಲ. ಅಥವಾ ಅಂಡಾಲೂಸಿಯನ್ ಸಮುದಾಯದ ವೇಷ ಹಾಕಿಕೊಂಡಿದ್ದ ಹೆಣ್ಣುಮಗಳು ಅಲ್ಲಿಗೆ ಬಂದ ಸುಳಿವೂ ಇರಲಿಲ್ಲ. ಶ್ಯೋನ್ನರ್‌ನನ್ನು ಬಲ್ಲ ಇತರ ಪತ್ರಿಕಾ ಛಾಯಾಗ್ರಾಹಕರು ಮತ್ತು ಅವನ ಗೆಳೆಯರ ಪ್ರಕಾರ ವರದಿಗಾರರು ಸಾಮಾನ್ಯವಾಗಿ ಹೋಗುವ ಬಾರ್‌ನಿಂದ, ಮಂಗಳವಾರ ಮಧ್ಯಾಹ್ನದ ವೇಳೆಗೆ, "ಸಡಿಲ ನಡತೆಯ ಒಬ್ಬ ಹೆಣ್ಣುಮಗಳ ಜೊತೆಗೆ," ಆತ ಹೊರಗೆ ಹೋಗಿದ್ದ.

5

ಕಾರ್ನಿವಾಲ್ ಸಂಭ್ರಮವನ್ನು ಮರಳಿ ತಂದು ಅದು ಭರ್ಜರಿಯಾಗಿ ನಡೆಯುವಂತೆ ನೋಡಿಕೊಳ್ಳುವುದರಲ್ಲಿ ಒಬ್ಬ ಅಧಿಕಾರಿಯಾಗಿಯೂ ಕಾರ್ಯನಿರ್ವಹಿಸಿದ್ದ ವೈನ್ ಮತ್ತು ಶ್ಯಾಂಪೇನ್ ಡೀಲರ್‌ನು ಅದರ ಯಶಸ್ಸಿಗಾಗಿ ಸಂತೋಷ ಪಟ್ಟಿದ್ದನಾದರೂ ಸೋಮವಾರ ಮತ್ತು ಬುಧವಾರ ಕ್ರಮವಾಗಿ ಈ ಎರಡೂ ಕೊಲೆ ಪ್ರಕರಣಗಳು ಬೆಳಕಿಗೆ ಬಂದುದರಿಂದ ನಿಡಿದಾದ ಉಸಿರು ಬಿಟ್ಟಿದ್ದ. "ಇಂಥ ಒಂದು ಪ್ರಕರಣವು ಅದೂ ಇಂಥ ಹಬ್ಬದ ಹಂಗಾಮು ಆರಂಭವಾಗುವಾಗ ನಡೆದರೆ ಇಡೀ ಊರ ಹಬ್ಬದ ಸಂಭ್ರಮದ ಜೊತೆಗೆ ಹಬ್ಬದಲ್ಲಿ ಆಗುವ ವ್ಯಾಪಾರ-ವಹಿವಾಟನ್ನೂ ನೀವು ಮರೆತು ಬಿಡಬಹುದು. ಹಬ್ಬದಲ್ಲಿ ಹಮ್ಮಿಕೊಂಡಿದ್ದ ವೇಷಭೂಷಣ ಸ್ಪರ್ಧೆಯ ಒಂದು ವೇಷವನ್ನು ಅಪರಾಧದ ಉದ್ದೇಶಕ್ಕೆ ಬಳಸಿಕೊಂಡುದು ಬಹಿರಂಗವಾದರೆ, ಉತ್ಸವದ ಉದ್ದೇಶದ ಜೊತೆಗೆ ವ್ಯಾಪಾರವೂ ನಷ್ಟವಾಗಿ ಬಿಡುತ್ತದೆ. ಈ ಬಗೆಯ ಘಟನೆಗಳು ಇಡೀ ಉತ್ಸವದ ಉದ್ದೇಶವನ್ನು ಒಂದು ರೀತಿ ಅಪವಿತ್ರಗೊಳಿಸಿ ಬಿಡುತ್ತವೆ. ಇಂಥ ಹಬ್ಬಗಳಲ್ಲಿ ಜನರು ಭಾರಿ ಉತ್ಸಾಹದಿಂದ ಪಾಲ್ಗೊಂಡು ಒಂದಿಷ್ಟು ಆನಂದವಾಗಿ ಸಮಯ ಕಳೆಯಬೇಕು ಎನ್ನುವುದಕ್ಕೆ ಮುಖ್ಯವಾಗಿ ಅವರಲ್ಲಿ ನಂಬಿಕೆ ಎನ್ನುವುದು ಇರಬೇಕು. ಅಲ್ಲಿ ಹೋದರೆ ಏನೂ ಅನಾಹುತ ಆಗುವುದಿಲ್ಲ ಎಂದು ಅನಿಸಿದರೆ ಮಾತ್ರ ಅವರು ಅಲ್ಲಿಗೆ ಬರುತ್ತಾರೆ. ಹಾಗೂ ಬರುವಂತೆ ಆಗುತ್ತದೆ," ಎಂದು ಆತ ಅಂದುಕೊಂಡ.

6

'ನ್ಯೂಜ್' ಎಂಬ ಅಲ್ಲಿನ ಒಂದು ಪತ್ರಿಕೆ ತನ್ನ ಇಬ್ಬರೂ ಪತ್ರಕರ್ತರ ಕೊಲೆಯ ನಂತರ ಒಂದಿಷ್ಟು ವಿಲಕ್ಷಣವಾಗಿ ನಡೆದುಕೊಂಡಿತು. ಅದು ಉನ್ಮತ್ತ ಉತ್ಸಾಹ! ದೊಡ್ಡ ತಲೆಬರಹಗಳು. ಮುಖಪುಟದ ವರದಿಗಳು. ವಿಶೇಷ ಆವೃತ್ತಿಗಳು. ಅಗಾಧ ಪ್ರಮಾಣದ ಸಾವಿನ ಕಥೆಗಳು? ಜಗತ್ತಿನಲ್ಲಿ ಇಂಥ ಹತ್ಯೆ ಇದುವರೆಗೆ ನಡೆದೇ ಇಲ್ಲವೇನೋ ಎನ್ನುವ ಹಾಗೆ ಹಾಗೂ ಗುಂಡೇಟಿನಿಂದ ಈ ಪ್ರಪಂಚದಲ್ಲಿ ಹತ್ಯೆಗಳು ನಡೆದರೂ, ನಡೆಯುವುದೇ ಇದ್ದರೆ ಒಬ್ಬ ಬ್ಯಾಂಕ್ ಮ್ಯಾನೇಜರ್, ಒಬ್ಬ ಬ್ಯಾಂಕ್ ಉದ್ಯೋಗಿ ಅಥವಾ ಒಬ್ಬ ಬ್ಯಾಂಕ್ ದರೋಡೆಕೋರನ ಹತ್ಯೆಗಿಂತ ಒಬ್ಬ ಪತ್ರಕರ್ತನ ಹತ್ಯೆ ವಿಶೇಷ ಎನಿಸುವ ಹಾಗೆ ಅದು ಬಿಂಬಿಸಿತು.

ಪತ್ರಿಕೆಗಳು ಈ ಎರಡು ಕೊಲೆಗಳಿಗೆ ವಿಪರೀತ ಎನ್ನುವಂಥ ಗಮನವನ್ನು ಕೊಟ್ಟುವು ಎಂಬುದನ್ನು ಇಲ್ಲಿ ಒತ್ತಿ ಹೇಳಲೇಬೇಕು. ಏಕೆಂದರೆ ಇದು ಕೇವಲ 'ನ್ಯೂಜ್' ಪತ್ರಿಕೆಗೆ ಸಂಬಂಧಪಟ್ಟುದು ಮಾತ್ರ ಆಗಿರಲಿಲ್ಲ. ಇತರ ಪತ್ರಿಕೆಗಳು ಕೂಡ ವರದಿಗಾರನೊಬ್ಬನ ಕೊಲೆಯನ್ನು ಹಗುರವಾಗಿ ಪರಿಗಣಿಸಲಿಲ್ಲ. ಇದೊಂದು ನೀಚ, ಭಯಂಕರ, ಧಾರ್ಮಿಕ ಆಚರಣೆಯಂತೆ ಕಾಣುವ ಕೊಲೆ ಎಂದು ಅವು ಬಣ್ಣಿಸಿದುವು.

ಪತ್ರಿಕೆಗಳ ವರದಿಗಳಲ್ಲಿ 'ವೃತ್ತಿಗಾಗಿ ಆದ ಬಲಿ' ಎಂಬ ಇನ್ನೂ ಒಂದು ಉಲ್ಲೇಖವೂ ಇತ್ತು. 'ನ್ಯೂಜ್' ಪತ್ರಿಕೆಯಂತೂ, ಶ್ಕ್ಯೋನ್ನರ್‌ನ ಕೂಡ ಬ್ಲೂಮ್‌ಳ ಬಲಿ ಎಂಬ ಅಭಿಪ್ರಾಯಕ್ಕೆ ಪಟ್ಟು ಬಿಡದೆ ಅಂಟಿಕೊಂಡಿತು. ಒಂದು ವೇಳೆ ಟ್ಕ್ಯೋಟ್‌ಗೆಸ್ ವರದಿಗಾರನಾಗಿರದೇ (ಉದಾಹರಣೆಗೆ ಒಬ್ಬ ಮೋಚಿ ಅಥವಾ ಒಬ್ಬ ಬೇಕರ್ ಆಗಿದ್ದರೆ) ಇದ್ದರೆ ಅವನ ಕೊಲೆ ನಡೆಯುತ್ತಿರಲಿಲ್ಲ ಎಂಬುದು ನಿಜ. ಆದರೆ, ಇದು ಒಂದು 'ವೃತ್ತಿಯ ಪರಿಣಾಮವಾಗಿ' ನಡೆದ ಕೊಲೆ ಎಂದು ಕಂಡುಹಿಡಿಯಲು ಇದೇ ಬಗೆಯ ಪ್ರಯತ್ನವನ್ನು ಮಾಡುವುದು ಹೆಚ್ಚು ಸೂಕ್ತವಾಗಿರುತ್ತಿತ್ತು. ಏಕೆಂದರೆ, ಬ್ಲೂಮ್‌ಳಂಥ ಸಮಾಧಾನ ಚಿತ್ತದ ಒಬ್ಬ ಜಾಣ ಮಹಿಳೆ ಯಾಕೆ ಇಂಥ ಕೊಲೆಯನ್ನು ಕುರಿತು ಯೋಜಿಸಿದಳು ಮತ್ತು ಅದನ್ನು ಯಾಕೆ ಕಾರ್ಯಗತಗೊಳಿಸಿದಳು ಹಾಗೂ ಅತ್ಯಂತ ಅಪಾಯಕಾರಿ ಸನ್ನಿವೇಶದಲ್ಲಿ ಅವಳೇ ಪಿಸ್ತೂಲನ್ನು ತೆಗೆದುಕೊಂಡು ಬಂದು ಅವಳೇ ಅದನ್ನು ಹತ್ಯೆಗೆ ಏಕೆ ಬಳಸಿದಳು ಎಂಬುದಕ್ಕೆ ಆಗ ಒಂದು ವಿವರಣೆ ದೊರೆಯುತ್ತಿತ್ತು.

7

ನಾವು ಈ ಅತ್ಯಂತ ಕೆಳಗಿನ ಮಟ್ಟದಿಂದ ಈಗ ಒಂದಿಷ್ಟು ಮೇಲಿನ ಮಟ್ಟಕ್ಕೆ ಹೋಗೋಣ; ನೆತ್ತರಿನಿಂದ ದೂರ. ಪತ್ರಿಕೆಗಳಲ್ಲಿನ ಅತಿರೇಕವನ್ನು ಮರೆತುಬಿಡೋಣ. ಈ ನಡುವೆ ಕ್ಯಾಥರೀನಾ ಬ್ಲೂಮ್‌ಳ ಅಪಾರ್ಟ್‌ಮೆಂಟನ್ನು ಸ್ವಚ್ಛಗೊಳಿಸಲಾಯಿತು. ರಕ್ತಸಿಕ್ತವಾಗಿದ್ದ ಕಾರ್ಪೆಟ್‌ಗಳನ್ನು ಕಸದ ತೊಟ್ಟಿಗೆ ಹಾಕಿದರು. ಪೀಠೋಪಕರಣಗಳನ್ನು ಚೆನ್ನಾಗಿ ಒರೆಸಿ ಮತ್ತೆ ಅವುಗಳನ್ನು ಇಟ್ಟಿದ್ದ ಜಾಗದಲ್ಲಿಯೇ ಇಟ್ಟರು. ಇದಕ್ಕೆಲ್ಲ ಬ್ಲೋರ್ನ ಅವರೇ ಸೂಚನೆ ಕೊಟ್ಟರು. ಅದರ ಖರ್ಚು ವೆಚ್ಚಗಳನ್ನು ಅವರೇ ನೋಡಿಕೊಂಡರು. ಬ್ಲೋರ್ನ ಅವರ ಹಿಂದೆ ಅವರ ಗೆಳೆಯ ಹಾಶ್ ನಿಂತಿದ್ದರು. ಅಂತಿಮವಾಗಿ, ಬ್ಲೋರ್ನ ಅವರಿಗೆ ಅಧಿಕೃತವಾಗಿ ಬ್ಲೂಮ್‌ಳ ಆಸ್ತಿಯ ಸುಪರ್ದಿ ವಹಿಸಲಾಗುತ್ತದೆಯೇ ಎಂಬುದು ಇನ್ನೂ ಖಚಿತವಾಗಿರಲಿಲ್ಲ.

ಒಂದು ಲಕ್ಷ ಮಾರ್ಕ್ ಮೌಲ್ಯದ ಈ ಅಪಾರ್ಟ್‌ಮೆಂಟನ್ನು ಖರೀದಿಸಿರುವ ಕ್ಯಾಥರೀನಾ ಬ್ಲೂಮ್ ಇದಕ್ಕಾಗಿ ಕಳೆದ ಐದು ವರ್ಷಗಳಲ್ಲಿ ಎಪ್ಪತ್ತು ಸಾವಿರ ಮಾರ್ಕ್‌ಗಳನ್ನು ಈಗಾಗಲೇ ನಗದು ರೂಪದಲ್ಲಿ ಪಾವತಿ ಮಾಡಿದ್ದಾಳೆ. ಜೈಲಿನಲ್ಲಿ ಚಿಕ್ಕ ಶಿಕ್ಷೆ ಅನುಭವಿಸುತ್ತಿರುವ ಅವಳ ಸೋದರ ಹೇಳುವ ಹಾಗೆ, "ಕದಿಯುವುದರಿಂದ ಸಾಕಷ್ಟು ಲಾಭವೂ ಆಗುತ್ತದೆ," ಎಂಬುದು ನಿಜ ಇರಬಹುದು. ಆದರೆ, ಈಗ ಈ ಮನೆಯ ಬಾಬತ್ತು ಕಟ್ಟಬೇಕಾದ ಉಳಿದ ಮೂವತ್ತು ಸಾವಿರ ಮಾರ್ಕ್‌ನ ಕಂತುಗಳು ಮತ್ತು ಬಡ್ಡಿಯನ್ನು ಕಟ್ಟುವ ಜವಾಬ್ದಾರಿಯನ್ನು ಯಾರು ಹೊರಬೇಕು? ಅಷ್ಟೇನು ಗಣನೀಯ ಎನಿಸದ ಪ್ರಮಾಣದಲ್ಲಿ ಆಸ್ತಿಯ ಮೌಲ್ಯದಲ್ಲಿ ಒಂದಿಷ್ಟು ಏರಿಕೆ ಆಗಬಹುದು ಎಂದು ಇಟ್ಟುಕೊಂಡರೂ ಜವಾಬ್ದಾರಿ ಹೊರುವವರು ಯಾರು? ಆಸ್ತಿ ಎಂದ ಮೇಲೆ ಅದರ ಹೊರೆಯೂ ಇದ್ದೇ ಇರುತ್ತದೆ.

ಈ ವೇಳೆಗೆ ಟ್ರೋಟ್‌ಗೆಸ್‌ನ ಅಂತ್ಯಕ್ರಿಯೆ ಮುಗಿಯಿತು (ಕೆಲವರ ಅಭಿಪ್ರಾಯದಲ್ಲಿ ಸಾಕಷ್ಟು ಆಡಂಬರ ಮತ್ತು ಸಮಾರೋಹದೊಂದಿಗೆ). ಸೋಜಿಗ ಎನಿಸುವ ಹಾಗೆ ಶ್ಯೋನ್ನರ್‌ನ ಸಾವು ಮತ್ತು ಅಂತ್ಯಸಂಸ್ಕಾರಗಳು ಇಷ್ಟು ಗಮನ ಸೆಳೆಯುವಂತೆ ಇರಲಿಲ್ಲ, ಅಲ್ಲಿ 'ಪ್ರದರ್ಶನ'ವೂ ಕಡಿಮೆ ಇತ್ತು. ಯಾಕೆ ಎಂದು ಯಾರಾದರೂ ಕೇಳಬಹುದು. ಏಕೆಂದರೆ ಅವನು 'ತನ್ನ ವೃತ್ತಿಗೆ ಆದ ಬಲಿಯಲ್ಲ.' ಬಹುಶಃ ಅದು ಅಪರಾಧ ಮನೋಭಾವದ ಉದ್ವೇಗದಲ್ಲಿ ಆದ ಕೊಲೆಯಾಗಿರಬೇಕು.

ಶೇಖ್ ಪೋಷಾಕು ಪೊಲೀಸರ ಭದ್ರ ಕಪಾಟುಗಳನ್ನು ಸೇರಿದೆ. 8 ಎಂ ಎಂ ಪಿಸ್ತೂಲು ಕೂಡ. ಅದರ ಮೂಲ ಬ್ಲೋರ್ನ ಅವರಿಗೆ ಮಾತ್ರ ಗೊತ್ತು. ಅದರ ಮೂಲವನ್ನು ಹುಡುಕಲು ಪೊಲೀಸರು, ಸರ್ಕಾರಿ ವಕೀಲರ ಕಚೇರಿ ಮಾಡಿದ ಪ್ರಯತ್ನಕ್ಕೆ ಯಾವುದೇ ಫಲ ಸಿಗಲಿಲ್ಲ.

8

ವಿಚಾರಣೆಗೆ ಪ್ರಸ್ತುತವಾಗಿರುವ ಈ ನಾಲ್ಕು ದಿನಗಳಲ್ಲಿ ಬ್ಲೂಮ್‌ಳ ಚಟುವಟಿಕೆ ಕುರಿತ ತನಿಖೆಯು ಆರಂಭದಲ್ಲಿ ಚೆನ್ನಾಗಿಯೇ ನಡೆಯಿತು. ಆದರೆ, ಭಾನುವಾರ ಆಕೆ ಎಲ್ಲೆಲ್ಲಿ ಹೋಗಿದ್ದಳು ಎಂದು ತಿಳಿಯಲು ನಡೆಸಿದ ಪ್ರಯತ್ನಕ್ಕೆ ಇದ್ದಕ್ಕಿದ್ದಂತೆ ತಡೆಯಾಯಿತು.

ಬುಧವಾರ ಮಧ್ಯಾಹ್ನ ಬ್ಲೋರ್ನ ಅವರು ಕ್ಯಾಥರೀನಾಳಿಗೆ ಒಂದು ವಾರಕ್ಕೆ 280 ಮಾರ್ಕ್‌ಗಳಂತೆ ಎರಡು ವಾರಗಳ ಪೂರ್ತಿ ಸಂಬಳ ಕೊಟ್ಟರು. ಮೊದಲನೆಯದು ಈಗ ಚಾಲ್ತಿಯಲ್ಲಿರುವ ವಾರವಾದರೆ, ಎರಡನೆಯದು ಬರಲಿರುವ ವಾರ. ಬರುವ ವಾರದ ಸಂಬಳವನ್ನೂ ಮುಂಗಡವಾಗಿ ಕೊಟ್ಟ ಕಾರಣ ಎಂದರೆ ಅವರು ತಮ್ಮ ಪತ್ನಿಯ ಜೊತೆಗೆ ಸ್ಕೀಯಿಂಗ್ ರಜೆಗಾಗಿ ಅಂದೇ ಮಧ್ಯಾಹ್ನ ಹೊರಡುವವರಿದ್ದರು. ಅದಕ್ಕೆ ಪ್ರತಿಯಾಗಿ ತಾನು ಈ ರಜೆಯಲ್ಲಿ ಬೇರೆ ಹೆಚ್ಚುವರಿ ಕೆಲಸ ಹುಡುಕದೇ, ಕಾರ್ನಿವಾಲ್‌ನಲ್ಲಿ ಸಕ್ರಿಯವಾಗಿ ಭಾಗವಹಿಸಿ ಆನಂದವಾಗಿ ಇರುವುದಾಗಿ ಕ್ಯಾಥರೀನಾ ಭರವಸೆ ಕೊಟ್ಟಿದ್ದಳು. ಅವಳು ಹಿಂದಿನ ಎಲ್ಲ ಕಾರ್ನಿವಾಲ್ ಸಮಯದಲ್ಲಿಯೂ ಹೀಗೆಯೇ ಉಮೇದಿನಿಂದ ಪಾಲ್ಗೊಂಡಿದ್ದಳು. ಜೊತೆಗೆ ಅಂದು ಸಂಜೆಯೇ, ತನಗೆ ಧಾರ್ಮಿಕ ಶಿಕ್ಷಣ ಕೊಡಿಸಿದ್ದ ಹಾಗೂ ಅಂತರಂಗದ ಗೆಳತಿಯಾಗಿದ್ದ ಎಲ್ಸ್‌ವೋಲ್ಟೆರ್ಸ್‌ಹೈಮ್‌ರ ಮನೆಯಲ್ಲಿ, ನಡೆಯುವ ನೃತ್ಯ ಕಾರ್ಯಕ್ರಮದಲ್ಲಿ ತಾನು ಭಾಗವಹಿಸಲು ಆಮಂತ್ರಿತಳಾಗಿರುವುದಾಗಿಯೂ ಬ್ಲೋರ್ನ ಅವರಿಗೆ ಆಕೆ ಹೇಳಿದಳು. ತಾನು ನೃತ್ಯದಲ್ಲಿ ಭಾಗವಹಿಸದೇ ಅನೇಕ ದಿನಗಳು ಆಗಿರುವುದರಿಂದ ಸಂಜೆಯ ಕಾರ್ಯಕ್ರಮಕ್ಕಾಗಿ ಕಾತರಳಾಗಿದ್ದೇನೆ ಎಂದಳು. "ಯೋಚಿಸಬೇಡ ಕಾಟಿ, ನಾವು ವಾಪಸು ಬಂದ ಮೇಲೆ ನಾವೂ ಒಂದು ಪಾರ್ಟಿ ಏರ್ಪಡಿಸುತ್ತೇವೆ. ನೀನು ಅದರಲ್ಲಿ ನೃತ್ಯ ಮಾಡುವಿಯಂತೆ," ಎಂದು ಬ್ಲೋರ್ನ ಅವರ ಹೆಂಡತಿ ಹೇಳಿದ್ದರು.

ಕಳೆದ ಐದಾರು ವರ್ಷಗಳಿಂದ ಆ ಊರಿನಲ್ಲಿ ಇದ್ದ ಲಾಗಾಯ್ತಿನಿಂದಲೂ, "ಎಲ್ಲಿಯಾದರೂ ಹೋಗಿ ನೃತ್ಯ ಮಾಡಿ ಬರುವ ಅವಕಾಶ ಇಲ್ಲ," ಎಂದು ಬ್ಲೂಮ್‌ಳು ದೂರುತ್ತಲೇ ಇದ್ದಳು. ಕೆಲವು ಕೊಳಕು ಜಾಗಗಳಿಗೆ ಹೋದರೆ ಅಲ್ಲಿ ಕಾಮಾತುರ ಹುಡುಗರು ಬಂದು ಮೈಮೇಲೆಯೇ ಬಿದ್ದು ಪುಕ್ಕಟೆಯಾಗಿ ಸುಖಪಡಬೇಕು ಎಂದು ಕಾಯುತ್ತಿರುತ್ತಾರೆ. ಇನ್ನು ಕೆಲವು ಕಡೆ ಕೆಲವರು ತೀರಾ ಸ್ವೇಚ್ಛಾಚಾರಿಗಳು. ಅವರೆಲ್ಲ ಒಂದು ರೀತಿ ಕಾಡು ಜನ. ಅದೆಲ್ಲ ಆಕೆಯ ಅಭಿರುಚಿಗೆ ಹೊಂದುವಂಥದಲ್ಲ. ಚರ್ಚಿನಲ್ಲಿ ನಡೆಯುವ ನೃತ್ಯಗಳೋ? ಅಲ್ಲಿಗೆ ಹೋಗಬೇಕು ಎಂದು ಆಕೆಗೆ ಅನಿಸುವುದೇ ಇಲ್ಲ.

ಬುಧವಾರ ಮಧ್ಯಾಹ್ನ ಹೀಪೆರ್ಟ್ಸ್ ದಂಪತಿಯ ಮನೆಯಲ್ಲಿ ಕ್ಯಾಥರೀನಾ ಎರಡು ತಾಸು ಹೆಚ್ಚಿಗೆ ಕೆಲಸ ಮಾಡಿದ್ದಳು ಎಂಬುದನ್ನು ಸಾಬೀತು ಮಾಡಲು ಹೆಚ್ಚು ಕಷ್ಟವೇನೂ ಆಗಲಿಲ್ಲ. ಹೀಪೆರ್ಟ್ಸ್‌ರು ಕರೆದಾಗಲೆಲ್ಲ ಆಕೆ ಹೋಗಿ ಕೆಲಸ ಮಾಡುತ್ತಿದ್ದಳು. ಲೆಮ್ಗೊದಲ್ಲಿ ಇರುವ ತಮ್ಮ ಮಗಳನ್ನು ನೋಡಲು ಹೀಪೆರ್ಟ್ಸ್ ದಂಪತಿ ಕೂಡ ಇದೇ ಕಾರ್ನಿವಾಲ್ ಸಮಯದಲ್ಲಿಯೇ ಹೊರಟಿದ್ದರಿಂದ ಕ್ಯಾಥರೀನಾ ಅವರನ್ನು ತನ್ನ ಫೋಕ್ಸ್‌ವ್ಯಾಗನ್ ಕಾರಿನಲ್ಲಿಯೇ ರೈಲು ನಿಲ್ದಾಣದವರೆಗೆ ಬಿಟ್ಟು ಬಂದಿದ್ದಳು. ಕಾರು ನಿಲುಗಡೆಗೆ ಕಷ್ಟವಾದಾಗಲೂ ಆಕೆ ಆ ದಂಪತಿಯನ್ನು ನಿಲ್ದಾಣದ ಪ್ಲಾಟ್‌ಫಾರಂವರೆಗೆ ಅವರ ಲಗೇಜುಗಳನ್ನು ಹೊತ್ತು ಕೊಂಡು ಹೋಗಿ ಬಿಟ್ಟು ಬಂದಿದ್ದಳು ("ಉಹೂಂ, ಇಲ್ಲವೇ ಇಲ್ಲ. ಹಣಕ್ಕಾಗಿ ಆಕೆ ಅದನ್ನೆಲ್ಲ ಮಾಡಲಿಲ್ಲ. ಅವಳ ಕೃಪಾಳು ಸ್ವಭಾವಕ್ಕೆ ನಾವು ಏನನ್ನೂ ಕೊಡಲು ಸಾಧ್ಯವಿಲ್ಲ. ಕೊಡಲು ಹೋದರೆ ಆಕೆಯ ಮನಸ್ಸಿಗೆ ನೋವಾಗುತ್ತದೆ," ಎಂದು ಹೀಪೆರ್ಟ್ಸ್ ವಿವರಿಸಿದರು).

ಅಂದು ಸಂಜೆ 5:30ಕ್ಕೆ ರೈಲು ಹೊರಟಿತು ಎಂದು ಖಚಿತಪಡಿಸಿಕೊಳ್ಳಲಾಯಿತು. ಕಾರ್ನಿವಾಲ್‌ಗೆ ಬಂದ ಜನದಟ್ಟಣೆಯಲ್ಲಿ ತನ್ನ ಕಾರು ಹುಡುಕಲು ಕ್ಯಾಥರೀನಾಗೆ ಐದರಿಂದ ಹತ್ತು ನಿಮಿಷ ಹಿಡಿದಿದ್ದೀತು. ಅಲ್ಲಿಂದ ಊರ ಹೊರಗಿನ ತನ್ನ ಅಪಾರ್ಟ್‌ಮೆಂಟಿಗೆ ಮರಳಿ ಹೋಗಲು ಇಪ್ಪತ್ತರಿಂದ ಇಪ್ಪತ್ತೈದು ನಿಮಿಷ ಬೇಕು ಎಂದುಕೊಂಡರೂ ಸಂಜೆ 6ರಿಂದ 6:15ರ ಒಳಗೆ ಆಕೆ ಅಲ್ಲಿಗೆ ತಲುಪಿರಲಾರಳು. ಹಾಗೆ ನೋಡಿದರೆ ಪ್ರತಿ ನಿಮಿಷದ ಲೆಕ್ಕ ಸಿಕ್ಕಿತ್ತು. ಮನೆಗೆ ಹೋಗಿ ಆಕೆ ಸ್ನಾನ ಮಾಡಿ, ಬಟ್ಟೆ ಬದಲಿಸಿ, ಏನನ್ನಾದರೂ ಒಂದಿಷ್ಟು ತಿಂದು ಸಂಜೆ 7:25ರ ವೇಳೆಗೆ ವೋಲ್ಟರ್ಸ್‌ಹೈಮ್ ಮನೆಯ ಪಾರ್ಟಿಗೆ ತನ್ನ ಕಾರು ತೆಗೆದುಕೊಂಡು ಹೋಗದೇ ಟ್ರಾಮ್‌ನಲ್ಲಿಯೇ ಬಂದು ಸೇರಿಕೊಂಡಳು. ಆಕೆ ಬೆದುವಿಯನ್ ಅಥವಾ ಅಂಡಾಲೂಸಿಯನ್ ಸಮುದಾಯದ ಬಟ್ಟೆ ಹಾಕಿಕೊಂಡಿರಲಿಲ್ಲ. ತನ್ನ ತಲೆಯಲ್ಲಿ ಕೆಂಪು ಬಣ್ಣದ ಹೂವನ್ನು ಸಿಕ್ಕಿಸಿಕೊಂಡಿದ್ದಳು. ಕೆಂಪು ಬಣ್ಣದ ಸ್ಟಾಕಿಂಗ್ ಮತ್ತು ಷೂ ಧರಿಸಿದ್ದಳು. ಜೇನಿನ ಬಣ್ಣದ ಕಚ್ಚಾ ರೇಷ್ಮೆಯ ಏರು ಕೊರಳಿನ ಕುಪ್ಪಸ ಮತ್ತು ಅದೇ ಬಣ್ಣದ ಉಣ್ಣೆಯ ಸ್ಕರ್ಟ್ ತೊಟ್ಟಿದ್ದಳು. ಕ್ಯಾಥರೀನಾ ತನ್ನ ಕಾರಿನಲ್ಲಿ ಪಾರ್ಟಿಗೆ ಹೋದಳೋ ಅಥವಾ ಟ್ರಾಮ್‌ನಲ್ಲಿ ಹೋದಳೋ ಎಂಬುದು ಅಷ್ಟೇನು ಮುಖ್ಯವಲ್ಲ ಎಂದು ಕಾಣಬಹುದು. ಆದರೆ, ತನಿಖೆ ಪ್ರಗತಿಯಾದಂತೆಲ್ಲ ಅದು ಸಾಕಷ್ಟು ಮಹತ್ವದ ಸಂಗತಿಯಾಗಿ ಪರಿಣಮಿಸಿತು.

9

ವೋಲ್ವೆರ್ಸ್‌ಹೈಮ್ ಅವರ ಅಪಾರ್ಟ್‌ಮೆಂಟನ್ನು ಆಕೆ ಪ್ರವೇಶಿಸಿದ ಗಳಿಗೆಯಿಂದ ಮುಂದಿನ ತನಿಖೆ ಕೈಗೊಳ್ಳುವುದು ಸುಲಭವಾಯಿತು. ಏಕೆಂದರೆ ಸಂಜೆ 7:25ರ ನಂತರ ಕ್ಯಾಥರೀನಾಳು ಆಕೆಗೆ ತಿಳಿಯದಂತೆಯೇ ಪೊಲೀಸರ ಕಣ್ಗಾವಲಿನಲ್ಲಿ ಇದ್ದಳು. ಅಂದು ಇಡೀ ಸಂಜೆ 7:30ರಿಂದ ರಾತ್ರಿ 10 ಗಂಟೆಯವರೆಗೆ, ಅವನ ಜೊತೆಗೆ, ಅಪಾರ್ಟ್‌ಮೆಂಟಿನಿಂದ ಹೊರಗೆ ಹೋಗುವವರೆಗೆ ಆಕೆ ಅಲ್ಲಿಯೇ ನೃತ್ಯ ಮಾಡಿದ್ದಳು. ಅಷ್ಟೂ ಸಮಯ ಆಕೆ ಲೂದ್ವಿಶ್ ಗ್ಯೊಟೆನ್ ಎಂಬ "ಒಬ್ಬನ ಜೊತೆಗೇ ಅತ್ಯಂತ ಉತ್ಕಟವಾಗಿ" ನೃತ್ಯ ಮಾಡಿದ್ದಳು.

10

ಈ ಹಂತದಲ್ಲಿ, ನಾವು ಪಬ್ಲಿಕ್ ಪ್ರಾಸಿಕ್ಯೂಟರ್ ಪೀಟರ್ ಹಾಶ್ ಅವರನ್ನು ಶ್ಲಾಘಿಸಲು ಮರೆಯಬಾರದು. ಏಕೆಂದರೆ ಬ್ಲೂಮ್‌ಳು ಗ್ಯೊಟೆನ್ ಜೊತೆಗೆ ವೋಲ್ವೆರ್ಸ್‌ಹೈಮ್‌ರ ಅಪಾರ್ಟ್‌ಮೆಂಟಿನಿಂದ ಹೊರಬಿದ್ದ ಕ್ಷಣದಿಂದ ವೋಲ್ವೆರ್ಸ್‌ಹೈಮ್ ಮತ್ತು ಬ್ಲೂಮ್‌ಳ ನಡುವಿನ ದೂರವಾಣಿ ಸಂಭಾಷಣೆಯನ್ನು ಕದ್ದಾಲಿಸಲು ಕಮಿಷನರ್ ಎರ್ವಿನ್ ಬೈತ್ಸ್‌ಮೆನ್ನೆ ಆದೇಶಿಸಿದ್ದರು ಎಂಬ ಪಿಸುಮಾತಿನ ವದಂತಿ ಪೊಲೀಸ್ ಮತ್ತು ನ್ಯಾಯಾಲಯದಲ್ಲಿ ಕೇಳಿ ಬರುತ್ತಿದೆ ಎಂದು ನಮಗೆ ಹೇಳಿದವರೇ ಪೀಟರ್ ಹಾಶ್. ದೂರವಾಣಿಗಳನ್ನು ಹೇಗೆ ಕದ್ದಾಲಿಸಲಾಗುತ್ತದೆ ಎಂಬುದನ್ನು ಇಲ್ಲಿ ಹೇಳಲೇಬೇಕು: ಇಂಥ ಸಂದರ್ಭಗಳಲ್ಲಿ ಬೈತ್ಸ್‌ಮೆನ್ನೆ ಅವರು ಸಂಬಂಧಪಟ್ಟ ಮೇಲಧಿಕಾರಿಗೆ ಕರೆ ಮಾಡಿ, "ಆ ಎರಡು ಪುಟ್ಟ ಪ್ಲಗ್‌ಗಳು ಈಗ ನನಗೆ ಬೇಕು. ಈ ಬಾರಿ ಎರಡೂ ಬೇಕು," ಎಂದು ಹೇಳುತ್ತಿದ್ದರು.

11

ಕ್ಯಾಥರೀನಾಳ ಅಪಾರ್ಟ್‌ಮೆಂಟಿನಿಂದ ಗ್ಯೊಟೆನ್‌ನು ಯಾವುದೇ ಕರೆ ಮಾಡಿದಂತೆ ಕಾಣುವುದಿಲ್ಲ. ಅಥವಾ ಅಂಥ ಯಾವುದೇ ಕರೆ ಹೊರಹೋದುದು ಹಾಶ್ ಅವರ ಗಮನಕ್ಕೆ ಬಂದಿಲ್ಲ. ಕ್ಯಾಥರೀನಾಳ ಅಪಾರ್ಟ್‌ಮೆಂಟ್ ಮೇಲೆ ಪೊಲೀಸರು ಕಟ್ಟುನಿಟ್ಟಿನ ಕಣ್ಗಾವಲು ಇಟ್ಟಿದ್ದಂತೂ ನಿಜ. ಗುರುವಾರ ಬೆಳಿಗ್ಗೆ 10:30ಕ್ಕೆ ಅಲ್ಲಿಂದ ಯಾವುದೇ ಕರೆ ಬಂದಿರಲಿಲ್ಲ ಅಥವಾ ಹೋಗಿರಲಿಲ್ಲ. ಅಪಾರ್ಟ್‌ಮೆಂಟಿನಿಂದ

ಗ್ಯೊಟೆನ್ ಹೊರಗೂ ಹೋಗಿರಲಿಲ್ಲ. ಇನ್ನೇನು ಬೈತ್ಸ್‌ಮೆನ್ನೆ ಅವರ ಸಹನೆಯ ಕಟ್ಟೆ ಒಡೆಯಬೇಕು: ಎಂಟು ಮಂದಿ ಸಶಸ್ತ್ರ ಪೊಲೀಸ್ ಅಧಿಕಾರಿಗಳ ಒಂದು ಪಡೆ ಅತ್ಯಂತ ಜಾಗರೂಕತೆಯಿಂದ ಅಪಾರ್ಟ್‌ಮೆಂಟಿನ ಬಾಗಿಲನ್ನು ಒಡೆದು ಒಳನುಗ್ಗಿತು. ಇಡೀ ಮನೆಯನ್ನು ಜಾಲಾಡಿದರೂ ಆತನ ಸುಳಿವೇ ಇರಲಿಲ್ಲ.

ಅಲ್ಲಿ ಅವರಿಗೆ ಕ್ಯಾಥರೀನಾ 'ಅತ್ಯಂತ ನಿರಾಳವಾಗಿ ಮತ್ತು ಸಂತೋಷಚಿತ್ತಳಾಗಿ' ಇದ್ದುದು ಕಾಣಿಸಿತು. ತನ್ನ ಅಡುಗೆಯ ಮನೆಯ ಕೌಂಟರ್ ಬಳಿ ಆಕೆ ದೊಡ್ಡ ಮಗ್ಗಿನಲ್ಲಿ ಕಾಫಿ ಹೀರುತ್ತ, ಜೇನುತುಪ್ಪ ಬೆಣ್ಣೆ ಸವರಿದ ಬಿಳಿ ಬ್ರೆಡ್‌ನ್ನು ಚೂರು ಚೂರೇ ತಿನ್ನುತ್ತ ನಿಂತಿದ್ದಳು. ಪೊಲೀಸರು ಹೀಗೆ ನುಗ್ಗಿದ್ದರಿಂದ ಅವಳಿಗೆ ಯಾವುದೇ ಆಶ್ಚರ್ಯವೂ ಆದಂತೆ ಕಾಣಿಸಲಿಲ್ಲ. ಆಕೆ ಅಷ್ಟೇ ಸಮಾಧಾನಚಿತ್ತದಿಂದ ಇದ್ದುದನ್ನು ಮತ್ತು 'ದೊಡ್ಡ ಸಾಧನೆ ಮಾಡಿದವರಂತೆಯೇನೂ' ಆಕೆ ಕಾಣದೇ ಇರುವುದನ್ನೂ ನೋಡಿ ಪೊಲೀಸರಿಗೆ ಮತ್ತಷ್ಟು ಅನುಮಾನವಾಯಿತು. ಅವಳು ಡೈಸಿ ಹೂವುಗಳ ಹೆಣಿಗೆಯ ಹಸಿರು ಮೇಲುವಸ್ತ್ರವನ್ನು ಹೊದ್ದುಕೊಂಡಿದ್ದಳು. ಅದರ ಕೆಳಗೆ ಬೇರೆ ಯಾವುದೇ ಬಟ್ಟೆ ಇರಲಿಲ್ಲ. ಗ್ಯೊಟೆನ್‌ಗೆ ಏನಾಯಿತು ಎಂದು ಬೈತ್ಸ್‌ಮೆನ್ನೆ ಕೇಳಿದಾಗ (ಅವರು "ತುಂಬಾ ಒರಟಾಗಿ ಈ ಪ್ರಶ್ನೆ ಕೇಳಿದರು" ಎಂದು ನಂತರ ಬ್ಲೂಮ್ ಹೇಳಿದಳು) ಅವನು ಯಾವಾಗ ಅಪಾರ್ಟ್‌ಮೆಂಟ್ ಬಿಟ್ಟು ಹೋದ ಎಂಬುದು ತನಗೆ ಗೊತ್ತಿಲ್ಲ ಎಂದು ಆಕೆ ಉತ್ತರಿಸಿದಳು. ಅವಳು ಬೆಳಿಗ್ಗೆ 9:30ಕ್ಕೆ ಎದ್ದಾಗ ಆತ ಆಗಲೇ ಹೊರಟಾಗಿತ್ತು. "ಗುಡ್ ಬೈ ಎಂದು ಕೂಡ ಹೇಳದೇ" ಆತ ಹೊರಟು ಹೋಗಿದ್ದ. "ಹೌದು" ಆತ ಹಾಗೆಯೇ ಹೋಗಿದ್ದ.

12

ಇಲ್ಲಿಯೇ ನಾವು ಬೈತ್ಸ್‌ಮೆನ್ನೆ ಖಾರವಾಗಿ ಕೇಳಿದ ವಿವಾದಿತ ಪ್ರಶ್ನೆಯ ಕುರಿತು ವಿಚಾರಿಸಬೇಕು. ನಂತರ ಇದೇ ಪ್ರಶ್ನೆಯನ್ನು ಹಾಶ್ ಕೇಳಿದರು, ವಾಪಸು ತೆಗೆದುಕೊಂಡರು, ಮತ್ತೆ ಕೇಳಿದರು, ಹಾಗೂ ಮತ್ತೆ ವಾಪಸು ತೆಗೆದುಕೊಂಡರು. ಈ ಪ್ರಶ್ನೆ ಬಹಳ ಮುಖ್ಯವಾದುದು ಎಂದು ಬ್ಲೋರ್ನ ಭಾವಿಸಿದರು. ಈ ಪ್ರಶ್ನೆಯನ್ನು ಕೇಳಿದ್ದೇ ನಿಜವಾದರೆ ಇದರಿಂದಾಗಿಯೇ, ಅದು ಒಂದರಿಂದಾಗಿಯೇ ಕ್ಯಾಥರೀನಾ ನೊಂದುಕೊಂಡಳು. ಆಕೆಗೆ ಅವಮಾನವಾದಂತೆ ಆಯಿತು. ಆ ಪ್ರಶ್ನೆಯಿಂದ ಅವಳಿಗೆ ಪ್ರಚಂಡ ಸಿಟ್ಟೂ ಬಂತು. ಲೈಂಗಿಕತೆ ವಿಚಾರದಲ್ಲಿ ಕ್ಯಾಥರೀನಾ ಅತ್ಯಂತ ಸೂಕ್ಷ್ಮ, ಬಹು ಸಂಕೋಚದ ಹೆಣ್ಣುಮಗಳು ಎಂದು ಬ್ಲೋರ್ನ ಮತ್ತು ಅವರ ಹೆಂಡತಿ ಬಣ್ಣಿಸುತ್ತಾರೆ. ಆದಾಗ್ಯೂ, ಅಂಥ 'ಸಾಧ್ಯತೆ'ಯೊಂದು ಇದ್ದಿರಬಹುದು

ಎಂದು ಹಾಗೂ ಇನ್ನೇನು ತನ್ನ ಕೈಗೆ ಸಿಕ್ಕೇ ಬಿಟ್ಟ ಎನ್ನುವಾಗಲೇ ಗ್ಯೊಟೆನ್ ತಪ್ಪಿಸಿಕೊಂಡು ಹೋದ ಭಯಂಕರ ಸಿಟ್ಟಿನಿಂದಲೂ ಬೈತ್ಸ್‌ಮೆನ್ನೆ ಅವರು ಕ್ಯಾಥರೀನಾಗೆ ಆ ವಿವಾದಾಸ್ಪದ ಪ್ರಶ್ನೆಯನ್ನು ಹಾಕಿದರು. ಅತ್ಯಂತ ಶಾಂತಚಿತ್ತಳಾಗಿ ತನ್ನ ಅಡುಗೆ ಮನೆಯ ಕೌಂಟರ್ ಮೇಲೆ ವಾಲಿ ನಿಂತಿದ್ದ ಕ್ಯಾಥರೀನಾಗೆ ಬೈತ್ಸ್‌ಮೆನ್ನೆ ಕೇಳಿದರು ಎಂದು ಆಪಾದಿಸಲಾದ ಪ್ರಶ್ನೆ ಇದಾಗಿತ್ತು: "ಆತ ನಿನಗೆ ಜಡಿದನೇ?*" ಆ ಪ್ರಶ್ನೆಯಿಂದ ನಾಚಿ ಕೆಂಪಾದ ಆದರೆ ವಿಜಯ ಸಾಧಿಸಿದವರ ಹಾಗೆ "ಇಲ್ಲ, ನಾನು ಅದನ್ನು ಹಾಗೆ ಕರೆಯಲಾರೆ," ಎಂದು ಕ್ಯಾಥರೀನಾ ಉತ್ತರಿಸಿದಳು.

ಬೈತ್ಸ್‌ಮೆನ್ನೆ ಆ ಪ್ರಶ್ನೆಯನ್ನು ಕೇಳಿದರು ಎಂದು ನಾವು ನಿಸ್ಸಂದೇಹವಾಗಿ ಊಹಿಸಬಹುದು. ಏಕೆಂದರೆ, ಆ ಕ್ಷಣದಿಂದ ಅವರ ಮತ್ತು ಕ್ಯಾಥರೀನಾ ನಡುವೆ ಯಾವುದೇ ವಿಶ್ವಾಸ ಉಳಿಯುವ ಪ್ರಶ್ನೆಯೇ ಉಳಿದಿರಲಿಲ್ಲ. ಆದಾಗ್ಯೂ, 'ಅಷ್ಟೇನೂ ಕೆಟ್ಟವರಲ್ಲದ' ಬೈತ್ಸ್‌ಮೆನ್ನೆ ಇಂಥ ಒಂದು ಸಂಬಂಧವನ್ನು ಉಳಿಸಿಕೊಳ್ಳಲು ಪ್ರಯತ್ನ ಮಾಡಿದ್ದಕ್ಕೆ ಸಾಕ್ಷ್ಯವಿದ್ದರೂ, ಆ ದುರದೃಷ್ಟಕರ ಪ್ರಶ್ನೆಯನ್ನು ಅವರು ಕೇಳಿದರು ಎಂಬುದಕ್ಕೆ ಇದನ್ನೇ ಒಂದು ನಿರ್ಣಾಯಕ ಸಾಕ್ಷ್ಯ ಎಂದು ನಾವು ಪರಿಭಾವಿಸಬಾರದು. ಅದು ಏನೇ ಇದ್ದರೂ ಅಪಾರ್ಟ್‌ಮೆಂಟಿನ ತಪಾಸಣೆ ಮಾಡುವ ಸಮಯದಲ್ಲಿ ಹಾಜರು ಇದ್ದ ಮತ್ತು ತನ್ನ ಗೆಳೆಯರು ಹಾಗೂ ಪರಿಚಿತರ ವಲಯದಲ್ಲಿ ಸದಾ 'ಕಾಮಾತುರನಾದ' ವ್ಯಕ್ತಿ ಎಂದು ಹೆಸರಾಗಿರುವ ಹಾಶ್ ಅವರಿಗೂ ಅತ್ಯಂತ ಆಕರ್ಷಕ ನಿಲುವಿನ ಬ್ಲೂಮ್ ತನ್ನ ಅಡುಗೆ ಮನೆಯ ಕೌಂಟರ್‌ನಲ್ಲಿ ಸಹಜ ಸರಳತೆಯಿಂದ ನಿಂತುದನ್ನು ಕಂಡು ಆ ಒರಟು ಪ್ರಶ್ನೆ ಕೇಳಬೇಕು ಎಂದು ಅನಿಸಿರಬಹುದು ಅಥವಾ ಅಷ್ಟು ಒರಟಾಗಿ ಕೇಳಿದ 'ಕ್ರಿಯೆ'ಯನ್ನು ಆಕೆಯ ಜೊತೆಗೆ ಮಾಡಬೇಕು ಎಂದೂ ಅನಿಸಿರಬಹುದು.

* ಮೂಲದಲ್ಲಿ ಇಲ್ಲಿ ಬಳಸಿರುವ ಜಡಿ ಎಂಬುದಕ್ಕೆ Fuck ಎಂಬ ಪದವನ್ನು ಬಳಸಲಾಗಿದೆ. ಇದನ್ನು ಹೇಗೆ ಅನುವಾದಿಸುವುದು ಎಂದು ನಾನು ಪ್ರೊ. ಸಿ ಎನ್ ಆರ್ ಅವರ ಜೊತೆಗೆ, 'ಅವನು ನಿನಗೆ ಮಾಡಿದನೇ, ಅವನು ನಿನ್ನ ಜೊತೆ ಸಂಭೋಗಿಸಿದನೇ' ಎಂದು ಬರೆಯಬಹುದೇ ಎಂದು ವಿಚಾರಿಸಿದೆ. ಅದಕ್ಕೆ ಅವರು, 'ಇಂಗ್ಲಿಷಿನ ಶಬ್ದಕೋಶಗಳಲ್ಲಿ ಆ ನಾಲ್ಕು ಅಕ್ಷರಗಳ ಪದಕ್ಕೆ ಅನೇಕ ವಿವರಣೆಗಳು ಇದ್ದು ಅವೆಲ್ಲ ಆ ಕ್ರಿಯೆಯಲ್ಲಿನ ತೀವ್ರ ಹಿಂಸೆಯನ್ನು ಧ್ವನಿಸುತ್ತವೆ. ಹೀಗಾಗಿ 'ಜಡಿದನೇ' ಎಂದು ಬಳಸುವುದು ಸೂಕ್ತ. ಅಥವಾ 'ಕೇಯ್ದನೇ' ಎಂದು ಬಳಸಬಹುದು' ಎಂದು ಸಲಹೆ ಮಾಡಿದರು. ಅವರ ಸಲಹೆಯಂತೆ 'ಜಡಿದನೇ' ಎಂಬ ಪದವನ್ನೇ ಬಳಸಿರುವೆ.

13

ಬ್ಲೂಮ್‌ಳ ಅಪಾರ್ಟ್‌ಮೆಂಟ್‌ನ್ನು ನಂತರ ಸಂಪೂರ್ಣವಾಗಿ ತಪಾಸಣೆ ಮಾಡಿದರು. ಕೆಲವು ವಸ್ತುಗಳನ್ನು ಸ್ವಾಧೀನಪಡಿಸಿಕೊಂಡರು. ಗಮನಿಸಬೇಕಾದ ಸಂಗತಿ ಎಂದರೆ ಏನನ್ನೂ ಬರೆದು ಇಡಲಿಲ್ಲ. ಫ್ಲೆಟ್ಸರ್ ಎಂಬ ಮಹಿಳಾ ಪೊಲೀಸ್ ಅಧಿಕಾರಿ ಸಮ್ಮುಖದಲ್ಲಿ ಕ್ಯಾಥರೀನಾಗೆ ಸ್ನಾನದ ಕೋಣೆಗೆ ಹೋಗಿ ಬಟ್ಟೆ ಬದಲಿಸಿಕೊಂಡು ಬರಲು ಸೂಚಿಸಲಾಯಿತು. ಆದರೂ ಸ್ನಾನದ ಕೋಣೆಯ ಬಾಗಿಲನ್ನು ಕೊಂಚ ತೆರೆದು ಇಟ್ಟಿದ್ದರು. ಇಬ್ಬರು ಸಶಸ್ತ್ರ ಪೊಲೀಸರು ಅತ್ತ ನಿರಂತರವಾಗಿ ದೃಷ್ಟಿ ನೆಟ್ಟಿದ್ದರು. ಕ್ಯಾಥರೀನಾಗೆ ಅವಳ ಕೈ ಚೀಲ ತೆಗೆದುಕೊಳ್ಳಲು ಅನುಮತಿ ಸಿಕ್ಕಿತು. ಆಕೆಯನ್ನು ಬಂಧಿಸಬಹುದಾದ ಸಾಧ್ಯತೆ ಇದ್ದುದರಿಂದ ರಾತ್ರಿಗೆ ಬೇಕಾದ ವಸ್ತುಗಳನ್ನು, ಶೌಚದ ಸಾಮಗ್ರಿಗಳನ್ನು ಮತ್ತು ಓದಲು ಬೇಕಾದ ಪುಸ್ತಕಗಳನ್ನು ತೆಗೆದುಕೊಳ್ಳಲೂ ಅನುಮತಿ ದೊರೆಯಿತು. ಅವಳ ಮನೆಯ ಪುಸ್ತಕ ಭಂಡಾರದಲ್ಲಿ ನಾಲ್ಕು ಪ್ರೇಮಕಥೆಗಳು, ಮೂರು ಪತ್ತೇದಾರಿ ಕಾದಂಬರಿಗಳು ಮತ್ತು ನೆಪೋಲಿಯನ್ ಹಾಗೂ ಸ್ವೀಡನ್ ರಾಣಿ ಕ್ರಿಸ್ಟಿನಾ ಅವರ ಆತ್ಮಕಥೆಗಳು ಇದ್ದವು. ಈ ಎಲ್ಲ ಪುಸ್ತಕಗಳನ್ನು ಆಕೆ ಬುಕ್ ಕ್ಲಬ್‌ವೊಂದರಿಂದ ತಂದಿದ್ದಳು. "ಏಕೆ? ನಾನೇನು ತಪ್ಪು ಮಾಡಿದ್ದೇನೆ" ಎಂದು ಬ್ಲೂಮ್ ಮತ್ತೆ ಮತ್ತೆ ಕೇಳಿದ್ದರಿಂದ ಪೊಲೀಸ್ ಅಧಿಕಾರಿಣಿ ಫ್ಲೆಟ್ಸರ್, "ಬ್ಯಾಂಕ್ ದರೋಡೆ ಪ್ರಕರಣದಲ್ಲಿ ಲೂಡ್ವಿಶ್ ಗ್ಯೊಟೆನ್ ಹೆಚ್ಚೂ ಕಡಿಮೆ ಆರೋಪಿಯಾಗಿದ್ದಾನೆ ಜೊತೆಗೆ ಕೊಲೆ ಮುಂತಾದ ಅಪರಾಧ ಪ್ರಕರಣಗಳಲ್ಲಿ ಪೊಲೀಸರಿಗೆ ಬೇಕಾಗಿದ್ದಾನೆ," ಎಂದು ಹೇಳಿದಳು.

14

ಬೆಳಿಗ್ಗೆ 11:25ರ ವೇಳೆಯಲ್ಲಿ ಕ್ಯಾಥರೀನಾಳನ್ನು ವಿಚಾರಣೆಗಾಗಿ ಠಾಣೆಗೆ ಕರೆದುಕೊಂಡು ಹೋದರು. ಅಂತೂ ಇಂತೂ ಆಕೆಗೆ ಬೇಡಿ ಹಾಕಬಾರದು ಎಂದು ನಿರ್ಧರಿಸಲಾಯಿತು. ಬೇಡಿ ಹಾಕಬೇಕು ಎಂದೇ ಬೈತ್ಸ್‌ಮೆನ್ನೆಗೆ ಮನಸ್ಸು ಇತ್ತು. ಫ್ಲೆಟ್ಸರ್ ಮತ್ತು ತನ್ನ ಸಹಾಯಕ ಮ್ಯೊಡಿಂಗ್ ಜೊತೆಗೆ ನಡೆದ ಒಂದಿಷ್ಟು ಚರ್ಚೆಯ ನಂತರ ಬೇಡ ಎಂದು ಅವರು ನಿರ್ಧರಿಸಿದರು.

ಅದೇ ದಿನ ಕಾರ್ನಿವಾಲ್‌ನ ಮೊದಲನೇ ದಿನವೂ ಆಗಿತ್ತು. ಹೀಗಾಗಿ ಆ ಕಟ್ಟಡದಲ್ಲಿ ವಾಸವಾಗಿದ್ದ ಬಹಳಷ್ಟು ಮಂದಿ ಕೆಲಸಕ್ಕೂ ಹೋಗಿರಲಿಲ್ಲ ಅಥವಾ ವಾರ್ಷಿಕ ಉತ್ಸವದ ಮೆರವಣಿಗೆ ನೋಡಲೂ ಹೋಗಿರಲಿಲ್ಲ. ಹತ್ತು ಮಹಡಿಯ ಆ

ಅಪಾರ್ಟ್‌ಮೆಂಟಿನ ಮೊಗಸಾಲೆಗಳಲ್ಲಿ ಮೂರು ಡಜನ್ ಮಂದಿ ಟಾಪ್‌ಕೋಟ್, ಹೌಸ್‌ಕೋಟ್, ಬಾತ್‌ರೋಬ್ ಹೀಗೆ ಬಗೆ ಬಗೆಯ ಬಟ್ಟೆ ಹಾಕಿಕೊಂಡು ನಿಂತು ಏನು ನಡೆಯುತ್ತಿದೆ ಎಂದು ನೋಡತೊಡಗಿದರು. ಅಪಾರ್ಟ್‌ಮೆಂಟಿನ ಎಲೆವೇಟರ್‌ನಿಂದ ಅಕ್ಕಪಕ್ಕ ಶಸ್ತ್ರಸಜ್ಜಿತ ಪೊಲೀಸರ ಜೊತೆಗೆ ಬೈತ್ಸ್‌ಮೆನ್ನೆ ಮತ್ತು ಮ್ಯೋಡಿಂಗ್ ನಡುವೆ ಹೊರಗೆ ಬಂದ ಕ್ಯಾಥರೀನಾ ಬ್ಲೂಮ್‌ಳ ಫೋಟೊ ಹಿಡಿಯಲು ಪತ್ರಿಕೆಯ ಛಾಯಾಗ್ರಾಹಕ ಶ್ಯೋನ್ನರ್ ಎಂಬಾತನು ಎಲೆವೇಟರ್ ಮುಂದೆಯೇ ನಿಂತುಕೊಂಡಿದ್ದ. ಆತ ಅವಳ ಚಿತ್ರಗಳನ್ನು ಮುಂದಿನಿಂದ, ಹಿಂದಿನಿಂದ, ಪಕ್ಕದಿಂದ ತೆಗೆಯುತ್ತಲೇ ಇದ್ದ. ಅಂತಿಮವಾಗಿ– ಆಕೆ ನಾಚಿಕೆಯಿಂದ, ಗೊಂದಲದಿಂದ ತನ್ನ ಮುಖವನ್ನು ಮುಚ್ಚಿಕೊಂಡುದನ್ನು, ಆಕೆಯ ಕೈ ಚೀಲ, ಶೌಚದ ವಸ್ತುಗಳು, ಎರಡು ಪುಸ್ತಕಗಳು ಇದ್ದ ಪ್ಲಾಸ್ಟಿಕ್ ಚೀಲ, ಬರೆಯುವ ಸಾಮಗ್ರಿಗಳು–ಅಸ್ತವ್ಯಸ್ತವಾದ ತಲೆಗೂದಲು, ಕುಪಿತ ಮುಖ ಎಲ್ಲವನ್ನೂ ತನ್ನ ಕ್ಯಾಮೆರಾದಲ್ಲಿ ಆತ ಸೆರೆ ಹಿಡಿಯುತ್ತಲೇ ಇದ್ದ.

15

ಅರ್ಧ ಗಂಟೆ ಕಳೆದ ನಂತರ ಆಕೆಗೆ ಆಕೆಯ ಹಕ್ಕುಗಳನ್ನು ತಿಳಿಸಿಕೊಟ್ಟು, ಮುಖ ತೊಳೆದುಕೊಳ್ಳಲು ಅವಕಾಶ ಕೊಟ್ಟು, ನಂತರ ಬೈತ್ಸ್‌ಮೆನ್ನೆ, ಮ್ಯೋಡಿಂಗ್, ಫ್ಲೆಟ್ಸರ್, ಸರ್ಕಾರಿ ವಕೀಲರಾದ ಕ್ಯೋರ್ಟೆನ್ ಮತ್ತು ಹಾಶ್ ಸಮ್ಮುಖದಲ್ಲಿ ವಿಚಾರಣೆಯನ್ನು ಆರಂಭಿಸಲಾಯಿತು. ಅವಳ ಹೇಳಿಕೆಯನ್ನು ದಾಖಲಿಸಿಕೊಳ್ಳಲಾಯಿತು.

"ನನ್ನ ಹೆಸರು ಕ್ಯಾಥರೀನಾ ಬ್ರೆಟ್ಟ್ ಲೋ, ಹುಟ್ಟು ಹೆಸರು ಬ್ಲೂಮ್. ಕುಯಿರ್ ಜಿಲ್ಲೆಯ ಗೆಮ್ಮೆಲ್ಸ್‌ಬ್ರೊಇಶ್‌ನಲ್ಲಿ 1947ರ ಮಾರ್ಚ್ 2ರಂದು ಜನಿಸಿದೆ. ನನ್ನ ತಂದೆಯ ಹೆಸರು ಪೀಟರ್ ಬ್ಲೂಮ್. ಅವರು ಗಣಿಗಳಲ್ಲಿ ಕೆಲಸ ಮಾಡುತ್ತಿದ್ದರು. ನಾನು ಆರು ವರ್ಷದ ಬಾಲಕಿಯಾಗಿದ್ದಾಗ ಅವರು, ತಮ್ಮ 37ನೇ ವಯಸ್ಸಿನಲ್ಲಿ ನಡೆದ ಯುದ್ಧದಲ್ಲಿ ಶ್ವಾಸಕೋಶಕ್ಕೆ ಆದ ಗಾಯದಿಂದ ತೀರಿಕೊಂಡರು. ಯುದ್ಧದ ನಂತರವೂ ನನ್ನ ತಂದೆ ಚಪ್ಪಡಿ ಕಲ್ಲಿನ ಗಣಿಗಳಲ್ಲಿ ಕೆಲಸ ಮಾಡಿದರು. ಅದರಿಂದ ಅವರು ಶಂಕಿತ ನ್ಯುಮೊಕೋನಿಯೊಸಿಸ್‌ದಿಂದ ಬಳಲುತ್ತಿದ್ದರು. ಅವರ ಸಾವಿನ ನಂತರ ನನ್ನ ತಾಯಿಯು ತಂದೆಯ ಪಿಂಚಣಿಗಾಗಿ ಹೋರಾಡಬೇಕಾಯಿತು. ಗಣಿಗಾರಿಕೆಯಲ್ಲಿ ಕೆಲಸ ಮಾಡುವ ಕಾರ್ಮಿಕ ಕಲ್ಯಾಣ ಅಧಿಕಾರಿ ಇದಕ್ಕೆ ಒಪ್ಪಲಿಲ್ಲ.

"ನನ್ನ ತಂದೆಯ ಆರೋಗ್ಯ ಯಾವಾಗಲೂ ಸರಿಯಿಲ್ಲದೇ ಇರುತ್ತಿದ್ದುದರಿಂದ ಅವರಿಗೆ ಮತ್ತೆ ಮತ್ತೆ ವೇತನ ಕಡಿತವಾಗುತಿತ್ತು. ಹೀಗಾಗಿ ನಾನು ಚಿಕ್ಕ

ವಯಸ್ಸಿನಲ್ಲಿಯೇ ಮನೆಗೆಲಸ ಮಾಡಬೇಕಾಗಿ ಬಂತು. ನನ್ನ ತಾಯಿಯೂ ಮನೆ ಗುಡಿಸಿ ಸಾರಿಸುವ ಹಲವು ಕೆಲಸಗಳಿಗೆ ಸೇರಿಕೊಂಡಳು. ನಮ್ಮ ಮನೆಯಲ್ಲಿ ಮಾತ್ರವಲ್ಲದೇ ನೆರೆಹೊರೆಯವರ ಮನೆಗಳಲ್ಲಿಯೂ, ನಮ್ಮ ಹಳ್ಳಿಯಲ್ಲಿ ವಾಸವಾಗಿದ್ದ ಇತರರ ಮನೆಗಳಲ್ಲಿಯೂ ಬ್ರೆಡ್ ಮಾಡುವುದರಲ್ಲಿ, ಅಡುಗೆ ಮಾಡುವುದರಲ್ಲಿ, ಅದು ಕೆಡದಂತೆ ಕೂಡಿಡುವುದರಲ್ಲಿ, ಮಾಂಸ ಕತ್ತರಿಸುವುದರಲ್ಲಿ ನಾನು ಕೈ ಜೋಡಿಸುತ್ತಿದ್ದರೂ ತರಗತಿಯಲ್ಲಿ ನನಗೇನೂ ಕಷ್ಟವಾಗಿರಲಿಲ್ಲ. ನನ್ನ ಮನೆಯಲ್ಲೂ ಸಾಕಷ್ಟು ಕೆಲಸ ಮಾಡುತ್ತಿದ್ದೆ. ಸುಗ್ಗಿ ಕೆಲಸದಲ್ಲಿ ಕೈಗೂಡಿಸುತ್ತಿದ್ದೆ.

"1961ರಲ್ಲಿ ನಾನು ಶಾಲೆ ಬಿಟ್ಟ ನಂತರ ನನಗೆ ಧಾರ್ಮಿಕ ಶಿಕ್ಷಣ ಕೊಡಿಸಿದ, ಕುಯಿರ್‌ನ ಎಲ್ಸ್‌ವೋಲ್ಫೆರ್ಸ್‌ಹೈಮ್ ಅವರು ಅದೇ ಊರಿನ ಗೆರೆಬೆರ್ಸ್ ಕಸಾಯಿಖಾನೆಯಲ್ಲಿ ಸಹಾಯಕಿಯ ಕೆಲಸ ಕೊಡಿಸಿದರು. ಅಲ್ಲಿ ನಾನು ಅಂಗಡಿಯಲ್ಲಿ ಮಾಂಸ ಮಾರಾಟ ಮಾಡುವ ಕೆಲಸವನ್ನೂ ನಿರ್ವಹಿಸಬೇಕಿತ್ತು. ಅವರ ಬೆಂಬಲ ಹಾಗೂ ಹಣಕಾಸಿನ ನೆರವಿನಿಂದ ಅದೇ ಊರಿನ 'ಗೃಹ ಆರ್ಥಿಕತೆ' ಶಾಲೆಗೆ ಸೇರಿಕೊಂಡೆ. ಅಲ್ಲಿ ಅವರೂ ಪಾಠ ಮಾಡುತ್ತಿದ್ದರು. ಅದೇ ಶಾಲೆಯಿಂದ ನಾನು ಉತ್ತಮ ಅಂಕಗಳೊಡನೆ ಪದವಿ ಪಡೆದುಕೊಂಡೆ. 1966ರಿಂದ 67ರವರೆಗೆ ಪಕ್ಕದ ಆಫ್‌ಟ್ರ್ಯಾಯಿಶ್‌ನ ಕ್ರ್ಯೋಶ್ಲರ್ ಕಂಪೆನಿಯ, ದಿನವಿಡೀ ನಡೆಯುವ, ಕಿಂಡರ್ ಗಾರ್ಟನ್‌ನಲ್ಲಿ ಮನೆಗೆಲಸಗಳ ಉಸ್ತುವಾರಿಯಾಗಿ ಸೇರಿಕೊಂಡೆ. ನಂತರ ಅದೇ ಊರಿನಲ್ಲಿ ವೈದ್ಯಕೀಯ ವೃತ್ತಿ ನಡೆಸುತ್ತಿದ್ದ ಡಾ. ಕ್ಲೂಟೆನ್ ಅವರಲ್ಲಿ ಮನೆಗೆಲಸದ ಸಹಾಯಕಿಯಾಗಿ ಕೆಲಸ ಮಾಡಿದೆ. ಅಲ್ಲಿ ಒಂದು ವರ್ಷ ಮಾತ್ರ ಕೆಲಸ ಮಾಡಿದೆ. ಏಕೆಂದರೆ ವೈದ್ಯರು ನನ್ನ ಮೇಲೆ ಮತ್ತೆ ಮತ್ತೆ ಕಣ್ಣು ಹಾಕುತ್ತಿದ್ದರು. ಅದನ್ನು ಅವರ ಪತ್ನಿ ಸಹಿಸುತ್ತಿರಲಿಲ್ಲ. ನನಗೂ ಅದು ಇಷ್ಟವಿರಲಿಲ್ಲ. ಅವರ ವರ್ತನೆಯಿಂದ ನಾನು ರೋಸಿ ಹೋಗಿದ್ದೆ.

"1968ರಲ್ಲಿ ಕೆಲವು ವಾರ ನಿರುದ್ಯೋಗಿಯಾಗಿದ್ದಾಗ ನನ್ನ ತಾಯಿಯ ಮನೆಗೆಲಸ ಗಳಲ್ಲಿ ಸಹಾಯ ಮಾಡುತ್ತಿದ್ದೆ. ಆಗಲೇ, ಗೆಮ್ಮೆಲ್ಸ್ ಬ್ರೊಇಶ್‌ನ ಬ್ಯಾಂಡ್‌ಸೆಟ್‌ಗಳ ಮೇಳಗಳಲ್ಲಿಯೂ ಸಹಾಯಕಿಯಾಗಿ ಕೆಲಸ ಮಾಡುತ್ತಿದ್ದೆ. ಆಗ, ಜವಳಿ ಉದ್ಯಮದಲ್ಲಿ ಕೆಲಸಗಾರನಾಗಿದ್ದ ವಿಲ್‌ಹೆಲ್ಮ್ ಬ್ರೆಟ್ಟ್‌ಲೋನನ್ನು ನನ್ನ ಅಣ್ಣ ಕೂರ್ಟ್ ಪರಿಚಯಿಸಿದ. ಕೆಲವು ತಿಂಗಳ ನಂತರ ನಾನು ಆತನನ್ನು ಮದುವೆಯಾದೆ. ನಾವು ಗೆಮ್ಮೆಲ್ಸ್ ಬ್ರೊಇಶ್‌ನಲ್ಲಿಯೇ ಮನೆ ಮಾಡಿದೆವು. ವಾರಾಂತ್ಯದಲ್ಲಿ ಆ ಊರಿಗೆ ಬಹಳಷ್ಟು ಮಂದಿ ಪ್ರವಾಸಿಗರು ಬರುತ್ತಿದ್ದರು. ಕ್ಲೂಗ್ಸ್ ರೆಸ್ಟೋರೆಂಟಿನ ಪಾಕಶಾಲೆಯಲ್ಲಿ ಕೆಲವು ಸಮಯ ಕೆಲಸ ಮಾಡುತ್ತಿದ್ದರೆ ಇನ್ನು ಕೆಲವು ಕಾಲ ಕೌಂಟರ್ ಹಿಂದೆ ವೇಟ್ರೆಸ್ ಆಗಿ ಸೇವೆ ಸಲ್ಲಿಸಿದೆ. ಆರು ತಿಂಗಳಲ್ಲಿ ನನಗೆ ನನ್ನ ಗಂಡನ ಬಗೆಗೆ ಸಹಿಸಲಸಾಧ್ಯವಾದ ಹೇಸಿಗೆ ಹುಟ್ಟಿಕೊಂಡಿತು. ಅದರ

ವಿವರಗಳಿಗೆ ಹೋಗುವುದಿಲ್ಲ. ನನ್ನ ಗಂಡನನ್ನು ತೊರೆದು ಪಟ್ಟಣ ಸೇರಿದೆ. ಉದ್ದೇಶಪೂರ್ವಕವಾಗಿ ಪತಿಯನ್ನು ಬಿಡುತ್ತಿರುವ, ತಪ್ಪಿತಸ್ಥ ವ್ಯಕ್ತಿಯಾಗಿ ನನಗೆ ವಿಚ್ಛೇದನ ಸಿಕ್ಕಿತು. ನನ್ನ ಮೂಲ ಹೆಸರಿಗೇ ಮರಳಿದೆ.

"ಮೊದಲು ನಾನು ವೋಲ್ಪೆರ್ಸ್‌ಹೈಮ್ ಜೊತೆ ಇದ್ದೆ. ಕೆಲವು ವಾರಗಳ ನಂತರ ಪ್ರಮಾಣೀಕೃತ ಲೆಕ್ಕಾಧಿಕಾರಿ ಫೇನರ್ನ್ ಅವರ ಮನೆಯಲ್ಲಿಯೇ ಇದ್ದುಕೊಂಡು ನಿರ್ವಹಿಸುವ ಗೃಹಕೃತ್ಯ ಮತ್ತು ಇತರೆ ಕೆಲಸಕ್ಕೆ ಸೇರಿಕೊಂಡೆ. ರಾತ್ರಿ ಶಾಲೆಗೆ ಹಾಜರಾಗಿ, ವಯಸ್ಕರ ಶಿಕ್ಷಣ ತರಗತಿಗಳಿಗೆ ಹಾಜರಾಗಿ ನಾನು ಪ್ರಮಾಣೀಕೃತ ಗೃಹಕೃತ್ಯದವಳು ಎನಿಸಲು ಫೇನರ್ನ್ ಸಹಾಯ ಮಾಡಿದರು. ಅವರು ತುಂಬಾ ಉದಾರಿ. ನನಗೆ ಬಹಳ ಸಹಾಯ ಮಾಡುತ್ತಿದ್ದರು. ನಾನು ಪರೀಕ್ಷೆಗಳಲ್ಲಿ ಉತ್ತೀರ್ಣಳಾದ ಮೇಲೂ ಅವರಲ್ಲಿಯೇ ಕೆಲಸ ಮಾಡಿದೆ. 1969ರ ಕೊನೆಯಲ್ಲಿ ಫೇನರ್ನ್ ಅವರನ್ನು, ಅವರು ಕೆಲಸ ಮಾಡುತ್ತಿದ್ದ ದೊಡ್ಡ ಕಂಪೆನಿಗಳಲ್ಲಿ ಆದ ದೊಡ್ಡ ಪ್ರಮಾಣದ ತೆರಿಗೆ ವಂಚನೆ ಪ್ರಕರಣದಲ್ಲಿ ಬಂಧಿಸಲಾಯಿತು. ಅವರು ಜೈಲಿಗೆ ಹೋಗುವುದಕ್ಕಿಂತ ಮುಂಚೆ ಮೂರು ತಿಂಗಳ ಸಂಬಳದ ಲಕೋಟೆಯನ್ನು ನನ್ನ ಕೈಗೆ ಇಟ್ಟು ತಾವು ಬೇಗ ಬರುವುದಾಗಿಯೂ ಅಲ್ಲಿಯವರೆಗೆ ಇಲ್ಲಿನ ಕೆಲಸ ನೋಡಿಕೊಂಡು ಇರಬೇಕು ಎಂದೂ ಹೇಳಿದರು.

"ನಾನು ಅಲ್ಲಿ ಇನ್ನೂ ಒಂದು ತಿಂಗಳು ಇದ್ದು ಅವರ ಕಚೇರಿಯಲ್ಲಿ ತೆರಿಗೆ ಅಧಿಕಾರಿಗಳ ಸುಪರ್ದಿಯಲ್ಲಿ ಕೆಲಸ ಮಾಡುತ್ತಿದ್ದ ಅವರ ಸಿಬ್ಬಂದಿಯನ್ನು ನೋಡಿಕೊಂಡೆ. ಮನೆಯನ್ನು ಮತ್ತು ತೋಟವನ್ನು ಓರಣವಾಗಿ ಇಡುತ್ತಿದ್ದೆ. ಬಟ್ಟೆಗಳನ್ನು ಒಗೆದು ಇಡುತ್ತಿದ್ದೆ. ಅವರನ್ನು ಬಂಧಿಸಿ ಇಟ್ಟಿದ್ದ ಜೈಲಿಗೆ ಇಸ್ತ್ರೀ ಮಾಡಿದ ಅವರ ಬಟ್ಟೆಗಳನ್ನು ತೆಗೆದುಕೊಂಡು ಹೋಗಿ ಕೊಡುತ್ತಿದ್ದೆ. ಆಹಾರವನ್ನೂ ತೆಗೆದುಕೊಂಡು ಹೋಗಿ ಕೊಡುತ್ತಿದ್ದೆ. ಕುಯಿರ್‌ನ ಗೆರೆಬೆರ್ಸ್ ಕಸಾಯಿ ಅಂಗಡಿಯಲ್ಲಿ ನಾನು ಮಾಡಲು ಕಲಿತಿದ್ದ ಹಂದಿ ಮಾಂಸದ ಪೇಸ್ಟ್ರಿ ಅವರಿಗೆ ಇಷ್ಟದ ಆಹಾರವಾಗಿತ್ತು. ನಂತರ ಅವರ ಕಚೇರಿಯನ್ನು ಮುಚ್ಚಬೇಕಾಯಿತು. ಅವರ ಮನೆಯನ್ನು ಮುಟ್ಟುಗೋಲು ಹಾಕಿಕೊಂಡರು. ನಾನು ನನ್ನ ಕೊಠಡಿಯನ್ನು ತೆರವು ಮಾಡಬೇಕಾಯಿತು. ಫೇನರ್ನ್ ಅವರು ಹಣವನ್ನು ಮೋಸದಿಂದ ಸ್ವಂತಕ್ಕೆ ಬಳಸಿಕೊಂಡುದಕ್ಕೆ ಮತ್ತು ಖೊಟ್ಟಿ ಸಹಿ ಮಾಡಿದ್ದಕ್ಕೆ ಅಧಿಕಾರಿಗಳಿಗೆ ಪುರಾವೆ ಸಿಕ್ಕಿದ್ದವು. ನಂತರ ಅವರನ್ನು ಕಾಯಂ ಜೈಲಿಗೆ ಕಳಿಸಲಾಯಿತು. ಅಲ್ಲಿಯೂ ಅವರನ್ನು ನಾನು ಭೇಟಿ ಮಾಡುತ್ತಿದ್ದೆ. ನಾನು ಅವರಿಗೆ ಎರಡು ತಿಂಗಳ ಸಂಬಳವನ್ನು ಮರಳಿ ಕೊಡಲು ಬಯಸಿದ್ದೆ. ಆದರೆ, ಅವರು ನನ್ನ ಮಾತನ್ನು ಕೇಳಿಸಿಕೊಳ್ಳಲೂ ಸಿದ್ಧರಿರಲಿಲ್ಲ. ಫೇನರ್ನ್ ಮೂಲಕವೇ ಪರಿಚಯವಾಗಿದ್ದ ಬ್ಲೋರ್ನ ಅವರಲ್ಲಿ ನನಗೆ ಕೆಲಸ ಸಿಕ್ಕಿತು.

"ಬ್ಲೋರ್ನ ಅವರು 'ಸೌತ್ ಸೈಡ್' ಬಂಗಲೆಯಲ್ಲಿ ವಾಸವಾಗಿದ್ದಾರೆ. ತಮ್ಮ ಮನೆಯಲ್ಲಿಯೇ ಇರಲು ಅವರು ನನಗೆ ಒಂದು ಕೊಠಡಿ ಕೊಟ್ಟರೂ ಬೇಡ ಎಂದು ಹೇಳಿದೆ. ಸ್ವತಂತ್ರವಾಗಿ ಇದ್ದುಕೊಂಡು ನನ್ನ ಜೀವನವನ್ನು ನಾನು ರೂಪಿಸಿಕೊಳ್ಳಬೇಕು ಎಂದುಕೊಂಡಿದ್ದೆ. ಬ್ಲೋರ್ನ ದಂಪತಿಗಳಿಬ್ಬರೂ ನನ್ನ ಜೊತೆಗೆ ತುಂಬ ಗೌರವಯುತವಾಗಿ ನಡೆದುಕೊಂಡರು. ಬ್ಲೋರ್ನ ಅವರ ಹೆಂಡತಿ ಒಂದು ದೊಡ್ಡ ವಾಸ್ತುಶಿಲ್ಪ ಕಚೇರಿಯಲ್ಲಿ ಕೆಲಸ ಮಾಡುತ್ತಿದ್ದರು. ಊರಿನ ಹೊರವಲಯದ ದಕ್ಷಿಣದಲ್ಲಿ ಇದ್ದ 'ಎಲಿಗೆಂಟ್ ರಿವರ್‌ಸೈಡ್ ರೆಸಿಡೆನ್ಸ್' ಎಂದು ಹೆಸರಾಗಿದ್ದ ಅಪಾರ್ಟ್‌ಮೆಂಟಿನಲ್ಲಿ ನನ್ನದೇ ಒಂದು ಮನೆ ಹೊಂದಲು ಅವರು ಸಹಾಯ ಮಾಡಿದರು. ಬ್ಲೋರ್ನ ದಂಪತಿಗಳಿಬ್ಬರೂ ಆ ಅಪಾರ್ಟ್‌ಮೆಂಟ್ ನಿರ್ಮಿಸಿದ ಸಂಸ್ಥೆಗೆ ಕ್ರಮವಾಗಿ ಕಂಪೆನಿ ವಕೀಲರು ಹಾಗೂ ವಾಸ್ತುಶಿಲ್ಪಿಗಳಾಗಿ ಪರಿಚಿತರಾಗಿದ್ದರು.

"ಡಾ. ಬ್ಲೋರ್ನ ನೆರವಿನಿಂದ ನಾನು ಎರಡು ಕೊಠಡಿಯ ಅಪಾರ್ಟ್‌ಮೆಂಟಿನ ಒಟ್ಟು ಬೆಲೆ ಅದರ ಬಡ್ಡಿ ಹಾಗೂ ಕಟ್ಟಬೇಕಾದ ಕಂತುಗಳ ಲೆಕ್ಕ ಹಾಕಿದೆ. ಎಂಟನೇ ಮಹಡಿಯಲ್ಲಿನ ಈ ಅಪಾರ್ಟ್‌ಮೆಂಟಿನಲ್ಲಿ ಒಂದು ಸ್ನಾನದ ಮನೆ ಮತ್ತು ಅಡುಗೆ ಮನೆ ಇದ್ದವು. ಆ ವೇಳೆಗಾಗಲೇ ನನ್ನ ಬಳಿ ಉಳಿತಾಯದ 7,000 ಮಾರ್ಕ್ ಗಳು ಇದ್ದವು. ಬ್ಲೋರ್ನ ದಂಪತಿ 30,000 ಮಾರ್ಕ್‌ಗಳನ್ನು ಬ್ಯಾಂಕ್ ಸಾಲಕ್ಕೆ ಶೂರಿಟಿ ಕೊಟ್ಟರು. 1970ರ ಆರಂಭದಲ್ಲಿ ನಾನು ನನ್ನ ಮನೆಗೆ ಹೋದೆ. ಆರಂಭದಲ್ಲಿ ನಾನು ಬ್ಯಾಂಕಿಗೆ ಪ್ರತಿ ತಿಂಗಳು ಕನಿಷ್ಠವೆಂದರೂ 1,100 ಮಾರ್ಕ್‌ಗಳನ್ನು ಕಟ್ಟಬೇಕಿತ್ತು. ಬ್ಲೋರ್ನ ದಂಪತಿ ನನ್ನ ವೇತನದಲ್ಲಿ ಊಟದ ಬಾಬತ್ತನ್ನು ಕಡಿತ ಮಾಡಲಿಲ್ಲ. ರಾತ್ರಿ ವೇಳೆಯಲ್ಲಿ ಮನೆಗೆ ತೆಗೆದುಕೊಂಡು ಹೋಗುವ ಪಾನೀಯ ಮತ್ತು ಊಟವನ್ನೂ ಅವರು ಉಚಿತವಾಗಿಯೇ ಕೊಡುತ್ತಿದ್ದರು. ಹೀಗಾಗಿ ನಾನು ನನ್ನ ಮನೆಯ ಸಾಲದ ಕಂತುಗಳನ್ನು ಮೊದಲು ಲೆಕ್ಕ ಹಾಕಿದ್ದಕ್ಕಿಂತ ಇನ್ನೂ ಬೇಗನೇ ಕಟ್ಟಲು ಸಾಧ್ಯವಾಯಿತು.

"ಕಳೆದ ನಾಲ್ಕು ವರ್ಷಗಳಿಂದ ನಾನು ಬ್ಲೋರ್ನ ಅವರ ಮನೆಯ ಏಕೈಕ ಉಸ್ತುವಾರಿಯಾಗಿ ಇದ್ದೇನೆ. ಬೆಳಿಗ್ಗೆ 7 ಗಂಟೆಯಿಂದ ಮಧ್ಯಾಹ್ನ 4:30ರವರೆಗೆ ನನ್ನ ಕೆಲಸದ ಅವಧಿ. ಮನೆಯನ್ನು ಗುಡಿಸಿ ಸ್ವಚ್ಛ ಮಾಡಿದ ನಂತರ ಮನೆಗೆ ಬೇಕಾದ ವಸ್ತುಗಳನ್ನು ತೆಗೆದುಕೊಂಡು ಬಂದು ಸಂಜೆಯ ಊಟಕ್ಕೆ ಸಜ್ಜುಗೊಳಿಸುತ್ತಿದ್ದೆ. ಅವರ ಮನೆಯ ಎಲ್ಲ ಬಟ್ಟೆಗಳನ್ನು ನಾನೇ ಒಗೆಯುತ್ತೇನೆ. ಮಧ್ಯಾಹ್ನ 4:30ರಿಂದ ಸಂಜೆ 5:30ರವರೆಗೆ ನನ್ನ ಮನೆಯ ಕೆಲಸ ಮಾಡುತ್ತೇನೆ. ನಂತರ ಒಂದು ಒಂದೂವರೆ ಗಂಟೆ ಕಾಲ ವೃದ್ಧ ಹೀಪೆರ್ಟ್ಸ್ ದಂಪತಿಯ

ಮನೆಗೆಲಸ ನೋಡಿಕೊಳ್ಳುತ್ತೇನೆ. ಶನಿವಾರ ಮತ್ತು ಭಾನುವಾರ ಮಾಡುವ ಕೆಲಸಕ್ಕಾಗಿ ಎರಡೂ ಮನೆಗಳಲ್ಲಿ ನನಗೆ ಪ್ರತ್ಯೇಕವಾಗಿ ಹಣ ಕೊಡುತ್ತಾರೆ. ನನ್ನ ಬಿಡುವಿನ ಸಮಯದಲ್ಲಿ ಕ್ಲೋಫ್ಟ್'ಸರ ಖಾನಾವಳಿಯಲ್ಲಿ ಕೆಲಸ ಮಾಡುತ್ತೇನೆ. ಇನ್ನು ಕೆಲವು ಸಾರಿ ರಿಸೆಪ್ಶನ್‌ಗಳಲ್ಲಿ, ಪಾರ್ಟಿಗಳಲ್ಲಿ, ಮದುವೆಗಳಲ್ಲಿ, ಡಾನ್ಸ್ ಕೂಟಗಳಲ್ಲಿ ಕೆಲಸ ಮಾಡುತ್ತೇನೆ. ಕೆಲವು ಸಾರಿ ನಾನೇ ಈ ಕೆಲಸಗಳನ್ನು ಹುಡುಕಿಕೊಂಡರೆ ಇನ್ನು ಕೆಲವು ಸಾರಿ ಕ್ಲೋಫ್ಟ್'ಸರು ವಹಿಸಿಕೊಡುತ್ತಾರೆ. ಅಲ್ಲೆಲ್ಲ ಕಾರ್ಯಕ್ರಮಗಳ ಸಂಘಟನೆ ಮಾಡುವುದು ನನ್ನ ಕೆಲಸವಾಗಿದ್ದರೆ ಇನ್ನು ಕೆಲವು ಸಾರಿ ಅಡುಗೆ ಮಾಡಬೇಕಾಗಿ ಮತ್ತು ವೇಟ್ರೆಸ್ ಕೆಲಸ ಮಾಡಬೇಕಾಗಿ ಬರುತ್ತದೆ. ಇದೆಲ್ಲ ಸೇರಿಕೊಂಡು ನನಗೆ ಪ್ರತಿ ತಿಂಗಳು 1,800 ಮಾರ್ಕ್‌ಗಳಿಂದ 2,300 ಮಾರ್ಕ್‌ಗಳಷ್ಟು ಆದಾಯ ಬರುತ್ತದೆ. ಆದಾಯ ತೆರಿಗೆ ಇಲಾಖೆ ಲೆಕ್ಕದಲ್ಲಿ ನಾನು ಸ್ವಯಂ ಉದ್ಯೋಗಿ. ನಾನು ತೆರಿಗೆ ಕಟ್ಟುತ್ತೇನೆ ಮತ್ತು ನನ್ನ ವಿಮೆ ಹಣವನ್ನು ನಾನೇ ಭರಿಸುತ್ತೇನೆ. ಇದನ್ನೆಲ್ಲ, ತೆರಿಗೆ ಕಟ್ಟುವುದು ಇತ್ಯಾದಿ ನನ್ನ ಕೆಲಸವನ್ನು, ಬ್ಲೋರ್ನ ಅವರ ಕಚೇರಿ ಉಚಿತವಾಗಿ ನಿರ್ವಹಿಸುತ್ತದೆ. 1972ರ ಬೇಸಿಗೆಯಿಂದ ಸೆಕೆಂಡ್ ಹ್ಯಾಂಡ್ ಫೋಕ್ಸ್‌ವ್ಯಾಗನ್ ಕಾರನ್ನು ಓಡಿಸುತ್ತಿದ್ದೇನೆ. ಕ್ಲೋಫ್ಟ್'ಸ ಅವರಲ್ಲಿ ಷೆಫ್ ಆಗಿ ಕೆಲಸ ಮಾಡುತ್ತಿದ್ದ ವೆರ್ನರ್ ಕ್ಲೋರ್ಮರ್ ನನಗೆ ಕಡಿಮೆ ಬೆಲೆಗೆ ಈ ಕಾರನ್ನು ಕೊಟ್ಟ. ಈ ಕೆಲಸಗಳಿಗೆ ಸಾರ್ವಜನಿಕ ಸಾರಿಗೆ ಮೂಲಕ ಸಕಾಲದಲ್ಲಿ ತಲುಪಲು ನನಗೆ ಬಹಳ ಕಷ್ಟವಾಗುತ್ತಿತ್ತು. ದೂರದ ಹೋಟೆಲ್‌ಗಳಲ್ಲಿ ಕೂಡ ನಡೆಯುವ ಪಾರ್ಟಿಗಳಲ್ಲಿ ಕೆಲಸ ಮಾಡಲು ಸಕಾಲದಲ್ಲಿ ಹೋಗಿ ತಲುಪುವುದು ಈಗ ಸಾಧ್ಯವಾಗುತ್ತಿದೆ."

16

ಬೆಳಿಗ್ಗೆ 11ರಿಂದ ಮಧ್ಯಾಹ್ನ 12:30 ಮತ್ತು ಒಂದು ಗಂಟೆ ಬಿಡುವಿನ ನಂತರ ಮಧ್ಯಾಹ್ನ 1:30ರಿಂದ ಸಂಜೆ 5:45ರವರೆಗೆ ಈ ವಿಚಾರಣೆ ನಡೆಯಿತು. ಊಟದ ಬಿಡುವಿನ ಸಮಯದಲ್ಲಿ ಪೊಲೀಸರು ತಂದಿದ್ದ ಕಾಫಿ ಮತ್ತು ಚೀಸ್ ಸ್ಯಾಂಡ್‌ವಿಚ್ ತಿನ್ನಲು ಕ್ಯಾಥರೀನಾ ಬ್ಲೂಮ್ ನಿರಾಕರಿಸಿದಳು. ಮಹಿಳಾ ಪೊಲೀಸ್ ಅಧಿಕಾರಿ ಪ್ಲೆಟ್ಸರ್ ಹಾಗೂ ಬೈತ್ಸ್‌ಮೆನ್ನೆ ಅವರ ಸಹಾಯಕ ಮ್ಯೋಡಿಂಗ್ ಆಕೆಯ ಮನವೊಲಿಸಲು ಮಾಡಿದ ಕಳಕಳಿಯ ಪ್ರಯತ್ನಗಳಿಗೂ ಆಕೆ ಸೊಪ್ಪು ಹಾಕಲಿಲ್ಲ. ಹಾಶ್ ಅಭಿಪ್ರಾಯ ಪಟ್ಟ ಹಾಗೆ ಆಕೆಗೆ, "ಅಧಿಕೃತ ಮತ್ತು ವೈಯಕ್ತಿಕ ಸಂಬಂಧಗಳ ನಡುವೆ ವ್ಯತ್ಯಾಸ ಮಾಡಲು ಸಾಧ್ಯವಾಗಲೇ ಇಲ್ಲ. ವಿಚಾರಣೆ ನಡೆಸುವಾಗಿನ ಸಂಬಂಧ ಬೇರೆಯೇ ಆಗಿರುತ್ತದೆ; ಅದೂ ಆಕೆಗೆ ತಿಳಿಯಲಿಲ್ಲ."

ಅಂಗಿಯ ಕಾಲರ್ ಗುಂಡಿ ಬಿಚ್ಚಿ, ಟೈ ಗಂಟನ್ನು ಸಡಿಲಗೊಳಿಸಿ ಕಾಫಿ ಸ್ಯಾಂಡ್‌ವಿಚ್ ಆನಂದಿಸುತ್ತಿದ್ದ ಬೈತ್ಸ್‌ಮೆನ್ನೆ ತಂದೆಯ ಹಾಗೆ ಕಾಣಿಸಿದರು ಮಾತ್ರವಲ್ಲ ತಂದೆಯ ಹಾಗೆಯೇ ನಡೆದುಕೊಳ್ಳತೊಡಗಿದರು. ತನ್ನನ್ನು ಮೊದಲು ಇಟ್ಟಿದ್ದ ಠಾಣೆಯಲ್ಲಿನ ಸೆಲ್‌ಗೆ ಕರೆದುಕೊಂಡು ಹೋಗಬೇಕು ಎಂದು ಕ್ಯಾಥರೀನಾ ಆಗ್ರಹಿಸತೊಡಗಿದಳು. ಸೆಲ್‌ನಲ್ಲಿ ಕೂಡ, ಆಕೆಯ ರಕ್ಷಣೆಗೆ ನಿಯೋಜಿತರಾಗಿದ್ದ ಇಬ್ಬರು ಪೊಲೀಸ್ ಅಧಿಕಾರಿಗಳು ಕಾಫಿ ಸ್ಯಾಂಡ್‌ವಿಚ್ ತೆಗೆದುಕೊಳ್ಳಲು ಒತ್ತಾಯಿಸಿದರೂ ಆಕೆ ಹಟ ಬಿಡದೆ ತಲೆ ಅಲ್ಲಾಡಿಸುತ್ತ ಬೇಡ ಎಂದು ಹೇಳಿ ತನ್ನ ಬಂಕಿನಲ್ಲಿಯೇ ಕುಳಿತುಕೊಂಡಳು. ಸಿಗರೇಟು ಸೇದಿದಳು. ಸೆಲ್‌ನಲ್ಲಿನ ಶೌಚಾಲಯದ ಗೋಡೆಗಳ ಮೇಲೆ ಯಾರೋ ವಾಂತಿ ಮಾಡಿಕೊಂಡುದನ್ನು ಕಂಡು ರೇಜಿಗೆ ವ್ಯಕ್ತಪಡಿಸಿದಳು.

ನಂತರ ಇಬ್ಬರು ಯುವ ಪೊಲೀಸ್ ಅಧಿಕಾರಿಗಳು ಮತ್ತು ಮಹಿಳಾ ಪೊಲೀಸ್ ಅಧಿಕಾರಿಯ ಒತ್ತಾಯದ ಮೇರೆಗೆ ತನ್ನ ನಾಡಿಬಡಿತ ನೋಡಲು ಮಹಿಳಾ ಪೊಲೀಸ್ ಅಧಿಕಾರಿಗೆ ಸಮ್ಮತಿಸಿದಳು. ನಾಡಿ ಬಡಿತ ಸಮರ್ಪಕವಾಗಿ ಇದೆ ಎಂದು ಕಂಡು ಬಂದ ನಂತರ, ಪಕ್ಕದ ಕೆಫೆಯಿಂದ ತನಗೆ ಒಂದು ತುಂಡು ಕೇಕು, ಕಾಫಿ ತಂದುಕೊಡಬೇಕು ಎಂದು ಪೊಲೀಸರ ಮೇಲೆ ಅನುಗ್ರಹ ತೋರುವಂತೆ ಹೇಳಿದಳು. ಆದರೆ, ಅದಕ್ಕೆ ತಾನೇ ಹಣ ಕೊಡುತ್ತೇನೆ ಎಂದು ಪಟ್ಟು ಹಿಡಿದಳು. ಅಂದು ಬೆಳಿಗ್ಗೆ ಆಕೆ ಸ್ನಾನದ ಕೋಣೆಯಲ್ಲಿ ತನ್ನ ಬಟ್ಟೆ ಬದಲಿಸಿಕೊಳ್ಳುತ್ತಿದ್ದಾಗ ಬಾಗಿಲು ಕಾಯುತ್ತಿದ್ದ ಪೊಲೀಸನು ತಾನೇ ಕೇಕು ಮತ್ತು ಕಾಫಿಗೆ 'ಹಣ ಕೊಡುತ್ತೇನೆ' ಎಂದು ಹೇಳಿದರೂ ಆಕೆ ಒಪ್ಪಲಿಲ್ಲ. ಈ ಪ್ರಸಂಗದ ಹಿನ್ನೆಲೆಯಲ್ಲಿ ಕ್ಯಾಥರೀನಾಗೆ ಹಾಸ್ಯಪ್ರಜ್ಞೆಯೇ ಇಲ್ಲ ಎಂದು ಇಬ್ಬರೂ ಪೊಲೀಸರು ಮತ್ತು ಪ್ಲೆಟ್ಸರ್ ಅಭಿಪ್ರಾಯಪಟ್ಟರು.

17

ಸಾಕ್ಷಿಗಳ ವೈಯಕ್ತಿಕ ವಿವರ ದಾಖಲಿಸಿಕೊಳ್ಳುವ ಪ್ರಕ್ರಿಯೆ ಮಧ್ಯಾಹ್ನ 1:30ಕ್ಕೆ ಆರಂಭವಾಗಿ ಸಂಜೆ 5:45ರವರೆಗೆ ನಡೆಯಿತು. ಇದನ್ನು ಕಡಿತಗೊಳಿಸುವುದು ಬೈತ್ಸ್‌ಮೆನ್ನೆ ಅವರ ಉದ್ದೇಶವಾಗಿದ್ದರೂ ಪ್ರತಿಯೊಂದು ವಿವರವನ್ನೂ ದಾಖಲಿಸಿಕೊಳ್ಳಬೇಕು ಎಂದು ಬ್ಲೂಮ್ ಪಟ್ಟು ಹಿಡಿದಳು. ಇದಕ್ಕೆ ಇಬ್ಬರು ಸರ್ಕಾರಿ ವಕೀಲರೂ ಸಮ್ಮತಿಸಿದರು. ಮೊದಮೊದಲು ಅರೆಮನಸ್ಸಿನಿಂದಲೇ ಬೈತ್ಸ್‌ಮೆನ್ನೆ ಇದಕ್ಕೆ ಒಪ್ಪಿಕೊಂಡರೂ ನಂತರ (ಸಾಕಷ್ಟು ಚಾತುರ್ಯದಿಂದ) ಸಮ್ಮತಿ ಕೊಟ್ಟರು. ಏಕೆಂದರೆ ಅದರ ಹಿನ್ನೆಲೆ ಬರುಬರುತ್ತ ಬಹಳ ಮುಖ್ಯ ಎಂದು ಅವರಿಗೆ ಅನಿಸತೊಡಗಿತು. ಸಂಜೆ 5:45ರ ಸಮಯದಲ್ಲಿ ವಿಚಾರಣೆಯನ್ನು ನಿಲ್ಲಿಸಬೇಕೇ

ಅಥವಾ ಮುಂದುವರಿಸಬೇಕೇ ಮತ್ತು ಬ್ಲೂಮ್‌ಳನ್ನು ಬಿಟ್ಟು ಕಳಿಸಬೇಕೇ ಅಥವಾ ಬಂದೀಖಾನೆಗೆ ಹಾಕಬೇಕೇ ಎಂಬ ಪ್ರಶ್ನೆ ಉದ್ಭವಿಸಿತು. 5 ಗಂಟೆ ಸುಮಾರಿಗೆ ಒಂದು ಪಾಟು ಕಾಫಿ ಮತ್ತು ಸ್ಯಾಂಡ್‌ವಿಚ್ (ಹಂದಿ ಮಾಂಸದ್ದು) ತಿನ್ನುವಂತೆ ಆಕೆಯ ಮನವೊಲಿಸಲಾಯಿತು. ನಂತರ ತನ್ನ ವಿಚಾರಣೆ ಮುಂದುವರಿಸಲು ಆಕೆ ಒಪ್ಪಿದಳು. ಅದು ಮುಗಿದ ನಂತರ ನಿನ್ನನ್ನು ಕಳಿಸಿ ಕೊಡುತ್ತೇವೆ ಎಂದು ಬೈತ್ಸ್‌ಮೆನ್ನೆ ಭರವಸೆ ಕೊಟ್ಟರು.

ವಿಚಾರಣೆಯ ಮುಂದಿನ ವಿಷಯ ಆಕೆ ಮತ್ತು ಎಲ್ಸ್‌ವೋಲ್ಟೆರ್ಸ್‌ಹೈಮ್ ಅವರ ನಡುವಿನ ಸಂಬಂಧದ ಕುರಿತಾಗಿತ್ತು. ಅವರು ತನ್ನ 'ಧರ್ಮಮಾತೆ' (God Mother) ಎಂದು ಕ್ಯಾಥರೀನಾ ಬ್ಲೂಮ್ ಹೇಳಿದಳು. ತನ್ನ ಬಗೆಗೆ ಅವರಿಗೆ ಯಾವಾಗಲೂ ಕಾಳಜಿ. ಅವರು ತನ್ನ ತಾಯಿಯ ದೂರದ ಸಂಬಂಧದ ಕಜಿನ್ ಎಂದಳು. ನಗರಕ್ಕೆ ಬಂದ ಲಾಗಾಯ್ತಿನಿಂದ ಬ್ಲೂಮ್ ಜೊತೆಗೆ ವೋಲ್ಟೆರ್ಸ್‌ಹೈಮ್ ಒಡನಾಟವಿತ್ತು.

"ಆ ಖಾಸಗಿ ಡಾನ್ಸ್ ಪಾರ್ಟಿಗೆ ಬರುವಂತೆ ನನಗೆ ಫೆಬ್ರುವರಿ 20ರಂದೇ ಆಮಂತ್ರಣ ಬಂದಿತ್ತು. ಡಾನ್ಸ್ ಪಾರ್ಟಿ ಕಾರ್ನಿವಾಲ್ ದಿನವಾದ ಫೆಬ್ರುವರಿ 21ರಂದು ಇತ್ತು. ಆದರೆ, ಅಂದು ವೋಲ್ಟೆರ್ಸ್‌ಹೈಮ್ ಅವರಿಗೆ ವೃತ್ತಿ ಸಂಬಂಧಿ ಕೆಲವು ಕೆಲಸಗಳು ಇದ್ದುದರಿಂದ ಪಾರ್ಟಿಯನ್ನು ಒಂದು ದಿನ ಮೊದಲೇ ನಿಗದಿ ಮಾಡಿದ್ದರು. ಕಳೆದ ನಾಲ್ಕು ವರ್ಷಗಳಲ್ಲಿ ಅದೇ ಮೊದಲು ನಾನು ನೃತ್ಯ ಮಾಡಿದ್ದು. ಆ ಹೇಳಿಕೆಯನ್ನು ಸ್ವಲ್ಪ ತಿದ್ದಬೇಕು: ಬ್ಲೋರ್ನ ಅವರ ಮನೆಯಲ್ಲಿ ಅವರ ಮನೆಗೆಲಸದಲ್ಲಿ ಸಹಾಯ ಮಾಡಿದ ನಂತರ ಬಹುಶಃ ಎರಡು, ಮೂರು ಅಥವಾ ನಾಲ್ಕು ಸಾರಿ ನಾನು ನೃತ್ಯ ಮಾಡಿದ್ದುಂಟು. ಮನೆಯನ್ನು ಒಪ್ಪಗೊಳಿಸಿ ಪಾತ್ರೆಗಳನ್ನು ತೊಳೆದಾದ ನಂತರ ಕಾಫಿ ಕೊಡುವ ಸಂದರ್ಭದಲ್ಲಿ ಮತ್ತು ಡಾ. ಬ್ಲೋರ್ನ ಅವರು ಬಾರ್ ಕೌಂಟರ್‌ನ ಮೇಲುಸ್ತುವಾರಿಯನ್ನು ವಹಿಸಿಕೊಂಡ ನಂತರ ಅವರು ನನಗೂ ನೃತ್ಯ ಮಾಡಲು ಕರೆಯುತ್ತಿದ್ದರು. ಪಡಸಾಲೆಯಲ್ಲಿ ಡಾ. ಬ್ಲೋರ್ನ ಜೊತೆ ಅವರ ಅತಿಥಿಗಳ ಜೊತೆ, ವಿಶ್ವವಿದ್ಯಾಲಯಗಳ ಸಭ್ಯಸ್ಥರ ಜೊತೆ, ವಾಣಿಜ್ಯ ಅಥವಾ ರಾಜಕೀಯದ ನಿಕಟವರ್ತಿಗಳ ಜೊತೆ ನಾನೂ ನೃತ್ಯ ಮಾಡುತ್ತಿದ್ದೆ. ಸ್ವಲ್ಪ ಸಮಯದ ನಂತರ ನನಗೆ ಇದೆಲ್ಲ ಬೇಡ ಅನಿಸತೊಡಗಿತು. ಅಂತಿಮವಾಗಿ ಪೂರ್ತಿಯಾಗಿ ಬಿಟ್ಟುಬಿಟ್ಟೆ. ಬಹುತೇಕ ಸಾರಿ ಅಲ್ಲಿಗೆ ಬರುವ ಗಂಡಸರು ವಿಪರೀತ ಕುಡಿದಿರುತ್ತಿದ್ದರು ಮತ್ತು 'ಮುಂದುವರಿಯಲು' ನೋಡುತ್ತಿದ್ದರು. ಖಚಿತವಾಗಿ ಹೇಳಬಹುದಾದರೆ, ನಾನು ಸ್ವಂತ ಕಾರನ್ನು ಖರೀದಿಸಿದ ನಂತರ, ಡಾನ್ಸ್ ಪಾರ್ಟಿಗೆ ಸೇರಲು ನಿರಾಕರಿಸುತ್ತಿದ್ದೆ. ಅದಕ್ಕಿಂತ ಮುಂಚೆ ನಾನು ಮನೆ ಸೇರಲು ಪಾರ್ಟಿಗೆ ಬರುವ ಯಾರಾದರೂ ಒಬ್ಬ ಪುರುಷನನ್ನು ಅವಲಂಬಿಸಬೇಕಿತ್ತು. ಕೆಲವು ಸಾರಿ ನಾನು ಆತನ ಜೊತೆಗೇ

ಡಾನ್ಸ್ ಕೂಡ ಮಾಡಿರುತ್ತಿದ್ದೆ. ಹಾಗೆ ಹೇಳುತ್ತ ಆಕೆ ಹಾಶ್ ಕಡೆ ನೋಡಿದಳು. 'ಆ ವಿಚಾರವಾಗಿ' ಹಾಶ್ ಮುಖ ಕೆಂಪಾಯಿತು. ಆಕೆಯ ಜೊತೆ 'ಮುಂದುವರಿಯಲು' ನೋಡಿದವರಲ್ಲಿ ಹಾಶ್ ಕೂಡ ಸೇರಿದ್ದರೇ ಎಂಬ ಪ್ರಶ್ನೆಯನ್ನು ಆಕೆಗೆ ಕೇಳಲಿಲ್ಲ.

18

ಈ ವಿಚಾರಣೆ ಸುದೀರ್ಘವಾಗಿ ನಡೆಯಿತು ಎಂದೆನಿಸುವುದಕ್ಕೆ ಕಾರಣ ಅಲ್ಲಿ ದಾಖಲಾದ ವಿವರಗಳೆಲ್ಲ ಸಮರ್ಪಕವಾಗಿ ಇವೆಯೇ ಇಲ್ಲವೇ ಎಂದು ಕ್ಯಾಥರೀನಾ ಪ್ರತಿಯೊಂದನ್ನೂ ಪರಿಶೀಲನೆ ಮಾಡುತ್ತಿದ್ದುದು ಅಸಾಧಾರಣವಾಗಿತ್ತು. ದಾಖಲೆಯಲ್ಲಿ ಇರುವುದಕ್ಕೆ ತಾನು ಬದ್ಧವಾಗಿರಬೇಕಾದುದರಿಂದ ಪ್ರತಿಯೊಂದು ಶಬ್ದ ಮತ್ತು ವಾಕ್ಯವನ್ನೂ ಓದಿ ಹೇಳಬೇಕು ಎಂದು ಆಕೆ ಬಯಸುತ್ತಿದ್ದಳು. ಉದಾಹರಣೆಗೆ, ಮೇಲಿನ ಪ್ಯಾರಾದಲ್ಲಿ 'ಮುಂದುವರಿಯುವ' ವಿಚಾರ ಪ್ರಸ್ತಾಪವಾಗಿತ್ತು. 'ಅವರು ಮುಂದುವರಿಯಲು ನೋಡುತ್ತಿದ್ದರು' ಎನ್ನುವ ಬದಲು 'ಅವರ ಪ್ರಣಯಾಸಕ್ತಿ' ಎಂಬ ಪದ ಬಳಕೆಯಾಗಿ 'ಆ ಸಭ್ಯಗೃಹಸ್ಥರು ಪ್ರಣಯಾಸಕ್ತರಾದರು' ಎಂಬ ವಾಕ್ಯ ಅಲ್ಲಿ ದಾಖಲಾಗಿತ್ತು. ಅದನ್ನು ಕ್ಯಾಥರೀನಾ ಕೋಪದಿಂದ ತಳ್ಳಿ ಹಾಕಿದಳು. ಆ ಎರಡು ಶಬ್ದಗಳ ವ್ಯಾಖ್ಯಾನ ಕುರಿತು ಅವಳ, ಸರ್ಕಾರಿ ವಕೀಲರ ಮತ್ತು ಬೈತ್ಸ್‌ಮೆನ್ನೆ ನಡುವೆ ವಾಗ್ವಾದ ನಡೆಯಿತು. 'ಪ್ರಣಯಾಸಕ್ತರಾಗುವುದು' ಎಂದರೆ ಅದು ಪರಸ್ಪರವಾದುದು; 'ಮುಂದುವರಿಯುವುದು' ಎನ್ನುವುದು ಏಕಪಕ್ಷೀಯವಾದುದು, ಅವರು ಅದನ್ನು ಏಕಪಕ್ಷೀಯವಾಗಿಯೇ ಮಾಡುತ್ತಿದ್ದರು ಎಂದು ಆಕೆ ವಾದಿಸಿದಳು. ಇದು ಅಷ್ಟೇನೂ ಮುಖ್ಯವಲ್ಲ ಮತ್ತು ಇದರಿಂದ ವಿಚಾರಣೆ ವಿಳಂಬವಾದರೆ ಅದು ಅವಳದೇ ತಪ್ಪು ಎಂದು ಆಕೆಯನ್ನು ಪ್ರಶ್ನೆ ಮಾಡುತ್ತಿದ್ದವರು ಹೇಳಿದರೂ 'ಪ್ರಣಯಾಸಕ್ತಿ' ಬದಲು 'ಮುಂದುವರಿದರು' ಎಂಬ ಪದವನ್ನು ಬಳಸದೇ ಇದ್ದರೆ ತಾನು ತನ್ನ ಯಾವುದೇ ಹೇಳಿಕೆಗೆ ರುಜು ಮಾಡುವುದಿಲ್ಲ ಎಂದು ಆಕೆ ಸ್ಪಷ್ಟಪಡಿಸಿದಳು. ಏಕೆಂದರೆ ಅವಳಿಗೆ ಆ ವ್ಯತ್ಯಾಸ ಬಹಳ ಮುಖ್ಯವಾಗಿತ್ತು. ಅವಳ ಗಂಡ ಬರೀ 'ಮೇಲೆ ಬೀಳುತ್ತಿದ್ದ'ನೇ ಹೊರತು ಎಂದೂ 'ಪ್ರಣಯಾಸಕ್ತ'ನಾಗಿರಲಿಲ್ಲ.

ಅದೇ ರೀತಿ ಬ್ಲೋರ್ನ ಅವರನ್ನು ಕುರಿತು ಬಳಸಿದ 'ಗೌರವಸ್ಥರು' ಎಂಬ ಪದದ ಬಗೆಗೂ ಚರ್ಚೆ ನಡೆಯಿತು. ಅವರು 'ನನ್ನ ಜೊತೆ ಸ್ನೇಹದಿಂದ' ನಡೆದುಕೊಳ್ಳುತ್ತಾರೆ ಎಂದು ದಾಖಲಿಸಿಕೊಳ್ಳಲಾಗಿತ್ತು. ಆದರೆ, 'ಮರ್ಯಾದಸ್ಥರು' ಎಂಬ ಪದವನ್ನೇ ಬಳಸಬೇಕು ಎಂದು ಆಕೆ ಪಟ್ಟು ಹಿಡಿದಳು. ಹಾಗಾದರೆ, 'ಮರ್ಯಾದಸ್ಥರು' ಎನ್ನುವುದು ಒಂದಿಷ್ಟು ಹಳೆಯ ಕಾಲದ್ದು ಎನಿಸುವ ಕಾರಣ ಅದರ ಬದಲು,

‘ದಯಾಪರ’ ಎಂಬ ಪದವನ್ನು ಬಳಸಬಹುದಲ್ಲ ಎಂದು ವಿಚಾರಣೆ ಮಾಡುವವರು ಸೂಚಿಸಿದಾಗ ಆಕೆಗೆ ಸಿಟ್ಟು ಬಂತು. ‘ಮರ್ಯಾದಸ್ಥರು’ ಎನ್ನುವುದಕ್ಕೂ ‘ಸ್ನೇಹಪರ’ ಅಥವಾ ‘ದಯಾಪರ’ ಆಗಿರುವುದಕ್ಕೂ ಸಂಬಂಧವೇ ಇಲ್ಲ ಎಂದಳು. ಬ್ಲೋರ್ನ ಕುಟುಂಬ ತನ್ನನ್ನು ಯಾವಾಗಲೂ ‘ಒಳ್ಳೆಯ’ ರೀತಿಯಲ್ಲಿಯೇ ನಡೆಸಿಕೊಂಡಿದೆ ಎಂಬುದು ಆಕೆಯ ಅನಿಸಿಕೆಯಾಗಿತ್ತು.

19

ಈ ಮಧ್ಯೆ ಕಟ್ಟಡದಲ್ಲಿ ಇದ್ದ ಇತರರನ್ನೂ ವಿಚಾರಿಸಲಾಯಿತು. ಅವರಲ್ಲಿ ಬಹುತೇಕರಿಗೆ ಅಥವಾ ಎಲ್ಲರಿಗೂ ಕ್ಯಾಥರೀನಾ ಕುರಿತು ಹೇಳಲು ಏನೂ ಇರಲಿಲ್ಲ. ಆಗೀಗ ಅವರು ಆಕೆಯನ್ನು ಎಲಿವೇಟರ್‌ನಲ್ಲಿ ಎದುರಾಗಿದ್ದರು. ದಿನದ ಒಂದಿಷ್ಟು ಹೊತ್ತು ಆಕೆ ಜೊತೆ ಕಳೆದಿದ್ದರು. ಕೆಂಪು ಫೋಕ್ಸ್‌ವ್ಯಾಗನ್ ಕಾರು ಅವಳಿಗೆ ಸೇರಿದ್ದು ಎಂದು ಅವರಿಗೆ ಗೊತ್ತಿತ್ತು. ಅವಳು ಆಪ್ತ ಕಾರ್ಯದರ್ಶಿಯಾಗಿ ಕೆಲಸ ಮಾಡುತ್ತಿದ್ದಿರಬೇಕು ಎಂದು ಕೆಲವರು ಅಂದುಕೊಂಡಿದ್ದರೆ ಇನ್ನು ಕೆಲವರು ಡಿಪಾರ್ಟ್‌ಮೆಂಟ್ ಸ್ಟೋರ್‌ನಲ್ಲಿ ಮ್ಯಾನೇಜರ್ ಕೆಲಸ ಮಾಡುತ್ತಿರಬಹುದು ಎಂದುಕೊಂಡಿದ್ದರು. ಅವಳು ಅಷ್ಟೇನು ಎಲ್ಲರ ಜೊತೆ ಬೆರೆಯದೇ ಇದ್ದರೂ ಯಾವಾಗಲೂ ಚೂಟಿಯಾಗಿ, ಸಂತೋಷದಿಂದ ಇರುವ ಹೆಣ್ಣುಮಗಳು ಎಂಬುದು ಅವರ ಅಭಿಪ್ರಾಯವಾಗಿತ್ತು. ಕ್ಯಾಥರೀನಾ ಇರುತ್ತಿದ್ದ ಎಂಟನೇ ಮಹಡಿಯಲ್ಲಿ ವಾಸವಾಗಿದ್ದ ಇತರ ಐದು ಅಪಾರ್ಟ್‌ಮೆಂಟ್‌ಗಳಲ್ಲಿ ಇದ್ದವರ ಪೈಕಿ ಇಬ್ಬರು ಮಾತ್ರ ಅವಳ ಕುರಿತು ವಿವರವಾದ ಮಾಹಿತಿ ಕೊಡಬಲ್ಲವರಾಗಿದ್ದರು. ಒಬ್ಬರು ಶ್ರೀಮತಿ ಶ್ಮಿಲ್ ಎಂಬುವರು. ಅವರು ಕೇಶ ಶೃಂಗಾರದ ಸಲೂನ್ ನಡೆಸುತ್ತಿದ್ದರು. ಇನ್ನೊಬ್ಬರು ರೂವೀಡೆಲ್ ಎಂಬುವರು. ಅವರು ವಿದ್ಯುಚ್ಛಕ್ತಿ ಸಂಬಂಧಿ ಕೆಲಸದಲ್ಲಿ ಇದ್ದು ನಿವೃತ್ತರಾಗಿದ್ದರು. ಇಬ್ಬರೂ ಹೇಳಿದ ಒಂದು ಅಚ್ಚರಿದಾಯಕ ಸಂಗತಿ ಎಂದರೆ ಆಕೆ ಅನೇಕ ಸಾರಿ ಒಬ್ಬ ವ್ಯಕ್ತಿಯನ್ನು ತನ್ನ ಅಪಾರ್ಟ್‌ಮೆಂಟಿಗೆ ಕರೆದುಕೊಂಡು ಬರುತ್ತಿದ್ದಳು. ಶ್ಮಿಲ್ ಪ್ರಕಾರ ಈ ವ್ಯಕ್ತಿ ನಿಯಮಿತವಾಗಿ, ಪ್ರತಿ ಎರಡು, ಮೂರು ವಾರಕ್ಕೆ ಒಮ್ಮೆಯಂತೆ ಬರುತ್ತಿದ್ದ. ಕ್ರೀಡಾಪಟುವಿನಂತೆ ಕಾಣುತ್ತಿದ್ದ ನಲವತ್ತರ ಹರೆಯದ ಈ ವ್ಯಕ್ತಿ ‘ಖಚಿತವಾಗಿ ಮೇಲಂತಸ್ತಿ’ನ ಹಿನ್ನೆಲೆಯವರ ಹಾಗೆ ಕಾಣುತ್ತಿದ್ದ. ರೂವೀಡೆಲ್ ಪ್ರಕಾರ, ಸಾಕಷ್ಟು ಯುವಕನಾಗಿದ್ದ ಈ ವ್ಯಕ್ತಿ ಕೆಲವು ಸಾರಿ ಒಬ್ಬನೇ ಬ್ಲೂಮ್‌ಳ ಅಪಾರ್ಟ್‌ಮೆಂಟಿಗೆ ಬರುತ್ತಿದ್ದ; ಇನ್ನು ಕೆಲವು ಸಾರಿ ಬ್ಲೂಮ್ ಜೊತೆಗೆ ಬರುತ್ತಿದ್ದ ಎಂದು ಅವರು ಮಾಹಿತಿ ಕೊಟ್ಟರು. ಕಳೆದ ಎರಡು ವರ್ಷಗಳಲ್ಲಿ ಎಂಟು ಒಂಬತ್ತು ಸಾರಿ ಆತ ಬಂದಿರಬೇಕು. “ಇವು ನಾನು

ಗಮನಿಸಿದ ಭೇಟಿಗಳು. ಅದರ ಆಚೆ, ನಾನು ಗಮನಿಸದೇ ಇರುವ ಸಂಗತಿ ಕುರಿತು ಏನೂ ಹೇಳಲಾರೆ," ಎಂದು ಅವರು ಸ್ಪಷ್ಟಪಡಿಸಿದರು.

ಅಂದು ಮಧ್ಯಾಹ್ನ ಈ ಇಬ್ಬರ ಹೇಳಿಕೆಗಳನ್ನು ಮುಂದಿಟ್ಟು ಅವುಗಳಿಗೆ ಕ್ಯಾಥರೀನಾ ಸಮಜಾಯಿಷಿ ನೀಡಬೇಕು ಎಂದು ಕೇಳಲಾಯಿತು. ಆದರೆ, ಈ ಪ್ರಶ್ನೆಯನ್ನು ಆಕೆಗೆ ಹಾಕುವುದಕ್ಕಿಂತ ಮುಂಚೆಯೇ ಹಾಶ್ ಅವರು ಮಧ್ಯ ಪ್ರವೇಶಿಸಿ ಆಕೆಗೆ ಉತ್ತರ ಕೊಡುವುದು ಕಷ್ಟವಾಗದಂತೆ ಪರಿಸ್ಥಿತಿಯನ್ನು ತಿಳಿಯಾಗಿಸಿದರು. ಈ ಪುರುಷರು ಆಕೆಯನ್ನು ಬ್ಲೋರ್ನ ಅವರ ಮನೆಯಿಂದ ಕಾರಿನಲ್ಲಿ ಬಿಡಲು ಬಂದವರೂ ಆಗಿರಬಹುದು ಎಂದು ಅವರೇ ಸೂಚಿಸಿದರು. ಈ ಸೂಚನೆಯಿಂದಲೇ ತೀವ್ರವಾಗಿ ಅಪಮಾನಿತಳಾದಂತೆ ಕಂಡ ಕ್ಯಾಥರೀನಾ, "ಏನು ಪುರುಷರನ್ನು ಮನೆಗೆ ಕರೆದುಕೊಂಡು ಹೋಗುವುದು ಕಾನೂನಿಗೆ ವಿರುದ್ಧವೇ," ಎಂದು ತೀಕ್ಷ್ಣವಾಗಿ ಕೇಳಿದಳು. ತನ್ನನ್ನು ಉಳಿಸಲು ದಯಾಳುವಿನ ಹಾಗೆ ಹಾಶ್ ತೋರಿಸಿದ ದಾರಿಯನ್ನು ಬಳಸಿಕೊಳ್ಳಲು ನಿರಾಕರಿಸಿದಳು. ಅದು ಅವರು ತನ್ನನ್ನು ಉಳಿಸಲು ತೋರಿಸಿದ ದಾರಿ ಎಂದು ಗುರುತಿಸಲೂ ಆಕೆ ಒಪ್ಪಲಿಲ್ಲ. ಹಾಶ್ ಕೂಡ ಅಷ್ಟೇ ತೀಕ್ಷ್ಣವಾಗಿ, ಇದು ಅತ್ಯಂತ ಗಂಭೀರವಾದ, ಅನೇಕ ಕವಲುಗಳು ಇರುವ, ಕಳೆದ ಒಂದು ವರ್ಷಕ್ಕಿಂತ ಹೆಚ್ಚು ಅವಧಿಯಿಂದ ಪೊಲೀಸ್ ಮತ್ತು ಸರ್ಕಾರಿ ವಕೀಲರ ತಲೆ ತಿನ್ನುತ್ತಿರುವ ಲೂಡ್ವಿಶ್ ಗ್ಯೊಟೆನ್ ಎಂಬಾತನ ಪ್ರಕರಣದ ವಿಚಾರಣೆ ಎಂಬುದನ್ನು ಆಕೆ ಗಮನದಲ್ಲಿ ಇಟ್ಟುಕೊಂಡಿರಬೇಕು ಎಂದು ಹೇಳಿದರು. ಹಾಗಾದರೆ, ನೀನು ಸ್ಪಷ್ಟವಾಗಿ ನಿರಾಕರಿಸದ ಈ ಎಲ್ಲ ಭೇಟಿಗಳಲ್ಲಿ, ಆತ ಮತ್ತು ಆತ ಮಾತ್ರ ನಿನ್ನ ಮನೆಗೆ ಬಂದಿದ್ದನಲ್ಲವೇ ಎಂದು ಹಾಶ್ ಕೇಳಿದರು. ಈ ಹಂತದಲ್ಲಿ, ಬೈತ್ಸ್‌ಮೆನ್ನೆ ಇನ್ನೂ ಒರಟಾಗಿ, "ಹಾಗಾದರೆ ನೀನು ಗ್ಯೊಟೆನ್‌ನನ್ನು ಎರಡು ವರ್ಷಗಳಿಂದ ಬಲ್ಲೆ ಅಲ್ಲವೇ" ಎಂದರು.

ಕ್ಯಾಥರೀನಾ ಈ ಮಾತಿನಿಂದ ಕಕ್ಕಾವಿಕ್ಕಿಯಾದಳು. ತಕ್ಷಣ ಅವಳಿಗೆ ಏನು ಹೇಳಬೇಕು ಎಂದು ತೋರಲಿಲ್ಲ. ಬೈತ್ಸ್‌ಮೆನ್ನೆ ಕಡೆ ನೋಡಿದ ಆಕೆ ತಲೆ ಅಲುಗಾಡಿಸಿ, ಆಶ್ಚರ್ಯಕರವಾದ ಕೆಳದನಿಯಲ್ಲಿ, "ಇಲ್ಲ, ಇಲ್ಲ, ಆತನನ್ನು ನಾನು ಭೇಟಿ ಮಾಡಿದ್ದು ನಿನ್ನೆಯಷ್ಟೇ," ಎಂದು ಉತ್ತರಿಸಿದಳು. ಆಕೆ ತಡವರಿಸುತ್ತ ಕೊಟ್ಟ ಈ ಉತ್ತರ ಅಷ್ಟೇನೂ ಮನವರಿಕೆಯಾಗುವಂತೆ ಇರಲಿಲ್ಲ. ಆಕೆಯ ಮನೆಗೆ ಭೇಟಿ ನೀಡಿದ ವ್ಯಕ್ತಿಯ ಹೆಸರು ಬಹಿರಂಗ ಮಾಡಬೇಕು ಎಂದು ಆಜ್ಞೆ ಮಾಡಿದಾಗ 'ತೀವ್ರವಾಗಿ ಆಘಾತಗೊಂಡು' ತಲೆ ಅಲುಗಾಡಿಸುತ್ತ ಯಾವುದೇ ಹೆಸರು ಹೇಳಲು ನಿರಾಕರಿಸಿದಳು.

ಇಲ್ಲಿ ಬೈತ್ಸ್‌ಮೆನ್ನೆ ಮತ್ತೆ ತಂದೆಯ ಪಾತ್ರ ವಹಿಸಿಕೊಂಡು ಆಕೆಯ ಮನವೊಲಿಸಲು ಯತ್ನಿಸುತ್ತ, "ಒಬ್ಬ ಹೆಣ್ಣುಮಗಳಿಗೆ ಗೆಳೆಯ ಇರುವುದು ತಪ್ಪೇನೂ ಅಲ್ಲ. ಆತ

(ಇಲ್ಲಿ ಅವರು ಅತ್ಯಂತ ಮಹತ್ವದ ಮನಶ್ಶಾಸ್ತ್ರೀಯ ತಪ್ಪನ್ನು ಮಾಡಿದರು) ನಿನ್ನ ಜೊತೆ ನೃತ್ಯ ಮಾಡುವಾಗ 'ಮುಂದುವರಿಯುವ' ಬದಲು 'ಪ್ರಣಯಾಸಕ್ತಿ' ತೋರಿಸಿರಬಹುದು; ಏಕೆಂದರೆ ನೀನು ಹೇಗೂ ವಿಚ್ಛೇದಿತೆ; ವಿವಾಹದ ಎಲ್ಲ ಬಂಧನಗಳಿಂದ ಮುಕ್ತಳಾದವಳು. ಕೆಲ ಲೌಕಿಕ ಲಾಭಗಳನ್ನು ಒದಗಿಸಿದ್ದಕ್ಕೆ ಪ್ರತಿಯಾಗಿ (ಮೂರನೇ ಮಹತ್ವಪೂರ್ಣ ತಪ್ಪು!) ಆಗೀಗ ಪ್ರಣಯಾಸಕ್ತಿ ತೋರಿಸುವುದು ಆಕ್ಷೇಪಾರ್ಹವಾದುದೇನೂ ಅಲ್ಲ ಎಂದರು. ಬೈತ್ಸ್‌ಮೆನ್ನೆ ಹೀಗೆಲ್ಲ ಹೇಳಿದ್ದರಿಂದ ರೋಸಿ ಹೋದ ಕ್ಯಾಥರೀನಾ ತನ್ನ ಹೇಳಿಕೆಯನ್ನು ಬದಲಿಸಲು ನಿರಾಕರಿಸಿದಳು ಮಾತ್ರವಲ್ಲ ತಾನು ಇನ್ನು ಮುಂದೆ ಯಾವುದೇ ಹೇಳಿಕೆ ನೀಡುವುದಿಲ್ಲ. ತನ್ನನ್ನು ತನ್ನ ಮನೆ ಅಥವಾ ಬಂದೀಖಾನೆಗೆ ಕರೆದುಕೊಂಡು ಹೋಗಬೇಕು ಎಂದು ಪಟ್ಟು ಹಿಡಿದಳು. ಆಗ ರಾತ್ರಿ 8:40. ಆ ವೇಳೆಗಾಗಲೇ ದಣಿದಿದ್ದ, ಉತ್ಸಾಹಗುಂದಿದ್ದ ಬೈತ್ಸ್‌ಮೆನ್ನೆ, ಒಬ್ಬ ಪೋಲೀಸ್ ಅಧಿಕಾರಿ ಜೊತೆ ಆಕೆಯನ್ನು ಮನೆಗೆ ಬಿಡಿಸಬಹುದಿತ್ತು ಎಂದು ಅಲ್ಲಿ ಇದ್ದ ಎಲ್ಲರೂ ಆಶ್ಚರ್ಯಗೊಳ್ಳುವಂತೆ ಹೇಳಿದರು. ಆದರೆ, ಕ್ಯಾಥರೀನಾ ಇತ್ತ ತನ್ನ ಕೈ ಚೀಲ, ಶೌಚಕ್ಕೆ ಬಳಸುವ ವಸ್ತುಗಳು, ಪ್ಲಾಸ್ಟಿಕ್ ಚೀಲವನ್ನು ತೆಗೆದುಕೊಳ್ಳುತ್ತಿದ್ದಾಗ ಬೈತ್ಸ್‌ಮೆನ್ನೆ ಆಕೆಗೆ, "ಹೌದು, ಆ ನಿನ್ನ ಪ್ರಣಯಾಸಕ್ತ ಲೂದ್ವಿಶ್ ಅದು ಹೇಗೆ ನಿನ್ನೆ ರಾತ್ರಿ ನಿಮ್ಮ ಕಟ್ಟಡದಿಂದ ಹೊರಗೆ ಹೋದ? ಆ ಕಟ್ಟಡದ ಪ್ರತಿಯೊಂದು ಪ್ರವೇಶ ದ್ವಾರ, ಹೊರಗೆ ಹೋಗುವ ದ್ವಾರಗಳಲ್ಲಿ ನಮ್ಮ ಕಾವಲುಗಾರರು ಇದ್ದರು. ನಿನಗೆ ಮಾತ್ರ ಗೊತ್ತಿರುವ ದಾರಿಯಿಂದ ಆತನನ್ನು ನೀನು ಹೊರಗೆ ಕಳಿಸಿದ್ದೀ. ನಾನು ಅದರ ಬುಡಕ್ಕೆ ಹೋಗಿ ಪತ್ತೆ ಮಾಡುವವರೆಗೆ ಸುಮ್ಮನಿರುವುದಿಲ್ಲ. ಶುಭರಾತ್ರಿ!" ಎಂದರು.

20

ಕ್ಯಾಥರೀನಾಳನ್ನು ತನ್ನ ಕಾರಿನಲ್ಲಿ ಆಕೆಯ ಮನೆಗೆ ಬಿಡಲು ಹೋಗಿದ್ದ ಬೈತ್ಸ್‌ಮೆನ್ನೆ ಅವರ ಸಹಾಯಕ ಮ್ಯೋಡಿಂಗ್, ಅವಳ ಸ್ಥಿತಿಯ ಬಗೆಗೆ ತೀವ್ರವಾಗಿ ಆತಂಕಗೊಂಡು, ಆ ಹತಾಶೆಯಲ್ಲಿ ಆಕೆ ಏನಾದರೂ ಮಾಡಿಕೊಂಡು ಬಿಡಬಹುದು ಎಂದು ಹೆದರಿದ್ದೆ ಎಂದು ನಂತರ ವರದಿ ಮಾಡಿದ. ಅವಳು ಸಂಪೂರ್ಣವಾಗಿ ಕುಸಿದು ಹೋಗಿದ್ದಳು. ಅವಳ ಕಥೆ ಮುಗಿದಂತಾಗಿತ್ತು. ಇಂಥ ಸ್ಥಿತಿಯಲ್ಲಿ, ಬಹುಶಃ ಇಂಥ ಸ್ಥಿತಿಯಲ್ಲಿಯೇ, ಒಂದಿಷ್ಟು ವಿಚಿತ್ರವಾಗಿ ಕಂಡರೂ ಆಕೆಯ ಹಾಸ್ಯಪ್ರಜ್ಞೆ ವ್ಯಕ್ತವಾಯಿತು: ಮ್ಯೋಡಿಂಗ್, ವಾಹನವನ್ನು ಓಡಿಸುತ್ತ ತಾವಿಬ್ಬರೂ ಎಲ್ಲಿಗಾದರೂ ಹೋಗಿ ಯಾವುದೇ ಮುಜುಗರ ಇಲ್ಲದೇ, ಯಾವುದೇ ದುರುದ್ದೇಶ ಇಲ್ಲದೇ ಒಂದಿಷ್ಟು ಕುಡಿದು, ನೃತ್ಯ ಮಾಡಿ ಮನೆಗೆ ಹೋಗಬಹುದಿತ್ತಲ್ಲ ಎಂದು ಕೇಳಿದ್ದ.

ಅದಕ್ಕೆ ಆಕೆ ತಲೆಯಾಡಿಸುತ್ತ, ಹಾಗೆ ಮಾಡುವುದು ಕೆಟ್ಟ ಯೋಚನೆಯೇನೂ ಅಲ್ಲ, ಹಾಗೆ ನೋಡಿದರೆ ಒಳ್ಳೆಯದೇ ಎಂದಿದ್ದಳು. ಆದರೆ, ಮನೆಯ ಹತ್ತಿರ ಬಂದು ವಾಹನವನ್ನು ನಿಲ್ಲಿಸಿ ಆಕೆಯನ್ನು ಅಕೆಯ ಅಪಾರ್ಟ್‌ಮೆಂಟಿನವರೆಗೆ ಬಂದು ಬಿಡಬಹುದೇ ಎಂದು ಆತ ಕೇಳಿದಾಗ ಆಕೆ ವ್ಯಂಗ್ಯವಾಗಿ ಉತ್ತರಿಸಿದ್ದಳು: "ಹಂ, ದಯವಿಟ್ಟು ಬೇಡ. ಈಗಾಗಲೇ ನಿನಗೆ ಗೊತ್ತಿರುವ ಹಾಗೆ, ನನ್ನ ಮನೆಗೆ ಸಾಕಷ್ಟು ಗಂಡಸರು ಬಂದು ಹೋಗಿ ಮಾಡುತ್ತಿದ್ದಾರೆ? ಅದೇನೇ ಇದ್ದರೂ ಧನ್ಯವಾದಗಳು."

ಆಕೆಯನ್ನು ಆಕೆಯ ಹಿತದ ದೃಷ್ಟಿಯಿಂದಲೇ ತಮ್ಮ ವಶದಲ್ಲಿ ಇಟ್ಟುಕೊಳ್ಳುವುದು ಒಳ್ಳೆಯದು ಎಂದು ಬ್ರೈತ್ಸ್‌ಮೆನ್ನೆ ಅವರ ಮನವೊಲಿಸಲು ಇಡೀ ಸಂಜೆ ಮತ್ತು ಅರ್ಧ ರಾತ್ರಿವರೆಗೆ ಮ್ಯೋಡಿಂಗ್ ಪ್ರಯತ್ನ ಮಾಡುತ್ತಲೇ ಇದ್ದ. "ಏನು ನೀನು ಅವಳನ್ನು ಪ್ರೀತಿಸುತ್ತಿದ್ದೀಯಾ" ಎಂದು ಬ್ರೈತ್ಸ್‌ಮೆನ್ನೆ ತನ್ನ ಸಹಾಯಕನನ್ನು ಕೇಳಿದರು. "ಹಾಗೇನೂ ಇಲ್ಲ. ಆಕೆಯೆಂದರೆ ನನಗೆ ಇಷ್ಟ, ಅವಳು ನನ್ನ ವಯಸ್ಸಿನವಳು. ನೀವು ಶಂಕಿಸಿದ ಹಾಗೆ ಯಾವುದೇ ದೊಡ್ಡ ಸಂಚಿನಲ್ಲಿ ಆಕೆ ಪಾಲುಗೊಂಡಿರಲಾರಳು," ಎಂದ ಮ್ಯೋಡಿಂಗ್.

ಕ್ಯಾಥರೀನಾಳನ್ನು ಮನೆಗೆ ಬಿಡಲು ಹೋಗಿದ್ದಾಗ ಆತ ಆಕೆಗೆ ಎರಡು ಹಿತವಚನ ಹೇಳಿದ್ದ. ಇದನ್ನು ಆತ ಯಾರಿಗೂ ಹೇಳಿರಲಿಲ್ಲ. ಅದು ವೋಲ್ಟರ್ಸ್‌ಹೈಮ್ ಮೂಲಕ ಬ್ಲೋರ್ನ ಅವರಿಗೆ ತಿಳಿದು ಬಂದಿತ್ತು. ಕ್ಯಾಥರೀನಾಳನ್ನು ಎಲೆವೇಟರಿನವರೆಗೆ ಬಿಡಲು ಬಂದಿದ್ದ ಮ್ಯೋಡಿಂಗ್, "ನೀನು ಫೋನ್ ಮುಟ್ಟಬೇಡ ಮತ್ತು ನಾಳೆ ನ್ಯೂಜ್ ಓದಬೇಡ," ಎಂದು ಆಕೆಗೆ ಸಲಹೆ ಕೊಟ್ಟಿದ್ದ. ಇದು ಒಂದಿಷ್ಟು ಅಪಾಯಕಾರಿ ಸಲಹೆಯಾಗಿತ್ತು ಹಾಗೆಯೇ ಆತನ ಮತ್ತು ಆತನ ಸಹೋದ್ಯೋಗಿಗಳ ಜೀವಕ್ಕೆ ಎರವಾಗಬಹುದಿತ್ತು. ನ್ಯೂಜ್ ಓದಬೇಡ ಎಂದು ಆತ ಹೇಳುವಾಗ ಕೇವಲ ಸುದ್ದಿ ಪತ್ರಿಕೆ ಎನ್ನುವುದು ಆಗಿತ್ತೆ ಅಥವಾ 'ನ್ಯೂಜ್' ಎಂಬ ಹೆಸರಿನ ಪತ್ರಿಕೆಯೇ ಆಗಿತ್ತೆ ಎಂಬುದು ಸ್ಪಷ್ಟವಾಗಿರಲಿಲ್ಲ.

21

ಅದೇ ದಿನ ಮಧ್ಯಾಹ್ನ 3:30ರ ಸಮಯದಲ್ಲಿ (ಮಂಗಳವಾರ, ಫೆಬ್ರುವರಿ 21, 1974) ಬ್ಲೋರ್ನ ಅವರು ತಮ್ಮ ಚಳಿಗಾಲದ ರೆಸಾರ್ಟಿನಲ್ಲಿ ಕ್ರಾಸ್ ಕಂಟ್ರಿ ಓಟಕ್ಕಾಗಿ ಸ್ಕೀಗಳನ್ನು ಧರಿಸುತ್ತಿದ್ದರು. ಬಹಳ ದಿನಗಳಿಂದ ಇದಕ್ಕಾಗಿ ಕಾಯುತ್ತಿದ್ದ ಅವರ ಈ ರಜೆ ಇದ್ದಕ್ಕಿದ್ದಂತೆ ಹಾಳಾಗಿ ಹೋಯಿತು. ನಿನ್ನೆ ಸಂಜೆ ಪ್ರಯಾಣ ಮುಗಿಸಿಕೊಂಡು ಬಂದು ಇಲ್ಲಿಗೆ ಸೇರಿದ ತಕ್ಷಣ ಎರಡು ಗಂಟೆಗಳ ಕಾಲ ಹೆಂಡತಿ ಟ್ರೂಡ್ ಜೊತೆಗೆ ಹಿಮದಲ್ಲಿ ಮಾಡಿದ ಅಲೆದಾಟ ಎಷ್ಟು ಚೆನ್ನಾಗಿತ್ತು! ನಂತರ ಅಗ್ಗಿಷ್ಟಿಕೆ

ಪಕ್ಕದಲ್ಲಿ, ಒಂದು ಬಾಟಲ್ ವೈನು ಕುಡಿದು, ತೆರೆದ ಕಿಟಕಿಯ ಪಕ್ಕದಲ್ಲಿ ಹಾಯಾಗಿ ಮಲಗಿದ್ದುದು, ಬೆಳಿಗ್ಗೆ ಎದ್ದು ತಿಂಡಿ ತಿನ್ನುತ್ತ ಕಾಲಹರಣ ಮಾಡಿದ್ದುದು, ಕೆಲವು ಗಂಟೆ ಕಾಲ ತಾರಸಿಯಲ್ಲಿ ಬೆಚ್ಚನೆಯ ಬಟ್ಟೆ ಧರಿಸಿ ಕುಳಿತುದು... ಆಗಲೇ 'ನ್ಯೂಜ್' ಪತ್ರಿಕೆಯ ಹೆಸರು ಹೇಳಿಕೊಂಡು ಆ ವರದಿಗಾರ ಒಕ್ಕರಿಸಿದ್ದ.

ಉಭ ಶುಭ ಏನೂ ಹೇಳದೇ ಕ್ಯಾಥರೀನಾ ಕುರಿತು ಪ್ರಶ್ನೆ ಕೇಳಲು ತೊಡಗಿದ್ದ. ಕ್ಯಾಥರೀನಾ ಅಪರಾಧ ಕೃತ್ಯ ಎಸಗುವಂಥವಳು ಎಂದು ನೀವು ಭಾವಿಸುತ್ತೀರಾ ಎಂದು ಆತ ಕೇಳಿದ. "ಹಾಗಂದರೆ ಏನು ಅರ್ಥ? ನಾನು ಒಬ್ಬ ಅಟಾರ್ನಿ. ಯಾರು ಬೇಕಾದರೂ ಅಪರಾಧ ಮಾಡಬಹುದು. ನೀನು ಯಾವ ಅಪರಾಧ ಕುರಿತು ಹೇಳುತ್ತಿದ್ದೀಯಾ? ಕ್ಯಾಥರೀನಾ? ಸಾಧ್ಯವೇ ಇಲ್ಲ. ನಿನಗೆ ಇಂಥ ಆಲೋಚನೆಯಾದರೂ ಹೇಗೆ ಬಂತು? ಆಕೆ ಇಂಥ ಅಪರಾಧ ಮಾಡಿರಬಹುದು ಎಂದು ನೀನು ಯೋಚಿಸುವುದಾದರೂ ಏಕೆ?" ಎಂದು ಆತನಿಗೇ ಬ್ಲೋರ್ನ ಪ್ರಶ್ನೆ ಹಾಕಿದರು. ಅಂತೂ, ಪೊಲೀಸರಿಗೆ ಬೇಕಾಗಿದ್ದ ವ್ಯಕ್ತಿಯೊಬ್ಬ ಕ್ಯಾಥರೀನಾ ಮನೆಯಲ್ಲಿ ಒಂದು ರಾತ್ರಿ ಕಳೆದಿದ್ದ ಎಂಬ ಮಾಹಿತಿ ಆಧರಿಸಿ ಬೆಳಿಗ್ಗೆ 11 ಗಂಟೆಯಿಂದ ಆಕೆಯ ತೀವ್ರ ವಿಚಾರಣೆ ನಡೆಯುತ್ತಿದೆ, ಎಂದು ತಿಳಿದ ತಕ್ಷಣ ಬ್ಲೋರ್ನ ಅವರಿಗೆ ಕೂಡಲೇ ವಿಮಾನ ಹಿಡಿದು ಊರಿಗೆ ಹೋಗಿ ಕ್ಯಾಥರೀನಾ ಬಳಿ ಇರಬೇಕು ಎಂದು ಅನಿಸಿತು. ಆದರೆ, ಈ 'ನ್ಯೂಜ್' ವರದಿಗಾರ, ಅಷ್ಟು ಅಶಿಷ್ಟನ ಹಾಗೆ ಕಾಣಿಸಿದನೇ ಅಥವಾ ಬ್ಲೋರ್ನ ಅವರಿಗೇ ಹಾಗೆ ನಂತರ ಅನಿಸಿತೇ ತಿಳಿಯಲಿಲ್ಲ. ಆ ವರದಿಗಾರನೇ ಸಮಾಧಾನ ಮಾಡುವ ರೀತಿಯಲ್ಲಿ, "ಇಲ್ಲ ಪರಿಸ್ಥಿತಿ ಅಷ್ಟೇನೂ ಕೆಟ್ಟದಾಗಿಲ್ಲ; ಕ್ಯಾಥರೀನಾ ನಡತೆ ಕುರಿತು ನೀವು ಒಂದಿಷ್ಟು ಮಾಹಿತಿ ಕೊಡಲಾರಿರಾ?" ಎಂದು ಮತ್ತೆ ಕೆದಕಿದ. ಆಗಲೂ ಅವರು ನಿರಾಕರಿಸಿದಾಗ, "ನೀವು ಮಾಡುತ್ತಿರುವುದು ಸರಿಯಲ್ಲ. ಅದರಿಂದ ಅಪಾರ್ಥಕ್ಕೆ ಎಡೆಯಾಗುತ್ತದೆ; ಏಕೆಂದರೆ ನಾವೀಗ ಮುಖಪುಟದಲ್ಲಿ ಈ ಸುದ್ದಿ ಪ್ರಕಟಿಸುತ್ತಿದ್ದೇವೆ. ನೀವು ಅವಳ ನಡತೆ ಬಗೆಗೆ ಏನನ್ನೂ ಹೇಳದೇ ಇದ್ದರೆ ಆಕೆಯ ಚಾರಿತ್ರ್ಯ ಸರಿಯಿಲ್ಲ ಎಂದೇ ಅರ್ಥ ಹೊರಡುತ್ತದೆ," ಎಂದು ವರದಿಗಾರ ಪಟ್ಟು ಹಿಡಿದ. ಬ್ಲೋರ್ನ ಅವರಿಗೆ ವಿಪರೀತ ಸಿಟ್ಟು ಬಂದು ಕಿರಿಕಿರಿಯಾಗಿ, "ಕ್ಯಾಥರೀನಾ ತುಂಬಾ ಬುದ್ಧಿವಂತೆ, ಶಾಂತ, ಸ್ಥಿರ ಮನಃಸ್ಥಿತಿಯ ಹೆಣ್ಣುಮಗಳು," ಎಂದು ಹೇಳಿದರಾದರೂ ಅವರಿಗೆ ಮತ್ತೂ ಕಿರಿಕಿರಿಯಾಯಿತು. ಏಕೆಂದರೆ ತಾವು ಹೇಳಿದ್ದು ಕೂಡ ನಿಜವಲ್ಲ ಹಾಗೂ ತಾವು ಹೇಳಬೇಕು ಎಂದುಕೊಂಡುದು ಅಥವಾ ಹೇಳಬೇಕಾಗಿದ್ದುದು ಅದು ಅಲ್ಲ ಎಂದು ಅವರಿಗೆ ಅನಿಸತೊಡಗಿತು.

ಅವರು ಎಂದೂ ವೃತ್ತಪತ್ರಿಕೆಗಳ ಗೊಡವೆಗೆ ಹೋದವರೇ ಅಲ್ಲ. 'ನ್ಯೂಜ್' ಜೊತೆಗಂತೂ ಅವರಿಗೆ ಯಾವ ಗೊಡವೆಯೂ ಇರಲಿಲ್ಲ. ಅಂಥದರಲ್ಲಿ ಈ ಮನುಷ್ಯ

ಬಂದು ಆಕೆಯ ಬಗ್ಗೆ ವಿಚಾರಿಸಿ ತನ್ನ ಪೋರ್ಶೆ ಕಾರಿನಲ್ಲಿ ಹೊರಟು ಹೋದ ನಂತರ ಬ್ಲೋರ್ನ ಅವರು ರಜೆಯ ಮೋಜು ಮುಗಿಯಿತು ಎಂದುಕೊಂಡವರೇ ಸ್ಕೀಯಿಂಗ್‌ಗೆ ಹೊರಟಿದ್ದ ಎಲ್ಲ ಬಟ್ಟೆ ಕಳಚಿ ಮೆಟ್ಟಿಲು ಹತ್ತಿ ಮೇಲೆ ಹೋದರು. ತಮ್ಮ ಹೆಂಡತಿ ಟ್ರೂಡ್, ಬೆಚ್ಚನೆಯ ಉಡುಪು ಸಿಕ್ಕಿಸಿಕೊಂಡು ಬಾಲ್ಕನಿಯಲ್ಲಿ ಮಲಗಿ ಸೂರ್ಯನ ಬಿಸಿಲು ಕಾಯಿಸುತ್ತಿದ್ದುದನ್ನು ಕಂಡರು. ಇದುವರೆಗೆ ಏನೆಲ್ಲ ನಡೆಯಿತು ಎಂದು ಆದುದನ್ನೆಲ್ಲ ಹೇಳಿದರು. “ಆಕೆಗೆ ಕರೆ ಮಾಡಿದಿರಾ” ಎಂದು ಆಕೆ ಕೇಳಿದರು. ನಾಲ್ಕೈದು ಸಾರಿ ಕರೆ ಮಾಡಿದೆ. ಆದರೆ, “ಅವರು ಉತ್ತರಿಸುತ್ತಿಲ್ಲ” ಎಂಬ ಮುದ್ರಿತ ಧ್ವನಿ ಕೇಳಿ ಬರುತ್ತಿದೆ ಎಂದರು ಬ್ಲೋರ್ನ. ಅಂದು ರಾತ್ರಿ ಮತ್ತೆ 11 ಗಂಟೆಗೆ ಕರೆ ಮಾಡಿದರೂ ಸಂಪರ್ಕ ಸಾಧ್ಯವಾಗದೇ ಚೆನ್ನಾಗಿ ಕುಡಿದು ಮಲಗಿದರಾದರೂ ಅವರಿಗೆ ಸರಿಯಾಗಿ ನಿದ್ರೆ ಬರಲಿಲ್ಲ.

22

ಶುಕ್ರವಾರ ಬೆಳಿಗ್ಗೆ 9:30ಕ್ಕೆ, ಸಂಪೂರ್ಣವಾಗಿ ಮನಸ್ಸು ಕದಡಿದವರ ಹಾಗೆ, ತಿಂಡಿ ತಿನ್ನಲು ಬಂದ ಅವರು, ಹೆಂಡತಿಯ ಮುಖಕ್ಕೆ ಅಂದಿನ ‘ನ್ಯೂಜ್’ ಪತ್ರಿಕೆಯನ್ನು ಹಿಡಿದರು. ಕ್ಯಾಥರೀನಾ ಸುದ್ದಿ ಮುಖಪುಟದಲ್ಲಿ ಇತ್ತು. ಆಕೆಯ ದೊಡ್ಡ ಚಿತ್ರದ ಜೊತೆಗೆ ದೊಡ್ಡ ದೊಡ್ಡ ಅಕ್ಷರಗಳಲ್ಲಿ ಸುದ್ದಿ ಪ್ರಕಟವಾಗಿತ್ತು.

ಕ್ಯಾಥರೀನಾ ಬ್ಲೂಮ್,
ವಿದ್ರೋಹಿಯ ಪ್ರೇಯಸಿ

ಮನೆಗೆ ಬಂದ ಪುರುಷರ
ಮಾಹಿತಿ ಕೊಡಲು ನಿರಾಕರಣೆ

ಕಳೆದ ಒಂದೂವರೆ ವರ್ಷದಿಂದ ಪೊಲೀಸರಿಗೆ ಬೇಕಾಗಿರುವ, ಈಗಾಗಲೇ ತಲೆಮರೆಸಿಕೊಂಡಿರುವ ಕೊಲೆಗಡುಕ ಲೂಡ್ವಿಶ್ ಗ್ಯೊಟೆನ್ ನಿನ್ನೆ ಪೊಲೀಸರ ಬಲೆಗೆ ಸಿಕ್ಕಿ ಬೀಳಬಹುದಿತ್ತು. ಆದರೆ, ಆತನ ಪ್ರೇಯಸಿ, ಗೃಹಕೃತ್ಯ ಮಾಡುವ, ಕ್ಯಾಥರೀನಾ ಬ್ಲೂಮ್ ಅವನ ಕುರಿತ ಎಲ್ಲ ಸುಳಿವುಗಳನ್ನು ನಾಶ ಮಾಡಿರದೇ ಇದ್ದರೆ ಹಾಗೂ ಆತನ ಪರಾರಿಗೆ ಸಹಕಾರ ಮಾಡದೇ ಇದ್ದಿದ್ದರೆ ಇದು ಸಾಧ್ಯವಾಗುತ್ತಿತ್ತು. ಈ ಸಂಚಿನಲ್ಲಿ ಕೆಲವು ಸಮಯದಿಂದ ಬ್ಲೂಮ್ ಶಾಮೀಲಾಗಿದ್ದಾಳೆ ಎಂದು ಪೊಲೀಸರು ಶಂಕಿಸಿದ್ದಾರೆ (ಇನ್ನಷ್ಟು ವಿವರಗಳಿಗಾಗಿ ಇದರ ಬೆನ್ನು ಪುಟಗಳನ್ನು ನೋಡಿರಿ: ಪುರುಷ ಆಗಂತುಕರು).

ಕ್ಯಾಥರೀನಾ ಕುರಿತು ಬ್ಲೋರ್ನ ಅವರು, "ಬುದ್ಧಿವಂತೆ, ಶಾಂತ, ಸ್ಥಿರ ಮನಃಸ್ಥಿತಿಯ ಹೆಣ್ಣುಮಗಳು" ಎಂದು ಹೇಳಿದ್ದನ್ನು ಆ ವರದಿಗಾರ, "ಹಿಮದಷ್ಟು ತಣ್ಣನೆಯ ಹಾಗೂ ಲೆಕ್ಕಾಚಾರದ ಹೆಣ್ಣುಮಗಳು" ಎಂದು ಬರೆದಿದ್ದ. ಒಟ್ಟಾರೆಯಾಗಿ, ಅಪರಾಧ ಮನೋವೃತ್ತಿ ಕುರಿತು ಅವರ ಸಾಮಾನ್ಯ ಗ್ರಹಿಕೆಯನ್ನು, ಅವಳು "ಖಚಿತವಾಗಿ ಅಪರಾಧ ಮಾಡುವಷ್ಟು ಸಮರ್ಥಳು" ಎಂದು ಬಣ್ಣಿಸಿದ್ದ. ಇದಿಷ್ಟು ಮಾಹಿತಿ ಬೆನ್ನು ಪುಟದಲ್ಲಿ ಪ್ರಕಟವಾಗಿತ್ತು.

ಗೆಮ್ಮೆಲ್ಸ್ ಬ್ರೊಇಶ್‌ನ ಕ್ರೈಸ್ತ ಪಾದ್ರಿ, "ನನಗೇನು ಇದು ಆಶ್ಚರ್ಯಕರವಾಗಿ ಕಾಣುವುದಿಲ್ಲ. ಆಕೆಯ ತಂದೆ ಮಾರುವೇಷದ ಕಮ್ಯುನಿಸ್ಟ್ ಆಗಿದ್ದ. ಆಕೆಯ ತಾಯಿಯನ್ನು ಅನುಕಂಪದಿಂದ ಮನೆಗೆಲಸದವಳಾಗಿ ನೇಮಿಸಿಕೊಂಡಿದ್ದೆ. ಮನೆಯಲ್ಲಿ ಇಟ್ಟಿದ್ದ ಪ್ರಸಾದ ರೂಪದ ವೈನ್ ಅನ್ನು ಆಕೆ ಕದ್ದೊಯ್ದಳು. ಅದಕ್ಕಿಂತ ಮುಂಚೆ ಚರ್ಚಿನ ಉಗ್ರಾಣದಲ್ಲಿ ತನ್ನ ಪ್ರೇಮಿಗಳ ಜೊತೆಗೆ ಕಾಮಕೇಳಿಯಾಡಿದಳು," ಎಂದು ಕ್ಯಾಥರೀನಾ ಬಗೆಗೆ ಕೊಟ್ಟಿದ್ದ ಪ್ರತಿಕ್ರಿಯೆ ಪ್ರಕಟವಾಗಿತ್ತು.

ಕಳೆದ ಎರಡು ವರ್ಷಗಳ ಕಾಲ ಬ್ಲೂಮ್ ಮನೆಗೆ ಅನೇಕ ಆಗಂತುಕ ಪುರುಷರು ಕಾಯಂ ಆಗಿ ಬರುತ್ತಿದ್ದರು. ಆಕೆಯ ಮನೆ ಒಂದು ಸಂಚಿನ ಅಡ್ಡೆಯಾಗಿತ್ತೇ? ದುಷ್ಟ ಕೂಟದ ಶಸ್ತ್ರಾಸ್ತ್ರಗಳನ್ನು ಅಡಗಿಸಿಟ್ಟ ಕೇಂದ್ರಸ್ಥಾನವಾಗಿತ್ತೇ? ಇಲ್ಲವಾದರೆ 27 ವರ್ಷದ ಒಬ್ಬ ಮನೆಗೆಲಸದ ಹೆಣ್ಣುಮಗಳು 1.10 ಲಕ್ಷ ಮಾರ್ಕ್ ಮೌಲ್ಯದ ಮನೆ ಹೊಂದಲು ಹೇಗೆ ಸಾಧ್ಯ? ಬ್ಯಾಂಕ್‌ನಲ್ಲಿ ಆದ ಲೂಟಿಯಲ್ಲಿ ಅವಳಿಗೆ ಪಾಲು ಇತ್ತೇ? ಪೊಲೀಸರು ತನಿಖೆ ಕೈಗೊಂಡಿದ್ದಾರೆ. ಸರ್ಕಾರಿ ವಕೀಲರ ಕಚೇರಿ ದಿನವಿಡೀ ಕೆಲಸ ಮಾಡುತ್ತಿದೆ. ನಾಳೆ ಇನ್ನೂ ಹೆಚ್ಚಿನ ವಿವರಗಳನ್ನು ನಿರೀಕ್ಷಿಸಿ. "ಸುದ್ದಿ ಘಟಿಸುವ ಸ್ಥಳ ಎಲ್ಲಿಯೇ ಇರಲಿ ಅಲ್ಲಿ 'ನ್ಯೂಜ್' ಇರುತ್ತದೆ." ನಾಳಿನ ವಾರಾಂತ್ಯದ ಆವೃತ್ತಿಯಲ್ಲಿ ಸಮಗ್ರ ಸುದ್ದಿ ಇರಲಿದೆ.

ಅಂದು ಮಧ್ಯಾಹ್ನ, ವಿಮಾನ ನಿಲ್ದಾಣದಲ್ಲಿ, ಬ್ಲೋರ್ನ ಅವರು ಕ್ಷಿಪ್ರವಾಗಿ ನಡೆದ ಘಟನೆಗಳ ಅನುಕ್ರಮವನ್ನು ಮೆಲುಕು ಹಾಕಿದರು.

10:25 – ತುಂಬಾ ಚಿಂತಿತನಾಗಿದ್ದ ಲ್ಯುಡಿಂಗ್ ಕರೆ ಮಾಡಿ ನೀವು ಬೇಗ ವಾಪಸು ಬರಬೇಕು ಮತ್ತು ಅಲೋಇಸ್‌ನನ್ನು ಸಂಪರ್ಕಿಸಬೇಕು ಎಂದು ತಿಳಿಸಿದರು. ಅಲೋಇಸ್ ಕೂಡ ಅಷ್ಟೇ ಚಿಂತಿತನಾಗಿದ್ದಾನೆ. ಆ ಸ್ಥಿತಿಯಲ್ಲಿ ನಾನು ಆತನನ್ನು ಯಾವಾಗಲೂ ನೋಡಿರಲಿಲ್ಲ. ಹಾಗಾಗಿ ನನಗದು ಅಸಹಜವೆನಿಸಿತು. ಸದ್ಯ ಅಲೋಇಸ್, ಬಾಡ್ ಬೇಡೆಲಿಶ್‌ನಲ್ಲಿ ನಡೆಯುತ್ತಿರುವ ಕ್ರೈಸ್ತ ಉದ್ಯಮಿಗಳ ಸಮಾವೇಶದಲ್ಲಿ ಪ್ರಧಾನ ಭಾಷಣ ಮಾಡಿ ಚರ್ಚೆಯನ್ನು ಮುನ್ನಡೆಸಲಿದ್ದಾನೆ ಎಂದು ಲ್ಯುಡಿಂಗ್ ಮಾಹಿತಿ ಕೊಟ್ಟರು.

10:40 – ಕ್ಯಾಥರೀನಾ ಕರೆ ಮಾಡಿ 'ನ್ಯೂಜ್' ಪತ್ರಿಕೆಯ ಇಂದಿನ ಸಂಚಿಕೆಯಲ್ಲಿ ನನ್ನ ಬಗ್ಗೆ ನೀವು ಹೇಳಿದಿರಿ ಎನ್ನಲಾದ ಮಾತುಗಳು ಪ್ರಕಟವಾಗಿವೆ. ಅದು ನಿಜವಾಗಿಯೂ ನೀವು ಹೇಳಿದ್ದೇ ಎಂದು ಕೇಳಿದಳು. ತಾವು ವರದಿಗಾರನಿಗೆ ನಿಜವಾಗಿಯೂ ಹೇಳಿದ್ದೇನು ಎಂದು ಆಕೆಗೆ ಖಿದ್ದಾಗಿ ಹೇಳಲು ಸಾಧ್ಯವಾದುದಕ್ಕೆ ಅವರು ಸಂತೋಷಪಟ್ಟರು. ಅದಕ್ಕೆ ಅವಳು (ನನಗೆ ನೆನಪಿರುವ ಹಾಗೆ), "ನಾನು ನಿಮ್ಮನ್ನು ನಂಬುತ್ತೇನೆ, ನಿಜವಾಗಿಯೂ, ಈಗ ಈ ಸೂಳೆಮಕ್ಕಳು ಹೇಗೆ ಕೆಲಸ ಮಾಡುತ್ತಿದ್ದಾರೆ ಎಂಬುದು ನನಗೆ ತಿಳಿಯುತ್ತಿದೆ," ಎಂದು ಹೇಳಿದಳು. "ಅನಾರೋಗ್ಯದಿಂದ ಬಳಲುತ್ತಿರುವ ನನ್ನ ತಾಯಿಯನ್ನೂ ಅವರು ಬಿಟ್ಟಿಲ್ಲ. ಇಂದು ಬೆಳಿಗ್ಗೆ ಅವಳನ್ನೂ ಹುಡುಕಿ ವಿಚಾರಿಸಿದ್ದಾರೆ. ಬ್ರೆಟ್ಟ್ ಲೋನನ್ನೂ ಕೇಳಿದ್ದಾರೆ. ಇತರ ಕೆಲವರ ಬಳಿಯೂ ವಿಚಾರಿಸಿದ್ದಾರೆ," ಎಂದು ಕ್ಯಾಥರೀನಾ ತಿಳಿಸಿದಳು. ಈಗ ನೀನು ಎಲ್ಲಿ ಇದ್ದೀ ಎಂದು ನಾನು ಕೇಳಿದಾಗ, "ಎಲ್ಸ್ ಅವರ ಮನೆಯಲ್ಲಿ ಇದ್ದೇನೆ. ಪೊಲೀಸರ ವಿಚಾರಣೆಗೆ ಇನ್ನೇನು ಹೊರಡಬೇಕು," ಎಂದಳು.

11:00 – ಅಲೋಇಸ್‌ನಿಂದ ಕರೆ ಬಂತು. ಕಳೆದ ಇಪ್ಪತ್ತು ವರ್ಷಗಳಿಂದ ನಾನು ಅವನನ್ನು ಬಲ್ಲೆ. ಇದೇ ಮೊದಲ ಬಾರಿ ಆತ ಅಷ್ಟು ಕ್ಷೋಭೆಯಲ್ಲಿ ಮತ್ತು ಭೀತಿಯಲ್ಲಿ ಇರುವುದನ್ನು ಕಂಡೆ. ನೀವು ತಕ್ಷಣ ಹೊರಟು ಬರಬೇಕು. ಅತ್ಯಂತ ಸೂಕ್ಷ್ಮವಾದ ಒಂದು ವಿಚಾರದಲ್ಲಿ ನನ್ನ ಪರ ವಾದಿಸಬೇಕು ಎಂದು ಆತ ವಿನಂತಿಸಿದ. ತಾನು ಈಗ ತನ್ನ ಪ್ರಬಂಧವನ್ನು ಮಂಡಿಸಬೇಕಿದೆ. ನಂತರ ಉದ್ಯಮಿಗಳ ಜೊತೆಗೆ ಊಟ ಮಾಡಿ, ತದನಂತರ ಚರ್ಚೆಯನ್ನು ಮುನ್ನಡೆಸಿ, ಸಂಜೆ ಒಂದು ಔಪಚಾರಿಕ ಸ್ನೇಹಕೂಟದಲ್ಲಿ ಪಾಲ್ಗೊಳ್ಳಬೇಕಿದ್ದು ಸಂಜೆ 7:30ರಿಂದ ರಾತ್ರಿ 9:30ರ ನಡುವೆ ನಮ್ಮ ಮನೆಗೆ ಬರುವುದಾಗಿ ತಿಳಿಸಿದ. ನಮ್ಮ ಜೊತೆಗೆ ಮಾತುಕತೆ ಮುಗಿಸಿ ತೆರಳಿದ ನಂತರವೂ ಸ್ನೇಹಕೂಟದಲ್ಲಿ ಪಾಲುಗೊಳ್ಳಲು ತನಗೆ ಸಮಯ ಇರುತ್ತದೆ ಎಂದ ಅಲೋಇಸ್.

11:30 – ನಾವು ತಕ್ಷಣ ಹೊರಡಬೇಕು. ನಾವೀಗ ಕ್ಯಾಥರೀನಾ ಜೊತೆ ನಿಲ್ಲಬೇಕು ಎಂದು ಟ್ರೂಡ್ ಕೂಡ ಹೇಳಿದಳು. ಅವಳ ವ್ಯಂಗ್ಯ ನಗೆ ಗಮನಿಸಿದರೆ ಅಲೋಇಸ್ ಸಮಸ್ಯೆಗೂ ಅವಳು ಈಗಾಗಲೇ ಕಾರಣ ಕಂಡುಕೊಂಡಿದ್ದಾಳೆ (ಬಹುಶಃ ಎಂದಿನಂತೆ ಅದು ಸರಿ ಇರುತ್ತದೆ).

12:15 ಹೊರಡಲು ಟಿಕೆಟ್ ಕಾದಿರಿಸಿ, ಬ್ಯಾಗ್ ಸಿದ್ಧ ಮಾಡಿಕೊಂಡು, ಹಣ ಪಾವತಿ ಮಾಡಿದ್ದಾಯಿತು. ಕೇವಲ ನಲವತ್ತು ಗಂಟೆಯಲ್ಲಿ ರಜೆಯನ್ನು ಮುಗಿಸಿಕೊಂಡು ವಿಮಾನ ನಿಲ್ದಾಣಕ್ಕೆ ಹೊರಟದ್ದಾಯಿತು. ಅಲ್ಲಿ ಮಧ್ಯಾಹ್ನ 2ರಿಂದ 3ರವರೆಗೆ ಹೊಂಜು ಕರಗುವವರೆಗೆ ಕಾಯ್ದುದಾಯಿತು. ಟ್ರೂಡ್ ಜೊತೆಗೆ ಕ್ಯಾಥರೀನಾ

ಕುರಿತು ದೀರ್ಘವಾಗಿ ಮಾತನಾಡಿದೆ. ಕ್ಯಾಥರೀನಾ ನನಗೆ ತುಂಬ ಮೆಚ್ಚಿನವಳು ಎಂದು ಅವಳಿಗೆ ಗೊತ್ತು. ಅವಳ ಅಸಂತುಷ್ಟ ಬಾಲ್ಯ ಮತ್ತು ದುರದೃಷ್ಟಕರ ಮದುವೆ ಬಗೆಗೆ ತೀರಾ ತಲೆಕೆಡಿಸಿಕೊಳ್ಳುವುದು ಬೇಡ ಎಂದು ಅವಳಿಗೆ ತಿಳಿ ಹೇಳಿದ್ದನ್ನು ನೆನಪಿಸಿಕೊಂಡೆವು. ಹಣಕಾಸಿನ ವಿಚಾರದಲ್ಲಿ ಅವಳ ಹಮ್ಮನ್ನು ಗೆದ್ದು ಬ್ಯಾಂಕಿನ ಬದಲು ನಮ್ಮ ಹಣದಿಂದಲೇ ಕಡಿಮೆ ಬಡ್ಡಿಯ ಸಾಲ ಒದಗಿಸಿದ್ದನ್ನು ಸ್ಮರಿಸಿಕೊಂಡೆವು. ಅವಳು ಬ್ಯಾಂಕಿಗೆ ಶೇಕಡ 14ರ ಬಡ್ಡಿ ಕೊಡುವ ಬದಲು ನಮಗೆ ಶೇಕಡ 9ರ ಬಡ್ಡಿಯನ್ನು ಕೊಟ್ಟರೂ ನಷ್ಟವಾಗುವ ಬದಲು ಉಳಿತಾಯವೇ ಆಗುತ್ತದೆ ಎಂದು ಎಷ್ಟು ತಿಳಿಸಿ ಹೇಳಿದರೂ ಅವಳಿಗೆ ಅದು ಮನವರಿಕೆಯಾಗಿರಲಿಲ್ಲ.

ನಾವು ಅವಳಿಗೆ ಎಷ್ಟು ಋಣಿಯಾಗಿದ್ದೇವೆ! ಅವಳು ನಮ್ಮ ಮನೆಯನ್ನು ಎಷ್ಟೊಂದು ಸಂತೋಷದಿಂದ, ನಿಶ್ಚಿಂತೆಯಾಗಿ ನಡೆಸಿಕೊಂಡು ನಮ್ಮ ಭಾರವನ್ನೆಲ್ಲ ಇಳಿಸಿ ನಾವು ನೆಮ್ಮದಿಯಿಂದ ನಮ್ಮ ವೃತ್ತಿ ಜೀವನದ ಕೆಲಸಗಳನ್ನು ಮಾಡಿಕೊಂಡು ಹೋಗುವಂತೆ ಮಾಡಿದ್ದಾಳೆ ಎಂದರೆ ಅದನ್ನು ಹಣದಲ್ಲಿ ಹೇಗೆ ಲೆಕ್ಕ ಹಾಕುವುದು? ಕಳೆದ ಐದು ವರ್ಷಗಳಲ್ಲಿ ನಮ್ಮ ಮದುವೆ ಮತ್ತು ವೃತ್ತಿ ಜೀವನದ ಮೇಲೆ ಬಿದ್ದಿದ್ದ ಭಾರಿ ಅವ್ಯವಸ್ಥೆಯ ಹೊರೆಯನ್ನು ಆಕೆ ಎಷ್ಟು ಹಗುರಗೊಳಿಸಿದ್ದಳಲ್ಲ!

ಮಧ್ಯಾಹ್ನ 4:30ಕ್ಕೆ ಮಂಜು ಕರಗುವ ಲಕ್ಷಣ ಕಾಣದೇ ಇದ್ದುದರಿಂದ ರೈಲು ಹಿಡಿದು ಹೋಗುವುದು ಎಂದು ನಿರ್ಧರಿಸಿದೆವು. ಟ್ರೂಡ್ ಹೇಳಿದಂತೆ ನಾನು ಅಲೋಇಸ್ ಸ್ಟಾಯ್‌ಬ್ಲೆಡರ್‌ಗೆ ಕರೆ ಮಾಡಲು ಹೋಗಲಿಲ್ಲ. ರೈಲು ನಿಲ್ದಾಣಕ್ಕೆ ಟ್ಯಾಕ್ಸಿ ತೆಗೆದುಕೊಂಡು ಹೋದೆವು. ಸಂಜೆ 5:45ರ ಫ್ರಾಂಕ್‌ಫರ್ಟ್ ರೈಲು ಇನ್ನೇನು ಹೊರಡಬೇಕಿತ್ತು ಎನ್ನುವುದರೊಳಗೆ ಹೋಗಿ ಅದರ ಒಳಗೆ ಕುಳಿತುದಾಯಿತು. ದರಿದ್ರ ರೈಲು ಪ್ರಯಾಣವೋ ವಾಕರಿಕೆ ಬರುವಂತಿತ್ತು. ಮನಸ್ಸು ಅಶಾಂತವಾಗಿತ್ತು. ಟ್ರೂಡ್ ಕೂಡ ಗಂಭೀರವಾಗಿ ಇದ್ದಳು. ಅವಳಿಗೆ ಯಾವಾಗಲೂ ಮುಂದಾಗುವುದರ ಸೂಚನೆ ಸಿಗುತ್ತದೆ. ಸಾಕಷ್ಟು ದಣಿದಿದ್ದರೂ ಮ್ಯುನಿಚ್‌ನಲ್ಲಿ ರೈಲು ಬದಲಿಸಿ, ಮಲಗಲು ಬರ್ತ್ ದೊರಕಿಸಿಕೊಂಡೆವು. ಕ್ಯಾಥರೀನಾಳ ಕುರಿತು ನಮಗಿಬ್ಬರಿಗೂ ವೇದನೆಯೆನಿಸಿತು. ಆಕೆಯ ಕಷ್ಟಗಳಿಗೆ ಕಾರಣರಾದ ಲ್ಯುಡಿಂಗ್ ಹಾಗೂ ಸ್ಟಾಯ್‌ಬ್ಲೆಡರ್ ಕುರಿತು ಸಿಟ್ಟೂ ಬಂತು.

23

ಸರಿಯಾಗಿ ಶನಿವಾರ ಬೆಳಿಗ್ಗೆ, ಇನ್ನೂ ಕಾರ್ನಿವಾಲ್ ಸಂಭ್ರಮದಲ್ಲಿ ಮೈಮರೆತಿದ್ದ ಊರಿನಲ್ಲಿ ಬ್ಲೋರ್ನ ದಂಪತಿ ಸಂಪೂರ್ಣ ಸುಸ್ತಾಗಿ, ದುಃಖಿತರಾಗಿ ಇಳಿಯುತ್ತಿದ್ದಂತೆಯೇ ಅವರ ಎದುರು ಪ್ಲಾಟ್‌ಫಾರಂನಲ್ಲಿ 'ನ್ಯೂಜ್' ಪತ್ರಿಕೆ

ಕಾಣಿಸಿತು. ಮೊದಲ ಪುಟದಲ್ಲಿ ಕ್ಯಾಥರೀನಾ ಚಿತ್ರ ಇತ್ತು. ಈ ಚಿತ್ರದಲ್ಲಿ ಆಕೆ ಪೊಲೀಸ್ ಠಾಣೆಯ ಮೆಟ್ಟಿಲುಗಳನ್ನು ಇಳಿಯುತ್ತಿದ್ದಳು. ಆಕೆಯ ಅಕ್ಕಪಕ್ಕದಲ್ಲಿ ಮಫ್ತಿಯಲ್ಲಿ ಇದ್ದ ಪೊಲೀಸರೂ ಕಾಣಿಸುತ್ತಿದ್ದರು. ಪತ್ರಿಕೆಯ ಶೀರ್ಷಿಕೆ ಹೀಗಿತ್ತು:

ಕೊಲೆಗಡುಕನ ಪ್ರೇಯಸಿ ಬಾಯಿ ಬಿಡುತ್ತಿಲ್ಲ! ಗ್ಯೊಟೆನ್ ಅಡಗುತಾಣದ ಮಾಹಿತಿ ಲಭ್ಯವಿಲ್ಲ. ಪೊಲೀಸರಿಂದ ಕಟ್ಟೆಚ್ಚರ.

ಟ್ರೂಡ್ ಪತ್ರಿಕೆಯನ್ನು ಖರೀದಿಸಿದಳು. ಬ್ಲೋರ್ನ ಮೌನವಾಗಿ ಕಾರು ಹತ್ತಿ ಕುಳಿತರು. ಇತ್ತ ಅವರು ಕಾರಿನ ಬಾಗಿಲು ತೆರೆದು ಇಳಿಯುತ್ತಿದ್ದಾಗ ಅತ್ತ ಬ್ಲೋರ್ನ ಅವರು ಕಾರಿನ ಚಾಲಕನಿಗೆ ಹಣ ಕೊಟ್ಟರು. ಹಣ ತೆಗೆದುಕೊಳ್ಳುತ್ತ 'ನ್ಯೂಜ್' ಪತ್ರಿಕೆಯ ಕಡೆಗೆ ಕೈ ಮಾಡಿದ ಕಾರಿನ ಚಾಲಕ, "ಪತ್ರಿಕೆಯಲ್ಲಿ ನೀವೂ ಇದ್ದೀರಿ. ನೀವು ಬರುತ್ತಿದ್ದಂತೆಯೇ ನಾನು ನಿಮ್ಮನ್ನು ಗುರುತಿಸಿದೆ. ನೀವು ಆ ಕೀಳು ಹೆಂಗಸಿನ ವಕೀಲರು ತಾನೇ? ನೀವು ಆಕೆಯ ಬಾಸ್ ಕೂಡ ಹೌದಲ್ಲವೇ?" ಎಂದ. ಅವನಿಗೆ ಬ್ಲೋರ್ನ ಅಗತ್ಯಕ್ಕಿಂತ ಹೆಚ್ಚೇ ಎನ್ನುವಂತೆ ಟಿಪ್ಸ್ ಕೊಟ್ಟರು. ಆದರೂ ಆತ ಕುಹಕದ ನಗೆ ಬೀರುತ್ತ ಇವರ ಲಗೇಜುಗಳನ್ನು, ಸ್ಕೀಗಳನ್ನು ತಂದು ಪಡಸಾಲೆಯಲ್ಲಿ ಇಟ್ಟು, ವಿದಾಯ ಹೇಳಿ ಹೊರಟು ಹೋದ.

ಟ್ರೂಡ್ ಆಗಲೇ ಕಾಫಿ ಮೇಕರ್‌ನ ಪ್ಲಗ್ ಹಾಕಿ ಬಚ್ಚಲಿನಲ್ಲಿ ಕೈ ತೊಳೆಯುತ್ತಿದ್ದರು. ಲಿವಿಂಗ್ ರೂಮಿನಲ್ಲಿ 'ನ್ಯೂಜ್' ಬಿದ್ದುಕೊಂಡಿತ್ತು. ಲ್ಯುಡಿಂಗ್ ಮತ್ತು ಸ್ಟ್ರಾಯ್‌ಬ್ಲೆಡರ್‌ರಿಂದ ಬಂದಿದ್ದ ಎರಡು ಟೆಲಿಗ್ರಾಂಗಳೂ ಅಲ್ಲಿಯೇ ಇದ್ದವು. "ನನ್ನನ್ನು ಸಂಪರ್ಕಿಸಲು ನೀವು ಪ್ರಯತ್ನ ಮಾಡದೇ ಇರುವುದದರಿಂದ ಖಂಡಿತವಾಗಿಯೂ ನನಗೆ ಬೇಸರವಾಗಿದೆ." ಇದು ಲ್ಯುಂಡಿಗ್ ಅವರ ತಂತಿಯಲ್ಲಿನ ಸಂದೇಶವಾಗಿದ್ದರೆ, ಸ್ಟ್ರಾಯ್‌ಬ್ಲೆಡರ್‌ನ ಟೆಲಿಗ್ರಾಂನಲ್ಲಿ "ನೀವು ಹೀಗೆ ನನ್ನ ಕೈ ಬಿಟ್ಟುದನ್ನು ಅರ್ಥ ಮಾಡಿಕೊಳ್ಳಲು ಆಗುತ್ತಿಲ್ಲ. ತಕ್ಷಣ ನಿಮ್ಮ ಕರೆಯನ್ನು ನಿರೀಕ್ಷಿಸುತ್ತೇನೆ," ಎಂದು ಇತ್ತು.

ಈಗ ಬೆಳಗಿನ 8:15. ಕ್ಯಾಥರೀನಾ ಪ್ರತಿದಿನ ಇದೇ ಸಮಯದಲ್ಲಿ ತಮಗೆ ಎಷ್ಟು ಅಚ್ಚುಕಟ್ಟಾಗಿ ತಿಂಡಿ ಸಿದ್ಧ ಮಾಡಿಕೊಡುತ್ತಿದ್ದಳು. ಯಾವಾಗಲೂ ಟೇಬಲ್ ಮೇಲೆ ಹೊಸದಾಗಿ ಒಗೆದ ಬಟ್ಟೆ ಹಾಕಿರುತ್ತಿದ್ದಳು. ಕೈ ಒರೆಸಿಕೊಳ್ಳಲು ಸ್ವಚ್ಛವಾದ ನ್ಯಾಪ್‌ಕಿನ್‌ಗಳನ್ನು ಇಟ್ಟಿರುತ್ತಿದ್ದಳು. ಹೂದಾನಿ ಇಡುತ್ತಿದ್ದಳು. ಬಗೆ ಬಗೆಯ ಬ್ರೆಡ್ಡು, ಜೇನು, ಮೊಟ್ಟೆಗಳು ಮತ್ತು ಕಾಫಿ ಇಟ್ಟಿರುತ್ತಿದ್ದಳು. ಟ್ರೂಡ್‌ಗಾಗಿ ಟೋಸ್ಟ್ ಮತ್ತು ಕಿತ್ತಳೆ ಹಣ್ಣಿನ ಜಾಮ್ ತಂದು ಇಟ್ಟಿರುತ್ತಿದ್ದಳು.

ತನ್ನ ಬ್ರೆಡ್ಡಿಗೆ ಜೇನು ಸವರುತ್ತಲೇ ಟ್ರೂಡ್ ಹೆಚ್ಚೂ ಕಡಿಮೆ ಭಾವುಕರಾದರು. ಕುರುಕು ಬ್ರೆಡ್ಡು, ಕಾಫಿ, ಜೇನು, ಬಟರ್ ತಂದಿಡುತ್ತ, "ಇನ್ನು ಇದು ಮೊದಲಿನಂತೆ

ಇರುವುದು ಸಾಧ್ಯವಿಲ್ಲ. ಆ ಹುಡುಗಿಯನ್ನು ಅವರು ನಾಶ ಮಾಡುತ್ತಾರೆ. ಪೊಲೀಸರು ಅದನ್ನು ಮಾಡದೇ ಇದ್ದರೂ 'ನ್ಯೂಜ್' ಮಾಡುತ್ತದೆ. 'ನ್ಯೂಜ್' ತನ್ನ ಕೆಲಸ ಮುಗಿಸುತ್ತಿದ್ದಂತೆಯೇ ಸಾರ್ವಜನಿಕರು ಕೈಗೆ ತೆಗೆದುಕೊಳ್ಳುತ್ತಾರೆ. ಮೊದಲು ಇದನ್ನು ಓದಿ, ನಂತರ, ನಿಮ್ಮನ್ನು ಭೇಟಿ ಮಾಡಲು ಬರುವವರಿಗೆ ಕರೆ ಮಾಡಿರಿ," ಎಂದು ಹೇಳಿದರು. ಬ್ಲೋರ್ನ ಪತ್ರಿಕೆಯನ್ನು ಓದತೊಡಗಿದರು:

"ತನ್ನ ಓದುಗರಿಗೆ ಸಮಗ್ರ ಮಾಹಿತಿ ನೀಡುವುದರಲ್ಲಿ ಎತ್ತಿದ ಕೈ ಆಗಿರುವ 'ನ್ಯೂಜ್' ಪತ್ರಿಕೆಯು ಬ್ಲೂಮ್‌ಳ ಚಾರಿತ್ರ್ಯದ ಮೇಲೆ ಬೆಳಕು ಚೆಲ್ಲುವ ಹಾಗೂ ಆಕೆಯ ಅನುಮಾನಾಸ್ಪದ ಹಿನ್ನೆಲೆ ಕುರಿತು ಸಾಕಷ್ಟು ಮಾಹಿತಿ ಸಂಗ್ರಹಿಸುವಲ್ಲಿ ಯಶಸ್ವಿಯಾಗಿದೆ. ಹಾಸಿಗೆ ಹಿಡಿದಿರುವ ಕ್ಯಾಥರೀನಾಳ ತಾಯಿ ಎಲ್ಲಿದ್ದಾಳೆ ಎಂಬುದನ್ನು ಪತ್ರಿಕೆಯ ವರದಿಗಾರರು ಪತ್ತೆ ಮಾಡಿ ಅವರ ಜೊತೆಗೆ ಮಾತನಾಡಿದ್ದಾರೆ. ಅನೇಕ ದಿನಗಳಾದರೂ ಮಗಳು ಬಂದು ತಮ್ಮನ್ನು ಭೇಟಿ ಮಾಡಿಲ್ಲ ಎಂದು ಆಕೆ ತನ್ನ ಮಗಳ ಬಗ್ಗೆ, ನಮ್ಮ ವರದಿಗಾರರ ಮುಂದೆ, ದೂರಿದ್ದಾಳೆ. ಅವರ ಮಗಳ ಕುರಿತು ತಳ್ಳಿ ಹಾಕಲು ಸಾಧ್ಯವೇ ಆಗದ ಸಂಗತಿಗಳನ್ನು ಆಕೆಯ ಗಮನಕ್ಕೆ ತಂದಾಗ, "ಇದು ಹೀಗೆಯೇ ಆಗುತ್ತದೆ ಎಂದು ನನಗೆ ಗೊತ್ತಿತ್ತು, ಇದು ಹೀಗೆಯೇ ಕೊನೆಗೊಳ್ಳುತ್ತದೆ ಎಂದು ನನಗೆ ತಿಳಿದಿತ್ತು," ಎಂದು ಆ ವೃದ್ಧೆ ಸಂಕಟಪಟ್ಟಳು. ಬ್ಲೂಮ್‌ಳ ಮಾಜಿ ಗಂಡ, ಜವಳಿ ಗಿರಣಿಯಲ್ಲಿ ಕೆಲಸ ಮಾಡುವ ಸಂಭಾವಿತ ವ್ಯಕ್ತಿ, ಉದ್ದೇಶಪೂರ್ವಕವಾಗಿ ತನ್ನನ್ನು ಬಿಟ್ಟು ಹೋದ ಆಧಾರದ ಮೇಲೆ ಹೆಂಡತಿಯಿಂದ ವಿಚ್ಛೇದನ ಪಡೆದ, ವಿಲ್‌ಹೆಲ್ಮ್ ನಮಗೆ ಮಾಹಿತಿ ಕೊಡಲೂ ಸಾಕಷ್ಟು ಉತ್ಸುಕನಾಗಿದ್ದಂತೆ ತೋರಿಸಿದ: ಉಮ್ಮಳಿಸಿ ಬರುವ ದುಃಖವನ್ನು ತಡೆದುಕೊಳ್ಳುತ್ತ, "ಈಗ ನನಗೆ ಅರ್ಥವಾಗುತ್ತಿದೆ, ಆಕೆ ಏಕೆ ನನ್ನನ್ನು ಬಿಟ್ಟು ಹೋದಳು ಎಂದು. ನನ್ನನ್ನು ಏಕೆ ತೊರೆದು ಹೋದಳು ಎಂದು. 'ಅದು' ನಡೆದೇ ಇತ್ತು. ಈಗ ಅದು ನನಗೆ ಗೋಚರವಾಗುತ್ತಿದೆ. ನಮ್ಮ ಆಡಂಬರವಿಲ್ಲದ ಸಂಸಾರದ ಸಂತೋಷ ಆಕೆಗೆ ಸಾಕು ಎನಿಸಿರಲಿಲ್ಲ. ಅವಳದು ಮಹತ್ವಾಕಾಂಕ್ಷೆ ಎಂದು ಅಲವತ್ತುಕೊಂಡ."

"ನನ್ನಂಥ ಸಾಮಾನ್ಯ ಕಾರ್ಮಿಕನೊಬ್ಬ ಪೋರ್ಶೆ ಕಾರಿನಲ್ಲಿ ಬರುವುದು ಹೇಗೆ ಸಾಧ್ಯ?" (ಪ್ರಾಜ್ಞನ ಹಾಗೆ ಆತ ಮುಂದುವರಿಸಿದ). "ನೀವು ನಿಮ್ಮ ಓದುಗರಿಗೆ ನನ್ನ ಸಲಹೆಯನ್ನು ತಲುಪಿಸಬಹುದು: ಸಮಾಜವಾದದ ಕುರಿತು ತಪ್ಪುಕಲ್ಪನೆಗಳು ಹೀಗೆಯೇ ಕೊನೆಯಾಗುತ್ತವೆ. ಅದು ಹೇಗೆ ಒಬ್ಬ ಮನೆಗೆಲಸದ ಹೆಣ್ಣುಮಗಳು ಇಷ್ಟು ಸಂಪತ್ತನ್ನು ಗಳಿಸಲು ಸಾಧ್ಯ ಎಂದು ನಾನು ನಿಮ್ಮ ಓದುಗರನ್ನು ಕೇಳುತ್ತೇನೆ. ಪ್ರಾಮಾಣಿಕ ದಾರಿಯಿಂದಲಂತೂ ಸಾಧ್ಯವಿಲ್ಲ. ಅದಂತೂ ನಿಶ್ಚಿತ. ಅವಳ ವೈಚಾರಿಕತೆ ಕುರಿತು ನನಗೆ ಏಕೆ ಮೊದಲಿನಿಂದಲೂ ಭಯವಾಗುತ್ತಿತ್ತು ಎಂದು

ಈಗ ಅರ್ಥವಾಗುತ್ತಿದೆ. ಅವಳು ಚರ್ಚ್ ಅನ್ನು ವಿರೋಧಿಸುತ್ತಿದ್ದಳು. ನಮಗೆ ಮಕ್ಕಳನ್ನು ಕರುಣಿಸದ ಆ ದೇವರ ವಿವೇಕಕ್ಕೆ ನಾನು ಋಣಿಯಗಿದ್ದೇನೆ. ನನ್ನ ನೇರ ಪ್ರೀತಿಗಿಂತ ಕೊಲೆಗಡುಕನ ಮತ್ತು ದರೋಡೆಕೋರನ ಮುದ್ದಾಟ ಆಕೆಗೆ ಇಷ್ಟ ಎಂದು ಗೊತ್ತಾಗಿದೆ. ಅದನ್ನು ವಿವರಿಸಲಾಗಿದೆ ಕೂಡ. ಆದಾಗ್ಯೂ ನನಗೆ ಆಕೆಯ ಕುರಿತು ನೋವಿನಿಂದ ದೊಡ್ಡಧ್ವನಿಯಲ್ಲಿ ಮಾತನಾಡಬೇಕು ಎಂದು ಅನಿಸುತ್ತದೆ: ನನ್ನ ಪುಟ್ಟ ಕ್ಯಾಥರೀನಾ, ನೀನು ನನ್ನ ಜೊತೆಗೇ ಇದ್ದಿದ್ದರೆ! ವರ್ಷಗಳು ಕಳೆದಂತೆ ನಾವೂ ಒಂದು ಮನೆ ಮತ್ತು ಪುಟ್ಟ ಕಾರನ್ನು ಹೊಂದಬಹುದಿತ್ತು. ನಾನು ನಿನಗೆ ಪೋರ್ಶೆ ಕಾರು ಕೊಡಿಸಲು ಸಾಧ್ಯವಾಗುತ್ತಿರಲಿಲ್ಲ. ಕಾರ್ಮಿಕ ಸಂಘಟನೆಯಲ್ಲಿ ನಂಬಿಕೆಯಿಲ್ಲದ ಒಬ್ಬ ಪ್ರಾಮಾಣಿಕ ಕಾರ್ಮಿಕ ಒದಗಿಸಬಹುದಾದ ಸಣ್ಣ ಪುಟ್ಟ ಖುಷಿಗಳನ್ನು ಕಲ್ಪಿಸಬಹುದಿತ್ತು. ಓಹ್, ಕ್ಯಾಥರೀನಾ!"

ಬೆನ್ನುಪುಟದಲ್ಲಿ 'ನಿವೃತ್ತ ದಂಪತಿ ಗಾಬರಿಗೊಂಡರೂ ಆಶ್ಚರ್ಯಚಕಿತರಾಗಲಿಲ್ಲ' ಎಂಬ ಶೀರ್ಷಿಕೆಯಡಿ ಒಂದು ಸುದ್ದಿ ಪ್ರಕಟವಾಗಿತ್ತು. ಕೆಂಪು ಶಾಯಿಯಲ್ಲಿ ಗುರುತು ಹಾಕಿದ್ದ ಒಂದು ಕಾಲಂ ಅನ್ನು ಬ್ಲೋರ್ನ ಗಮನಿಸಿದರು.

ಪ್ರೌಢಶಾಲೆಯ ನಿವೃತ್ತ ಪ್ರಿನ್ಸಿಪಲ್ ಬೆರ್ಟ್ಹೋಲ್ಡ್ ಹೀಪೆರ್ಟ್ಸ್ ಮತ್ತು ಅವರ ಪತ್ನಿ ಏರ್ನ ಅವರು ಬ್ಲೂಮಳ ಈಚಿನ ಚಟುವಟಿಕೆಗಳ ಬಗೆಗೆ ತಿಳಿದು ಗಾಬರಿಗೊಂಡರು. ಆದರೆ, ಅವರಿಗೆ ಇದೆಲ್ಲ 'ವಿಶೇಷ ಅಚ್ಚರಿದಾಯಕ ಸಂಗತಿ' ಎಂದೇನೂ ಅನಿಸಲಿಲ್ಲ. ಲೆಮ್ಗೊ ಪಟ್ಟಣದಲ್ಲಿನ ಆರೋಗ್ಯಧಾಮದ ನಿರ್ದೇಶಕಿಯಾಗಿರುವ ತಮ್ಮ ವಿವಾಹಿತ ಮಗಳ ಮನೆಯಲ್ಲಿ ಇದ್ದ ಹೀಪೆರ್ಟ್ಸ್ ದಂಪತಿಯನ್ನು 'ನ್ಯೂಜ್'ನ ವರದಿಗಾರ್ತಿಯೊಬ್ಬರು ಕಂಡು ಬ್ಲೂಮ್ ಬಗ್ಗೆ ಮಾಹಿತಿ ಸಂಗ್ರಹಿಸಿದರು. ಹೀಪೆರ್ಟ್ಸ್ ಅವರು ಶಾಲೆಯಲ್ಲಿ ಶಾಸ್ತ್ರೀಯ ಸಂಗೀತ ಮತ್ತು ಇತಿಹಾಸ ಬೋಧಿಸುತ್ತಿದ್ದರು. ಅವರ ಮನೆಯಲ್ಲಿ ಬ್ಲೂಮ್ ಮೂರು ವರ್ಷ ಕೆಲಸ ಮಾಡಿದ್ದಳು. "ಎಲ್ಲ ಅರ್ಥದಲ್ಲಿ ಅವಳದು ತೀವ್ರಗಾಮಿ ವ್ಯಕ್ತಿತ್ವ. ನಮಗೆ ನಯವಾಗಿ ಮೋಸ ಮಾಡುವುದರಲ್ಲಿ ಅವಳು ಯಶಸ್ವಿಯಾದಳು," ಎಂದು ಹೀಪೆರ್ಟ್ಸ್ ಹೇಳಿದ್ದರು.

(ನಂತರ ಕ್ಯಾಥರೀನಾಳು ಹೀಪೆರ್ಟ್ಸ್ ಅವರಿಗೆ ಕರೆ ಮಾಡಿದಾಗ ಅವರು ಆಣೆ ಪ್ರಮಾಣ ಮಾಡಿ ತಾವು ನಿಜವಾಗಿಯೂ ಆ ವರದಿಗಾರ್ತಿಗೆ ಹೇಳಿದ್ದು ಏನು ಎಂದು ವಿವರಿಸಿದರು. ಅದು ಹೀಗಿತ್ತು: ಕ್ಯಾಥರೀನಾ ಒಂದು ವೇಳೆ ತೀವ್ರಗಾಮಿ ಎಂದೇ ಇಟ್ಟುಕೊಳ್ಳೋಣ. ಆದರೆ, ಅವಳು ಇತರರಿಗೆ ಸಹಾಯ ಮಾಡುವುದರಲ್ಲಿ ತೀವ್ರಗಾಮಿ. ವ್ಯವಸ್ಥಿತವಾಗಿ ಕೆಲಸ ಮಾಡುವ ಅವಳ ಸಾಮರ್ಥ್ಯದಲ್ಲಿ ಮತ್ತು ಅವಳ ಬುದ್ಧಿಮತ್ತೆಯಲ್ಲಿ ಅವಳು ತೀವ್ರಗಾಮಿ– ಅಥವಾ ನಾನೇ ಅವಳನ್ನು ತಪ್ಪಾಗಿ ತಿಳಿದುಕೊಂಡಿದ್ದೇನೋ ಏನೋ? ನನ್ನ ನಲವತ್ತು ವರ್ಷಗಳ ಅಧ್ಯಾಪನ ವೃತ್ತಿಯಲ್ಲಿ ನಾನು ಎಂದೂ ಮೋಸ ಹೋಗಿಲ್ಲ).

(ಒಂದನೇ ಪುಟದಿಂದ ಮುಂದುವರಿದುದು:)

ಗೆಮ್ಮೆಲ್ಸ್ ಬ್ರೋಇಶ್‌ನ ಬ್ಯಾಂಡ್‌ಸೆಟ್‌ನ ತಾಲೀಮಿನ ನಡುವೆ 'ನ್ಯೂಜ್' ವರದಿಗಾರ ಭೇಟಿ ಮಾಡಿ ಮಾತನಾಡಿಸಿದಾಗ, ಸಂಪೂರ್ಣ ಕುಸಿದು ಹೋಗಿರುವ ಬ್ಲೂಮ್‌ಳ ಮಾಜಿ ಗಂಡ, ಕಣ್ಣೀರು ಕಾಣಿಸಬಾರದು ಎಂದು ತನ್ನ ಮುಖವನ್ನು ಆಚೆ ತಿರುಗಿಸಿದ. ಮಾಜಿ ರೈತ ಮೇಫೆಲ್ಸ್‌ನನ್ನು ಉಲ್ಲೇಖಿಸಬಹುದಾದರೆ, "ಬ್ಯಾಂಡ್‌ಸೆಟ್‌ನ ಇತರ ಸದಸ್ಯರೂ ಕ್ಯಾಥರೀನಾಳ ಬಗೆಗೆ ಭಯಭೀತರಾಗಿ ದೂರವೇ ಉಳಿದಿದ್ದರು. ಅವಳು ಯಾವಾಗಲೂ ವಿಚಿತ್ರವಾಗಿ ವರ್ತಿಸುತ್ತಿದ್ದಳು ಮತ್ತು ಬಹುಬೇಗ ಆಘಾತಗೊಂಡವರಂತೆ ನಟಿಸುತ್ತಿದ್ದಳು. ಊರ ಉತ್ಸವದಲ್ಲಿ ಪಾಲ್ಗೊಂಡು ಆನಂದಿಸಬೇಕು ಎಂಬ ಒಬ್ಬ ಪ್ರಾಮಾಣಿಕ ಕೆಲಸಗಾರನ ಅಮಾಯಕ ಆಸೆಗಳಿಗೆ ಮೋಡ ಕವಿದಂತಾಗಿತ್ತು."

ಕೊನೆಯಲ್ಲಿ, ಈಜುಕೊಳದ ಪಕ್ಕದಲ್ಲಿ ಇದ್ದ ಬ್ಲೋರ್ನ-ಟ್ರೂಡ್ ದಂಪತಿಯ ಚಿತ್ರಕ್ಕೆ ಹಾಕಿದ ಶೀರ್ಷಿಕೆ ಹೀಗಿತ್ತು: "ಒಂದು ಕಾಲದಲ್ಲಿ 'ಕೆಂಪು ಟ್ರೂಡ್' ಎಂದು ಹೆಸರಾಗಿದ್ದ ಬ್ಲೋರ್ನ ಅವರ ಹೆಂಡತಿಯ ಪಾತ್ರವೇನು? ಕೆಲವು ಸಾರಿ ತಮ್ಮನ್ನು ತಾವೇ 'ಎಡಪಂಥೀಯ' ಎಂದು ಹೇಳಿಕೊಳ್ಳುವ ಆಕೆಯ ಗಂಡ ಏನು ಹೇಳುತ್ತಾರೆ? ಕಂಪೆನಿಯಿಂದ ಅತಿ ಹೆಚ್ಚು ಶುಲ್ಕ ಪಡೆಯುವ ಡಾ. ಬ್ಲೋರ್ನ ತಮ್ಮ ಪತ್ನಿಯ ಜೊತೆಗೆ ತಮ್ಮ ಐಷಾರಾಮಿ ಮನೆಯ ಈಜುಕೊಳದ ಪಕ್ಕದಲ್ಲಿ."

24

ಇದು ಒಂದು ರೀತಿ ಸಾಹಿತ್ಯದಲ್ಲಿ, ಸಿನಿಮಾದಲ್ಲಿ ಇರುವ ಹಾಗೆ ಹಿಮ್ಮುಖವಾಗಿ ಕಥೆಯನ್ನು ನೋಡುವ ಗಳಿಗೆ. ಶನಿವಾರ ಬೆಳಿಗ್ಗೆ ಡಾ. ಬ್ಲೋರ್ನ ದಂಪತಿ ಪ್ರವಾಸದಿಂದ ಸುಸ್ತು ಹೊಡೆದು, ಒಂದಿಷ್ಟು ಹತಾಶರಾಗಿ ವಾಪಸು ಬಂದರು. ಶುಕ್ರವಾರ ಬೆಳಿಗ್ಗೆ ಕ್ಯಾಥರೀನಾಳನ್ನು ಮತ್ತೆ ವಿಚಾರಣೆಗೆ ಕರೆದುಕೊಂಡು ಹೋದರು. ಈ ಸಾರಿ ಮಹಿಳಾ ಪೊಲೀಸ್ ಅಧಿಕಾರಿ ಪ್ಲೆಟ್ಸರ್ ಮತ್ತು ವಯಸ್ಸಾದ ಒಬ್ಬ ಪೊಲೀಸ್ ಅಧಿಕಾರಿ ಆಕೆಯ ಜೊತೆಗೆ ಇದ್ದರು. ಆತನ ಕೈಯಲ್ಲಿ ಭಾರಿ ಶಸ್ತ್ರಗಳೇನೂ ಇರಲಿಲ್ಲ. ಅವಳನ್ನು ವೋಲ್ಟೆರ್ಸ್‌ಹೈಮ್ ಮನೆಯಿಂದ ಕರೆದುಕೊಂಡು ಹೋದರು. ಕ್ಯಾಥರೀನಾ ಅಂದು ಬೆಳಿಗ್ಗೆ ಐದು ಗಂಟೆ ವೇಳೆಯಲ್ಲಿ ತನ್ನ ಕಾರಿನಲ್ಲಿ ವೋಲ್ಟೆರ್ಸ್‌ಹೈಮ್ ಮನೆಗೆ ಹೋಗಿದ್ದಳು. ತನ್ನ ಮನೆಯ ಬದಲು ವೋಲ್ಟೆರ್ಸ್‌ಹೈಮ್ ಮನೆಯಲ್ಲಿಯೇ ಅವಳು ಇರುತ್ತಾಳೆ ಎಂಬುದನ್ನು ಖಚಿತ ಮಾಡಿಕೊಂಡೇ ಪ್ಲೆಟ್ಸರ್ ಅಲ್ಲಿಗೆ ಹೋಗಿದ್ದಳು (ನ್ಯಾಯೋಚಿತವಾಗಿ ನಡೆದುಕೊಳ್ಳುವುದಾದರೆ ಡಾ. ಬ್ಲೋರ್ನ ದಂಪತಿ ಮಾಡಿದ ತ್ಯಾಗ ಮತ್ತು

ಎದುರಿಸಿದ ವಿಷಮ ಸ್ಥಿತಿಗಳನ್ನು ನಾವು ಮರೆಯಬಾರದು. ತಮ್ಮ ರಜೆಯನ್ನು ಬಿಟ್ಟುಕೊಟ್ಟು, ಹತ್ತಿರದ ವಿಮಾನ ನಿಲ್ದಾಣಕ್ಕೆ ಕ್ಯಾಬಿನಲ್ಲಿ ಬಂದರು. ಹೊಂಜಿನಲ್ಲಿ ಕಾಯ್ದು ಕುಳಿತರು. ಫ್ರಾಂಕ್‌ಫರ್ಟ್ ರೈಲು ಹಿಡಿದರು. ನಡುವೆ ಮ್ಯೂನಿಚ್‌ನಲ್ಲಿ ರೈಲು ಬದಲಿಸಿದರು. ಸ್ಲೀಪರ್ ಬರ್ತಿನ ಕಟ ಕಟ ಸದ್ದಿನ ನಡುವೆ ಸರಿಯಾಗಿ ನಿದ್ದೆಯನ್ನೂ ಮಾಡದೆ, ಇನ್ನೂ ನಸುಕು ಇರುವಾಗಲೇ ಮನೆಗೆ ಬರುತ್ತಿರುವಾಗಲೇ, 'ನ್ಯೂಜ್' ಪತ್ರಿಕೆ ಅವರನ್ನು ಎದುರುಗೊಂಡಿತ್ತು. ನಂತರ, ಬಹಳ ತಡವಾಗಿ, ವಿಚಾರಣೆಗೆ ಒಳಗಾಗುತ್ತಿದ್ದಾಳೆ ಎಂದು ಗೊತ್ತಿದ್ದೂ ಕ್ಯಾಥರೀನಾಳಿಗೆ ಕರೆ ಮಾಡುತ್ತ ಕೂಡುವ ಬದಲು, ಹಾಶ್ ಅವರಿಗೆ ಕರೆ ಮಾಡಬಹುದಿತಲ್ಲ ಎಂದು ಬ್ಲೋರ್ನ ವಿಷಾದಿಸಿದರು).

ಶುಕ್ರವಾರ ನಡೆದ ಕ್ಯಾಥರೀನಾಳ ಎರಡನೇ ವಿಚಾರಣೆಯಲ್ಲಿ ಪಾಲ್ಗೊಂಡ ಮ್ಯೋಡಿಂಗ್, ಫ್ಲೆಟ್ಸರ್, ಸರ್ಕಾರಿ ವಕೀಲರಾದ ಕೋರ್ಟೆನ್ ಮತ್ತು ಹಾಶ್ ಹಾಗೂ ಸ್ಟೆನೊಗ್ರಾಫರ್ ಅನ್ನಾ ಲೋಕ್‌ಸ್ಟರ್ ಅವರಿಗೆ ಬೈತ್ಸ್‌ಮೆನ್ನೆ ಒಳ್ಳೆಯ ಮೂಡಿನಲ್ಲಿ ಇದ್ದುದು ಸ್ಪಷ್ಟವಾಗಿ ಗೋಚರಿಸಿತು. ಆದರೆ, ತಾನು ಬಳಸುವ ಪದಗಳು ಸರಿಯಾಗಿ ದಾಖಲಾಗುತ್ತಿವೆಯೇ ಇಲ್ಲವೇ ಎನ್ನುವ ಬಗೆಗಿನ ಕ್ಯಾಥರೀನಾಳ ಭಾಷಾ ಸೂಕ್ಷ್ಮತೆಯನ್ನು ಕಂಡು ಸ್ಟೆನೊಗ್ರಾಫರ್ ಅನ್ನಾಗೆ ಅನಿಸಿದ್ದು, 'ಈಕೆ ಬಿಂಕದವಳು' ಎಂದು.

ಬೈತ್ಸ್‌ಮೆನ್ನೆ ತಮ್ಮ ಕೈಗಳನ್ನು ತಿಕ್ಕುತ್ತ ವಿಚಾರಣೆ ಕೊಠಡಿ ಒಳಗೆ ಬಂದರು. ಕ್ಯಾಥರೀನಾ ಬಗೆಗೆ ತೀವ್ರ ಕಾಳಜಿ ವ್ಯಕ್ತಪಡಿಸುತ್ತ 'ಕೆಲವು ಅವಿನಯದ ನಡವಳಿಕೆ'ಗಳಿಗೆ ಕ್ಷಮೆಯಾಚಿಸಿದರು. ಅದಕ್ಕೆ ಅವರ ಹುದ್ದೆಯ ಬದಲು ಅವರ ವ್ಯಕ್ತಿತ್ವ ಕಾರಣವಾಗಿತ್ತು. ಆತ ಒಂದು ರೀತಿ ಒರಟು ವಜ್ರ. ಈಗ ಕ್ಯಾಥರೀನಾ ಮನೆಯಿಂದ ವಶಪಡಿಸಿಕೊಂಡ ವಸ್ತುಗಳ ಪಟ್ಟಿಯಿಂದ ಒಂದೊಂದೇ ವಸ್ತುವನ್ನು ಎತ್ತಿಕೊಂಡು ಗಮನಿಸತೊಡಗಿದರು. ಅವು ಹೀಗಿದ್ದವು:

1. ಅಲ್ಲಿನ ನಂಬರ್‌ಗಳನ್ನೆಲ್ಲ ಪರಿಶೀಲಿಸಿದಾಗಲೂ ಅದರಲ್ಲಿ ಆಕೆ ಮುಚ್ಚಿಡುವಂಥದು ಏನೂ ಇರಲಿಲ್ಲ. ಕಳೆದ ಸುಮಾರು ಹತ್ತು ವರ್ಷಗಳಿಂದ ಕ್ಯಾಥರೀನಾ ಆ ನೋಟ್ ಪುಸ್ತಕವನ್ನು ಬಳಸುತ್ತಿದ್ದಳು ಎಂಬುದು ಸ್ಪಷ್ಟವಾಗಿ ಕಾಣುತ್ತಿತ್ತು. ಕೈ ಬರಹದ ಗುರುತಿನ ಮೂಲಕ ಗ್ಯೊಟೆನ್‌ನ ಪತ್ತೆಗೆ ಶ್ರಮಿಸುತ್ತಿದ್ದ ಒಬ್ಬ ಕೈ ಬರಹಗಳ ಪರಿಣತ (ಇತರೆ ವಿಚಾರಗಳ ಜೊತೆಗೆ, ಸೇನೆಯನ್ನು ತೊರೆದಿದ್ದ ಗ್ಯೊಟೆನ್ ಒಂದು ಕಚೇರಿಯಲ್ಲಿಯೂ ಕೆಲಸ ಮಾಡಿದ್ದ. ಹೀಗಾಗಿ ಆತನ ಕೈಬರಹದ ಗುರುತುಗಳನ್ನು ಆ ಪರಿಣತ ಹುಡುಕುತ್ತಿದ್ದ), ಕ್ಯಾಥರೀನಾಳ ಕೈ ಬರಹ ರೂಪುಗೊಂಡ ಬಗೆ ಯಾರಿಗಾದರೂ ರೂಢಿಸಿಕೊಳ್ಳಲು, ಅನುಸರಿಸಲು ಮಾದರಿ ಎನಿಸುವಂಥ

ಒಂದು ಅದ್ಭುತ ಉದಾಹರಣೆ ಎಂದು ಹೇಳಿದ. ಆಕೆ ಹದಿನಾರು ವರ್ಷದ ಹುಡುಗಿಯಾಗಿದ್ದಾಗ ಕಸಾಯಿಖಾನೆಯ ಗೆರೆಬೆರ್ಸ್ ಅವರ ದೂರವಾಣಿ ನಂಬರ್ ಬರೆದಿಟ್ಟಿದ್ದಳು. ಹದಿನೇಳನೇ ವಯಸ್ಸಿನಲ್ಲಿ ವೈದ್ಯ ಡಾ. ಕ್ಲೂಟೆನ್ ಅವರ ನಂಬರ್ ಬರೆದಿಟ್ಟಿದ್ದಳು. ಇಪ್ಪತ್ತನೇ ವಯಸ್ಸಿನಲ್ಲಿ ಫೆನೆರ್ನ್ ಅವರ ಮನೆಯಲ್ಲಿ ಕೆಲಸ ಮಾಡುತ್ತಿದ್ದಾಗ ಅವರ ನಂಬರ್ ಬರೆದು ಇಟ್ಟಿದ್ದಳು. ನಂತರ ಕ್ರಮವಾಗಿ, ಕೇಟರರ್‌ಗಳ, ರೆಸ್ಟೋರೆಂಟುಗಳ ಹಾಗೂ ತನ್ನದೇ ವ್ಯಾಪಾರ ವಹಿವಾಟಿನಲ್ಲಿ ತೊಡಗಿದವರ ನಂಬರ್‌ಗಳನ್ನು ಬರೆದು ಇಟ್ಟಿದ್ದಳು.

2. ತನ್ನ ಉಳಿತಾಯ ಖಾತೆಯಲ್ಲಿ ಕ್ಯಾಥರೀನಾ ಮಾಡಿದ ಎಲ್ಲ ವಹಿವಾಟುಗಳ ವಿವರ ಬ್ಯಾಂಕಿನ ಸ್ಟೇಟ್‌ಮೆಂಟ್‌ಗಳ ಅಂಚಿನಲ್ಲಿನ ಆಕೆಯ ಕೈ ಬರಹದ ಕರಾರುವಾಕ್ ಟಿಪ್ಪಣಿಗಳಿಂದ ಸಿಕ್ಕಿತು. ಅವಳ ಖಾತೆಗೆ ಜಮಾ ಆದ ಅಥವಾ ಅದರಿಂದ ತೆಗೆದ ಎಲ್ಲ ವಿವರಗಳು ಪಕ್ಕಾ ಎನ್ನುವಂತೆ ಇದ್ದವು. ಅದರಲ್ಲಿ ಯಾವುದೊಂದರಲ್ಲಿಯೂ ಸಂಶಯಾಸ್ಪದವಾದುದು ಏನೂ ಇರಲಿಲ್ಲ. 'ಎಲೆಗೆಂಟ್ ರಿವರಸೈಡ್ ರೆಸಿಡೆನ್ಸಸ್'ನಲ್ಲಿ ಖರೀದಿಸಿದ ತನ್ನ ಅಪಾರ್ಟ್‌ಮೆಂಟ್ ಬಾಬತ್ತು ಹಫ್ಟೆಕ್ಸ್ ಕಂಪೆನಿಗೆ ಕೊಡಬೇಕಾದ ಹಣದ ವಿವರಗಳನ್ನು ಕೂಡ ಆಕೆ ಚಿಕ್ಕ ಫೈಲ್‌ನಲ್ಲಿ ಅಷ್ಟೇ ಕರಾರುವಾಕ್ ಆಗಿ ಬರೆದು ಇಟ್ಟಿದ್ದಳು. ಇದರ ಜೊತೆಗೆ ಅವಳ ತೆರಿಗೆ ಅಂದಾಜುಗಳು, ಸ್ಟೇಟ್‌ಮೆಂಟ್‌ಗಳು ಮತ್ತು ಪಾವತಿಗಳನ್ನು ಒಬ್ಬ ಲೆಕ್ಕಪತ್ರಾಧಿಕಾರಿ ತಪಾಸಣೆ ಮಾಡಿದರು. ಆಕೆ ಎಲ್ಲಿಯೂ 'ದೊಡ್ಡ ಮೊತ್ತದ ಹಣವನ್ನು ಮುಚ್ಚಿ ಇಟ್ಟುದು' ಅವರಿಗೂ ಕಂಡು ಬರಲಿಲ್ಲ. ಕಳೆದ ಎರಡು ವರ್ಷಗಳ ಆಕೆಯ ಹಣಕಾಸು ವಹಿವಾಟುಗಳು ಬಹಳ ಮುಖ್ಯ ಎಂದು ಬೈತ್ಸ್‌ಮೆನ್ನೆ ಪರಿಗಣಿಸಿದ್ದರು. ಏಕೆಂದರೆ ಈ ಅವಧಿಯನ್ನೇ ಆಕೆಯ ಮನೆಗೆ 'ಆಗಂತುಕ ಪುರುಷರು ಭೇಟಿ ನೀಡಿದ ಅವಧಿ' ಎಂದು ಅವರು ಕ್ರೂರ ಹಾಸ್ಯ ಮಾಡಿದ್ದರು. ವಾಸ್ತವದಲ್ಲಿ, ಅಂಥದ್ದೇನೂ ಕಾಣಲಿಲ್ಲ.

ಆದಾಗ್ಯೂ, ಆಕೆ ತನ್ನ ತಾಯಿಯ ಖಾತೆಗೆ ಪ್ರತಿ ತಿಂಗಳು 150 ಮಾರ್ಕ್ ಗಳನ್ನು ಹಾಕುತ್ತಿದ್ದಳು ಹಾಗೂ ಗೆಮ್ಮೆಲ್ಸ್ ಬ್ರೋಇಶ್‌ನಲ್ಲಿನ ತನ್ನ ತಂದೆಯ ಸಮಾಧಿ ಸ್ಥಳವನ್ನು ಅಚ್ಚುಕಟ್ಟಾಗಿ ಇಡಲು ಕುಯಿರ್‌ದಲ್ಲಿನ ಕೋಲ್ಬರ್ ಕಂಪೆನಿಗೆ, ಕಾಯಂ ಆಗಿ ಜಾರಿಯಲ್ಲಿ ಇರುವ, ಸೂಚನೆ ಕೊಟ್ಟಿದ್ದಳು. ಅವಳು ತನ್ನ ಮನೆಗೆ ಪೀಠೋಪಕರಣ ತಂದುದು, ಪಾತ್ರೆ ಖರೀದಿಸಿದ್ದು, ಬಟ್ಟೆ, ಒಳ ಉಡುಪುಗಳ ಹಾಗೂ ಪೆಟ್ರೋಲ್ ಬಿಲ್‌ಗಳು. ಯಾವುದರಲ್ಲಿಯೂ ಎಲ್ಲಿಯೂ ವ್ಯತ್ಯಾಸಗಳು ಕಾಣಲಿಲ್ಲ. ಆಕೆಗೆ ಸಂಬಂಧಿಸಿದ ಎಲ್ಲ ಕಡತಗಳನ್ನು ಬೈತ್ಸ್‌ಮೆನ್ನೆ ಅವರಿಗೆ ವಾಪಸು ಕೊಡುತ್ತ ಲೆಕ್ಕಪತ್ರ ತಪಾಸಣೆಗಾರ, "ನಾನು ಹೇಳುವುದು ಇಷ್ಟೇ, ಅವಳು ಬಿಡುಗಡೆಯಾಗಿ ಯಾವುದಾದರೂ ಕೆಲಸವನ್ನು ಹುಡುಕುತ್ತಿದ್ದಾಳೆ ಎಂದು ಗೊತ್ತಾದರೆ, ನನಗೆ

ತಿಳಿಸಿ ಸಾಕು. ಹೇಳ್ತೀರಿ ತಾನೇ? ನಾವು ಇಂಥವರನ್ನೇ ಯಾವಾಗಲೂ ಹುಡುಕುತ್ತ ಇರುತ್ತೇವೆ. ಇಂಥವರು ನಮಗೆ ಸಿಗುವುದೇ ಇಲ್ಲ," ಎಂದು ಹೇಳಿದರು. ಅವಳ ದೂರವಾಣಿ ಬಿಲ್‌ಗಳಲ್ಲಿಯೂ ಯಾವುದೇ ಸಂಶಯಾಸ್ಪದವಾದ ಸುಳಿವು ಸಿಗಲಿಲ್ಲ. ಅವಳು ದೂರದ ಊರಿನ ಯಾವ ಕರೆ ಮಾಡಿದ್ದೂ ಅಲ್ಲಿ ಕಾಣುತ್ತಲೇ ಇರಲಿಲ್ಲ. ಪಾಕೆಟ್ ಮನಿಗಾಗಿ ಯವುದೋ ಮನೆಯನ್ನು ಒಡೆದು ಒಳನುಗ್ಗಿ ಕದ್ದ ಆರೋಪದ ಮೇಲೆ ಜೈಲಿನಲ್ಲಿ ಇರುವ ತನ್ನ ಅಣ್ಣ ಕೂರ್ಟ್‌ನಿಗಾಗಿ ಆಕೆ ಆಗೀಗ 15–30 ಮಾರ್ಕುಗಳನ್ನು ಅವನ ಖಾತೆಗೆ ಹಾಕಿದ ಮಾಹಿತಿ ಸಿಕ್ಕಿತು. ಬ್ಲೂಮ್‌ಳು ಚರ್ಚಿನ ತೆರಿಗೆ ಕಟ್ಟುತ್ತಿರಲಿಲ್ಲ. ಅವಳ ಹಣಕಾಸು ದಾಖಲೆಗಳನ್ನು ಗಮನಿಸಿದರೆ ಆಕೆ 19 ವರ್ಷದವಳು ಆಗಿದ್ದಾಗಲೇ ಕ್ಯಾಥೊಲಿಕ್ ಚರ್ಚುಗಳಿಗೆ 'ನಡೆದುಕೊಳ್ಳು'ವುದನ್ನು ನಿಲ್ಲಿಸಿದ್ದು ಗೊತ್ತಾಗುತ್ತಿತ್ತು.

3. ಅನೇಕ ಟಿಪ್ಪಣಿಗಳು ಇದ್ದ ಎರಡನೇ ಚಿಕ್ಕ ನೋಟ್‌ಪುಸ್ತಕದಲ್ಲಿ ನಾಲ್ಕು ಕಾಲಂಗಳು ಇದ್ದವು. ಒಂದು ಕಾಲಂನಲ್ಲಿ ಬ್ಲೋರ್ನ ಅವರ ಮನೆಯ ಕಿರಾಣಿ ಸಾಮಾನುಗಳ ಖರೀದಿ ಮತ್ತು ಸ್ವಚ್ಛತಾ ಸಾಮಗ್ರಿ, ಡ್ರೈ ಕ್ಲೀನಿಂಗ್ ಮತ್ತು ಲಾಂಡ್ರಿ ಖರ್ಚುವೆಚ್ಚದ ವಿವರಗಳು ಇದ್ದವು. ಇದರಿಂದ ತಿಳಿದ ಒಂದು ಮಾಹಿತಿ ಎಂದರೆ ಅವರ ಮನೆಯ ಎಲ್ಲ ಬಟ್ಟೆಗಳನ್ನು ಕ್ಯಾಥರೀನಾಳೇ ಇಸ್ತ್ರೀ ಮಾಡುತ್ತಿದ್ದಳು ಎಂಬುದು. ಎರಡನೇ ಕಾಲಂನಲ್ಲಿ ಹೀಪೆರ್ಟ್ಸ್ ಮನೆಗೆ ಸಂಬಂಧಿಸಿದ ಇದೇ ಬಗೆಯ ಖರ್ಚು ವೆಚ್ಚಗಳ ಮಾಹಿತಿ ಇತ್ತು. ಮೂರನೇ ಕಾಲಂನಲ್ಲಿ ಅವಳ ಮನೆಯ ಖರ್ಚು ವೆಚ್ಚದ ಮಾಹಿತಿ ಇತ್ತು. ಅದರ ಪ್ರಕಾರ ಆಕೆ ಅತ್ಯಂತ ಮಿತವಾಗಿ ಮನೆ ತೂಗಿಸಿಕೊಂಡು ಹೋಗುತ್ತಿದ್ದುದು ಗೊತ್ತಾಗುತ್ತಿತ್ತು. ಅನೇಕ ತಿಂಗಳುಗಳ ಕಾಲ ಆಕೆ ತನ್ನ ಆಹಾರದ ಖರ್ಚಿಗಾಗಿ ಕೇವಲ 30ರಿಂದ 50 ಮಾರ್ಕ್ ಹಣ ಮಾತ್ರ ಖರ್ಚು ಮಾಡಿದ್ದುದು ಕಾಣಿಸುತ್ತಿತ್ತು. ಆದರೆ, ಆಕೆ ಸಿನಿಮಾ ನೋಡಲು ಮತ್ತೆ ಮತ್ತೆ ಹೋಗುತ್ತಿದ್ದಂತಿತ್ತು. ಅವಳ ಮನೆಯಲ್ಲಿ ಟೆಲಿವಿಷನ್ ಸೆಟ್ಟು ಇರಲಿಲ್ಲ. ಹಾಗೂ ಆಕೆ ಆಗೀಗ ಚಾಕೊಲೆಟ್ ಬಾರ್‌ಗಳನ್ನು, ಕೆಲವು ಸಾರಿ ಬಾಕ್ಸುಗಳನ್ನು ಖರೀದಿಸುತ್ತಿದ್ದಂತಿತ್ತು.

ನಾಲ್ಕನೇ ಕಾಲಂನಲ್ಲಿ ಆಕೆ ಹೆಚ್ಚುವರಿಯಾಗಿ ನಿರ್ವಹಿಸಿದ ಕೆಲಸಕ್ಕೆ ಸಂಬಂಧಿಸಿದ ಖರ್ಚು ವೆಚ್ಚಗಳ ಪಟ್ಟಿ ಇತ್ತು. ಮನೆಗೆಲಸಕ್ಕೆ ಬೇಕಾಗುವ ವಸ್ತ್ರಗಳ ಖರೀದಿ ಹಾಗೂ ಅವುಗಳ ಲಾಂಡ್ರಿ ವೆಚ್ಚದ ವಿವರಗಳು, ಅವಳ ಫೋಕ್ಸ್‌ವ್ಯಾಗನ್ ಕಾರಿನ ಓಡಾಟಕ್ಕೆ ತಗುಲಿದ ವೆಚ್ಚದ ಮಾಹಿತಿಯೂ ಅದರಲ್ಲಿ ಇತ್ತು. ಈ ಹಂತದಲ್ಲಿ ಪೆಟ್ರೋಲ್‌ಗಾಗಿ ತಗುಲಿದ ವೆಚ್ಚ ಗಮನಿಸಿದ ಬೈತ್ಸ್‌ಮೆನ್ನೆ, ಎಲ್ಲರಿಗೂ ಆಶ್ಚರ್ಯವಾಗುವ ಹಾಗೆ ವಿಶ್ವಾಸಪೂರ್ವಕವಾಗಿ, ಇದಕ್ಕಾಗಿ ಹೆಚ್ಚು ವೆಚ್ಚ ಮಾಡಿದ ಕಾರಣವೇನು, ಅದರ ಲೆಕ್ಕ ಕೊಡಬೇಕಲ್ಲ ಎಂದು ಕ್ಯಾಥರೀನಾಗೆ ಕೇಳಿದರು. ಆಕೆ ಅದಕ್ಕಾಗಿ

ಮಾಡಿದ ಖರ್ಚಿಗೂ ಮತ್ತು ವಾಹನ ಓಡಿದ ಹೆಚ್ಚಿನ ದೂರವನ್ನು ತೋರಿಸುವ ದೂರಮಾಪಕದಲ್ಲಿನ ಅಂಕಿಗೂ ತಾಳೆಯಾಗುತ್ತಿತ್ತು.

ಬ್ಲೋರ್ನ್ ಮನೆಗೆ ಹೋಗಿ ಬರುವ ಅಂತರ ಆರು ಕಿಲೋಮೀಟರ್‌ಗಳಷ್ಟಾದರೆ ಹೀಪೆರ್ಟ್ಸ್ ಅವರ ಮನೆಗೆ ಹೋಗಿ ಬರುವ ದೂರ ಎಂಟು ಕಿಲೋಮೀಟರ್‌ಗಳಷ್ಟು. ವೋಲ್ಫೆರ್ಸ್‌ಹೈಮ್ ಮನೆಗೆ ಹೋಗಿ ಬರುವ ದೂರ ಕೇವಲ ನಾಲ್ಕು ಕಿಲೋಮೀಟರ್‌ಗಳಷ್ಟು ಇತ್ತು. ಪ್ರತಿ ವಾರವೂ ಒಂದು ಹೆಚ್ಚುವರಿ ಕೆಲಸ ಸಿಕ್ಕಿದೆ ಎಂದು ಉದಾರವಾಗಿ ಲೆಕ್ಕ ಹಾಕಿದರೂ ಇನ್ನೂ ಇಪ್ಪತ್ತು ಕಿಲೋಮೀಟರ್‌ನಷ್ಟು ಹೆಚ್ಚು ಕ್ರಮಿಸಿದಂತೆ ಆಗುತ್ತದೆ (ಎಷ್ಟು ಉದಾರವಾಗಿ ಲೆಕ್ಕ ಹಾಕಿದರೂ ಇದು ಕೂಡ ವಾರದ ಒಂದು ದಿನದಲ್ಲಿ ಮೂರು ಕಿಲೋಮೀಟರ್ ಮೀರುವುದಿಲ್ಲ). ಎಲ್ಲ ಸೇರಿ ನಿತ್ಯವೂ 21ರಿಂದ 22 ಕಿಲೋಮೀಟರ್ ದೂರ ಕ್ರಮಿಸಬಹುದು ಎಂದು ಅಂದಾಜು ಮಾಡಬಹುದು. ಮತ್ತು ವೋಲ್ಫೆರ್ಸ್‌ಹೈಮ್ ಅವರ ಮನೆಗೆ ಆಕೆ ನಿತ್ಯವೂ ಹೋಗಿರಲಿಲ್ಲ ಎಂಬುದನ್ನೂ ಇಲ್ಲಿ ಗಮನಿಸಬೇಕು.

ಅದೇನು ದೊಡ್ಡ ವಿಚಾರ ಎಂದು ಅಂದುಕೊಳ್ಳಬೇಕಿಲ್ಲ. ಇದರ ಅರ್ಥ ಎಂದರೆ, ಆಕೆ ಒಂದು ವರ್ಷಕ್ಕೆ ಒಟ್ಟು 8,000 ಕಿಲೋಮೀಟರ್ ಕ್ರಮಿಸಿರಬಹುದು ಎಂದು ಲೆಕ್ಕ ಹಾಕಬಹುದು. ಆರು ವರ್ಷಗಳ ಹಿಂದೆ ಆಕೆ ಷೆಫ್ ಕ್ಲೋರ್ಮರ್ ಅವರಿಂದ ಫೋಕ್ಸ್‌ವ್ಯಾಗನ್ ಕಾರನ್ನು ಖರೀದಿಸಿದ್ದಾಗ ಅದು 56,000 ಕಿಲೋಮೀಟರ್ ಓಡಿತ್ತು ಎಂಬ ಲಿಖಿತ ದಾಖಲೆಯನ್ನು ಆಕೆ ಕಾರಿನ ಮಾಲೀಕರಿಂದ ಪಡೆದುಕೊಂಡಿದ್ದಳು. ಈ 56,000 ಕಿಲೋಮೀಟರ್‌ಗಳಿಗೆ ಕಳೆದ ಆರು ವರ್ಷಗಳಲ್ಲಿ ಓಡಿದ 48,000 ಕಿಲೋಮೀಟರ್‌ಗಳನ್ನೂ ಸೇರಿಸಿದರೆ ಒಟ್ಟು 1,04.000 ದಿಂದ 1,05,000 ಕಿಲೋಮೀಟರ್‌ನಷ್ಟು ದೂರ ವಾಹನ ಓಡಿರಬೇಕಿತ್ತು. ಆದರೆ, ಕಾರಿನ ದೂರ ಮಾಪಕದಲ್ಲಿ 1,62,000 ಕಿಲೋಮೀಟರ್ ತೋರಿಸುತ್ತಿದೆ. ಗೆಮ್ಮೆಲ್ಸ್ ಬ್ರೊಇಶ್‌ನಲ್ಲಿ ಇದ್ದ ಮತ್ತು ಈಗ ಕುಯಿರ್-ಹಾಶ್ ಸಾಕೆಲ್‌ನಲ್ಲಿ ಇರುವ ಆರೋಗ್ಯಧಾಮದಲ್ಲಿ ಇರುವ ತನ್ನ ತಾಯಿಯನ್ನು ನೋಡಲು ಮತ್ತು ಜೈಲಿನಲ್ಲಿ ಇರುವ ತನ್ನ ಸೋದರನನ್ನು ಕಾಣಲು ಆಕೆ ಆಗಾಗ ಹೋಗಿ ಬರುತ್ತಿದ್ದಳು ಎಂದು ಈಗ ಗೊತ್ತಾಗಿದೆ.

ಗೆಮ್ಮೆಲ್ಸ್ ಬ್ರೊಇಶ್ ಅಥವಾ ಕುಯಿರ್-ಹಾಶ್ ಸಾಕೆಲ್‌ಗಳಿಗೆ ಹೋಗಿ ಬರುವ ದೂರ 50 ಕಿಲೋಮೀಟರ್. ಅವಳ ಸೋದರನನ್ನು ನೋಡಿ ಬಂದರೂ ಅದು 60 ಕಿಲೋಮೀಟರ್‌ನಷ್ಟು ಆಗುತ್ತದೆ. ಹೀಗಾಗಿ ತಿಂಗಳಿಗೆ ಒಂದು ಅಥವಾ ಹೆಚ್ಚೆಂದರೆ ಎರಡು ಸಾರಿ ಆ ಎರಡೂ ಊರುಗಳಿಗೆ ಆಕೆ ಹೋಗಿ ಬಂದಿದ್ದರೂ (ಅವಳ ಸೋದರ ಕಳೆದ ಒಂದೂವರೆ ವರ್ಷದಿಂದ ಜೈಲಿನಲ್ಲಿ ಇದ್ದು ಅದಕ್ಕಿಂತ

ಮೊದಲು ಆತ ತಾಯಿಯ ಜೊತೆಗೇ ಗೆಮ್ಮೆಲ್ಸ್ ಬ್ರೋಇಶ್‌ನಲ್ಲಿ ಇದ್ದ) ಕಳೆದ ಆರು ವರ್ಷಗಳಲ್ಲಿ ಇನ್ನೂ ಏಳೆಂಟು ಸಾವಿರ ಕಿಲೋಮೀಟರ್‌ಗಳನ್ನು ಸೇರಿಸಬಹುದು. ಆದಾಗ್ಯೂ 45,000 ದಿಂದ 50,000 ಕಿಲೋಮೀಟರ್ ಹೆಚ್ಚುವರಿ ದೂರ ವಾಹನ ಓಡಿದ್ದು ಏಕೆ ಎಂಬುದಕ್ಕೆ ಉತ್ತರ ಸಿಗಬೇಕು. ಅಂದರೆ ಅಷ್ಟು ಕಿಲೋಮೀಟರ್ ಕಾರು ಓಡಿದ್ದರ ಲೆಕ್ಕವನ್ನು ಇಟ್ಟಿಲ್ಲ ಎಂದು ಅರ್ಥವಾಗುತ್ತದೆ. ಹಾಗಾದರೆ, ಆಕೆ ಗಾಡಿಯನ್ನು ಎಲ್ಲಿಗೆ ಓಡಿಸಿಕೊಂಡು ಹೋಗುತ್ತಿದ್ದಳು? ಒಂದು ವೇಳೆ ಅವಳು– ಆತ ಒರಟಾದ ಒಂದು ಸಲಹೆಯನ್ನು ಅವಳ ಮುಂದೆ ಇಡಲು ಬಯಸುತ್ತಿರಲಿಲ್ಲವಾದರೂ ಆಕೆ ತನ್ನ ಪ್ರಶ್ನೆಯನ್ನು ಅರ್ಥ ಮಾಡಿಕೊಳ್ಳಲೇಬೇಕು– ಬಹುಶಃ ಅವಳು ಒಬ್ಬರು ಅಥವಾ ಹಲವರು ಪುರುಷರನ್ನು ಭೇಟಿ ಮಾಡಲು ಎಲ್ಲಿಗಾದರೂ ಹೋಗುತ್ತಿದ್ದಳೇ– ಹೋಗುತ್ತಿದ್ದಳಾದರೆ ಎಲ್ಲಿಗೆ?

ಮೆಲುದನಿಯಲ್ಲಿ ಬೈತ್ಸ್‌ಮೆನ್ನೆ ಮುಂದಿಟ್ಟ ಈ ಲೆಕ್ಕಾಚಾರವನ್ನು ಕೇಳಿದ ಕ್ಯಾಥರೀನಾ ಬ್ಲೂಮ್ ಮಾತ್ರವಲ್ಲ ಅಲ್ಲಿ ಇದ್ದ ಎಲ್ಲರೂ ಒಂದು ರೀತಿ ಮೋಡಿಗೆ ಒಳಗಾದವರಂತೆ ಕಂಡರು ಜೊತೆಗೆ ಆಘಾತಕ್ಕೂ ಒಳಗಾದರು. ಈ ಎಲ್ಲ ಅಂಕಿ ಅಂಶಗಳನ್ನು ಅವರು ತನ್ನ ಮುಂದೆ ಇಡುತ್ತಿದ್ದಾಗ ಕ್ಯಾಥರೀನಾಳಿಗೆ ಸಿಟ್ಟು ಬರಲಿಲ್ಲ. ಅವರ ಮೋಡಿ ಮಾಡುವ, ಆಘಾತಕಾರಿ ಎನಿಸುವ ಮಾತುಗಳನ್ನು ಕೇಳಿಸಿಕೊಂಡು ಆಕೆ ಉದ್ವಿಗ್ನಗೊಂಡಳು. ಅವರು ಮಾತನಾಡುತ್ತಿದ್ದಾಗ ಆಕೆ, ಆ ಹೆಚ್ಚುವರಿ 50,000 ಕಿಲೋಮೀಟರ್‌ಗಳಿಗೆ ವಿವರಣೆ ಹುಡುಕುತ್ತಿರಲಿಲ್ಲ; ತಾನು ಎಲ್ಲಿಗೆ ಯಾವಾಗ ಮತ್ತು ಏಕೆ ಅಷ್ಟು ದೂರ ಕಾರನ್ನು ಓಡಿಸಿದ್ದೆ ಎಂದು ಮನಸ್ಸಿನಲ್ಲಿಯೇ ಲೆಕ್ಕ ಹಾಕಲು ತೊಡಗಿದಳು. ಅಂದು ವಿಚಾರಣೆಗೆ ಕುಳಿತುಕೊಳ್ಳುವಾಗ ಆಕೆ ಆಶ್ಚರ್ಯಕರವಾಗಿ ಸ್ನೇಹಪರವಾಗಿದ್ದಳು, ಸಂಪೂರ್ಣವಾಗಿ 'ನಿರಾಳ'ವಾಗಿದ್ದಳು. ಒಂದಿಷ್ಟು ಅಸ್ಥಿರವಾಗಿ ಕಂಡಳಾದರೂ ತನಗೆ ತಂದು ಕೊಟ್ಟ ಚಹವನ್ನು ಅದಕ್ಕೆ ಹಣ ಕೊಡುತ್ತೇನೆ ಎಂದು ಹಟ ಹಿಡಿಯದೇ ಕುಡಿದಿದ್ದಳು. ಇದೀಗ, ಅವರು ತಮ್ಮ ಪ್ರಶ್ನಾವಳಿ ಹಾಗೂ ಲೆಕ್ಕಾಚಾರವನ್ನು ಮುಂದಿಟ್ಟ ನಂತರ ಅಲ್ಲಿ ಸಾವಿನಂಥ ಮೌನ (ಅಲ್ಲಿದ್ದ ಹಲವರನ್ನು, ಬಹುಪಾಲು ಎಲ್ಲರನ್ನೂ, ಉಲ್ಲೇಖಿಸಬಹುದಾದರೆ) ನೆಲೆಸಿತು, ಪೆಟ್ರೋಲ್ ಬಿಲ್‌ಗಳನ್ನು ಆಧರಿಸಿ ಇದನ್ನೆಲ್ಲ ಪತ್ತೆ ಮಾಡಿದ್ದರಿಂದ, ಯಾರಾದರೂ ಇದನ್ನು ಅಲಕ್ಷಿಸಬಹುದಿತ್ತು, ಇದುವರೆಗೆ ತೆರೆದ ಪುಸ್ತಕದಂತೆ ಕಂಡಿದ್ದ ಕ್ಯಾಥರೀನಾ ಬ್ಲೂಮ್‌ಳ ಜೀವನದ ಅಂತರಂಗದ ರಹಸ್ಯವೊಂದನ್ನು ಭೇದಿಸಿದಂತೆ ಭಾಸವಾಯಿತು.

"ಹೌದು," ಎಂದಳು ಕ್ಯಾಥರೀನಾ. ಇಲ್ಲಿಂದ ಅವಳ ಹೇಳಿಕೆಯನ್ನು ದಾಖಲು ಮಾಡಿಕೊಳ್ಳಲಾಗಿದ್ದು ಅದು ಲಿಖಿತ ರೂಪದಲ್ಲಿ ಲಭ್ಯವಿದೆ. "ಅದೆಲ್ಲವೂ ನಿಜ. ಈಗ ನಾನು ನನ್ನ ಮನಸ್ಸಿನಲ್ಲಿಯೇ ಅದನ್ನು ಲೆಕ್ಕ ಹಾಕಿದ್ದೇನೆ. ಪ್ರತಿದಿನ ಸರಾಸರಿ

ಸುಮಾರು 25 ಕಿಲೋಮೀಟರ್‌ನಷ್ಟು ಆಗಿರಬಹುದು. ಆ ಕುರಿತು ನಾನು ಯಾವಾಗಲೂ ಅತ್ತ ಗಮನ ಹರಿಸಿರಲಿಲ್ಲ, ಅಥವಾ ಅದಕ್ಕೆ ತಗಲುವ ವೆಚ್ಚದ ಕಡೆಗೂ ಗಮನ ಇಟ್ಟಿರಲಿಲ್ಲ. ಕೆಲವು ಸಾರಿ ನಾನು ಸುಮ್ಮನೆ ಕಾರು ಓಡಿಸಿಕೊಂಡು ಹೋಗುತ್ತೇನೆ. ಕಾರಿನಲ್ಲಿ ಕುಳಿತುಕೊಂಡು, ಇಂಥಲ್ಲಿಗೇ ಹೋಗಬೇಕು ಎಂದೇನೂ ಮನಸ್ಸಿನಲ್ಲಿ ಇರದೇ ಹೊರಡುತ್ತೇನೆ. ಹೋಗುತ್ತಿರುವಾಗಲೇ ಯಾವುದಾದರೂ ಒಂದು ಸ್ಥಳಕ್ಕೆ ಹೋಗಿ ತಲುಪಬಹುದು. ಕಾರಿನಲ್ಲಿ ಹೋಗುತ್ತಿರುವಾಗ ದಕ್ಷಿಣದ ಕಡೆ ತಿರುಗಿದರೆ ಕೊಬ್ಲೆಂಝ್, ಪಶ್ಚಿಮದ ಕಡೆ ಆಖೆನ್ ಅಥವಾ ಬಯಲುಮೇಡಿನ ಲೋಯರ್ ರ್ಹೈನ್ ನದಿವರೆಗೆ ಹೋಗಿ ತಲುಪಿರುತ್ತಿದ್ದೆ. ಹೀಗೆ ನಾನು ನಿತ್ಯವೂ ಹೋಗುತ್ತಿದ್ದೆ ಎಂದಲ್ಲ. ಹೀಗೆ ಎಷ್ಟು ಸಾರಿ ಅಥವಾ ಎಷ್ಟು ದಿನಗಳ ನಂತರ ಹೋಗುತ್ತಿದ್ದೆ ಎಂಬುದನ್ನು ಖಚಿತವಾಗಿ ಹೇಳಲಾರೆ. ಸಾಮಾನ್ಯವಾಗಿ ಮಳೆ ಬರುತ್ತಿದ್ದಾಗ, ನನ್ನ ಎಲ್ಲ ಕೆಲಸ ಮುಗಿದಿರುವಾಗ, ನನ್ನಷ್ಟಕ್ಕೆ ನಾನು ಇರಬೇಕು ಎಂದೆನಿಸಿದಾಗ ಹೋಗುತ್ತಿದ್ದೆ. ಒಂದು ನಿಮಿಷ ಇರಿ. ಇಲ್ಲಿ ನನ್ನ ಹೇಳಿಕೆಯನ್ನು ಸರಿಪಡಿಸಬೇಕು. ಮಳೆ ಬರುತ್ತಿದ್ದ ಅವಧಿಯಲ್ಲಿ ಮಾತ್ರ ನಾನು ಹೀಗೆ ಹೋಗುತ್ತಿದ್ದೆ. ಏಕೆ ಹೀಗೆ ಕಾರು ತೆಗೆದುಕೊಂಡು ಹೋಗುತ್ತಿದ್ದೆ ಎಂದು ಖಚಿತವಾಗಿ ಕಾರಣ ಹೇಳಲಾರೆ. ಹೀಪೆರ್ಟ್ಸ್ ಅವರ ಮನೆಗೆ ಹೋಗುವುದು ಇರದೇ ಇದ್ದಾಗ, ನನಗೆ ಹೆಚ್ಚುವರಿ ಯಾವುದೇ ಕೆಲಸವೂ ಇಲ್ಲದೇ ಇದ್ದಾಗ ಸಂಜೆ ಐದು ಗಂಟೆಗೆಲ್ಲ ಮನೆಗೆ ಬಂದು ಬಿಟ್ಟಿರುತ್ತಿದ್ದೆ ಎಂಬುದನ್ನೂ ನೀವು ನೆನಪು ಇಟ್ಟುಕೊಂಡಿರಬೇಕು.

"ಎಲ್ಸ್‌ರನ್ನು ಕಾಣಲು ಹೋಗಬೇಕು ಎಂದು ನನಗೆ ಯಾವಾಗಲೇನೂ ಅನಿಸುತ್ತಿರಲಿಲ್ಲ ಅದೂ ಕೊನ್ರಾಡ್ ಜೊತೆಗೆ ಅವರು ಅಷ್ಟು ಗೆಳೆತನ ಬೆಳೆಸಿದ ನಂತರ ಇದು ಇನ್ನೂ ಕಡಿಮೆಯಾಯಿತು. ತನ್ನ ಪಾಡಿಗೆ ತಾನು ಒಬ್ಬ ಮಹಿಳೆ ಏಕಾಕಿಯಾಗಿ ಚಿತ್ರಮಂದಿರಗಳಿಗೆ ಹೋಗುವುದು ಅಷ್ಟು ಸುರಕ್ಷಿತವೂ ಅಲ್ಲ. ಕೆಲವು ಸಾರಿ ನಾನು ಚರ್ಚಿಗೆ ಹೋಗಿ ಕುಳಿತುಕೊಳ್ಳುತ್ತಿದ್ದೆ. ಅದು ಧಾರ್ಮಿಕ ಕಾರಣಕ್ಕಾಗಿ ಎಂದೇನೂ ಅಲ್ಲ. ಅಲ್ಲಿ ಹೋದರೆ ನೀವು ಶಾಂತವಾಗಿ ಕುಳಿತುಕೊಳ್ಳಬಹುದು. ಆದರೆ, ಈಗಿನ ದಿನಗಳಲ್ಲಿ ಚರ್ಚುಗಳಲ್ಲಿ ಕೂಡ ನಮಗೆ ಇಚ್ಛೆಯಿಲ್ಲದೇ ಇದ್ದರೂ ನಮ್ಮನ್ನು ಮಾತಿಗೆ ಎಳೆಯುವವರೇನೂ ಕಡಿಮೆ ಇಲ್ಲ. ಅವರೆಲ್ಲ ಅಮಾಯಕರು ಆಗಿರುತ್ತಾರೆ ಎಂದೂ ಇಲ್ಲ.

"ನನಗೆ ಕೆಲವು ಗೆಳೆಯರೂ ಇದ್ದಾರೆ. ಉದಾಹರಣೆಗೆ ನನಗೆ ಕಾರು ಮಾರಿದ ವೆರ್ನರ್ ಕ್ಲೋರ್ಮರ್, ಅವರ ಪತ್ನಿ, ಕ್ಲೋಫ್ಟ್ ರೆಸ್ಟೋರೆಂಟಿನ ಕೆಲವರು ಸಿಬ್ಬಂದಿ ಇತ್ಯಾದಿ. ಉಳಿದಂತೆ ಏನೂ ಕೆಲಸವಿಲ್ಲದೆ ಎಲ್ಲೆಲ್ಲಿಗೋ ಹೋಗಿ ಯಾರು ಯಾರನ್ನೋ ಭೇಟಿ ಮಾಡುವುದು ಕಷ್ಟ. ಅದು ಕೆಲವು ಸಾರಿ ಮುಜುಗರದಾಯಕವೂ ಹೌದು. ಹೀಗಾಗಿ ಕಾರಿನಲ್ಲಿ ಕುಳಿತುಕೊಳ್ಳುತ್ತಿದ್ದೆ. ರೇಡಿಯೊ

ಹಾಕುತ್ತಿದ್ದೆ. ಯಾವಾಗಲೂ ಹೊರಗೆ ಮಳೆ ಸುರಿಯುವಾಗ ಮುಖ್ಯರಸ್ತೆ ಬಿಟ್ಟು ಪಕ್ಕದ ರಸ್ತೆಯಲ್ಲಿ, ಅದೂ ಮರಗಿಡಗಳು ಹುಲುಸಾಗಿ ಇರುವ ರಸ್ತೆಯಲ್ಲಿ ಕೆಲವು ಸಾರಿ ಹಾಲಂಡ್‌ವರೆಗೆ ಕೆಲವು ಸಾರಿ ಬೆಲ್ಜಿಯಂವರೆಗೆ ಕಾರು ಓಡಿಸಿಕೊಂಡು ಹೋಗಿ ಅಲ್ಲಿ ಕಾಫಿಯನ್ನು ಕುಡಿದೋ, ಬೀಯರ್ ಅನ್ನು ಹೀರಿಯೊ ವಾಪಸು ಬರುತ್ತಿದ್ದೆ.

"ಈಗ ನೀವು ಕೇಳುತ್ತಿರುವಂತೆಯೇ ಅದೆಲ್ಲ ನನ್ನ ಕಣ್ಣ ಮುಂದೆ ಬರುತ್ತಿದೆ. ಹಾಗಾದರೆ, ಎಷ್ಟು ಸಾರಿ ಹಾಗೆ ಹೋಗಿದ್ದೀ ಎಂದು ನೀವು ಕೇಳಿದರೆ ತಿಂಗಳಲ್ಲಿ ಎರಡು ಸಾರಿ, ಮೂರು ಸಾರಿ, ಕೆಲವೊಮ್ಮೆ ಅಪರೂಪಕ್ಕೆ ಹೆಚ್ಚು ಸಲ ಹಾಗೂ ಹಲವು ಗಂಟೆಗಳ ಕಾಲ ನಾನು ಹೋಗಿರಬಹುದು. ರಾತ್ರಿ ಒಂಬತ್ತು, ಹತ್ತು ಹೆಚ್ಚೆಂದರೆ ಹನ್ನೊಂದು ಗಂಟೆ ಒಳಗೆ ವಿಪರೀತ ದಣಿದು ಬಂದು ಮನೆ ಸೇರುತ್ತಿದ್ದೆ. ಇದು ಕೊಂಚ ಭಯದಿಂದಲೂ ಇರಬಹುದು: ಅನೇಕ ಒಂಟಿ ಹೆಣ್ಣುಮಕ್ಕಳು ಟಿವಿ ಮುಂದೆ ಕುಳಿತು ಕುಡಿಯುತ್ತ ತಮ್ಮ ಸಂಜೆ ಕಳೆಯುತ್ತಾರೆ ಎಂದು ನನಗೆ ಗೊತ್ತು."

ಆಕೆಯ ಈ ಎಲ್ಲ ವಿವರಣೆಯನ್ನು, ಯಾವುದೇ ಅಡ್ಡ ಮಾತು ಆಡದೇ, ನಸುನಗುತ್ತ ಕೇಳಿಸಿಕೊಳ್ಳುತ್ತಿದ್ದ ಬೈತ್ಸ್‌ಮೆನ್ನೆ ಮನಸ್ಸಿನಲ್ಲಿ ಏನು ಆಗುತ್ತಿದೆ ಎಂಬ ಕುರಿತು ಯಾರಿಗೂ ಯಾವ ಸುಳಿವೂ ಸಿಗಲಿಲ್ಲ. ಅವರು ಸುಮ್ಮನೆ ತಲೆದೂಗಿದರು. ಅವರು ತಮ್ಮ ಕೈಗಳನ್ನು ತಿಕ್ಕಿದರು ಎಂದರೆ ಕ್ಯಾಥರೀನಾ ಬ್ಲೂಮ್ ಕೊಟ್ಟ ಮಾಹಿತಿಯು ಅವರದೇ ಆದ ಒಂದು 'ಸಿದ್ಧಾಂತ'ವನ್ನು ಖಚಿತಪಡಿಸಿದೆ ಎಂದು ಅದರ ಅರ್ಥ. ಒಂದಿಷ್ಟು ಸಮಯ ಎಲ್ಲವೂ ಶಾಂತವಾಗಿ ಇತ್ತು. ಅಲ್ಲಿದ್ದವರಿಗೆಲ್ಲ ಆಶ್ಚರ್ಯವಾದಂತೆ ಅಥವಾ ಮುಜುಗರವಾದಂತೆ ಅನಿಸಿತ್ತು. ಇದೇ ಮೊದಲ ಬಾರಿಗೆ ಕ್ಯಾಥರೀನಾ ತೀರಾ ವೈಯಕ್ತಿಕವಾದುದನ್ನು, ಅಂತರಂಗದ ಸಂಗತಿಯನ್ನು ಬಹಿರಂಗ ಪಡಿಸಿದ್ದಳು ಎಂದು ಅವರಿಗೆಲ್ಲ ಅನಿಸಿತ್ತು. ತದನಂತರ ಆಕೆಯ ಮನೆಯಿಂದ ಮುಟ್ಟುಗೋಲು ಹಾಕಿಕೊಂಡಿದ್ದ ವಸ್ತುಗಳನ್ನು ಪಟ್ಟಿ ಮಾಡುವ ಕೆಲಸ ಕ್ಷಿಪ್ರವಾಗಿ ಮುಗಿಯಿತು.

4. ಒಂದು ಆಲ್ಬಂನಲ್ಲಿ ಇದ್ದ ಎಲ್ಲ ಚಿತ್ರಗಳಲ್ಲಿ ಇದ್ದವರನ್ನು ಬಹಳ ಸುಲಭವಾಗಿ ಗುರುತಿಸಿದ್ದಾಯಿತು. ಅನಾರೋಗ್ಯದಿಂದ ಬಳಲುತ್ತಿದ್ದ, ನೋವು ಅನುಭವಿಸುತ್ತಿದ್ದಂತೆ ಕಾಣುತ್ತಿದ್ದ ಹಾಗೂ ಅದೇ ಕಾರಣದಿಂದ ಆಗಿದ್ದುದಕ್ಕಿಂತ ಹೆಚ್ಚು ವಯಸ್ಸಾದವರಂತೆ ಕಾಣುತ್ತಿದ್ದ ಕ್ಯಾಥರೀನಾ ಬ್ಲೂಮ್‌ಳ ತಂದೆ, ಕ್ಯಾನ್ಸರ್‌ನಿಂದ ಇನ್ನೇನು ಸಾಯಲಿದ್ದ ತಾಯಿ ಮತ್ತು ಅವಳ ಸೋದರ ಆ ಚಿತ್ರಗಳಲ್ಲಿ ಇದ್ದರು. ಕ್ಯಾಥರೀನಾಳ ಅನೇಕ ಚಿತ್ರಗಳು ಅದರಲ್ಲಿ ಇದ್ದವು. ಅವಳು ನಾಲ್ಕನೇ ವಯಸ್ಸಿನ, ಆರನೇ ವಯಸ್ಸಿನ ಹಾಗೂ ಹತ್ತನೇ ವಯಸ್ಸಿನಲ್ಲಿ ಕ್ರೈಸ್ತ ಸಂಪ್ರದಾಯದಂತೆ ಫರ್ಸ್ಟ್ ಕಮ್ಯುನಿಕಂಟ್

(ಸಾಮಾನ್ಯವಾಗಿ ಏಳನೇ ವಯಸ್ಸಿನಲ್ಲಿ ಕ್ಯಾಥೊಲಿಕ್ ಕ್ರೈಸ್ತ ಹುಡುಗರಿಗೆ ಮಾಡುವ ಫರ್ಸ್ಟ್ ಕಮ್ಯುನಿಯನ್ ಎಂಬ ಸಂಸ್ಕಾರವಿದು. ಈ ಸಂಸ್ಕಾರದಲ್ಲಿ ಭಾಗವಹಿಸುವ ಹುಡುಗಿಯರು ಬಿಳಿ ಬಟ್ಟೆ ಧರಿಸಿರುತ್ತಾರೆ. ಮತ್ತು ಹುಡುಗರು ಸೂಟ್ ಧರಿಸಿರುತ್ತಾರೆ. ಅವರು ಈ ಆಚರಣೆಯಲ್ಲಿ ಭಾಗವಹಿಸಿದ ನಂತರ ಅವರಿಗೆ ಚರ್ಚಿನಲ್ಲಿಯೇ ಬ್ರೆಡ್ ತಿನಿಸಲಾಗುತ್ತದೆ. ಈ ಬ್ರೆಡ್ಡಿನಲ್ಲಿ ಕ್ರೈಸ್ತನ ದೇಹವಿರುತ್ತದೆ ಎಂದು ಭಾವಿಸಲಾಗುತ್ತದೆ. ಕೆಲವು ಸಾರಿ ವೈನ್ ಕೊಡುತ್ತಾರೆ. ಇದು ಕ್ರೈಸ್ತನ ರಕ್ತ ಎಂದು ನಂಬಲಾಗುತ್ತದೆ. ಆದರೆ, ಅದು ಅಪರೂಪ) ಆದಾಗಿನ, ಇಪ್ಪತ್ತನೇ ವಯಸ್ಸಿನಲ್ಲಿ ವಧು ಆಗಿದ್ದಾಗಿನ, ಅವಳ ಪತಿಯ, ಗೆಮ್ಮೆಲ್ಸ್ ಬ್ರೊಇಶ್‌ನ ಧರ್ಮಗುರುವಿನ, ನೆರೆಹೊರೆಯವರ, ಬಂಧುಗಳ, ಎಲ್ಸ್ ವೊಲ್ಫೆರ್ಸ್ ಹೈಮ್ ಅವರ ಹಲವು ಭಂಗಿಗಳ ಮತ್ತು ಕೊಂಚ ವಯಸ್ಸಾದ, ತಕ್ಷಣ ಗುರುತಿಸಲಾಗದ, ಸಂತೋಷವಾಗಿ ಕಾಣುತ್ತಿದ್ದ, ಫೇನೆರ್ನ್, ಇವರು ತಪ್ಪಿತಸ್ಥ ಲೆಕ್ಕಪತ್ರ ಅಧಿಕಾರಿ ಎಂಬ ಆರೋಪ ಎದುರಿಸಿದವರು, ಎಂದು ಗುರುತಿಸಲಾದವರ ಚಿತ್ರಗಳು ಆ ಆಲ್ಬಂನಲ್ಲಿ ಇದ್ದವು. ಆದರೆ, ಬೈತ್ಸ್‌ಮೆನ್ನೆ ಅವರ 'ಸಿದ್ಧಾಂತ'ಕ್ಕೆ ಹೊಂದುವಂಥ ಒಂದೇ ಒಂದು ಚಿತ್ರವೂ ಅದರಲ್ಲಿ ಇರಲಿಲ್ಲ.

5. ಕ್ಯಾಥರೀನಾ ಬ್ರೆಟ್ಟ್ ಲೋ ನೀ ಬ್ಲೂಮ್ ಹೆಸರಿನಲ್ಲಿ ನೀಡಲಾದ ಒಂದು ಪಾಸ್‌ಪೋರ್ಟ್ ಅಲ್ಲಿ ಇತ್ತು. ಅದಕ್ಕೆ ಸಂಬಂಧಿಸಿದಂತೆ ಆಕೆ ಎಲ್ಲೆಲ್ಲಿ ಪ್ರವಾಸ ಮಾಡಿ ಬಂದಿರುವಳು ಎಂಬ ಪ್ರಶ್ನೆ ಕೇಳಲಾಯಿತು. ಆದರೆ, ಆಕೆ "ಅಂಥ ಯಾವುದೇ ಒಂದು ನಿಜವಾದ ಪ್ರವಾಸ"ದ ಮೇಲೆ ಹೋದವಳೇ ಅಲ್ಲ ಎಂದೂ ಗೊತ್ತಾಯಿತು. ಕೆಲವು ಸಾರಿ ಆಕೆಗೆ ಹುಷಾರಿಲ್ಲದಾಗ ಬಿಟ್ಟರೆ ಉಳಿದ ಎಲ್ಲ ದಿನ ಆಕೆ ಕೆಲಸದ ಮೇಲೆಯೇ ಇದ್ದಳು. ರಜೆ ಕಾಲದಲ್ಲಿಯೂ ಕೆಲಸ ಮಾಡಿದ್ದಕ್ಕೆ ಪ್ರತಿಯಾಗಿ ಫೇನೆರ್ನ್ ಹಾಗೂ ಬ್ಲೋರ್ನ ಅವರಿಂದ ಸಂಬಳ ಪಡೆದಿದ್ದಳು. ಆಕೆ ಒಂದೋ ಹೆಚ್ಚುವರಿ ಕೆಲಸ ಹುಡುಕಿಕೊಂಡು ಹೋಗಿದ್ದಳು ಅಥವಾ ಹೆಚ್ಚುವರಿ ಕೆಲಸ ಮಾಡಿದ್ದಳು.

6. ಒಂದು ಹಳೆಯ ಚಾಕೊಲೆಟ್ ಪೆಟ್ಟಿಗೆ. ಅದರಲ್ಲಿ ಕೆಲವು ಪತ್ರಗಳು, ಸರಿಸುಮಾರು ಹತ್ತು ಹನ್ನೆರಡು. ಅವಳ ತಾಯಿಯಿಂದ, ಸೋದರನಿಂದ, ಗಂಡನಿಂದ, ವೋಲ್ಫೆರ್ಸ್‌ಹೈಮ್ ಅವರಿಂದ ಬಂದಂಥವು. ಅವಳ ವಿರುದ್ಧ ಯಾವುದೇ ಸಂಶಯ ಬರುವಂಥದು ಯಾವ ಪತ್ರದಲ್ಲಿಯೂ ಇರಲಿಲ್ಲ. ಜರ್ಮನ್ ಸೇನೆಯಲ್ಲಿ ಇದ್ದ ಆಕೆಯ ತಂದೆಯ ಮತ್ತು ವಾದ್ಯಗೋಷ್ಠಿಯ ಸಮವಸ್ತ್ರದಲ್ಲಿ ಇದ್ದ ಆಕೆಯ ಗಂಡನ ಚಿತ್ರಗಳು ಇದ್ದವು. ಸೂಕ್ತಿಗಳನ್ನು ಒಳಗೊಂಡಿರುವ ಕ್ಯಾಲೆಂಡರ್‌ನ ಹರಿದ ತುಣುಕುಗಳು, ಅವಳೇ ತನ್ನ ಕೈ ಬರಹದಲ್ಲಿ ಬರೆದಿದ್ದ ವಿವಿಧ ಅಡುಗೆ ವಿಧಾನಗಳು ಹಾಗೂ 'ಸಾಸ್ ತಯಾರಿಕೆಯಲ್ಲಿ ಶೆರಿಯ ಬಳಕೆ' ಎಂಬ ಮಾಹಿತಿಯುಳ್ಳ ಕರಪತ್ರ ಅದರಲ್ಲಿ ಇದ್ದವು.

7. ಹಲವು ಕಾಗದಪತ್ರಗಳು ಇದ್ದ ಒಂದು ಕಡತದಲ್ಲಿ ಅವಳ ಪ್ರಮಾಣ ಪತ್ರಗಳು, ಡಿಪ್ಲೊಮಾ ಪದವಿ ಪ್ರಮಾಣಪತ್ರಗಳು, ಅವಳ ವಿಚ್ಛೇದನ ಕುರಿತ ಎಲ್ಲ ಕಾಗದ ಪತ್ರಗಳು ಮತ್ತು ಸಮುಚ್ಚಯದಲ್ಲಿನ ಅವಳ ಅಪಾರ್ಟ್‌ಮೆಂಟಿನ ಎಲ್ಲ ದಾಖಲೆಪತ್ರಗಳು ಅದರಲ್ಲಿ ಇದ್ದವು.

8. ಮೂರು ಕೀ ಬಂಚ್‌ಗಳು ಇದ್ದವು. ಅವೆಲ್ಲ ಅವಳ ಮನೆಯ, ಕಪಾಟುಗಳ ಕೀಲಿ ಕೈಗಳು ಎಂದು ತಿಳಿದು ಬಂತು. ಅಲ್ಲದೇ, ಬ್ಲೋರ್ನ ಹಾಗೂ ಹೀಪೆರ್ಟ್ಸ್ ಅವರ ಮನೆಯ ಕೆಲವು ಕೀಲಿ ಕೈಗಳೂ ಅದರಲ್ಲಿ ಇದ್ದವು. ಆದರೆ, ಮೇಲಿನ ಯಾವುದೇ ವಸ್ತುಗಳಲ್ಲಿ ಅಥವಾ ದಾಖಲೆಗಳಲ್ಲಿ ಅನುಮಾನಾಸ್ಪದವಾದ ಯಾವುದೇ ಸುಳಿವು ಸಿಗಲಿಲ್ಲ ಎಂಬುದನ್ನು ಖಚಿತಪಡಿಸಿಕೊಳ್ಳಲಾಯಿತು; ಹಾಗೆಂದು ದಾಖಲಿಸಲಾಯಿತು ಕೂಡ. ಕ್ಯಾಥರೀನಾಳು ತನ್ನ ಕಾರಿಗೆ ಬಳಸಿದ ಪೆಟ್ರೋಲಿನ ಪ್ರಮಾಣವನ್ನು, ಅವಳು ಕ್ರಮಿಸಿದ ದೂರದ ಕುರಿತ ವಿವರಣೆಯನ್ನೂ ಯಾವುದೇ ಟಿಪ್ಪಣಿಯಿಲ್ಲದೆ ಒಪ್ಪಿಕೊಳ್ಳಲಾಯಿತು.

ಈಗ ಬೈತ್ಸ್‌ಮೆನ್ನೆ ಅವರು ಇದುವರೆಗೆ ಪ್ರತ್ಯೇಕವಾಗಿ ತೆಗೆದುಕೊಂಡು ಇಟ್ಟಿದ್ದ, ಮಾಣಿಕ್ಯದ ಒಂದು ಉಂಗುರವನ್ನು ಜೇಬಿನಿಂದ ಹೊರಗೆ ತೆಗೆದು ತಮ್ಮ ಕೋಟಿನ ತೋಳಿಗೆ ಉಜ್ಜುತ್ತ ಕ್ಯಾಥರೀನಾ ಮುಂದೆ ಹಿಡಿದರು.

"ಇದನ್ನು ನೀನು ಗುರುತಿಸುತ್ತೀಯಾ?"

"ಹೌದು" ಎಂದು ಆಕೆ ಯಾವುದೇ ಹಿಂಜರಿಕೆ ಅಥವಾ ಮುಜುಗರ ಇಲ್ಲದೇ ಒಪ್ಪಿಕೊಂಡಳು.

"ಇದು ನಿನ್ನದೇನಾ?"

"ಹೌದು"

"ಇದರ ಬೆಲೆ ಎಷ್ಟು ಇರಬಹುದು ಎಂದು ನಿನಗೆ ಗೊತ್ತೇ?"

"ಸರಿಯಾಗಿ ಹೇಳಲಾರೆ. ಹೆಚ್ಚೇನೂ ಇರಲಾರದು."

"ಸರಿ ಹಾಗಾದರೆ" ಬೈತ್ಸ್‌ಮೆನ್ನೆ ಖುಷಿಯಿಂದ ಹೇಳಿದರು: "ನಾವು ಇದರ ಬೆಲೆಯನ್ನು ಇಲ್ಲಿನ ಪರಿಣತರಿಂದ ಮಾತ್ರವಲ್ಲ, ನಿನಗೆ ಅನ್ಯಾಯವಾಗಬಾರದು ಎಂದು ಹೊರಗಿನ ಒಬ್ಬ ಆಭರಣ ವ್ಯಾಪಾರಿಯಿಂದಲೂ, ಖಚಿತಪಡಿಸಿಕೊಂಡಿದ್ದೇವೆ. ಈ ಉಂಗುರದ ಬೆಲೆ ಎಂಟರಿಂದ ಹತ್ತು ಸಾವಿರ ಮಾರ್ಕ್ ಆಸುಪಾಸು ಇದೆ. ನಿನಗೆ ಅದು ತಿಳಿದಿರಲಿಲ್ಲವೇ? ನಾನು ನಿನ್ನನ್ನು ನಂಬುತ್ತೇನೆ. ಆದರೂ ಈ ಉಂಗುರ ಎಲ್ಲಿಂದ ಬಂತು ಎಂದು ನೀನು ಹೇಳಬೇಕು. ದರೋಡೆ, ಕೊಲೆ ಪ್ರಕರಣದಲ್ಲಿ

ಪಾತ್ರ ಇದೆ ಎಂದು ಬಲವಾದ ಶಂಕೆ ಇರುವ ಒಬ್ಬ ವ್ಯಕ್ತಿಯ ವಿಚಾರಣೆಯ ಸಂದರ್ಭದಲ್ಲಿ ಇಂಥ ಉಂಗುರ ಕ್ಷುಲ್ಲಕ ವಿಚಾರವಲ್ಲ; ಮಳೆಯಲ್ಲಿ ಹಲವು ಗಂಟೆಗಳ ಕಾಲ ಹಲವು ನೂರು ಕಿಲೋಮೀಟರ್ ದೂರ ನಿನ್ನ ವಾಹನವನ್ನು ಓಡಿಸಿಕೊಂಡು ಹೋದಂಥ ವೈಯಕ್ತಿಕ ಸಂಗತಿಯೂ ಅಲ್ಲ. ಯಾರಿಂದ ನೀನು ಈ ಉಂಗುರವನ್ನು ಪಡೆದೆ? ಗ್ಯೊಟೆನ್‌ನಿಂದಲೇ ಅಥವಾ ಸಭ್ಯ ಆಗಂತುಕನಿಂದಲೇ ಅಥವಾ ಗ್ಯೊಟೆನ್‌ನೇ ಆ ಸಭ್ಯ ಆಗಂತುಕನೂ ಆಗಿದ್ದನೇ? ಅಲ್ಲವಾದರೆ: ನೀನು 'ಮಹಿಳಾ ಆಗಂತುಕಿ'ಯಾಗಿ (ನಾನು ಈ ಪದವನ್ನು ವಿನೋದವಾಗಿ ಬಳಸಬಹುದಾದರೆ) ಸಾವಿರಾರು ಕಿಲೋಮೀಟರ್ ದೂರ ಮಳೆಯಲ್ಲಿ ಕಾರನ್ನು ಎಲ್ಲಿಗೆ ಓಡಿಸಿಕೊಂಡು ಹೋಗುತ್ತಿದ್ದಿ? ಯಾವ ಆಭರಣ ವ್ಯಾಪಾರಿಯಿಂದ ಈ ಉಂಗುರವನ್ನು ಖರೀದಿಸಲಾಗಿದೆ ಅಥವಾ ಇದನ್ನು ಕದಿಯಲಾಗಿದೆಯೇ ಅಥವಾ ಖರೀದಿಸಲಾಗಿದೆಯೇ ಎಂದು ತಿಳಿಯುವುದು ನಮಗೆ ಸುಲಭದ ಕೆಲಸ. ಆದರೆ, ನಾನು ನಿನಗೆ ಒಂದು ಅವಕಾಶವನ್ನು ಕೊಡಲು ಬಯಸುತ್ತೇನೆ: ನೋಡು, ನೀನು ಅಪರಾಧ ಕೃತ್ಯದಲ್ಲಿ ಪಾಲುಗೊಂಡಿದ್ದೀ ಎಂದು ನಾನು ಭಾವಿಸುವುದಿಲ್ಲ. ನೀನು ಒಬ್ಬ ಅಮಾಯಕ ಹಾಗೂ ಕೊಂಚ ಹೆಚ್ಚೇ ಎನ್ನುವ ಹಾಗಿನ ಪ್ರಣಯಾಸಕ್ತಿಯ ಹೆಣ್ಣುಮಗಳು. ಬಹುಬೇಗ ಆಘಾತಕ್ಕೆ ಒಳಗಾಗುವ, ಗೆಳೆಯರಿಂದ 'ಸನ್ಯಾಸಿನಿ' ಎಂದು ಉಪನಾಮ ಹೊಂದಿರುವ, ನೀತಿಗೆಟ್ಟವರು ಬರುತ್ತಾರೆ ಎಂದು ಡಿಸ್ಕೋತೆಕ್‌ಗಳಿಗೆ ಹೋಗದಂಥ ಹೆಣ್ಣುಮಗಳು ನೀನು. ತನ್ನ ಗಂಡ 'ಮೈ ಮೇಲೆ ಬೀಳುತ್ತಿದ್ದ' ಎಂದು ಆತನಿಂದ ವಿಚ್ಛೇದನ ಪಡೆದವಳು. ಅಂಥ ನೀನು ಈ ಉಂಗುರ ಎಲ್ಲಿಂದ ಬಂತು ಎಂಬುದನ್ನು ಹೇಗೆ ವಿವರಿಸುತ್ತೀ? ಗ್ಯೊಟೆನ್ ಎಂಬ ಈ ಮನುಷ್ಯನನ್ನು ಮೊನ್ನೆ ರಾತ್ರಿಗಿಂತ ಮುಂಚೆ ಎಂದೂ ಭೇಟಿ ಮಾಡಿರಲಿಲ್ಲ ಎಂದು ನೀನು ಹೇಳುತ್ತಿರುವೆ. ಅದೇ ದಿನ (ಅವಸರದಲ್ಲಿ ಎಂದೂ ಹೇಳಬಹುದು) ಆತನನ್ನು ಮನೆಗೆ ಕರೆದುಕೊಂಡು ಹೋಗಿ ಅಷ್ಟು ಬೇಗ ಅವನ ಜೊತೆಗೆ ಅನ್ಯೋನ್ಯಳಾದವಳು (ಹಾಂ, ಹಾಗೆ ಹೇಳಬಹುದೇ) ಅಥವಾ ನೀನು ಅದನ್ನು ಏನೆಂದು ಕರೆಯುವೆ? ಅದು ಮೊದಲ ನೋಟದ ಪ್ರೇಮವೇ? ಮೋಹವೇ? ಅವು ಪ್ರಣಯಾಸಕ್ತಿಯ ಭಾವನೆಗಳೇ? ನಿನ್ನ ಹೇಳಿಕೆಯಲ್ಲಿ ಹೊಂದಾಣಿಕೆಯಾಗದ ಕೆಲವು ಸಂಗತಿಗಳು ಇದ್ದು ಅವು ಅನುಮಾನವನ್ನು ಉಳಿಸುತ್ತವೆ. ಹೀಗಾಗಿ ಅಲ್ಲಿ ಬೇರೇನೋ ಇದ್ದಂತೆ ಕಾಣುತ್ತದೆ."

ಅವರು ತಮ್ಮ ಕೋಟಿನ ಜೇಬಿನಲ್ಲಿ ಕೈ ಹಾಕಿ ಒಂದು ದೊಡ್ಡ ಬಿಳಿ ಲಕೋಟೆಯನ್ನು ಹೊರತೆಗೆದು ಅದರೊಳಗೆ ಇದ್ದ ಅಂದದ, ಧೂಮ್ರವರ್ಣದ, ಕೆನೆ ಬಣ್ಣದ ಗೆರೆಗಳುಳ್ಳ ಸಾಮಾನ್ಯ ಅಳತೆಯ ಒಂದು ಲಕೋಟೆ ತೆಗೆದರು. "ನಿನ್ನ ಮಲಗುವ ಕೋಣೆಯಲ್ಲಿನ ಮೇಜಿನ ಡ್ರಾವರ್‌ನಲ್ಲಿ ಇದ್ದ ಈ ಖಾಲಿ ಲಕೋಟೆಯಲ್ಲಿ ನಮಗೆ

ಈ ಉಂಗುರ ಕಂಡು ಬಂತು. ಅದರ ಮೇಲೆ ದುಸೆಲ್ ದೋರ್ಫ್, ಫೆಬ್ರುವರಿ 12, 1974, ಸಂಜೆ 6:00 ಗಂಟೆ, ಊರಿನ ಅಂಚೆ ಮೊಹರು ಇದ್ದು ಅದರ ಮೇಲೆ ನಿನ್ನ ವಿಳಾಸ ಇದೆ. ದಯಮಾಡಿ ಸ್ಪಷ್ಟವಾಗಿ ಹೇಳಿ ಬಿಡು," ಎಂದ ಬೈತ್ಸ್‌ಮೆನ್ನೆ ಅವರು ತೀರ್ಮಾನಕ್ಕೆ ಬಂದವರಂತೆ, "ನಿನಗೆ ಒಬ್ಬ ಗೆಳೆಯ ಇದ್ದಾನೆ. ಆತ ನಿನ್ನನ್ನು ಮತ್ತೆ ಮತ್ತೆ ಭೇಟಿ ಮಾಡುತ್ತಿದ್ದ. ನೀನು ಅವನನ್ನು ನೋಡಲು ಕೆಲವು ಸಾರಿ ಕಾರು ಓಡಿಸಿಕೊಂಡು ಹೋಗುತ್ತಿದ್ದಿ, ಆತ ನಿನಗೆ ಪ್ರೇಮಪತ್ರ ಬರೆಯುತ್ತಿದ್ದ, ಕೆಲವು ಸಾರಿ ನಿನಗೆ ಕಾಣಿಕೆಗಳನ್ನು ಕೊಟ್ಟ– ಹೇಳು, ಅದೇನು ಅಪರಾಧವಲ್ಲ! ಆದರೆ, ಗ್ಯೊಟೆನ್ ಜೊತೆಗೆ ನಿನಗೇನಾದರೂ ಒಂದಿಷ್ಟು ಸಂಬಂಧ ಇದ್ದುದೇ ಆದರೆ ನಿನ್ನ ಮೇಲೆ ತಪ್ಪು ಹೊರಿಸಬಹುದಾಗಿದೆ," ಎಂದರು.

ಕೊಠಡಿಯಲ್ಲಿ ಇದ್ದ ಎಲ್ಲರಿಗೂ ಕ್ಯಾಥರೀನಾ ಉಂಗುರವನ್ನು ಗುರುತಿಸಿದಳು; ಆದರೆ, ಆಕೆಗೆ ಅದರ ಬೆಲೆ ಗೊತ್ತಿರಲಿಲ್ಲ ಎಂದು ಅರ್ಥವಾಯಿತು. ಮತ್ತೊಮ್ಮೆ ಇಲ್ಲಿ ಸೂಕ್ಷ್ಮವಾದ, ಪುರುಷ ಆಗಂತುಕರ, ವಿಷಯವನ್ನು ಎತ್ತಿದಂತಾಯಿತು. ಇದರಿಂದ ತನ್ನ ಗೌರವಕ್ಕೆ ಧಕ್ಕೆ ಇದೆ ಎಂದು ಅವಳಿಗೆ ನಾಚಿಕೆಯಾಯಿತೇ ಅಥವಾ ಈ ವಿಚಾರದಲ್ಲಿ ತಾನು ಯಾರನ್ನು ಸಿಲುಕಿಸಬಾರದು ಎಂದುಕೊಂಡಿದ್ದಳೋ ಅವರಿಗೆ ಅಪಾಯವಾಗುತ್ತದೆ ಎಂದು ಅವಳಿಗೆ ಅನಿಸಿತೇ? ಈಗ ಅವಳ ಮುಖ ಕೆಲ ಕ್ಷಣ ಕೆಂಪಾಯಿತು. ಗ್ಯೊಟೆನ್ ತನಗೆ ಈ ಉಂಗುರ ಕೊಟ್ಟಿದ್ದಾನೆ ಎಂದು ಅವಳು ಒಪ್ಪುವುದಿಲ್ಲವೇ? ಏಕೆಂದರೆ ಗ್ಯೊಟೆನ್ ಅಂಥ ನಯ ನಡವಳಿಕೆಯ ದೊಡ್ಡ ಮನುಷ್ಯ ಎಂದು ಇವರಾರೂ ನಂಬುವುದಿಲ್ಲ ಎಂದು ಅವಳಿಗೆ ತಿಳಿದಿತ್ತು. ಅವಳು ಶಾಂತವಾಗಿ ಕುಳಿತಳು. ಹೆಚ್ಚೂ ಕಡಿಮೆ 'ದಮನಿತಳಂತೆ' ಅವಳು ತನ್ನ ಹೇಳಿಕೆ ನೀಡಿದಳು.

"ವೋಲ್ಟೆರ್ಸ್‌ಹೈಮ್ ಮನೆಯ ಪಾರ್ಟಿಯಲ್ಲಿ ನಾನು ಲೂಡ್ವಿಶ್ ಗ್ಯೊಟೆನ್ ಒಬ್ಬನ ಜೊತೆಗೆ ಮಾತ್ರ ಉತ್ಕಟಳಾಗಿ ಡಾನ್ಸ್ ಮಾಡಿದ್ದು ನಿಜ. ನಾನು ಅವನನ್ನು ಅದೇ ಮೊದಲ ಬಾರಿ ಕಂಡಿದ್ದೆ. ಗುರುವಾರ ಬೆಳಿಗ್ಗೆ ನನ್ನನ್ನು ಪೊಲೀಸರು ವಿಚಾರಣೆ ಮಾಡುವವರೆಗೆ ನನಗೆ ಅವನ ಅಡ್ಡಹೆಸರು (ಸರ್‌ನೇಮ್) ಏನು ಎಂಬುದೂ ಗೊತ್ತಿರಲಿಲ್ಲ. ಆದರೂ, ಅವನ ಬಗ್ಗೆ ನನಗೆ ತೀವ್ರ ಅನುರಾಗದ ಭಾವನೆ ಮೂಡಿತು. ಅವನಿಗೂ ನನ್ನ ಕುರಿತು ಹಾಗೆಯೇ ಅನಿಸಿತು. ಅಂದು ರಾತ್ರಿ ಹತ್ತು ಗಂಟೆಗೆ ವೋಲ್ಟೆರ್ಸ್‌ಹೈಮ್ ಅವರ ಅಪಾರ್ಟ್‌ಮೆಂಟಿನಿಂದ ಲೂಡ್ವಿಶ್ ಜೊತೆಗೇ ನನ್ನ ಅಪಾರ್ಟ್‌ಮೆಂಟಿಗೆ ಕಾರಿನಲ್ಲಿ ಬಂದೆ.

"ಈ ಉಂಗುರದ ಮೂಲದ ಬಗೆಗೆ ಯಾವುದೇ ಮಾಹಿತಿಯನ್ನು ನಾನು ಕೊಡಲಾಗದು – ತಿದ್ದುಪಡಿ: ಕೊಡಲು ಬಯಸುವುದಿಲ್ಲ. ಏಕೆಂದರೆ ಅದು

ಯಾವುದೇ ಅಕ್ರಮ ಮಾರ್ಗದಿಂದ ನನಗೆ ಬರಲಿಲ್ಲ. ಹಾಗಾಗಿ ಅದರ ಮೂಲ ಕುರಿತು ನಿಮಗೆ ಹೇಳಬೇಕಾದ ಅಗತ್ಯ ನನಗೆ ಇಲ್ಲ. ನನ್ನ ಗಮನಕ್ಕೆ ನೀವು ತಂದಿರುವ ಲಕೋಟೆಯನ್ನು ಕಳಿಸಿದವರು ನನಗೆ ಅಪರಿಚಿತರು. ಅದು ಜಾಹೀರಾತು ಸಾಮಗ್ರಿಯ ಒಂದು ಮಾದರಿ ಎಂದು ತಿಳಿಯುತ್ತೇನೆ. ಏಕೆಂದರೆ ಈಗಾಗಲೇ ನಾನು ಕೇಟರಿಂಗ್ ವಲಯದಲ್ಲಿ ಸಾಕಷ್ಟು ಹೆಸರು ಮಾಡಿದ್ದೇನೆ. ಇದನ್ನು ಕಳಿಸಿದವರು ತಮ್ಮ ಹೆಸರು ಇಲ್ಲದೇ ಇಷ್ಟು ಆಕರ್ಷಕವಾದ ಒಂದು ಲಕೋಟೆಯಲ್ಲಿ ಈ ಜಾಹೀರಾತನ್ನು ನನಗೆ ಏಕೆ ಕಳಿಸಿದರು ಎಂಬುದನ್ನು ಕುರಿತೂ ನಾನು ಯಾವುದೇ ವಿವರಣೆ ನೀಡಲಾರೆ. ಇಷ್ಟು ಹೇಳಬಹುದು: ಈ ಮೂಲಕ ಯಾರೋ ಆಹಾರ ಉದ್ಯಮದಲ್ಲಿ ಇರುವವರು ತಮ್ಮ ವೈಶಿಷ್ಟ್ಯವನ್ನು ತೋರ್ಪಡಿಸಲು ಸೃಷ್ಟಿಸಲು ಕಾತರರಾಗಿರಬಹುದು," ಎಂದು ಕ್ಯಾಥರೀನಾ ವಿವರಿಸಿದಳು.

ಹಾಗಾದರೆ, ಆ ನಿರ್ದಿಷ್ಟ ದಿನ, ತನ್ನ ಕಾರನ್ನು ತಾನೇ ಓಡಿಸಿಕೊಂಡು ಹೋಗಲು, ತನ್ನದೇ ಹೇಳಿಕೆಯ ಪ್ರಕಾರ ಆನಂದಿಸುವವಳು, ವೋಲ್ಟರ್ಸ್‌ಹೈಮ್ ಮನೆಗೆ ಬಾಡಿಗೆ ಕಾರಿನಲ್ಲಿ ಹೋಗಿದ್ದು ಏಕೆ ಎಂದು ಕ್ಯಾಥರೀನಾಳಿಗೆ ಪ್ರಶ್ನೆ ಕೇಳಲಾಯಿತು. ಅದಕ್ಕೆ ಆಕೆ, "ನಾನು ಕಡಿಮೆ ಕುಡಿಯಲಿದ್ದೇನೆಯೋ ಅಥವಾ ಜಾಸ್ತಿ ಕುಡಿಯಲಿದ್ದೇನೆಯೋ ಎಂಬುದು ಅಲ್ಲಿಗೆ ಹೊರಡುವುದಕ್ಕಿಂತ ಮುಂಚೆ ನನಗೆ ಗೊತ್ತಿರಲಿಲ್ಲ. ಹೀಗಾಗಿ ಸ್ವಂತ ಕಾರಿನಲ್ಲಿ ಹೋಗುವುದು ಸುರಕ್ಷಿತ ಎಂದು ಅನಿಸಲಿಲ್ಲ," ಎಂದು ಉತ್ತರಿಸಿದಳು.

ಅಂದು ಜಾಸ್ತಿ ಕುಡಿದೆಯಾ ಅಥವಾ ಕೆಲವು ಸಾರಿ ಅಮಲೇರಿ ಮೈಮರೆಯಿತೇ ಎಂದು ಕೇಳಿದಾಗ, "ಇಲ್ಲ ನಾನು ಜಾಸ್ತಿ ಕುಡಿಯಲಿಲ್ಲ. ನಾನು ಯಾವಾಗಲೂ ಅಮಲೇರಿ ಮೈಮರೆತಿಲ್ಲ. ಒಂದು ಸಾರಿ ಹಾಗೆ ಅಗಿತ್ತು. ಅದೂ ನನ್ನ ಗಂಡನ ಚಿತಾವಣೆಯಿಂದ, ಬ್ಯಾಂಡ್ ಮೇಳದ ಸಂತೋಷ ಕೂಟದಲ್ಲಿ, ಮತ್ತೇರಿತ್ತು. ಅಂದು ನನಗೆ ಕೊಟ್ಟ ಮದ್ಯವು ಸೋಂಪಿನ ಬೀಜ ಬೆರೆಸಿದ ನಿಂಬೆ ಪಾನಕದಂತಿತ್ತು. ಜನರು ಚೆನ್ನಾಗಿ ಕುಡಿಯುವಂತೆ ಮಾಡಲು ಬಳಸುತ್ತಿದ್ದ ದುಬಾರಿ ಮದ್ಯವದು ಎಂದು ನಂತರ ನನಗೆ ತಿಳಿದು ಬಂದಿತ್ತು," ಎಂದು ಆಕೆ ಉತ್ತರಿಸಿದಳು.

"ನಿನ್ನ ಈ ವಿವರಣೆ ಗಮನಿಸಿದರೆ–ಪಾರ್ಟಿಯಲ್ಲಿ ವಿಪರೀತವಾಗಿ ಕುಡಿದು ಬಿಡಬಹುದು ಎಂಬ ನಿನ್ನ ಅಳುಕು ನಿಜವಾದುದಲ್ಲ ಎಂಬುದನ್ನು ತೋರಿಸುತ್ತದೆಯಲ್ಲವೇ? ಏಕೆಂದರೆ ನೀನು ಯಾವಾಗಲೂ ಹೆಚ್ಚು ಕುಡಿಯುತ್ತಿರಲೂ ಇಲ್ಲ," ಎಂದು ಅವಳಿಗೇ ತಿರುಗಿಸಿ ಕೇಳಲಾಯಿತು. "ಅದು, ನೀನು ಹೇಳುವ ಹಾಗೆ ಆಕಸ್ಮಿಕವಾಗಿಯಲ್ಲದೇ ಗ್ಯೊಟೆನ್ ಜೊತೆಗೆ ಯೋಜಿಸಿಕೊಂಡು ಭೇಟಿ

ಮಾಡುವ ಸ್ಥಾನವಾಗಿತ್ತು ಹಾಗೂ ಆ ಕಾರಣಕ್ಕಾಗಿಯೇ ನೀನು ನಿನ್ನ ಕಾರಿನಲ್ಲಿ ಬರಲಿಲ್ಲ. ಅವನ ಕಾರಿನಲ್ಲಿ ಮನೆಗೆ ಹೋಗುತ್ತೀ ಎಂಬುದು ನಿನಗೆ ಗೊತ್ತಿತ್ತು ಎಂಬ ಅಭಿಪ್ರಾಯ ಹೊರಡುತ್ತದೆ ಎಂಬುದು ನಿನಗೆ ತಿಳಿದಿರಲಿಲ್ಲವೇ," ಎಂದು ಕೂಡ ಅವಳನ್ನು ಪ್ರಶ್ನಿಸಲಾಯಿತು. ಅದಕ್ಕೆ, ಅವಳು ತಲೆ ಅಲ್ಲಾಡಿಸಿ ತಾನು ಮೊದಲು ಹೇಳಿದ್ದೇ ಸರಿ ಎಂದಳು. ಕೊಂಚ ಜಾಸ್ತಿ ಕುಡಿಯಬೇಕು ಎಂಬ ಮೂಡಿನಲ್ಲಿ ತಾನು ಇದ್ದುದು ಹೌದಾದರೂ ಕೊನೆಯಲ್ಲಿ ಕುಡಿದುದು ಸ್ವಲ್ಪ ಮಾತ್ರ ಎಂದು ಸ್ಪಷ್ಟಪಡಿಸಿದಳು.

ಊಟದ ಬಿಡುವಿಗಿಂತ ಮುಂಚೆ ಇನ್ನೊಂದು ಅಂಶವನ್ನು ಸ್ಪಷ್ಟೀಕರಿಸಿಕೊಳ್ಳಬೇಕಿತ್ತು: ಅವಳ ಬಳಿ ಸೇವಿಂಗ್ಸ್ ಬುಕ್ ಏಕಿಲ್ಲ ಹಾಗೂ ಚೆಕ್‌ಬುಕ್ ಏಕಿಲ್ಲ? ಅಥವಾ ಎಲ್ಲಿಯಾದರೂ ಅವಳಿಗೆ ಹಣ ಸುಲಭವಾಗಿ ಸಿಗುವ ಉಳಿತಾಯ ಖಾತೆ ಇದ್ದಿರಬಹುದಲ್ಲವೇ? ಆದರೆ, ಅವಳಿಗೆ ಅಂಥ ಬೇರೆ ಯಾವ ಖಾತೆಗಳೂ ಇರಲಿಲ್ಲ.

ಅವಳದು ಇದ್ದುದು ಒಂದೇ; ಅದು ಉಳಿತಾಯ ಖಾತೆ. ಪ್ರತಿಯೊಂದು ಮೊತ್ತವೂ, ಅದು ಎಷ್ಟೇ ಚಿಕ್ಕದು ಇರಲಿ, ಅದನ್ನು ಅವಳು ತನ್ನ ಸಾಲದ ಖಾತೆಗೇ ಜಮಾ ಮಾಡುತ್ತಿದ್ದಳು. ಏಕೆಂದರೆ ಸಾಲದ ಮೇಲಿನ ಬಡ್ಡಿ ಬಹಳ ಜಾಸ್ತಿ ಇತ್ತು. ಅದು ಅವಳ ಉಳಿತಾಯ ಖಾತೆಯಲ್ಲಿ ಸಿಗುತ್ತಿದ್ದ ಬಡ್ಡಿಗಿಂತ ದುಪ್ಪಟ್ಟಿನಷ್ಟು ಹೆಚ್ಚು ಇತ್ತು. ಆದರೆ, ಉಳಿತಾಯ ಖಾತೆಯಲ್ಲಿ ಏನೇನೂ ಬಡ್ಡಿ ಸಿಗುತ್ತಿರಲಿಲ್ಲ. ಜೊತೆಗೆ ಈ ಚೆಕ್ಕುಗಳ ವ್ಯವಹಾರ ತುಂಬಾ ದುಬಾರಿ ಹಾಗೂ ಗೋಜಲಿನದು ಎಂದು ಅವಳಿಗೆ ಅನಿಸುತಿತ್ತು. ಅವಳ ಮನೆ ಹಾಗೂ ಕಾರಿನ ನಿತ್ಯದ ಖರ್ಚುಗಳನ್ನು ಆಕೆ ನಗದು ರೂಪದಲ್ಲಿಯೇ ಕೊಡುತ್ತಿದ್ದಳು.

25

ಕೆಲವು ಅಡ್ಡಿ ಅಡೆತಡೆಗಳು, ಅವುಗಳನ್ನು ತುಯ್ತಗಳು ಅಥವಾ ಕ್ಲೇಷಗಳು ಎಂದು ವ್ಯಾಖ್ಯಾನಿಸಬಹುದು, ಅವುಗಳನ್ನು ತಪ್ಪಿಸಲಾಗದು. ಎಲ್ಲ (ಹರಿವಿನ) ಮೂಲಗಳನ್ನು ಒಮ್ಮೆಲೇ ತಿರುಗಿಸಬಾರದು ಅಥವಾ ಅವುಗಳ ಮಾರ್ಗ ಬದಲಿಸಬಾರದು. ಏಕೆಂದರೆ ಒಣಭೂಮಿ ತಕ್ಷಣ ಎದ್ದು ಕಾಣುತ್ತದೆ. ಏನೇ ಇರಲಿ, ಅನಗತ್ಯ ಕ್ಲೇಷಗಳನ್ನು ನಿವಾರಿಸಬೇಕು, ಅಂದು ಶುಕ್ರವಾರ ಬೆಳಿಗ್ಗೆ ಬೈತ್ಸ್‌ಮೆನ್ನೆ ಮಾತ್ರವಲ್ಲ ಕ್ಯಾಥರೀನಾ ಕೂಡ, ತಗ್ಗಿಬಗ್ಗಿ ಅಲ್ಲದಿದ್ದರೂ, ಸೌಮ್ಯವಾಗಿ ನಡೆದುಕೊಂಡಳು ಎಂಬುದನ್ನು ನಾವು ವಿವರಿಸಬೇಕಾಗಿದೆ. ಕ್ಯಾಥರೀನಾ ಇನ್ನೂ ದುರ್ಬಲಳಾಗಿ ಭಯಪಟ್ಟವರಂತೆ ಕಾಣುತ್ತಿದ್ದಳು. ವೋಲ್ಟೆರ್ಸ್‌ಹೈಮ್ ಅವರ ಮುಂಬಾಗಿಲಿನಿಂದ

ಪಕ್ಕದ ಮನೆಯವರೊಬ್ಬರು ಅಂದಿನ 'ನ್ಯೂಜ್' ಪತ್ರಿಕೆಯನ್ನು ಒಳಗೆ ತಳ್ಳಿದ್ದುದು ನಿಜವಾದರೂ, ಅದರಿಂದ ಇಬ್ಬರೂ ಹೆಣ್ಣುಮಕ್ಕಳಲ್ಲಿ ಸಿಟ್ಟು, ಸಾತ್ವಿಕ ರೋಷ, ಅಪಮಾನ ಮುಂತಾದ ಭಾವನೆಗಳು ಒಂದೇ ಸಾರಿ ನುಗ್ಗಿಬಂದುವು. ಅವರಿಬ್ಬರೂ ಭಯಭೀತರೂ ಆದರು. ಅದರ ಪರಿಣಾಮವಾಗಿ ಬ್ಲೋರ್ನ ಅವರ ಜೊತೆಗೆ ದೂರವಾಣಿಯಲ್ಲಿ ನಡೆದ ಮಾತುಕತೆಯಿಂದಾಗಿ ಈ ದುಗುಡಗಳು ಕೊಂಚ ಉಪಶಮನಗೊಂಡಿದ್ದವು.

ತರುವಾಯ, ಆ ಇಬ್ಬರೂ ಭಯಗ್ರಸ್ತ ಮಹಿಳೆಯರು 'ನ್ಯೂಜ್' ಪತ್ರಿಕೆಯ ಮೇಲೆ ಕಣ್ಣು ಹಾಯಿಸಿ ಅದರಲ್ಲಿ ಪ್ರಕಟವಾಗಿದ್ದ ವಾರ್ತೆಯ ಸಾರಾಂಶ ಗಮನಿಸಿ ಕ್ಯಾಥರೀನಾಳು ಬ್ಲೋರ್ನ ಅವರಿಗೆ ಕರೆ ಮಾಡಿದ್ದಳು. ವೋಲ್ಟೆರ್ಸ್‌ಹೈಮ್ ಮನೆಗೆ ಮಹಿಳಾ ಪೊಲೀಸ್ ಅಧಿಕಾರಿ ಪ್ಲೆಟ್ಸರ್ ಬಂದು, ಕ್ಯಾಥರೀನಾ ಮನೆಯ ಮೇಲೆ ಸಹಜವಾಗಿಯೇ ಕಣ್ಗಾವಲು ಇರಿಸಿದ್ದಾಗಿಯೂ ಅದರಿಂದಾಗಿಯೇ ಕ್ಯಾಥರೀನಾ ಇಲ್ಲಿ ಇರುತ್ತಾಳೆ ಎಂದು ತನಗೆ ತಿಳಿದುದಾಗಿಯೂ, ದುರದೃಷ್ಟವಶಾತ್– ವೋಲ್ಟೆರ್ಸ್‌ಹೈಮ್ ಕೂಡ ದುರದೃಷ್ಟವಶಾತ್– ಪೊಲೀಸ್ ಪ್ರಧಾನ ಕಚೇರಿಗೆ ವಿಚಾರಣೆಗೆ ತೆರಳಬೇಕು ಎಂದೂ ಹೇಳಿದಳು. ಈ ಮಹಿಳಾ ಪೊಲೀಸ್ ಅಧಿಕಾರಿಯ ನಿಷ್ಕಪಟ, ಆಪ್ಯಾಯಮಾನ ಮಾತುಗಳು 'ನ್ಯೂಜ್' ಪತ್ರಿಕೆ ಮಾಡಿದ ಆಘಾತವನ್ನು ಕೊಂಚ ಕಡಿಮೆ ಮಾಡಿದುವು. ಈ ನಡುವೆ ಕ್ಯಾಥರೀನಾಗೆ ಕಳೆದ ರಾತ್ರಿ ನಡೆದ ಘಟನೆಗಳು ಮನಃಪಟಲದ ಮೇಲೆ ಬಂದು ನಿಂತವು. ಅದು ಅದೃಷ್ಟದ ರಾತ್ರಿಯಾಗಿತ್ತು ಎಂದು ಆಕೆಗೆ ಬಹಳ ಸಂತೋಷವೂ ಆಗಿತ್ತು. ಏಕೆಂದರೆ, ಲೂದ್ವಿಶ್‌ನು ನಿನ್ನೆ ರಾತ್ರಿ ಆಕೆಗೆ ಕರೆ ಮಾಡಿದ್ದ. "ಅಲ್ಲಿಂದ!"

ಅವನು ತುಂಬಾ ಪ್ರಸನ್ನಚಿತ್ತನಾಗಿ ಮಾತನಾಡಿದ್ದ, ಅದರಿಂದಾಗಿಯೇ ಆಕೆ ತಾನು ಈಗ ಎದುರಿಸುತ್ತಿರುವ ಯಾವುದೇ ತೊಂದರೆ ಕುರಿತು ಅವನಿಗೆ ಏನನ್ನೂ ಹೇಳಲಿಲ್ಲ. ಇದೆಲ್ಲ ತನ್ನಿಂದಾಗಿಯೇ ಆಯಿತು ಎಂದು ಆತನಿಗೆ ಅನಿಸುವುದು ಆಕೆಗೆ ಬೇಡವಾಗಿತ್ತು. ಅಥವಾ ಅವರು ಪ್ರೀತಿ ಪ್ರೇಮ ಎಂದೆಲ್ಲ ಮಾತನಾಡಲಿಲ್ಲ. ಕಾರಿನಲ್ಲಿ ಮನೆಗೆ ಹೋಗುವಾಗ ಆಕೆ ಅದೆಲ್ಲ ಮಾಡುವುದು ಬೇಡ ಎಂದು ಆತನಿಗೆ ಸ್ಪಷ್ಟವಾಗಿಯೇ ನಿರ್ಬಂಧ ಹಾಕಿದ್ದಳು. ಇಲ್ಲ, ಇಲ್ಲ, ಅವಳು ಚೆನ್ನಾಗಿಯೇ ಇದ್ದಾಳೆ, ಬಹುಶಃ ಅವಳು ಅವನ ಜೊತೆಗೆ ಕಾಯಂ ಆಗಿ ಅಥವಾ ಬಹು ದೀರ್ಘಕಾಲ, ಸಾಧ್ಯವಾದರೆ, ಸದಾಕಾಲ, ಯಾವಾಗಲೂ, ಇರಲು ಬಯಸುತ್ತಾಳೆ. ಬಹುಶಃ, ಕಾರ್ನಿವಾಲ್ ಸಮಯದಲ್ಲಿ ಅವಳು ಆರಾಮವಾಗಿ ಇದ್ದು ಮತ್ತೆ ಯಾರ ಜೊತೆಗೂ, ಯಾರು ಯಾರ ಜೊತೆಗೂ ನೃತ್ಯ ಮಾಡುವುದಿಲ್ಲ. ಒಂದು ವೇಳೆ ಮಾಡಿದರೆ ಆ ಲ್ಯಾಟಿನ್ ಅಮೆರಿಕದವನ ಜೊತೆಗೇ ನೃತ್ಯ ಮಾಡುತ್ತಾಳೆ; ಅವನ ಜೊತೆಗೆ ಮಾತ್ರ ನೃತ್ಯ ಮಾಡುತ್ತಾಳೆ. ಅವನು ಎಲ್ಲಿ ವಾಸವಾಗಿದ್ದಾನೋ ಅಲ್ಲಿಯ

ವ್ಯವಸ್ಥೆ ಹೇಗಿದೆ ಎಂದು ಕೇಳಿದಾಗ, ತನ್ನ ಮನೆ ಬಹಳ ಚೆನ್ನಾಗಿದೆ, ತನಗೆ ಏನೆಲ್ಲ ಬೇಕೋ ಅದೆಲ್ಲ ಅಲ್ಲಿ ಇದೆ ಎಂದು ಆತ ಹೇಳಿದ್ದ. ಪ್ರೀತಿ, ಪ್ರೇಮದ ಸುದ್ದಿ ಎತ್ತಬಾರದು ಎಂದು ನಿರ್ಬಂಧ ಹಾಕಿದ್ದರಿಂದ ತಾನು ಆಕೆಯನ್ನು ತುಂಬ ತುಂಬ ತುಂಬಾ ಅತಿಯಾಗಿ ಇಷ್ಟಪಟ್ಟಿದ್ದು ಒಂದು ದಿನ, ಅದು ಯಾವಾಗ ಎಂದು ಆತನಿಗೆ ಗೊತ್ತಿಲ್ಲ, ಕೆಲವು ತಿಂಗಳುಗಳು ಆಗಬಹುದು ಅಥವಾ ಒಂದೆರಡು ವರ್ಷಗಳೇ ಆದರೂ ಆಗಬಹುದು- ಅವಳನ್ನು ಹುಡುಕಿಕೊಂಡು ಬಂದು ಕರೆದುಕೊಂಡು ಹೋಗುವುದಾಗಿ ಹೇಳಿದ. ಈಗಲೂ ಅವನಿಗೆ ಅವಳನ್ನು ಎಲ್ಲಿಗೆ ಕರೆದುಕೊಂಡು ಹೋಗುವುದು ಎಂದು ಗೊತ್ತಿರಲಿಲ್ಲ...

ಹೀಗೆಯೇ ಜನರು ಪರಸ್ಪರರ ಬಗೆಗೆ ತೀವ್ರ ಪ್ರೀತಿ ಉಕ್ಕಿದಾಗ ಹರಟುವ ಹಾಗೆ ಅವರೂ ಮಾತನಾಡಿಕೊಂಡರು. ಹತ್ತಿರ ಬರುವ ಯಾವ ಮಾತನ್ನೂ ಅವರು ಆಡಲಿಲ್ಲ. ಬೈತ್ಸ್‌ಮೆನ್ನೆ ಆ ಪ್ರಸಂಗದಲ್ಲಿ ಅತ್ಯಂತ ಒರಟಾಗಿ ಬಳಸಿದ (ಅಥವಾ, ಇಂಥ ಸಂದರ್ಭದಲ್ಲಿ ಅದು ಆಗುವ ಸಾಧ್ಯತೆ ಹೆಚ್ಚು: ಹಾಶ್ ಅವರ ಮಾತಿನಲ್ಲಿ) ಆ 'ಕ್ರಿಯೆ'ಯಂತೂ ದೂರವೇ ಉಳಿಯಿತು. ಅವರು ಅಂದು ಪರಸ್ಪರರ ಬಗೆಗೆ ಕಟ್ಟೊಲುಮೆ ಇರುವ ಜೋಡಿಯು ಹಂಚಿಕೊಳ್ಳುವ ಮಾತುಗಳನ್ನು ಮಾತ್ರ ಹಂಚಿಕೊಂಡರು. ಬಹು ಹೊತ್ತು, ಬಹುಶಃ ಹತ್ತು ನಿಮಿಷಗಳ ಕಾಲ, ಅಥವಾ ಇನ್ನೂ ಹೆಚ್ಚು ಸಮಯ ಅವರು ಮಾತನಾಡಿಕೊಂಡಿರಬಹುದು ಎಂದು ಕ್ಯಾಥರೀನಾಳು ಎಲ್ಸ್ ಅವರಿಗೆ ಹೇಳಿದ್ದಳು. ಬಹುಶಃ, ಈ ಯುವ ಪ್ರೇಮಿಗಳು ಮಾತನಾಡುವಾಗ ಬಳಸಿದ ಪದಗಳು ಹೇಗಿದ್ದವು ಎಂದರೆ ಕೆಲವು ಆಧುನಿಕ ಸಿನಿಮಾಗಳಲ್ಲಿ ಇರುವ ಹಾಗೆ ಸುಮ್ಮನೆ ಹರಟೆ ಹೊಡೆದಂತೆ ಇದ್ದವು. ಮತ್ತು ಬಹುದೂರದ ದೂರವಾಣಿ ಸಂಭಾಷಣೆಗಳ ಹಾಗೆ ಅವು ಅರ್ಥವಿಲ್ಲದಂತೆ ತೋರುತ್ತಿದ್ದವು.

ಕ್ಯಾಥರೀನಾ ಮತ್ತು ಲೂಡ್ವಿಶ್ ನಡುವಣ ದೂರವಾಣಿ ಸಂಭಾಷಣೆಯು ಬೈತ್ಸ್‌ಮೆನ್ನೆ ಅವರ ನಿರಾಳತೆ, ಪ್ರಸನ್ನತೆ ಮತ್ತು ಉದಾರತೆಗೆ ಕಾರಣವಾಗಿತ್ತು. ಕ್ಯಾಥರೀನಾ ತನ್ನ ಹಟಮಾರಿ ನಿಲುವನ್ನು ಏಕೆ ಕೈ ಬಿಟ್ಟಿದ್ದಾಳೆ ಎಂಬುದು ತನಗೆ ಗೊತ್ತು ಎಂದು ಅವರು ಅಂದುಕೊಂಡಿದ್ದರೂ, ಅವಳು, ಬಹುಶಃ, ಅದೇ ಕಾರಣದಿಂದ ಅಲ್ಲದೇ ಇದ್ದರೂ ಅದೇ ಪ್ರಸಂಗದಿಂದಾಗಿ ಅವರು ಪ್ರಸನ್ನಚಿತ್ತರಾಗಿದ್ದಾರೆ ಎಂಬುದನ್ನು ಶಂಕಿಸದಾದಳು (ಗಮನಿಸಬೇಕಾದ ಮಹತ್ವದ ಈ ಪ್ರಕ್ರಿಯೆಯಿಂದ ನಾವು ಕಲಿಯಬೇಕಾದುದು ಏನೆಂದರೆ ನಾವು ದೂರವಾಣಿ ಮೂಲಕವೇ ಹೆಚ್ಚು ಹೆಚ್ಚು ಮಾತನಾಡಬೇಕು- ಸಾಧ್ಯವಿದ್ದರೆ ಪ್ರಣಯ ಸಂಬಂಧಿ ಪಿಸುಮಾತುಗಳಿಲ್ಲದೆ. ಏಕೆಂದರೆ ನಮ್ಮ ಕರೆಗಳಲ್ಲಿನ ಮಾತುಗಳಿಂದ ಯಾರು ವಿಕಟ ಆನಂದ

ಅನುಭವಿಸುತ್ತಿರುತ್ತಾರೆ ಎಂಬುದು ನಮಗೆ ಗೊತ್ತಿರುವುದಿಲ್ಲ). ಕ್ಯಾಥರೀನಾ ಏಕೆ ವ್ಯಾಕುಲವಾಗಿದ್ದಾಳೆ ಎಂದು ಬೈತ್ಸ್‌ಮೆನ್ನೆ ಅವರಿಗೆ ತಿಳಿದಿತ್ತು. ಇನ್ನೊಂದು ಅನಾಮಧೇಯ ಕರೆಯ ಬಗೆಗೂ ಅವರಿಗೆ ಗೊತ್ತಾಗಿತ್ತು.

ಈ ಅಧ್ಯಾಯದಲ್ಲಿ ಇರುವ ಮಾಹಿತಿಯ ನಂಬಲರ್ಹ ಮೂಲಗಳನ್ನು ಹುಡುಕಲು ಓದುಗರು ಪ್ರಯತ್ನ ಮಾಡಬಾರದು ಎಂದು ಕೋರಲಾಗಿದೆ. ಇದು ಅನನುಭವಿಯೊಬ್ಬರು ಒಂದು ಕೊಳಕ್ಕೆ ಕಟ್ಟಿದ್ದ ಮಣ್ಣಿನ ಒಡ್ಡು ಒಡೆದುದರಿಂದ ಅದರೊಳಗಿನ ನೀರನ್ನೆಲ್ಲ ಹೊರಗೆ ಬಿಟ್ಟಂತೆ ಅಥವಾ ಹರಿದು ಹೋಗುವಂತೆ ಮಾಡಿ ಅದರಿಂದ ಆಗಬಹುದಾಗಿದ್ದ ಒತ್ತಡವನ್ನು ಮತ್ತು ಉದ್ವೇಗವನ್ನು ನಿವಾರಿಸಿದಂತೆ ಆಗಿದೆ.

26

ಯಾವುದೇ ತಪ್ಪು ಗ್ರಹಿಕೆಯಾಗಬಾರದು ಎಂಬ ಕಾರಣಕ್ಕಾಗಿ ಇಲ್ಲಿ ಉಲ್ಲೇಖಿಸಲೇಬೇಕಾದ ಸಂಗತಿಯೆಂದರೆ ಕ್ಯಾಥರೀನಾಳು ಯಾರಿಗೂ ಕಾಣದ ಹಾಗೆ ತನ್ನ ಅಪಾರ್ಟ್‌ಮೆಂಟಿನಿಂದ ಪರಾರಿಯಾಗಲು ಗ್ಯೊಟೆನ್‌ನಿಗೆ ಸಹಾಯ ಮಾಡಿದ್ದು ಒಂದು ಅಪರಾಧ ಎಂದು ಎಲ್ಸ್‌ವೋಲ್ಫೆರ್ಸ್‌ಹೈಮ್ ಮತ್ತು ಬ್ಲೋರ್ನ ಅವರಿಬ್ಬರಿಗೂ ಅನಿಸಿತ್ತು. ಈ ಪ್ರಕರಣದಲ್ಲಿ ಆತನ ಆ ಅಪರಾಧಗಳು ಅಷ್ಟು ಪ್ರಸಕ್ತವಾಗಿಲ್ಲದೇ ಇದ್ದರೂ, ಆತ ಪರಾರಿಯಾಗಲು ದಾರಿ ತೋರಿಸಿಕೊಟ್ಟು ಆ ಅಪರಾಧ ಕೃತ್ಯದಲ್ಲಿ ಆಕೆಯೂ ಭಾಗಿಯಾದಂತಾಗಿತ್ತು. ಪೊಲೀಸ್ ಅಧಿಕಾರಿ ಫ್ಲೆಟ್ಸರ್ ಇವರಿಬ್ಬರನ್ನೂ ವಿಚಾರಣೆಗಾಗಿ ಕರೆದುಕೊಂಡು ಹೋಗಲು ಬರುವುದಕ್ಕಿಂತ ಕೊಂಚ ಮುಂಚೆ ಇದನ್ನು ಕ್ಯಾಥರೀನಾ ಮುಖಕ್ಕೆ ಎಲ್ಸ್ ನೇರವಾಗಿಯೇ ಹೇಳಿದ್ದರು. ಅವಳು ಮಾಡಿದ ಕೃತ್ಯದ ಶಿಕ್ಷಾರ್ಹ ಅಪರಾಧ ಸ್ವರೂಪದ ಬಗ್ಗೆ ಅವಳನ್ನು ಭೇಟಿ ಮಾಡಿದ ತತ್‌ಕ್ಷಣವೇ ಬ್ಲೋರ್ನ ಅವರೂ ಅವಳ ಗಮನಕ್ಕೆ ತಂದರು. ಗ್ಯೊಟೆನ್ ಕುರಿತು ಕ್ಯಾಥರೀನಾಳು ವೊಲ್ಫೆರ್ಸ್ ಹೈಮ್ ಮುಂದೆ ಆಡಿದ ಮಾತನ್ನೂ ನಾವು ಇಲ್ಲಿ ಮುಚ್ಚಿಡಬಾರದು: "ಅವನು ಜೈಲಿನಿಂದ ಹೊರಗೆ ಬರಲು ಎಷ್ಟು ವರ್ಷಗಳಾದರೂ ಹಿಡಿಯಲಿ. ನಾನು ಅವನಿಗಾಗಿ ಕಾಯುತ್ತೇನೆ, ಅವನನ್ನು ಮದುವೆಯಾಗುತ್ತೇನೆ. ಅವನಿಂದ ಮಕ್ಕಳನ್ನು ಪಡೆಯಲು ಬಯಸುತ್ತೇನೆ ಎಂಬುದು ನಿಮಗೆ ಗೊತ್ತಾಗುವುದಿಲ್ಲವೇ!"

27

ಕ್ಯಾಥರೀನಾಳ ವಿಚಾರಣೆ ಹೀಗೆ ಮುಕ್ತಾಯವಾಯಿತು ಎಂದು ಅಂದುಕೊಂಡರು. ಅಂದು ವೋಲ್ಟೆರ್ಸ್‌ಹೈಮ್ ಮನೆಗೆ ಬಂದಿದ್ದ ವ್ಯಕ್ತಿಗಳು ನೀಡಿದ ಸಾಕ್ಷ್ಯವನ್ನು ತೋರಿಸಿ ಅದಕ್ಕೆ ಆಕೆಯ ಉತ್ತರ ಪಡೆಯುವುದು ಮಾತ್ರ ಬಾಕಿ ಉಳಿದಿತ್ತು. ಏಕೆಂದರೆ, ಬೈತ್ಸ್‌ಮೆನ್ನೆ ಅವರ 'ಸಿದ್ಧಾಂತ'ದ ಚೌಕಟ್ಟಿನಲ್ಲಿ, ಪೂರ್ವ ನಿಯೋಜಿತವಾಗಿದ್ದ ಅವರಿಬ್ಬರ ಭೇಟಿಯ ಸಂಕೇತ ಸ್ಥಾನ ಹಾಗೂ ಸಂಚಿನ ಹಿನ್ನೆಲೆಯಲ್ಲಿ ಅವು ಬಹಳ ಮುಖ್ಯವಾಗಿದ್ದವು. ವೋಲ್ಟೆರ್ಸ್‌ಹೈಮ್ ಮನೆಯ ಡಾನ್ಸಿಗೆ ಲೂದ್ವಿಶ್ ಗ್ಯೊಟೆನ್ ಬಂದುದಾದರೂ ಹೇಗೆ?

ಕ್ಯಾಥರೀನಾ ಮನೆಗೆ ಹೋಗಲು ಬಯಸುತ್ತಾಳೆಯೇ ಅಥವಾ ಇಲ್ಲಿಯೇ ಎಲ್ಲಿಯಾದರೂ ತಾನು ಬಯಸುವ ಜಾಗದಲ್ಲಿ ಕಾಯುತ್ತಾಳೆಯೇ ಎಂಬುದನ್ನು ತಿಳಿಸಬೇಕು ಎಂದು ಪೊಲೀಸರು ಆಕೆಗೆ ಹೇಳಿದರು. ಅವಳು ಮನೆಗೆ ಹೋಗಲು ಒಪ್ಪಲಿಲ್ಲ. ಈಚಿನ ಘಟನೆಗಳು ಅಪಾರ್ಟ್‌ಮೆಂಟಿನ ವಾತಾವರಣವನ್ನು ಸದಾಕಾಲಕ್ಕೂ ಹದಗೆಡಿಸಿದ್ದು ವೋಲ್ಟೆರ್ಸ್‌ಹೈಮ್ ಅವರ ವಿಚಾರಣೆ ಮುಗಿಯುವವರೆಗೆ ತಾನು ಸೆಲ್‌ನಲ್ಲಿಯೇ ಕಾಯಲು ಸಿದ್ಧಳಿರುವುದಾಗಿಯೂ ನಂತರ ಅವರ ಜೊತೆಗೇ ಮನೆಗೆ ಹೋಗುವುದಾಗಿಯೂ ಆಕೆ ಹೇಳಿದಳು. ಈಗ ಅವಳು ತನ್ನ ಕೈ ಚೀಲದಲ್ಲಿ ಇದ್ದ 'ನ್ಯೂಜ್' ಪತ್ರಿಕೆಯ ಎರಡು ಸಂಚಿಕೆಗಳನ್ನು ಹೊರಗೆ ತೆಗೆದು ಈ ಪತ್ರಿಕೆಯಲ್ಲಿ ಬರುತ್ತಿರುವ ಹೊಲಸಿನಿಂದ ತನ್ನನ್ನು ಸರ್ಕಾರ ರಕ್ಷಿಸಲು ಸಾಧ್ಯವಿಲ್ಲವೇ? ತನ್ನ ಗೌರವವನ್ನು ಪುನಃ ಮರಳಿಸಲು ಆಗಲಾರದೇ ಎಂದು ಆಕೆ ಕೇಳಿದಳು. ಈಗ ಅವಳಿಗೆ ತನ್ನ ವಿಚಾರಣೆ ನಡೆಯುತ್ತಿರುವುದು ಸಂಪೂರ್ಣವಾಗಿ ಸಮರ್ಥನೀಯ ಎಂದು ಅನಿಸಿತ್ತು. ಆದರೆ, "ಎಲ್ಲಾ 'ವೈಯಕ್ತಿಕ' ಎನಿಸುವಂಥ ವಿವರವನ್ನೂ ಕೆದಕುವ ಅಗತ್ಯ ಇದೆಯೇ" ಎಂಬುದು ಅವಳಿಗೆ ಅರ್ಥವಾಗುತ್ತಿರಲಿಲ್ಲ. ಅವಳಿಗೆ ಇನ್ನೂ ಒಂದು ಅರ್ಥವಾಗದ ಸಂಗತಿ ಎಂದರೆ ವಿಚಾರಣೆಯಿಂದ ಹೊರಬೀಳುವ ವಿವರಗಳು–ಉದಾಹರಣೆಗೆ ಸಭ್ಯ ಆಗಂತುಕರ ಭೇಟಿ– 'ನ್ಯೂಜ್' ಗಮನಕ್ಕೆ ಬರುವುದು ಹೇಗೆ ಸಾಧ್ಯ? ಎಲ್ಲರೂ ಹೇಗೆ ಸುಳ್ಳು ಹೇಳುತ್ತಾರೆ? ಕಪಟತನದ ಹೇಳಿಕೆ ನೀಡುತ್ತಾರೆ ಎಂಬುದೂ ಅವಳಿಗೆ ಅರ್ಥವಾಗಲಿಲ್ಲ. ಈ ಹಂತದಲ್ಲಿ ಸರ್ಕಾರಿ ವಕೀಲ ಹಾಶ್ ಮಧ್ಯ ಪ್ರವೇಶಿಸಿ, "ಸಾರ್ವಜನಿಕರಲ್ಲಿ ವಿಪರೀತ ಕುತೂಹಲ, ಅನುಮಾನ ಇರುವ ಗ್ಯೊಟೆನ್ ಪ್ರಕರಣದಲ್ಲಿ ಪತ್ರಿಕೆಗಳಿಗೆ ಪ್ರಕಟಣೆ ಬಿಡುಗಡೆ ಮಾಡಲೇಬೇಕಾಗುತ್ತದೆ. ಇದುವರೆಗೆ ಈ ಪ್ರಕರಣದ ಬಗ್ಗೆ ಪತ್ರಿಕಾಗೋಷ್ಠಿ ಏರ್ಪಡಿಸಿಲ್ಲವಾದರೂ, ಅಂಥ ಒಂದು ಪತ್ರಿಕಾಗೋಷ್ಠಿ ಏರ್ಪಡಿಸುವುದನ್ನು ತಪ್ಪಿಸಲು ಸಾಧ್ಯವಾಗುವುದೇ ಇಲ್ಲ,

ಗ್ಯೊಟೆನ್‌ನು ಪರಾರಿಯಾಗಲು ತಾನೇ ಕಾರಣ ಎಂಬುದನ್ನು ಕ್ಯಾಥರೀನಾ ನೆನಪು ಇಟ್ಟುಕೊಳ್ಳಬೇಕು ಹಾಗೂ ಕ್ಯಾಥರೀನಾಳನ್ನು ಗ್ಯೊಟೆನ್‌ನು ಒಬ್ಬ 'ಸಾರ್ವಜನಿಕ ವ್ಯಕ್ತಿ'ಯಾಗಿ ಪರಿವರ್ತಿಸಿರುವುದರಿಂದ ಆಕೆಯ ಕುರಿತು ಜನರಲ್ಲಿ ಕುತೂಹಲ ಹುಟ್ಟಿಕೊಂಡಿರುವುದು ಸಹಜವಾಗಿದೆ. ಪತ್ರಿಕೆಯಲ್ಲಿ ಪ್ರಕಟವಾಗುತ್ತಿರುವ, ಬಹುಶಃ ಅಪಮಾನಕರ ವರದಿಗಳ ಕುರಿತು ನ್ಯಾಯಾಲಯದಲ್ಲಿ ಖಾಸಗಿ ದಾವೆ ಹೂಡಬಹುದು. ಅದರಲ್ಲಿ ಏನಾದರೂ ಪೊಲೀಸ್ ವಲಯದ ಮೂಲಕ ಪತ್ರಿಕೆಗಳಿಗೆ ಸುದ್ದಿ 'ಸೋರಿಕೆ'ಯಾಗಿದೆ ಎಂಬುದು ಕಂಡು ಬಂದರೆ ಪೊಲಿಸ್ ಅಧಿಕಾರಿಗಳು ಅಂಥ ಅಪರಿಚಿತ ವ್ಯಕ್ತಿಯ ಅಥವಾ ವ್ಯಕ್ತಿಗಳ ವಿರುದ್ಧ ಆರೋಪ ಹೊರಿಸಿ, ಅವಳ ಹಕ್ಕುಗಳನ್ನು ಕಾನೂನಾತ್ಮಕವಾಗಿ ರಕ್ಷಿಸಲು ಕ್ರಮ ಕೈಗೊಳ್ಳುವರು," ಎಂದು ಹೇಳಿದರು.

ನಂತರ ಕ್ಯಾಥರೀನಾಳನ್ನು ಸೆಲ್‌ಗೆ ಕರೆದುಕೊಂಡು ಹೋದರು. ಅವಳನ್ನು ಕಟ್ಟುನಿಟ್ಟಿನ ಕಾವಲಿನಲ್ಲಿ ಇಡಬೇಕು ಎಂದು ಅವರು ಎಣಿಸಲಿಲ್ಲ. ಅವಳ ಜೊತೆಗೆ ಒಬ್ಬ ಯುವ ಪೊಲೀಸ್ ಸಹಾಯಕಿ ರೆನಾಟೆ ತ್ಸುಂಡಾಬ್‌ಳನ್ನು ನಿಯೋಜಿಸಲಾಗಿತ್ತು. ಅವಳು ಶಸ್ತ್ರಸಜ್ಜಿತಳೇನೂ ಆಗಿರಲಿಲ್ಲ. ಆಕೆಯ ಜೊತೆಗೆ ತಾನು ಇದ್ದ ಎರಡು, ಎರಡೂವರೆ ಗಂಟೆಗಳ ಕಾಲ ಕ್ಯಾಥರೀನಾ 'ನ್ಯೂಜ್' ಪತ್ರಿಕೆಯ ಆ ಎರಡು ಸಂಚಿಕೆಗಳನ್ನೇ ತಿರುತಿರುಗಿ ಓದುತ್ತಿದ್ದಳು ಎಂದು ನಂತರ ರೆನಾಟೆ ಮಾಹಿತಿ ಕೊಟ್ಟಳು. ಚಹ, ಸ್ಯಾಂಡ್‌ವಿಚ್ ಇತ್ಯಾದಿ ಯಾವುದನ್ನೂ ಕ್ಯಾಥರೀನಾ ತೆಗೆದುಕೊಳ್ಳಲಿಲ್ಲ. ಅದನ್ನು ಆಕೆ ಕ್ರೋಧದಿಂದಲೇನೂ ನಿರಾಕರಿಸಲಿಲ್ಲ. ಹಾಗೆ ನೋಡಿದರೆ ನಯವಾಗಿ, ಉದಾಸೀನವಾಗಿ ನಿರಾಕರಿಸಿದಳು. ಕ್ಯಾಥರೀನಾಳ ಮನಸ್ಸನ್ನು ಸದ್ಯದ ಸಂಕಟಗಳಿಂದ ಬೇರೆಡೆ ಸೆಳೆಯಲು ಬಟ್ಟೆ, ಸಿನಿಮಾ, ಡಾನ್ಸಿಂಗ್ ಇತ್ಯಾದಿ ವಿಷಯಗಳನ್ನು ರೆನಾಟೆ ಪ್ರಸ್ತಾಪಿಸಿ ನೋಡಿದಳು. ಆದರೆ, ಆಕೆ ಮಾಡಿದ ಯಾವ ಪ್ರಯತ್ನಗಳೂ ಫಲ ನೀಡಲಿಲ್ಲ. ರೆನಾಟೆಗೆ ಮುಖಭಂಗವಾಗುವಂತೆ ಕ್ಯಾಥರೀನಾ ಅದು ಯಾವುದನ್ನೂ ಕೇಳಿಸಿಕೊಳ್ಳಲೇ ಇಲ್ಲ.

'ನ್ಯೂಜ್' ಪತ್ರಿಕೆಯ ವರದಿಗಳಿಂದ ತೀವ್ರವಾಗಿ ಆಘಾತಿತಳಾದಂತೆ ಕಾಣಿಸುತ್ತಿದ್ದ ಬ್ಲೂಮ್‌ಳಿಗೆ ಸಹಾಯ ಮಾಡಬೇಕು ಎಂದು ತನ್ನ ಸಹೋದ್ಯೋಗಿ ಹುಫ್ಟೆನ್‌ನಿಗೆ ಬೇರೆ ಕೆಲವು ಪತ್ರಿಕೆಗಳ ವರದಿಗಳ ತುಣುಕುಗಳನ್ನು ತಂದು ಕ್ಯಾಥರೀನಾಗೆ ತೋರಿಸುವಂತೆ ತಾನು ಕೋರಿಕೊಂಡುದಾಗಿ ರೆನಾಟೆ ನಂತರ ಮಾಹಿತಿ ನೀಡಿದಳು. ಈ ಪ್ರಕರಣದಲ್ಲಿ ಕ್ಯಾಥರೀನಾಳ ಪಾತ್ರ ಮತ್ತು ಅವಳ ವಿಚಾರಣೆ ಕುರಿತು ವಾಸ್ತವವಾಗಿ ಎಷ್ಟು ಬರೆಯಬೇಕೋ ಅಷ್ಟನ್ನು ಮಾತ್ರ ಆ ತುಣುಕುಗಳಲ್ಲಿ ಬರೆದಿದ್ದರು. ಪತ್ರಿಕೆಯ ಮೂರು ಅಥವಾ ನಾಲ್ಕನೇ ಪುಟದಲ್ಲಿ ಈ ಸುದ್ದಿ ಪ್ರಕಟವಾಗಿತ್ತು. ಅಲ್ಲಿ ಕೂಡ ಅವರು ಕ್ಯಾಥರೀನಾಳ ಪೂರ್ತಿ ಹೆಸರನ್ನು

ಬರೆದಿರಲಿಲ್ಲ. ಮನೆಗೆಲಸ ಮಾಡುವ ಕ್ಯಾಥರೀನಾ ಬಿ. ಎಂಬುವರು ಎಂದು ಮಾತ್ರ ಬರೆದಿದ್ದರು. ಉದಾಹರಣೆಗೆ 'ರಿವ್ಯೂ' ಪತ್ರಿಕೆಯಲ್ಲಿ ಚಿತ್ರಗಳಿಲ್ಲದ ಕೇವಲ ಹತ್ತು ಸಾಲಿನ ಒಂದು ಸುದ್ದಿ ಈ ಸಂಬಂಧ ಪ್ರಕಟವಾಗಿತ್ತು. ಅದರಲ್ಲಿ ಸಂಪೂರ್ಣ ನಿಷ್ಕಳಂಕ ಮಹಿಳೆಯೊಬ್ಬರು ಈ ಪ್ರಕರಣದಲ್ಲಿ ಸಿಲುಕಿಕೊಂಡ ವಿಷಯ ಇತ್ತು. ಇಂಥ ಹದಿನೈದು ಪತ್ರಿಕೆಗಳ ತುಣುಕುಗಳನ್ನು ಆಕೆಯ ಮುಂದೆ ಇಟ್ಟರೂ, ಆಕೆ ಹೇಳಿದ್ದು- "ಈ ಪತ್ರಿಕೆಗಳನ್ನೆಲ್ಲ ಯಾರು ಓದುತ್ತಾರೆ? ನನಗೆ ಗೊತ್ತು; ಎಲ್ಲರೂ ಓದುವುದು 'ನ್ಯೂಜ್' ಮಾತ್ರ!" ಎಂದು.

28

ವೋಲ್ಟೆರ್ಸ್‌ಹೈಮ್ ಮನೆಯಲ್ಲಿ ನಡೆದ ಡಾನ್ಸ್ ಪಾರ್ಟಿಗೆ ಗ್ಯೊಟೆನ್ ಬಂದುದಾದರೂ ಹೇಗೆ ಎಂದು ತಿಳಿಯಲು ಮೊದಲು ವೋಲ್ಟೆರ್ಸ್‌ಹೈಮ್ ಅವರನ್ನೇ ಪೋಲೀಸರು ಪ್ರಶ್ನಿಸಬೇಕಿತ್ತು. ಪ್ರಶ್ನೆಗಳಿಗೆ ಉತ್ತರಿಸುವಾಗ ಅವರು ತಮಗೆ ಪ್ರಶ್ನೆ ಕೇಳುವ ಪುರುಷ ತಂಡದ ಎಲ್ಲರ ಬಗ್ಗೆ ಖಡಾಖಂಡಿತವಾಗಿ ಪ್ರತಿರೋಧ ವ್ಯಕ್ತಪಡಿಸದೇ ಇದ್ದರೂ ಅವರು ಬ್ಲೂಮ್‌ಗಿಂತ ಹೆಚ್ಚಿನ ಪ್ರತಿರೋಧದ ಮನೋಭಾವದಲ್ಲಿ ಇದ್ದರು. ತಾವು ಹುಟ್ಟಿದ್ದು 1930ರಲ್ಲಿ. ಈಗ ತಮಗೆ 44 ವಯಸ್ಸು. ತಮ್ಮ ಮದುವೆಯಾಗಿಲ್ಲ. ಮನೆವಾರ್ತೆ ನೋಡಿಕೊಳ್ಳುವುದು ಮತ್ತು ಕೇಟರಿಂಗ್ ತಮ್ಮ ಕೆಲಸ. ಈ ಪ್ರಸಂಗದ ಬಗೆಗೆ ಸಾಕ್ಷ್ಯ ಹೇಳಲು ಆರಂಭಿಸುವುದಕ್ಕಿಂತ ಮುಂಚೆಯೇ ಅವರು ತಮ್ಮ ಅಭಿಪ್ರಾಯವನ್ನು "ಅತ್ಯಂತ ನಿರ್ಭಾವುಕ ಮತ್ತು ನಿರಾಸಕ್ತ ಧ್ವನಿಯಲ್ಲಿ ವ್ಯಕ್ತಪಡಿಸಿದರು. ಅವರು ಅರಚಿ, ಕಿರುಚಿ, ಬೈಯ್ದುದಕ್ಕಿಂತ ಹೆಚ್ಚಿನ ಕ್ರೋಧ" ಅವರ ಈ ಮಾತುಗಳಲ್ಲಿ ಇತ್ತು. ಕ್ಯಾಥರೀನಾಳನ್ನು 'ನ್ಯೂಜ್' ಪತ್ರಿಕೆ ಬಿಂಬಿಸಿದ ರೀತಿಯ ಬಗೆಗೆ, ಹಾಗೂ ಆ ಬಗೆಯ ಪತ್ರಿಕೆಗೆ ಪೋಲೀಸರು ವಿಚಾರಣೆಯ ಅಂಶಗಳನ್ನು ನಿಸ್ಸಂದೇಹವಾಗಿ ಸೋರಿಕೆ ಮಾಡಿದ್ದರ ಬಗೆಗೆ ಅವರು ತೀವ್ರ ಅಸಮಾಧಾನ ವ್ಯಕ್ತಪಡಿಸಿದರು. ಈ ಪ್ರಕರಣದಲ್ಲಿ ಕ್ಯಾಥರೀನಾಳ ಪಾತ್ರ ಕುರಿತು ವಿಚಾರಣೆ ನಡೆಯುವುದು ಸರಿ ಎಂದು ತಮಗೆ ಗೊತ್ತಾಗಿದೆ. ಆದರೆ, ಈಗ ನಡೆಯುತ್ತಿರುವ, "ಒಂದು ಯುವ ಜೀವವನ್ನು ನಾಶಗೊಳಿಸುವ" ರೀತಿ ಸಮರ್ಥನೀಯವೇ ಎಂದು ಆಶ್ಚರ್ಯ ವ್ಯಕ್ತಪಡಿಸಿದರು. "ಕ್ಯಾಥರೀನಾಳನ್ನು ಅವಳು ಹುಟ್ಟಿದ ದಿನದಿಂದ ನಾನು ಬಲ್ಲೆ. ಮತ್ತು ನಿನ್ನೆಯಿಂದ ಅವಳ ಜೀವನವನ್ನು ನಾಶಗೊಳಿಸುತ್ತಿರುವುದನ್ನೂ ಗಮನಿಸುತ್ತಿದ್ದೇನೆ. ನಾನೇನು ಮನಃಶಾಸ್ತ್ರಜ್ಞಳಲ್ಲ. ಆದರೆ, ತುಂಬ ಕಷ್ಟಪಟ್ಟು ಖರೀದಿಸಿದ್ದ, ಅದರ ಬಗೆಗೆ ತುಂಬಾ ಪ್ರೀತಿ ಹಾಗೂ ಮಮತೆ ಇಟ್ಟುಕೊಂಡಿದ್ದ ತನ್ನ ಅಪಾರ್ಟ್‌ಮೆಂಟ್‌ನಲ್ಲಿ ಕ್ಯಾಥರೀನಾಗೆ ಈಗ ಯಾವ ಆಸಕ್ತಿಯೂ ಉಳಿಯದೇ ಇರುವುದು ಗಾಬರಿ ಹುಟ್ಟಿಸುತ್ತದೆ," ಎಂದು ಅವರು ಹೇಳಿದರು.

ವೋಲ್ಫೆರ್ಸ್‌ಹೈಮ್ ಅವರ ದೂರುಗಳ ದಾಳಿಯನ್ನು ತಡೆಯುವುದು ಅಷ್ಟು ಸುಲಭವೇನೂ ಅಗಿರಲಿಲ್ಲ. ಬೈತ್ಸ್‌ಮೆನ್ನೆ ಅವರಿಗೆ ಕೂಡ ಇದು ಅತಿಯಾಯಿತು ಎಂದೆನಿಸಿತು. ಅವರು ಬಲವಂತದಿಂದ ಮಧ್ಯಪ್ರವೇಶಿಸಿ ಗ್ಯೊಟೆನ್‌ನನ್ನು ನಿಮ್ಮ ಅಪಾರ್ಟ್‌ಮೆಂಟಿಗೆ ಬಿಟ್ಟುಕೊಂಡುದು ಏಕೆ ಎಂದು ಆಕ್ಷೇಪಿಸಿದಾಗ, "ಅವನ ಹೆಸರು ಏನು ಎಂಬುದೂ ನನಗೆ ಗೊತ್ತಿರಲಿಲ್ಲ, ಆತನೂ ತನ್ನನ್ನು ತಾನು ನನಗೆ ಪರಿಚಯಿಸಿಕೊಳ್ಳಲಿಲ್ಲ, ಇತರರೂ ನನಗೆ ಅವನನ್ನು ಪರಿಚಯಿಸಲಿಲ್ಲ" ಎಂದು ಅವರು ಉತ್ತರಿಸಿದರು. ತಮಗೆ ಗೊತ್ತಿರುವುದು ಇಷ್ಟೇ ಎಂದ ಅವರು ಅಂದು ಸಂಜೆ ಏನು ನಡೆಯಿತು ಎಂದು ವಿವರಿಸಿದರು: ಆ ಬುಧವಾರ ಸಂಜೆ 7:30ಕ್ಕೆ ಆತ ಹೆರ್ಟಾ ಶಾಯ್‌ಮೆಲ್‌ಳ ಜೊತೆಗೆ ಬಂದ. ಹೆರ್ಟಾ ಜೊತೆಗೆ ಆಕೆಯ ಗೆಳತಿ ಕ್ಲೌಡಿಯಾ ಶ್ಟೆರ್ನ್ ಕೂಡ ಇದ್ದಳು. ಅವಳ ಜೊತೆ ಶೇಖ್ ಪೋಷಾಕು ಧರಿಸಿದ್ದ ಒಬ್ಬ ವ್ಯಕ್ತಿ ಇದ್ದ. ನಂತರ ಆತನನ್ನು ಕಾರ್ಲ್ ಎಂದು ಕರೆಯುತ್ತಿದ್ದುದು ತಮ್ಮ ಗಮನಕ್ಕೆ ಬಂತು, ಆ ಶೇಖ್ ಪೋಷಾಕುಧಾರಿ ಮನುಷ್ಯ ಅಂದು ಸಂಜೆ ಎದ್ದು ಕಾಣುವ ಹಾಗೆ ಚಿತ್ರವಿಚಿತ್ರವಾಗಿ ವರ್ತಿಸುತ್ತಿದ್ದ. ಗ್ಯೊಟೆನ್ ಎಂಬಾತನ ಜೊತೆಗೆ ಪೂರ್ವನಿರ್ಧರಿತವಾದ ಭೇಟಿ ನಿಗದಿಯಾಗಿರುವ ಪ್ರಶ್ನೆಯೇ ಇರಲಿಲ್ಲ. ಆ ಮುಂಚೆ ಆತನ ಹೆಸರನ್ನೂ ಕೇಳಿರಲಿಲ್ಲ. ಜೊತೆಗೆ, ಕ್ಯಾಥರೀನಾಳ ಜೀವನದ ಎಲ್ಲ ವಿವರಗಳು ತಮಗೆ ಗೊತ್ತು ಎಂದು ಆಕೆ ಪಟ್ಟು ಹಿಡಿದು ಹೇಳಿದರು.

ಕ್ಯಾಥರೀನಾ, "ರಹಸ್ಯವಾಗಿ ಕಾರು ಓಡಿಸಿಕೊಂಡು ಹೋಗುತ್ತಿದ್ದುದರ" ಕುರಿತು ಅವಳದೇ ಹೇಳಿಕೆಯನ್ನು ಉಲ್ಲೇಖಿಸಿ ಪ್ರಶ್ನಿಸಿದಾಗ, ಆ ಕುರಿತು ತಮಗೇನೂ ಗೊತ್ತಿಲ್ಲ ಎಂದು ಅವರು ಗತ್ಯಂತರವಿಲ್ಲದೆ ಒಪ್ಪಿಕೊಂಡರು. ಆಕೆಯ ಜೀವನದ ಬಗೆಗೆ ತಮಗೆಲ್ಲ ಗೊತ್ತು ಎಂಬುದಕ್ಕೆ ಇದು ನಿರ್ಣಾಯಕ ಪೆಟ್ಟು ಕೊಟ್ಟಿದೆ ಎಂದು ಒಪ್ಪಿಕೊಂಡರು. ಆಕೆಯ ಮನೆಗೆ ಬರುತ್ತಿದ್ದ ಆಗಂತುಕರ ಕುರಿತು ಕೇಳಿದಾಗ ಅವರಿಗೆ ಮುಜುಗರವಾಯಿತು. ಅಂಥವರ ಬಗೆಗೆ ಕ್ಯಾಥರೀನಾ ತನ್ನ ವಿಚಾರಣೆ ಸಮಯದಲ್ಲಿ ಏನನ್ನೂ ಸ್ಪಷ್ಟವಾಗಿ ಹೇಳಿಲ್ಲವಾದ್ದರಿಂದ ತಾವು ಕೂಡ ಏನನ್ನೂ ಹೇಳುವುದಿಲ್ಲ. ಈ ವಿಚಾರದಲ್ಲಿ ತಾವು ಹೇಳಬಹುದಾದ ಒಂದೇ ವಿಷಯ ಎಂದರೆ, ಅದರಲ್ಲಿ ಒಬ್ಬ ವಿಚಿತ್ರವಾಗಿ ನಡೆದುಕೊಳ್ಳುತ್ತಿದ್ದ ಎಂಬುದು ಅಷ್ಟೇ. ಆದರೆ, ಹೀಗೆ ನಡೆದುಕೊಂಡ ವ್ಯಕ್ತಿ ಕ್ಯಾಥರೀನಾ ಅಲ್ಲ. ಪಾರ್ಟಿಗೆ ಬಂದಿದ್ದ ಆಗಂತುಕನನ್ನು ಕುರಿತು ತಾವು ಹೇಳುವ ಮಾತಿದು. ಒಂದು ವೇಳೆ ಕ್ಯಾಥರೀನಾ ಒಪ್ಪಿದರೆ ತನಗೆ ಆ ಬಗೆಗೆ ಏನೆಲ್ಲ ಗೊತ್ತೋ ಅದನ್ನು ಹೇಳಲು ಸಿದ್ಧ. ಆದರೆ, ಕ್ಯಾಥರೀನಾ ತನ್ನ ಕಾರನ್ನು ದೂರ ಓಡಿಸಿಕೊಂಡು ಹೋಗುತ್ತಿದ್ದುದು ಈ ವ್ಯಕ್ತಿಯನ್ನು ಕಾಣಲು ಎಂಬುದು ಖಂಡಿತವಾಗಿಯೂ ನಿಜವಲ್ಲ. ಹೌದು, ಆ ಮನುಷ್ಯ ಅಲ್ಲಿ ಇದ್ದುದು ನಿಜ. ಆದರೆ, ಆತನನ್ನು ಹಾಸ್ಯದ ಸರಕು ಮಾಡಬಾರದು

ಎನ್ನುವುದಕ್ಕಾಗಿ ಆ ಕುರಿತು ತಾವು ಹೆಚ್ಚಿಗೆ ಏನನ್ನೂ ಹೇಳುತ್ತಿಲ್ಲ. ಗ್ಯೊಟೆನ್ ಮತ್ತು ಆ ಆಗಂತುಕರಿಗೆ ಸಂಬಂಧಿಸಿದಂತೆ, ಕ್ಯಾಥರೀನಾ ಯಾವ ತಪ್ಪನ್ನೂ ಮಾಡಿಲ್ಲ ಎಂದರು ವೋಲ್ಫೆರ್ಸ್‌ಹೈಮ್.

ಕ್ಯಾಥರೀನಾ ಯಾವಾಗಲೂ ಕಠಿಣ ಪರಿಶ್ರಮ ಮಾಡುವ ಗೌರವಸ್ಥ ಹುಡುಗಿ. ಒಂದಿಷ್ಟು ಅಂಜುಬುರುಕಿ. ಅಥವಾ ಅವಳನ್ನು ಅಂಜುಬುರುಕಿಯಾಗುವಂತೆ ಮಾಡಲಾಗಿತ್ತು. ಬಾಲಕಿಯಾಗಿದ್ದಾಗ ಆಕೆ ನಂಬಿಕೆಯಿಂದ ಧರ್ಮನಿಷ್ಠಳ ಹಾಗೆ ಚರ್ಚಿಗೆ ಹೋಗುತ್ತಿದ್ದಳು. ಆದರೆ, ಅವಳ ತಾಯಿಯೋ? ಗೆಮ್ಮೆಲ್ಸ್ ಬ್ರೊಇಶ್ ಚರ್ಚಿನಲ್ಲಿ ಕಸ ಗುಡಿಸುತ್ತಿದ್ದ ಆಕೆ ತನ್ನ ಬೇಕಾಬಿಟ್ಟಿ ನಡವಳಿಕೆಯಿಂದ ಬಹಳ ಸಾರಿ ಬೈಸಿಕೊಂಡಿದ್ದಳು. ಸಾಲದು ಎಂದು ಒಮ್ಮೆ ದಿವ್ಯಕರ್ಮಕ್ಕೆ ಇಟ್ಟಿದ್ದ ವೈನ್ ಅನ್ನು ಅಲ್ಲಿನ ಉಗ್ರಾಣದಲ್ಲಿ ಜವಾನನ ಜೊತೆಗೆ ಹಂಚಿಕೊಳ್ಳುತ್ತಿದ್ದಾಗ ಸಿಕ್ಕಿಬಿದ್ದಿದ್ದಳು. ಅದನ್ನೇ 'ಕಾಮಕೇಳಿ' ಒಂದು ಹಗರಣ ಎನ್ನುವಂತೆ ದೊಡ್ಡದಾಗಿ ಬಿಂಬಿಸಿದ್ದರಿಂದ ಆಗ ಶಾಲೆಯಲ್ಲಿ ಓದುತ್ತಿದ್ದ ಕ್ಯಾಥರೀನಾಳನ್ನು ಚರ್ಚಿನ ಪಾದ್ರಿ ಕೆಟ್ಟದಾಗಿ ನಡೆಸಿಕೊಂಡಿದ್ದ.

"ನಿಜ, ಕ್ಯಾಥರೀನಾಳ ತಾಯಿ ತೀರಾ ಅಸ್ಥಿರಳಾದ, ಮದ್ಯವ್ಯಸನಿಯಾದ ಹೆಣ್ಣುಮಗಳಾಗಿದ್ದಳು. ಕ್ಯಾಥರೀನಾಳ ತಂದೆ ಸದಾ ಗೊಣಗುವ ಒಬ್ಬ ವ್ಯಕ್ತಿ. ಸದಾ ರೋಗದಿಂದ ಬಳಲುತ್ತಿದ್ದ. ಯುದ್ಧದಲ್ಲಿ ಭಾಗವಹಿಸಿ ಬಂದಿದ್ದ ಆತ ಸಂಪೂರ್ಣವಾಗಿ ಹಾಳಾಗಿ ಹೋಗಿದ್ದ. ಹೀಗಾಗಿ ಕಹಿಯಾಗಿದ್ದ ಆಕೆಯ ತಾಯಿಯ ಮತ್ತು ಸೋದರನ ಮನಸ್ಸು ಕೆಟ್ಟ ರೀತಿಯಲ್ಲಿ ವ್ಯಕ್ತವಾಗುತ್ತಿದ್ದವು. ಅವಳ ಮದುವೆಯಂತೂ ಸರಿಪಡಿಸಲು ಸಾಧ್ಯವೇ ಇಲ್ಲ ಎನ್ನುವಷ್ಟು ನಿರಾಶಾಜನಕವಾಗಿತ್ತು. ಹಾಗೆ ನೋಡಿದರೆ, ಆರಂಭದಲ್ಲಿಯೇ ಈ ಮದುವೆಯಾಗುವುದು ಬೇಡ ಎಂದು ಕ್ಯಾಥರೀನಾಳಿಗೆ ನಾನು ತಿಳಿ ಹೇಳಿದ್ದೆ. ಬ್ರೆಟ್ಟ್ ಲೋ ಒಬ್ಬ ಅಂಡು ನೆಕ್ಕುವ ಮನುಷ್ಯ. ಅವನ ಬಗ್ಗೆ ಇಂಥ ಮಾತು ಆಡುತ್ತಿರುವುದಕ್ಕೆ ಕ್ಷಮಿಸಬೇಕು.

"ಅವರು ಜಾತ್ಯತೀತರೇ ಇರಲಿ ಧಾರ್ಮಿಕರೇ ಇರಲಿ ಅಧಿಕಾರವಿದ್ದವರ ಮುಂದೆ ಆತ ಸಾಷ್ಟಾಂಗ ನಮಸ್ಕಾರ ಹಾಕಿ ಬಿಡುತ್ತಿದ್ದ. ತೀರಾ ಜುಗುಪ್ಸೆ ಹುಟ್ಟಿಸುವ ಮನುಷ್ಯ. ಕ್ಯಾಥರೀನಾಳು ಬೇಗ ಮದುವೆ ಮಾಡಿಕೊಂಡಾಗ ಭೀಕರವಾದ ತನ್ನ ಕೌಟುಂಬಿಕ ಪರಿಸರದಿಂದ ಪಾರಾದಳು ಎಂದು ಅನಿಸಿತ್ತು. ಆದರೆ, ಅವಳು ತನ್ನ ಕೌಟುಂಬಿಕ ಪರಿಸರ ಹಾಗೂ ದುಡುಕಿನ ಈ ಮದುವೆಯಿಂದ ಪಾರಾಗಿ ಬಂದ ಕೂಡಲೆ ಅವಳು ಒಬ್ಬ ಅದ್ಭುತ ವ್ಯಕ್ತಿಯಾಗಿ ರೂಪುಗೊಂಡಳು. ಅವಳ ಅರ್ಹತೆ ಯಾವ ಆರೋಪಕ್ಕೂ, ಅನುಮಾನಕ್ಕೂ ಎಡೆಯಿಲ್ಲದ್ದು. ನಾನು ವಾಣಿಜ್ಯ ಸಮಿತಿಯ ಪರೀಕ್ಷಾ ಮಂಡಳಿ ಸದಸ್ಯಳೂ ಹೌದು. ಅವಳ ವಿದ್ಯಾರ್ಹತೆಯ ಸಾಚಾತನ ಕುರಿತು ಮೌಖಿಕವಾಗಿ, ಅಗತ್ಯ ಬಿದ್ದರೆ ಲಿಖಿತವಾಗಿ ದೃಢೀಕರಣ ಮಾಡಲು ಸಿದ್ಧ.

"ಈಚಿನ ದಿನಗಳಲ್ಲಿ ಖಾಸಗಿ ಮತ್ತು ಸರ್ಕಾರದ ಮಟ್ಟದಲ್ಲಿ ಬಫೆ ಶೈಲಿಯಲ್ಲಿ ಆಹಾರ ಬಡಿಸುವುದು ಹೆಚ್ಚಿನ ಜನಪ್ರಿಯತೆ ಗಳಿಸುತ್ತಿರುವ ಕಾರಣ ಕ್ಯಾಥರೀನಾಳಂಥ ಮಹಿಳೆಯರಿಗೆ ಉತ್ತಮ ಅವಕಾಶಗಳು ತೆರೆದುಕೊಳ್ಳುತ್ತಿವೆ. ಅವಳು ಅದಕ್ಕೆ ಅತ್ಯಂತ ಸೂಕ್ತ ವ್ಯಕ್ತಿಯೂ ಆಗಿದ್ದಾಳೆ. ಇಂಥ ಆಹಾರ ಮೇಳಗಳನ್ನು ಸಂಘಟಿಸಲು, ಬೆಲೆ ನಿಗದಿ ಮಾಡಲು, ಆಕರ್ಷಕವಾಗಿ ಸಾದರಪಡಿಸಲು ಆಕೆ ಸೂಕ್ತ ತರಬೇತಿಯನ್ನೂ ಪಡೆದಿದ್ದಾಳೆ. ಆದಾಗ್ಯೂ ಈಗ, 'ನ್ಯೂಜ್' ಪತ್ರಿಕೆಯಿಂದ ನೆಮ್ಮದಿ ಸಿಗದೇ ಇದ್ದರೆ ಅವಳಿಗೆ ಅವಳ ಅಪಾರ್ಟ್‌ಮೆಂಟಿನಲ್ಲಿ ಆಸಕ್ತಿ ಕಳೆದು ಹೋಗಿರುವಂತೆ ಅವಳ ವೃತ್ತಿ ಜೀವನದಲ್ಲಿಯೂ ಸಹಜವಾಗಿಯೇ ಆಸಕ್ತಿ ಹೊರಟು ಹೋಗುತ್ತದೆ," ಎಂದು ಅವರು ಹೇಳಿದರು.

ಅವರ ಹೇಳಿಕೆಯ ಈ ಹಂತದಲ್ಲಿ, ನಿಸ್ಸಂಶಯವಾಗಿ ಖಂಡನಾರ್ಹವಾಗಿರುವ, ನಿರ್ದಿಷ್ಟ ಪತ್ರಿಕೋದ್ಯಮವನ್ನು ಕ್ರಿಮಿನಲ್ ಪ್ರಕರಣ ಹಾಕುವ ಮೂಲಕ ಬೆನ್ನಟ್ಟುವುದು ಪೊಲೀಸರ ಕೆಲಸವಲ್ಲ ಎಂದು ವೋಲ್ಟೆರ್ಸ್‌ಹೈಮ್ ಅವರಿಗೆ ಮನವರಿಕೆ ಮಾಡಿಕೊಡಲಾಯಿತು. ಪತ್ರಿಕೋದ್ಯಮದ ಸ್ವಾತಂತ್ರ್ಯದಲ್ಲಿ ಹಸ್ತಕ್ಷೇಪ ಮಾಡುವುದು ಅಷ್ಟು ಸುಲಭವಲ್ಲ. ಆದರೆ, ಕಾನೂನುಬಾಹಿರ ಮೂಲಗಳನ್ನು ಆಧರಿಸಿ ವರದಿ ಪ್ರಕಟಿಸಿದ ಆರೋಪದ ಮೇಲೆ ಅಪರಿಚಿತ ಒಬ್ಬ ವ್ಯಕ್ತಿ ಅಥವಾ ವ್ಯಕ್ತಿಗಳ ವಿರುದ್ಧ ದಾಖಲಿಸಿದ ಖಾಸಗಿ ದೂರನ್ನು ನ್ಯಾಯಸಮ್ಮತವಾಗಿ ನಿರ್ವಹಿಸುವ ಬಗೆಗೆ ವೋಲ್ಟೆರ್ಸ್‌ಹೈಮ್ ಅವರಿಗೆ ಅನುಮಾನ ಇರಬೇಕಿಲ್ಲ ಎಂದೂ ತಿಳಿಸಲಾಯಿತು. ಆದರೆ, ಪತ್ರಿಕೋದ್ಯಮದ ಸ್ವಾತಂತ್ರ್ಯ ಕುರಿತು ಹಾಗೂ ಸುದ್ದಿ ಮೂಲಗಳನ್ನು ರಕ್ಷಿಸಲು ಇರುವ ಹಕ್ಕುಗಳ ಕುರಿತು ಆವೇಶಭರಿತನಾಗಿ ಪ್ರತಿಪಾದಿಸಿದ ಯುವ ಸರ್ಕಾರಿ ವಕೀಲ ಕೋರ್ಟೆನ್, ಯಾರಾದರೂ ಒಬ್ಬ ವ್ಯಕ್ತಿ ಕೆಟ್ಟವರ ಸಹವಾಸ ಮಾಡದೇ ಇದ್ದರೆ ಆತನ ವಿರುದ್ಧ ಪತ್ರಿಕೆಯಲ್ಲಿ ದುಸ್ಸಹವಾದ ಅಥವಾ ಮಾನಹಾನಿಕರವೆನಿಸುವ ವರದಿಗಳು ಪ್ರಕಟವಾಗುವ ಪ್ರಮೇಯವೇ ಇರುವುದಿಲ್ಲ ಎಂದು ಸಮರ್ಥಿಸಿಕೊಂಡ.

ಇಡಿಯಾಗಿ ಈ ಪ್ರಕರಣದ ಕುರಿತು ಹೇಳಬೇಕೆಂದರೆ, ಗ್ಯೊಟೆನ್ ಮತ್ತು ಶೇಖ್ ವೇಷದಲ್ಲಿ ಇದ್ದ, ಅನುಮಾನಾಸ್ಪದ ಎನಿಸುವ, ಕಾರ್ಲ್ ನಂಥ ವ್ಯಕ್ತಿಗಳು ಇದ್ದಕ್ಕಿದ್ದಂತೆ ಪ್ರತ್ಯಕ್ಷವಾಗುವುದು, ಸಾಮಾಜಿಕ ಸಂಬಂಧದಲ್ಲಿನ ವಿಚಿತ್ರ ಅಸಡ್ಡೆಯನ್ನು ತೋರಿಸುತ್ತದೆ ಎಂದು ಹೇಳಲೇಬೇಕಾಗುತ್ತದೆ ಎಂದ ಕೋರ್ಟೆನ್. ಇದುವರೆಗೆ ಈ ಕುರಿತು ಸ್ಪಷ್ಟವಾಗಿ ತನಗೆ ವಿವರಣೆಯನ್ನೂ ನೀಡಲಾಗಿಲ್ಲ. ಹಾಗೂ ಈ ಇಬ್ಬರೂ ಯುವ ಹೆಣ್ಣುಮಕ್ಕಳು ವಿಚಾರಣೆಯಲ್ಲಿ ನಿಜವೆನಿಸಬಹುದಾದ ಹೇಳಿಕೆ ನೀಡುತ್ತಾರೆ ಎಂದು ತಾನು ಕಾಯುತ್ತಿರುವುದಾಗಿಯೂ ಆತ ಹೇಳಿದ. ವೋಲ್ಟೆರ್ಸ್‌ಹೈಮ್ ಅವರು ತನ್ನ ಮನೆಗೆ ಬರುವ ಅತಿಥಿಗಳನ್ನು ಆಯ್ಕೆ ಮಾಡುವ ವಿಚಾರದಲ್ಲಿ

ವಹಿಸಬೇಕಾದ ಎಚ್ಚರ ವಹಿಸಿಲ್ಲ ಎಂಬ ದೂಷಣೆಯಿಂದ ಪಾರಾಗಲು ಸಾಧ್ಯವಿಲ್ಲ ಎಂದೂ ಆತ ದೂರಿದ. ತನಗಿಂತ ವಯಸ್ಸಿನಲ್ಲಿ ಚಿಕ್ಕವನಾದ ಒಬ್ಬ ವ್ಯಕ್ತಿ ತನ್ನನ್ನು ಹೀಗೆ ತರಾಟೆಗೆ ತೆಗೆದುಕೊಳ್ಳುವುದನ್ನು ವೋಲ್ಬೆರ್ಸ್‌ಹೈಮ್ ಸಹಿಸದಾದರು. ತಾವು ಇಬ್ಬರು ಹುಡುಗಿಯರಿಗೆ ತಮ್ಮ ತಮ್ಮ ಗೆಳೆಯರನ್ನು ಕರೆದುಕೊಂಡು ಬರುವಂತೆ ಹೇಳಿದ್ದಾಗಿಯೂ, ತನ್ನ ಅತಿಥಿಗಳು ಕರೆದುಕೊಂಡು ಬಂದ ಗೆಳೆಯರ ಗುರುತು ಪತ್ರ ಅಥವಾ ಅವರ ಚಾರಿತ್ರ್ಯದ ಬಗೆಗೆ ಪೊಲೀಸರ ಪ್ರಮಾಣಪತ್ರ (ಪಿವಿಸಿ) ತಂದಿದ್ದಾರೆಯೇ ಎಂದು ಕೇಳುವುದು ತನಗೆ ರೂಢಿಯಿಲ್ಲ ಎಂದೂ ಅವರು ಉತ್ತರಿಸಿದರು. ಕೋರ್ಟಿನ್‌ರ ವಯಸ್ಸಿನ ಬಗೆಗೆ ಅವರು ಪ್ರಸ್ತಾಪಿಸಿದ್ದರಿಂದ, 'ಈ ವಿಚಾರದಲ್ಲಿ ವಯಸ್ಸು ಮುಖ್ಯವಲ್ಲ, ಅವರ ಸ್ಥಾನಮಾನ ಮುಖ್ಯ. ಕೋರ್ಟಿನ್ ಒಬ್ಬ ಸರ್ಕಾರಿ ವಕೀಲರಾಗಿರುವುದರಿಂದ ಅವರ ಸ್ಥಾನಮಾನವೇ ಮುಖ್ಯ' ಎಂದು ವೋಲ್ಬೆರ್ಸ್‌ಹೈಮ್ ಅವರನ್ನು ಗದರಿಸಿ ಸುಮ್ಮನಿರಿಸಿದ್ದೂ ಆಯಿತು.

ಈಗ ವಿಚಾರಣೆ ನಡೆದಿರುವ ಪ್ರಕರಣವು ಗಂಭೀರವಾದುದು, ವಿಪರೀತ ಗುರುತರವಾದುದು ಅಲ್ಲವಾದರೂ ತಕ್ಕಮಟ್ಟಿಗೆ ಗಂಭೀರವಾದುದು. ಈ ಹಿಂಸೆ ಅಪರಾಧ ಕೃತ್ಯದಲ್ಲಿ ಗ್ಯೊಟೆನ್‌ನ ಪಾತ್ರ ಇದೆ ಎಂದು ಸಾಕ್ಷ್ಯಗಳು ನುಡಿಯುತ್ತಿವೆ. ಯಾವ ವಿವರಗಳು, ಯಾವ ದೂಷಣೆಗಳು ಸೂಕ್ತ ಎಂಬುದನ್ನು ನಿರ್ಣಯಿಸುವ ಅಧಿಕಾರವನ್ನು ಸರ್ಕಾರದ ಕಾನೂನು ಪ್ರತಿನಿಧಿಗೆ ಬಿಡುವುದು ಸೂಕ್ತ ಎಂದು ಅವರಿಗೆ ತಿಳಿಸಲಾಯಿತು.

ಗ್ಯೊಟೆನ್ ಮತ್ತು ಆ ಅಪರಿಚಿತ ಆಗಂತುಕ ಇಬ್ಬರೂ ಒಬ್ಬರೇ ಇರಬಹುದಲ್ಲ ಎಂದು ಕೇಳಿದಾಗ, ವೋಲ್ಬೆರ್ಸ್‌ಹೈಮ್ ಅವರು, 'ಇಲ್ಲ ಹಾಗೆ ಇರಲು ಸಾಧ್ಯವೇ ಇಲ್ಲ" ಎಂದು ಸ್ಪಷ್ಟಪಡಿಸಿದರು. ಹಾಗಾದರೆ, ಆ 'ಸಭ್ಯ ಆಗಂತುಕ' ನಿಮಗೆ ವೈಯಕ್ತಿಕವಾಗಿ ಪರಿಚಿತನೇ, ನೀವು ಅವನನ್ನು ಯಾವಾಗಲಾದರೂ ನೋಡಿದ್ದೀರಾ, ಭೇಟಿ ಮಾಡಿದ್ದೀರಾ ಎಂದು ಕೇಳಿದಾಗಲೂ ಅವರ ಉತ್ತರ ನಕಾರಾತ್ಮಕವೇ ಆಗಿತ್ತು. ಆಕೆಯ ನಿಗೂಢ ಮತ್ತು ಮಹತ್ವದ ಕಾರಿನ ಪಯಣಗಳ ಬಗೆಗೂ ನಿಮಗೇನೂ ಗೊತ್ತಿಲ್ಲವಾದ್ದರಿಂದ ಒಟ್ಟು ನಿಮ್ಮ ಹೇಳಿಕೆ ತೃಪ್ತಿದಾಯಕವಾಗಿಲ್ಲ ಎಂದು ತಿಳಿಸಿ ತಾತ್ಕಾಲಿಕವಾಗಿ ಅವರ ಹೇಳಿಕೆಗಳನ್ನು 'ಒಂದಿಷ್ಟು ಕಹಿ ಭಾವನೆಯೊಡನೆ' ತಳ್ಳಿ ಹಾಕಲಾಯಿತು. ತನಿಖಾಧಿಕಾರಿಗಳು ಹಾಗೆ ಹೇಳಿದ್ದರಿಂದ ಕೆರಳಿದ ವೋಲ್ಬೆರ್ಸ್‌ಹೈಮ್ ಅವರು, ಶೇಖ್ ಪೋಷಾಕಿನಲ್ಲಿ ಇದ್ದ ವ್ಯಕ್ತಿ ಗ್ಯೊಟೆನ್‌ನ ಹಾಗೆಯೇ ಅನುಮಾನಾಸ್ಪದವಾಗಿ ಇದ್ದ, ಆತ ತನ್ನ ಪಾಡಿಗೆ ತಾನು ಬಚ್ಚಲುಮನೆಯಲ್ಲಿ ಇದ್ದಾಗಲೂ ಮಾತನಾಡುತ್ತಿದ್ದುದು ಕಾಣಿಸಿತು, ಮತ್ತು ಆತ ಯಾರಿಗೂ ಹೋಗಿ ಬರುತ್ತೇನೆ ಎಂದು ಕೂಡ ಹೇಳದೇ ಹೊರಟು ಹೋದ ಎಂದು ವಿಚಾರಣಾ ಕೊಠಡಿಯಿಂದ ತೆರಳುವುದಕ್ಕಿಂತ ಮುಂಚೆ ಹೇಳಿದರು.

29

ಗ್ರೆಟೆನ್‌ನನ್ನು ಪಾರ್ಟಿಗೆ ಕರೆದುಕೊಂಡು ಬಂದವಳು 17 ವರ್ಷದ, ಸೇಲ್ಸ್ ಗರ್ಲ್ ಆಗಿ ಕೆಲಸ ಮಾಡುತ್ತಿದ್ದ ಹೆರ್ಟಾ ಶಾಯ್‌ಮೇಲ್. ಅವಳು ಸಹಜವಾಗಿಯೇ ಅಧೀರಳಾಗಿದ್ದಳು. ಪೊಲೀಸರ ಜೊತೆಗೆ ತನಗೆ ಹಿಂದೆ ಯಾವಾಗಲೂ ವ್ಯವಹರಿಸುವ ಪ್ರಸಂಗವೇ ಬಂದಿರಲಿಲ್ಲ ಎಂದ ಹೆರ್ಟಾ, ಗ್ರೆಟೆನ್ ಬಗೆಗೆ ತನಗೆ ತಿಳಿದುದನ್ನು ಸಾಕಷ್ಟು ನಿಜ ಎನಿಸುವ ರೀತಿಯಲ್ಲಿ ವಿವರಿಸಿದಳು. "ಚಾಕೊಲೆಟ್ ಕಾರ್ಖಾನೆಯಲ್ಲಿ ಕೆಲಸ ಮಾಡುವ ನನ್ನ ಗೆಳತಿ ಕ್ಲಾಡಿಯಾ ಶ್ಲೆರ್ನ್ ಜೊತೆಗೆ, ಸ್ನಾನದ ಮನೆ ಮತ್ತು ಅಡುಗೆ ಮನೆ ಪ್ರತ್ಯೇಕವಾಗಿ ಇರುವ ಒಂದು ಕೋಣೆಯ ಮನೆಯಲ್ಲಿ ನಾನು ವಾಸವಾಗಿದ್ದೇನೆ. ನಾವಿಬ್ಬರೂ ಕುಯಿರ್ ಆಫ್ಟರ್‌ಬ್ರಾಯಿಶ್ ಊರಿನವರು ಮತ್ತು ವೋಲ್ಪೆರ್ಸ್‌ಹೈಮ್ ಮತ್ತು ಕ್ಯಾಥರೀನಾಗೆ ದೂರದ ಸಂಬಂಧಿಗಳು (ಇದು ಹೇಗೆ ದೂರದ ಸಂಬಂಧ ಎಂದು ಅವಳು ತಮ್ಮ ಅಜ್ಜಂದಿರ ಮತ್ತು ಅವರ ಅಜ್ಜಂದಿರ ಬಾದರಾಯಣ ಸಂಬಂಧವನ್ನೆಲ್ಲ ವಿವರಿಸಲು ಹೋದಳು. ಆ ಸಂಬಂಧದ ನಿಖರತೆಯ ಅಗತ್ಯವಿಲ್ಲವಾದ್ದರಿಂದ 'ದೂರದ ಸಂಬಂಧಿಗಳು' ಎಂದು ಬರೆದರೆ ಸಾಕು ಎಂದು ನಿರ್ಧರಿಸಲಾಯಿತು). ನಾವು ವೋಲ್ಪೆರ್ಸ್‌ಹೈಮ್‌ಳನ್ನು ಆಂಟಿ ಎಂದು ಕರೆಯುತ್ತೇವೆ. ಹಾಗೂ ಕ್ಯಾಥರೀನಾಳನ್ನು ಕಜಿನ್ ಎಂದು ಕರೆಯುತ್ತೇವೆ," ಎಂದು ಆಕೆ ಹೇಳಿದಳು.

"ಅದು ಬುಧವಾರ ಸಂಜೆ, 1974, ಫೆಬ್ರುವರಿ 20. ನನಗೆ ಮತ್ತು ಕ್ಲಾಡಿಯಾ ಇಬ್ಬರಿಗೂ ಏನು ಮಾಡಬೇಕು ಎಂದು ತಿಳಿಯಲಿಲ್ಲ. ಏಕೆಂದರೆ, ಎಲ್ಸ್ ಆಂಟಿ ಮನೆಯಲ್ಲಿ ನಡೆಯಲಿರುವ ಡಾನ್ಸ್ ಪಾರ್ಟಿಗೆ ನಮ್ಮ ಗೆಳೆಯರನ್ನು ಕರೆದುಕೊಂಡು ಬರುತ್ತೇವೆ ಎಂದು ಹೇಳಿದ್ದೆವು. ಕರೆದುಕೊಂಡು ಹೋಗದೇ ಇದ್ದಿದ್ದರೆ ಅಲ್ಲಿ ಡಾನ್ಸ್ ಮಾಡಲು ಜೊತೆಯಾಗಿ ಸಾಕಷ್ಟು ಸಂಗಾತಿಗಳು ಇರುತ್ತಿರಲಿಲ್ಲ. ಸರಿ, ಸದ್ಯ ಸೇನೆಯಲ್ಲಿ, ಸರಿಯಾಗಿ ಹೇಳಬೇಕಾದರೆ ಎಂಜಿನಿಯರ್ಸ್‌ನಲ್ಲಿ ಸೇವೆ ಸಲ್ಲಿಸುತ್ತಿರುವ ನನ್ನ ಗೆಳೆಯನಿಗೆ – ಎಂದಿನಂತೆ ಒಮ್ಮಿಂದೊಮ್ಮೆಲೆ ಸೇನಾ ಶಿಬಿರಕ್ಕೆ ನಿಯೋಜಿಸಿದ್ದರು. ಆದರೂ ಸುಮ್ಮನೇ ಹೋಗೋಣ ಬಾ ಎಂದು ನಾನು ಕರೆದೆನಾದರೂ ಆತನ ಮನವೊಲಿಸಲು ಸಾಧ್ಯವಾಗಲಿಲ್ಲ. ಏಕೆಂದರೆ ಆತ ಈಗಾಗಲೇ ಹೀಗೆ ಹಲವು ಸಾರಿ ನಿಯೋಜಿಸಿದ ಕೆಲಸಕ್ಕೆ ಹೋಗುವುದನ್ನು ತಪ್ಪಿಸಿದ್ದರಿಂದ ಮತ್ತೆ ಅದೇ ತಪ್ಪು ಮಾಡಿ ತೊಂದರೆಗೆ ಸಿಲುಕಲು ಒಪ್ಪಲಿಲ್ಲ. ಅತ್ತ ಕ್ಲಾಡಿಯಾಳ ಗೆಳೆಯ ಮಧ್ಯಾಹ್ನದ ವೇಳೆಗಾಗಲೇ ವಿಪರೀತ ಕುಡಿದು ಬಿಟ್ಟಿದ್ದ. ಅವನನ್ನು ನಾವೇ ಎತ್ತಿ ಹಾಸಿಗೆ ಮೇಲೆ ಮಲಗಿಸಬೇಕಾಯಿತು. ಹೀಗಾಗಿ ನಾವು ಫೊಲ್ಕ್‌ಟ ಕಾಫಿ ಹೌಸ್‌ಗೆ ಹೋಗಿ ಒಂದಿಬ್ಬರು ಒಳ್ಳೆಯ ಹುಡುಗರನ್ನು

ಕರೆದುಕೊಂಡು ಆಂಟಿ ಮನೆಗೆ ಹೋಗೋಣ ಎಂದು ಯೋಚಿಸಿದೆವು. ಆಂಟಿ ಮುಂದೆ ನಮ್ಮ ಮರ್ಯಾದೆ ಉಳಿಸಿಕೊಳ್ಳಬೇಕಿತ್ತು. ಕಾರ್ನಿವಾಲ್ ಸಮಯದಲ್ಲಿ ಕಾಫಿ ಹೌಸ್ ಒಂದು ನೈಟ್ ಲೈಫ್ ತಾಣವಾಗಿ ಪರಿವರ್ತಿತವಾಗಿರುತ್ತದೆ. ಈ ಸಂಭ್ರಮದಲ್ಲಿ ಜನರು ಡಾನ್ಸ್‌ಗಿಂತ ಮುಂಚೆ ಹಾಗೂ ನಂತರ ಅಲ್ಲಿ ಸೇರುತ್ತಲೇ ಇರುತ್ತಾರೆ. ಹೀಗಾಗಿ ಅಲ್ಲಿ ಅನೇಕ ತರುಣರು ಸಿಕ್ಕೇ ಸಿಗುತ್ತಾರೆ ಎಂದುಕೊಂಡೆವು.

"ಬುಧವಾರ ತಡ ಮಧ್ಯಾಹ್ನ ಕಾಫಿ ಹೌಸ್‌ನಲ್ಲಿ ಸಾಕಷ್ಟು ಉತ್ತಮ ವಾತಾವರಣವೇ ಇತ್ತು. ಈ ಯುವಕ ಆಗಲೇ ನನ್ನ ಜೊತೆಗೆ ಡಾನ್ಸ್ ಮಾಡಬೇಕು ಎಂದು ನನಗೆ ಎರಡು ಸಾರಿ ಕರೆದಿದ್ದ. ಅವನ ಹೆಸರು ಲೂಡ್ವಿಶ್ ಗ್ಯೊಟೆನ್. ಅವನು ಪೊಲೀಸರಿಗೆ ಬೇಕಾದ ಕ್ರಿಮಿನಲ್ ಎಂದು ನನಗೆ ಈಗಲಷ್ಟೇ ಗೊತ್ತಾಗಿದ್ದು. ಎರಡನೇ ಸಾರಿ ಡಾನ್ಸ್ ಮಾಡುವಾಗ, ಅವನು ನಮ್ಮ ಜೊತೆಗೆ ಪಾರ್ಟಿಯೊಂದಕ್ಕೆ ಬರಲು ಸಿದ್ಧನಿದ್ದಾನೆಯೇ ಎಂದು ನಾನು ಕೇಳಿದೆ. ಈಗಾಗಲೇ ತಾನು ಒಂದು ಸ್ಥಳದಿಂದ ಮತ್ತೊಂದು ಸ್ಥಳಕ್ಕೆ ಅಲೆದಾಡುತ್ತಿದ್ದು, ತಂಗಲು ಒಂದು ಜಾಗ ಇಲ್ಲದೇ ಇರುವುದರಿಂದ, ಸಂಜೆಯನ್ನು ಹೇಗೆ ಕಳೆಯಬೇಕು ಎಂದು ತಿಳಿಯದ ಕಾರಣ ನಿನ್ನ ಜೊತೆಗೆ ಬರುವುದಕ್ಕೆ ಇಷ್ಟ ಎಂದ. ನಾನು ಇತ್ತ ಗ್ಯೊಟೆನ್ ಜೊತೆಗೆ ಹೋಗುವುದನ್ನು ನಿರ್ಧರಿಸುತ್ತಿದ್ದಾಗಲೇ, ಅತ್ತ ನಮ್ಮ ಪಕ್ಕದಲ್ಲಿಯೇ ಶೇಖ್‌ನ ವೇಷದಲ್ಲಿದ್ದವನ ಜೊತೆಗೆ ಕ್ಲೌಡಿಯಾ ಡಾನ್ಸ್ ಮಾಡುತ್ತಿದ್ದಳು. ನಮ್ಮ ಮಾತುಗಳನ್ನು ಕೇಳಿಸಿಕೊಂಡಿದ್ದರಿಂದಾಗಿಯೇ ಶೇಖ್, ನಂತರ ಅವನ ಹೆಸರು ಕಾರ್ಲ್ ಎಂದು ತಿಳಿದು ಬಂತು, ಒಂದು ರೀತಿ ನಯವಾದ ಧ್ವನಿಯಲ್ಲಿ, ವಾಸ್ತವದಲ್ಲಿ ಅದು ವಿನೋದಪೂರ್ಣವಾಗಿ ಇರಬೇಕಿತ್ತು, ತನಗೂ ಆ ಪಾರ್ಟಿಯಲ್ಲಿ ಒಂದು ಮೂಲೆಯಲ್ಲಿ ಜಾಗ ದೊರಕಿಸಬಹುದೇ ಎಂದು ಕೇಳಿದ. ಅವನು ಒಬ್ಬನೇ ಇದ್ದು ಬೇರೆಲ್ಲೂ ಸಂಜೆ ಕಳೆಯುವ ಯೋಚನೆ ಇಲ್ಲ ಎಂದು ತಿಳಿಸಿದ.

"ಹೇಗಿದ್ದರೂ ನಮಗೆ ಬೇಕಾದುದು ದೊರೆತ ಕಾರಣ ತಕ್ಷಣ ನಾವು ಅಲ್ಲಿಂದ ಲೂಡ್ವಿಶ್-ಅಂದರೆ ಗ್ಯೊಟೆನ್-ಕಾರಿನಲ್ಲಿ ಆಂಟಿ ಎಲ್ಸ್ ಅವರ ಅಪಾರ್ಟ್‌ಮೆಂಟ್‌ಗೆ ಹೊರಟೆವು. ಅದು ಪೋರ್ಶೆ ಕಾರು. ನಾಲ್ವರಿಗೆ ಸಾಕಾಗುವಷ್ಟು ಇರಲಿಲ್ಲ. ಹಾಗೆಂದು ನಾವು ದೂರ ಕ್ರಮಿಸಬೇಕಾಗಿರಲಿಲ್ಲ. ಪೋಲ್ಕ್'ಟ ಕಾಫಿ ಹೌಸ್‌ಗೆ ಹೋಗಿ ಒಂದಿಬ್ಬರನ್ನು ಕರೆದುಕೊಂಡು ಬರಲಿದ್ದೇವೆ ಎಂಬುದು ಕ್ಯಾಥರೀನಾಗೆ ಗೊತ್ತಿತ್ತೇ ಎಂದು ಕೇಳಿದರೆ ನಾನು ಹೌದು ಎಂದೇ ಉತ್ತರಿಸುತ್ತೇನೆ. ಅವಳು ಕೆಲಸ ಮಾಡುವ ಬ್ಲೋರ್ನರ ಮನೆಯಲ್ಲಿ ಇದ್ದಾಗ ನಾನು ಕರೆ ಮಾಡಿದ್ದೆ. ಯಾರೂ ಸಿಗದೇ ಇದ್ದರೆ ನಾನು ಮತ್ತು ಕ್ಲೌಡಿಯಾ ಮಾತ್ರ ಪಾರ್ಟಿಗೆ ಹೋಗಬೇಕಾಗುತ್ತದೆ ಎಂದು ಆಕೆಗೆ ತಿಳಿಸಿದ್ದೆ. ನಾವು ಪೋಲ್ಕ್'ಟ ಕಾಫಿ ಹೌಸ್‌ಗೆ ಹೋಗುತ್ತೇವೆ ಎಂದೂ ಆಕೆಗೆ ತಿಳಿಸಿದ್ದೆ. ಅದು ಒಳ್ಳೆಯ ಆಲೋಚನೆಯಲ್ಲ ಎಂದು ಆಕೆಗೆ

ಅನಿಸಿತು. ನಾವು ತೀರಾ ಅಮಾಯಕರು ಮತ್ತು ಬೇಜವಾಬ್ದಾರಿ ಜನ ಎಂದು ಆಕೆ ಹೇಳಿದಳು. ಆದರೆ, ಇಂಥ ವಿಚಾರಗಳಲ್ಲಿ ಕ್ಯಾಥರೀನಾಳ ವಿಚಿತ್ರ ನಡವಳಿಕೆಯೂ ನಮಗೆ ಗೊತ್ತು. ಆದ್ದರಿಂದ, ಕ್ಯಾಥರೀನಾ, ತಾವಿಬ್ಬರೂ ಇಡೀ ಜೀವಮಾನ ಗೊತ್ತು ಎನ್ನುವಂತೆ, ಗಬಕ್ಕನೇ ಗ್ಯೊಟೆನ್‌ನನ್ನು ಹಿಡಿದುಕೊಂಡು ಇಡೀ ಸಂಜೆ ಅವನ ಜೊತೆಗೆ ಡಾನ್ಸ್ ಮಾಡಿದ್ದು ನನಗೆ ತೀರಾ ಆಶ್ಚರ್ಯಕರವಾಗಿ ಕಂಡಿತು."

30

ಹೆರ್ಟಾ ಶಾಯ್‌ಮೆಲ್‌ಳ ಹೇಳಿಕೆಯನ್ನು ಆಕೆಯ ಗೆಳತಿ ಕ್ಲೌಡಿಯಾ ಕೂಡ ಶಬ್ದಶಃ ಖಚಿತಪಡಿಸಿದಳು. ಅಲ್ಲಿ ಒಂದೇ ಒಂದು ಅಂಶದಲ್ಲಿ ವ್ಯತ್ಯಾಸವಿತ್ತು. ಅದು ಅಷ್ಟೇನೂ ಮುಖ್ಯವಾದುದೂ ಅಲ್ಲ. ತಾನು ಶೇಖ್ ಜೊತೆಗೆ ಎರಡು ಸಾರಿ ಅಲ್ಲ ಮೂರು ಸಾರಿ ನೃತ್ಯ ಮಾಡಿದ್ದೆ ಎಂದು ಆಕೆ ಹೇಳಿದ್ದಳು. ಏಕೆಂದರೆ ಹೆರ್ಟಾಳನ್ನು ನೃತ್ಯ ಮಾಡಲು ಗ್ಯೊಟೆನ್ ಕರೆಯುವುದಕ್ಕಿಂತ ಮುಂಚೆಯೇ ತನ್ನ ಜೊತೆಗೆ ನೃತ್ಯ ಮಾಡುವಂತೆ ಆಕೆಯನ್ನು ಕಾರ್ಲ್ ಕರೆದಿದ್ದನು. ಎಂದೂ ಯಾರಿಗೂ ಸಲಿಗೆ ಕೊಡದ ಕ್ಯಾಥರೀನಾ, ಗ್ಯೊಟೆನ್ ಜೊತೆಗೆ ಸ್ನೇಹ ಬೆಳೆಸಿದಳು ಮಾತ್ರವಲ್ಲ ಆತನಿಗೆ ಪರಿಚಿತಳೇ ಆಗಿಬಿಟ್ಟುದು ತನಗೂ ಆಶ್ಚರ್ಯಕರವಾಗಿಯೇ ಕಾಣಿಸಿತು ಎಂದು ಕ್ಲೌಡಿಯಾ ಕೂಡ ಹೇಳಿದಳು.

31

ಪಾರ್ಟಿಗೆ ಬಂದ ಇನ್ನೂ ಮೂವರು ಅತಿಥಿಗಳನ್ನು ವಿಚಾರಣೆ ಮಾಡುವುದು ಇತ್ತು. ಅವರು: ವೋಲ್ಟೆರ್ಸ್‌ಹೈಮ್ ಅವರ ಸ್ನೇಹಿತ ಹಾಗೂ ಜವಳಿ ಏಜೆಂಟ್ ಆಗಿರುವ 56 ವರ್ಷದ ಕೊನ್ರಾಡ್ ಬೈಟೆರ್ಸ್, ಪುರಸಭೆಯ ಉದ್ಯೋಗಿಗಳಾದ ಗೆಯಾರ್ಗ್ ಪ್ಲೋಟನ್ (42) ಮತ್ತು ಅವರ ಪತ್ನಿ ಹೆಡ್ವಿಗ್ (36). ಕ್ಯಾಥರೀನಾ ಬ್ಲೂಮ್ ಬಂದ ಗಳಿಗೆಯಿಂದ ಹಿಡಿದು ಲೂಡ್ವಿಶ್ ಗ್ಯೊಟೆನ್ ಜೊತೆಯಾಗಿ ಬಂದ ಹೆರ್ಟಾ ಶಾಯ್‌ಮೆಲ್, ಶೇಖ್ ವೇಷದಲ್ಲಿ ಇದ್ದ ಕಾರ್ಲ್ ಜೊತೆಗೆ ಕ್ಲೌಡಿಯಾ ಶ್ಟೆರ್ನ್ ಬಂದುದರ ವರೆಗಿನ ಎಲ್ಲ ವಿವರಗಳ ಬಗೆಗೆ ಈ ಮೂವರೂ ಒಂದೇ ರೀತಿಯ ಮಾಹಿತಿ ನೀಡಿದರು. ಅದೂ ಅಲ್ಲದೇ ಅಂದು ಸಂಜೆಯ ಪಾರ್ಟಿಯು ನೃತ್ಯ ಮಾತ್ರವಲ್ಲದೇ ಒಟ್ಟು ಮಾತುಕತೆಯ ರೀತಿಯಲ್ಲಿಯೂ ಉಲ್ಲಾಸದಾಯಕವಾಗಿತ್ತು, ಅದರಲ್ಲಿಯೂ ಕಾರ್ಲ್ ವಿನೋದವಾಗಿ ಮಾತನಾಡುತ್ತಿದ್ದ ಎಂದು ಅವರೆಲ್ಲ ಹೇಳಿದರು. ಗೆಯಾರ್ಗ್ ಪ್ಲೋಟನ್ ಪ್ರಕಾರ, "ಕ್ಯಾಥರೀನಾ ಮೇಲೆ ಲೂಡ್ವಿಶ್ ಗ್ಯೊಟೆನ್ ಸಂಪೂರ್ಣ ಏಕಾಧಿಕಾರ ಸಾಧಿಸಿಬಿಟ್ಟಿದ್ದ. ತಪ್ಪು ಎಂದು

ಕರೆಯಬಹುದಾದ ಪ್ರಸಂಗವದು. ಆದರೆ, ಆ ಇಬ್ಬರೂ ಹಾಗೆ ಭಾವಿಸಿದಂತೆ ಇರಲಿಲ್ಲ ಎಂಬುದರಲ್ಲಿ ಯಾವುದೇ ಸಂಶಯವೂ ಇಲ್ಲ." ಕಾರ್ನಿವಾಲ್ ಪಾರ್ಟಿಗಳಲ್ಲಿ ಇಂಥ ನಡವಳಿಕೆ ಸಮಂಜಸವಾದುದಲ್ಲ. ಹೀಗಾಗಿ ಇಡೀ ಸಂಜೆಯ ವಾತಾವರಣ ಒಂದು ರೀತಿ ಗಂಭೀರವಾಗಿ ಪರಿಣಮಿಸಿತು. ಕ್ಯಾಥರೀನಾ ಮತ್ತು ಲೂದ್ವಿಶ್ ಹೊರಟ ನಂತರ, ಇನ್ನಷ್ಟು ಮಂಜುಗಡ್ಡೆ ತೆಗೆದುಕೊಳ್ಳಬೇಕು ಎಂದು ಅಡುಗೆ ಕೋಣೆಗೆ ಹೋಗಿದ್ದಾಗ ಶೇಖ್ ವೇಷದಲ್ಲಿ ಇದ್ದ ಕಾರ್ಲ್, ಬಚ್ಚಲು ಮನೆಯಲ್ಲಿ ತನ್ನಷ್ಟಕ್ಕೆ ತಾನೇ ಮಾತನಾಡಿಕೊಳ್ಳುತ್ತಿದ್ದುದನ್ನು ಗಮನಿಸಿದೆ ಎಂದು ಹೆಡ್ವಿಗ್ ಪ್ಲೋಟನ್ ಹೇಳಿದಳು. ಕೆಲವೇ ಕ್ಷಣಗಳಲ್ಲಿ ಕಾರ್ಲ್ ಕೂಡ ಯಾರಿಗೂ ವಿದಾಯ ಹೇಳದೆ ಅಲ್ಲಿಂದ ಹೊರಟುಬಿಟ್ಟ.

32

ಕ್ಯಾಥರೀನಾಳನ್ನು ಮತ್ತೆ ವಿಚಾರಣೆಗೆ ಕರೆಸಲಾಯಿತು. ಹೆರ್ಟಾ ಶಾಯ್‌ಮೆಲ್ ಜೊತೆಗೆ ತಾನು ದೂರವಾಣಿಯಲ್ಲಿ ಮಾತನಾಡಿದ್ದುದನ್ನು ಆಕೆ ಖಚಿತಪಡಿಸಿದಳು ಆದರೆ, ಗ್ಯೊಟೆನ್‌ನ ಜೊತೆಗೆ ಭೇಟಿ ನಿಗದಿ ಮಾಡುವ ಕುರಿತು ತಾವು ಏನನ್ನೂ ಮಾತನಾಡಿರಲಿಲ್ಲ ಎಂಬ ತನ್ನ ಮುಂಚಿನ ಮಾತನ್ನೇ ಪುನರುಚ್ಚರಿಸಿದಳು. ಇಂಥ ಭೇಟಿ ನಿಗದಿ ಮಾಡಲು ನೀವು ಇಬ್ಬರೂ ಮಾತನಾಡಿಕೊಂಡಿದ್ದಿರಿ ಎಂದು, ಬೈತ್ಸ್‌ಮೆನ್ನೆ ಅವರು ಅಲ್ಲ, ಕೋರ್ಟೆನ್ ಆಕೆಗೆ ಸೂಚಿಸಿದ. ನೀನು ಹೆರ್ಟಾ ಜೊತೆಗೆ ಮಾತನಾಡಿದ ನಂತರ ಗ್ಯೊಟೆನ್ ನಿನಗೆ ಕರೆ ಮಾಡಿದ್ದ. ಮತ್ತು ನೀನು ಎಷ್ಟು ಜಾಣೆ ಎಂದರೆ ಆತನನ್ನು ನೀನೇ ಪೋಲ್ಕ್'ಟ ಕಾಫಿ ಹೌಸ್‌ಗೆ ಕಳಿಸಿದೆ. ಆ ಮೂಲಕ ಹೆರ್ಟಾ ಹಾಗೂ ಗ್ಯೊಟೆನ್‌ರ ಭೇಟಿ ಅಲ್ಲಿ ಆಗುತ್ತದೆ. ಹಾಗೂ ಹೆಚ್ಚು ಜನರ ಗಮನ ಸೆಳೆಯದೇ ನೀನು ಗ್ಯೊಟೆನ್‌ನನ್ನು ವೋಲ್ಪೆರ್ಸ್‌ಹೈಮ್ ಮನೆಯಲ್ಲಿ ಭೇಟಿ ಮಾಡಬಹುದು ಎಂದು ಅಂದುಕೊಂಡಿದ್ದೆ ಎಂದು ಒಪ್ಪಿಕೊಳ್ಳುವುದು ಸೂಕ್ತ. ಆಕರ್ಷಕ ವಸ್ತ್ರ ಧರಿಸಿದ್ದ ಶಾಯ್‌ಮೆಲ್ ಕಣ್ಣು ಕೋರೈಸುವಂಥ ಸುಂದರಿಯಾಗಿರುವುದರಿಂದ ನೀನು ಅಂದುಕೊಂಡಂತೆ ಮಾಡುವುದು ಸುಲಭವೂ ಆಗಿತ್ತು ಎಂದೂ ಕೋರ್ಟೆನ್ ಸೂಚಿಸಿದ. ಈ ವೇಳೆಗಾಗಲೇ, ಕ್ಯಾಥರೀನಾ ಬ್ಲೂಮ್ ಸಂಪೂರ್ಣವಾಗಿ ನಿರಾಸಕ್ತಳಾಗಿದ್ದಳು.

ಕೇವಲ ತಲೆ ಅಲ್ಲಾಡಿಸಿದ ಆಕೆ 'ನ್ಯೂಜ್' ಪತ್ರಿಕೆಯ ಎರಡು ಸಂಚಿಕೆಗಳನ್ನು ಬಿಗಿಯಾಗಿ ಹಿಡಿದುಕೊಂಡಿದ್ದಳು. ಅಲ್ಲಿಗೆ ಅವಳ ವಿಚಾರಣೆ ಮುಕ್ತಾಯಗೊಂಡಿತು. ಆಕೆಗೆ ಹೊರಡಲು ಅನುಮತಿ ಸಿಕ್ಕಿತು. ವೋಲ್ಪೆರ್ಸ್‌ಹೈಮ್ ಹಾಗೂ ಕೊನ್ರಾಡ್ ಬೈಟೆರ್ಸ್ ಅವರೊಡನೆ ಆಕೆ ಪೊಲೀಸ್ ಪ್ರಧಾನ ಕಚೇರಿಯಿಂದ ತೆರಳಿದಳು.

33

ಎಲ್ಲ ಹೇಳಿಕೆಗಳನ್ನು ಮುಂದಿಟ್ಟುಕೊಂಡು, ಅಲ್ಲಿ ಇರುವ ಹೊಂದದ ಕೊಂಡಿಗಳನ್ನು ಹುಡುಕುತ್ತಿದ್ದಾಗ, ಇಡೀ ಪ್ರಕರಣದಲ್ಲಿ ತೀರಾ ಅಸ್ಪಷ್ಟ ಎನಿಸುತ್ತಿರುವ ಆತನ ಪಾತ್ರದ ಕುರಿತು ಶೇಖ್ ವೇಷದಲ್ಲಿ ಇದ್ದ ಕಾರ್ಲ್ ಎಂಬಾತನನ್ನು ಕರೆದು ವಿಚಾರಿಸಲು ಗಂಭೀರ ಪ್ರಯತ್ನ ಮಾಡಲು ಸಾಧ್ಯವಿಲ್ಲವೇ ಎಂದು ಕೋರ್ಟೆನ್ ಕೇಳಿದ. ಈ ಕಾರ್ಲ್‌ನನ್ನು ಪತ್ತೆ ಮಾಡಲು ಯಾವುದೇ ಕ್ರಮ ತೆಗೆದುಕೊಳ್ಳದೇ ಇರುವ ಬಗೆಗೆ ತನಗೆ ಅಚ್ಚರಿಯಾಗುತ್ತದೆ ಎಂದು ಹೇಳಲೇಬೇಕಾಗುತ್ತದೆ ಎಂದೂ ಆತ ಹೇಳಿದ. ಈ ಕಾರ್ಲ್‌ನು ಪೋಲ್ಕ್'ಟ ಕಾಫಿ ಹೌಸ್‌ನಿಂದ ಹೆಚ್ಚೂ ಕಡಿಮೆ ಅದೇ ಸಮಯಕ್ಕೆ, ಜೊತೆಯಾಗಿ ಅಲ್ಲದೇ ಇದ್ದರೂ, ಪಾರ್ಟಿಗೆ ಬಂದಿದ್ದ ಮತ್ತು ಪಾರ್ಟಿಯಿಂದ ಹೊರಗೆ ಹೋಗಿದ್ದ. ಹೀಗಾಗಿ ತನಗೆ ಇದು ಸಂಶಯಾಸ್ಪದವಾಗಿ ಕಾಣದೇ ಇದ್ದರೂ ನಿಗೂಢವಾಗಿ ಕಾಣುತ್ತದೆ ಎಂದ ಕೋರ್ಟೆನ್.

ಈ ಹಂತದಲ್ಲಿ ಅಲ್ಲಿ ಇದ್ದ ಎಲ್ಲರೂ ಒಂದೇ ಸಾರಿ ಜೋರಾಗಿ ನಕ್ಕರು; ಸಾಮಾನ್ಯವಾಗಿ ಗಂಭೀರವಾಗಿಯೇ ಇರುವ ಮಹಿಳಾ ಪೊಲೀಸ್ ಅಧಿಕಾರಿ ಪ್ಲೆಟ್ಸರ್ ಕೂಡ ನಸುನಕ್ಕರು. ಸ್ಟೆನೊಗ್ರಾಫರ್ ಅನ್ನಾ ಲೋಕ್‌ಸ್ಟರ್ ಅಂತೂ ಗಹಗಹಿಸಿ ನಗತೊಡಗಿದಳು. ಆಕೆಯನ್ನು ಬೈತ್ಸ್‌ಮೆನ್ನೆ ಅವರೇ ನಿಯಂತ್ರಿಸಬೇಕಾಯಿತು. ಅಂತಿಮವಾಗಿ ಕೋರ್ಟೆನ್‌ಗೆ ಏನೂ ಅರ್ಥವಾಗಲಿಲ್ಲ. ಆತನ ಸಹೋದ್ಯೋಗಿ ಹಾಶ್ ಅವರೇ ಶೇಖ್ ಪೋಷಾಕುಧಾರಿ ಯಾರು ಎಂದು ತಿಳಿಸಿ ಹೇಳಬೇಕಾಯಿತು: ಬೈತ್ಸ್‌ಮೆನ್ನೆ ಅವರು ಶೇಖ್ ವಿಚಾರವನ್ನು ಪ್ರಸ್ತಾಪಿಸದೇ ಇರುವುದನ್ನು ಅಥವಾ ಪ್ರಸ್ತಾಪಿಸಲು ವಿಫಲರಾದುದನ್ನು ನೀನು ಗಮನಿಸಿ ಅರ್ಥ ಮಾಡಿಕೊಳ್ಳಲಿಲ್ಲವೇ ಎಂದು ಅವರು ಕೋರ್ಟೆನ್‌ಗೆ ಕೇಳಿದರು. ಆತ 'ನಮ್ಮವ' ಅವನು ತನ್ನ ಸಹೋದ್ಯೋಗಿಗಳಿಗೆ ಗ್ಯೊಟೆನ್ ಮತ್ತು ಬ್ಲೂಮ್‌ರನ್ನು ಬೆಂಬೀಳಬೇಕು ಎಂದು ತನ್ನ ಪುಟ್ಟ ಟ್ರಾನ್ಸ್ಮಿಟರ್‌ನಿಂದ ಸಂದೇಶ ತಲುಪಿಸುವುದಕ್ಕಾಗಿ ಹಾಗೆ ಬಚ್ಚಲು ಮನೆಗೆ ಹೋಗಿ ಮಾತನಾಡುತ್ತಿದ್ದ. ಆದರೆ, ಈ ಕೆಲಸವನ್ನು ಆತ ಇನ್ನೂ ಸಮರ್ಪಕ ರೀತಿಯಲ್ಲಿ ಮಾಡಬೇಕಿತ್ತು. ಈ ವೇಳೆಗಾಗಲೇ ಬ್ಲೂಮ್ ಮನೆಯ ವಿಳಾಸವೂ ಪತ್ತೆಯಾಗಿತ್ತು. "ಈಗಿನ ಕಾರ್ನಿವಾಲ್ ಸಮಯದಲ್ಲಿ, ಖಚಿತ ಕಾರಣಗಳಿಂದಾಗಿ, ಕೌಬಾಯ್‌ಗಳ ಹಾಗೆ ಮಾರುವೇಷ ಧರಿಸಿರುವುದಕ್ಕಿಂತ ಶೇಖ್ ವೇಷದಲ್ಲಿ ಇರುವುದು ಹೆಚ್ಚು ಜನಪ್ರಿಯವಾಗಿದೆ ಎಂಬುದು ನಿನಗೂ ಅರ್ಥವಾಗುತ್ತದೆ ಎಂದುಕೊಂಡಿರುವೆ," ಎಂದು ಹಾಶ್ ತಿಳಿಸಿ ಹೇಳಿದರು. "ಕಾನೂನು ಮುರಿಯುವವರಿಗೆ ಕಾರ್ನಿವಾಲ್ ಎನ್ನುವುದು ತಲೆಮರೆಸಿಕೊಳ್ಳಲು ಸುಲಭ ಹಾಗೂ ಅವರನ್ನು ಬೆನ್ನು ಹತ್ತಿ ಹಿಡಿಯುವುದು ನಮಗೆ ಕಷ್ಟ. ಗ್ಯೊಟೆನ್‌ನನ್ನು ಸುಮಾರು

36 ಗಂಟೆಗಳಿಂದ ನಾವು ಬೆನ್ನಟ್ಟಿದ್ದೆವು," ಎಂದು ಬೈತ್ಸ್‌ಮೆನ್ನೆ ಅವರೂ ಹೇಳಿದರು. ಅಂದ ಹಾಗೆ, ಗ್ಯೊಟೆನ್ ವೇಷ ಮರೆಸಿಕೊಂಡಿರಲಿಲ್ಲ ಮತ್ತು ಪಾರ್ಕಿಂಗ್ ಜಾಗದಲ್ಲಿ ನಿಲ್ಲಿಸಿದ್ದ ಫೋಕ್ಸ್‌ವ್ಯಾಗನ್ ಬಸ್ಸಿನಲ್ಲಿ ರಾತ್ರಿ ಕಳೆದಿದ್ದ. ಅಲ್ಲಿಯೇ ನಿಲ್ಲಿಸಿದ್ದ ಪೋರ್ಶೆ ಕಾರನ್ನು ಕದ್ದು ಒಂದು ಕೆಫೆಗೆ ಹೋಗಿ ತಿಂಡಿ ತಿಂದು ಅಲ್ಲಿಯೇ ವಾಷ್‌ರೂಮಿನಲ್ಲಿ ಶೇವ್ ಮಾಡಿಕೊಂಡು ಮತ್ತು ಬಟ್ಟೆ ಬದಲಿಸಿದ.

"ನಾವು ಒಂದು ನಿಮಿಷವೂ ಅವನ ಮೇಲಿನ ದೃಷ್ಟಿ ತೆಗೆದಿರಲಿಲ್ಲ. ಹೆಚ್ಚೂ ಕಡಿಮೆ ಒಂದು ಡಜನ್ ಪೊಲೀಸ್ ಸಿಬ್ಬಂದಿ ಶೇಖ್ ವೇಷದಲ್ಲಿ, ಕೌಬಾಯ್ ವೇಷದಲ್ಲಿ ಹಾಗೂ ಸ್ಪೇನೀಯರ ವೇಷದಲ್ಲಿ ಅವನ ಬೆನ್ನು ಬಿದ್ದಿದ್ದರು. ಅವರೆಲ್ಲ ತಮ್ಮ ಜೇಬಿನಲ್ಲಿ ಟ್ರಾನ್ಸ್ಮಿಟರ್‌ಗಳನ್ನು ಇಟ್ಟುಕೊಂಡಿದ್ದರು. ತಾವೆಲ್ಲ ಆಮೋದ ಪ್ರಮೋದದಲ್ಲಿ ಇದ್ದವರಂತೆ ಅವರೆಲ್ಲ ನಟಿಸುತ್ತಿದ್ದರೂ ವಾಸ್ತವದಲ್ಲಿ ಸುಸ್ತು ಹೊಡೆದಂತಿದ್ದರು. ತಾವು ಬೆನ್ನು ಹತ್ತಿದ ವ್ಯಕ್ತಿ ಮಾಡುವ ಎಲ್ಲ ಸಂಪರ್ಕಗಳನ್ನು ಹೆಚ್ಚೂ ಕಡಿಮೆ ಅದೇ ಕ್ಷಣದಲ್ಲಿ ಅವರು ವರದಿ ಮಾಡುತ್ತಿದ್ದರು. ಪೋಲ್ಕ್ ?ಟ ಕಾಫಿ ಹೌಸ್‌ಗೆ ಪ್ರವೇಶಿಸುವುದಕ್ಕಿಂತ ಮುಂಚೆ ಗ್ಯೊಟೆನ್‌ನು ಬೇರೆ ಬೇರೆ ಕಾರಣಗಳಿಗಾಗಿ ಸಂಪರ್ಕಿಸಿದ ಎಲ್ಲ ವ್ಯಕ್ತಿಗಳನ್ನು ಪತ್ತೆ ಮಾಡಿ ಪರಿಶೀಲಿಸಲಾಗಿದೆ:

ಆತ ಬಿಯರ್ ಕುಡಿದ ಕೌಂಟರ್‌ನ ಬಾರ್ ಅಟೆಂಡರ್

ಪಟ್ಟಣದ ಓಲ್ಡ್ ಕ್ವಾರ್ಟರ್ ನೈಟ್ ಕ್ಲಬ್‌ನಲ್ಲಿ ಅವನೊಡನೆ ನೃತ್ಯ ಮಾಡಿದ ಇಬ್ಬರು ಹುಡುಗಿಯರು

ಈತ ಕದ್ದಿದ್ದ ಪೋರ್ಶೆ ಕಾರಿಗೆ ಮರದ ಮಾರುಕಟ್ಟೆ ಬಳಿಯ ಪೆಟ್ರೋಲ್ ಬಂಕಿನ ಅಟೆಂಡೆಂಟ್

ವತಿಯಾಸ್ ರಸ್ತೆಯ ನ್ಯೂಜ್ ಸ್ಟ್ಯಾಂಡಿನ ಒಬ್ಬ ವ್ಯಕ್ತಿ

ತಂಬಾಕು ಅಂಗಡಿಯಲ್ಲಿನ ಮಾರಾಟ ವಿಭಾಗದ ಗುಮಾಸ್ತ (ಪುರುಷ)

700 ಅಮೆರಿಕನ್ ಡಾಲರ್‌ಗಳನ್ನು ಈತ ವಿನಿಮಯ ಮಾಡಿಕೊಂಡ ಬ್ಯಾಂಕ್‌ನ ಕ್ಯಾಷಿಯರ್

ಈ ಹಣ ಬಹುಶಃ ಅವನಿಗೆ ಬ್ಯಾಂಕ್ ದರೋಡೆಯಲ್ಲಿ ಸಿಕ್ಕಿದ್ದಿರಬಹುದು.

"ಈ ಮೇಲಿನ ಎಲ್ಲರನ್ನೂ ಗ್ಯೊಟೆನ್ ಯೋಜಿತವಾಗಿಯೇನೂ ಭೇಟಿ ಮಾಡಿರಲಿಲ್ಲ. ಅವೆಲ್ಲ ಆಕಸ್ಮಿಕ ಅಥವಾ ಕಾರ್ಯನಿಮಿತ್ತ ಭೇಟಿ ಎಂದು ಸ್ಪಷ್ಟವಾಗಿ ಗುರುತಿಸಲಾಗಿದೆ. ಪರಸ್ಪರ ಮಾತನಾಡುವಾಗ ಅವರು ಯಾರೂ ಸಂಕೇತ ಭಾಷೆ ಬಳಸಿಲ್ಲ ಎಂಬುದೂ ಖಚಿತವಾಗಿದೆ. ಅದರೆ, ಬ್ಲೂಮ್ ಜೊತೆಗಿನದೂ ಇಂಥದೇ

ಆಕಸ್ಮಿಕ ಭೇಟಿ ಎಂದು ನಂಬಲು ನಾನು ಸಿದ್ಧನಿಲ್ಲ. ಶಾಯ್‌ಮೆಲ್ ಜೊತೆ ಆಕೆ ದೂರವಾಣಿಯಲ್ಲಿ ಮಾತನಾಡಿದ್ದು, ವೋಲ್ಫೆರ್ಸ್‌ಹೈಮ್ ಮನೆಗೆ ನಿಗದಿತ ಸಮಯಕ್ಕೇ ಬಂದುದು, ಅಲ್ಲಿಗೆ ಬಂದ ಕ್ಷಣದಿಂದ ಅವರಿಬ್ಬರೂ ಕೂಡಿ ಅತ್ಯಂತ ಅನ್ಯೋನ್ಯವಾಗಿ ನೃತ್ಯ ಮಾಡಿದ್ದು, ಅಲ್ಲಿಂದ ಇಬ್ಬರೂ ಹೊರಟು ಹೋದ ವೇಗ, ಎಲ್ಲವೂ ಇದು ಒಂದು ಆಕಸ್ಮಿಕವಲ್ಲ ಎಂದೇ ಹೇಳುತ್ತವೆ. ಆದರೆ, ಎಲ್ಲದಕ್ಕಿಂತ ಹೆಚ್ಚಿಗೆ, ತನ್ನ ಅಪಾರ್ಟ್‌ಮೆಂಟಿನ ಕಟ್ಟಡದಿಂದ ವಿದಾಯ ಹೇಳಲೂ ಆತನಿಗೆ ಅವಕಾಶ ಕೊಡದೇ ಅವನನ್ನು ಹೊರಗೆ ಕಳಿಸಿಕೊಟ್ಟುದು ನಮ್ಮ ಕಟ್ಟುನಿಟ್ಟಿನ ಕಣ್ಗಾವಲು ಸಿಬ್ಬಂದಿಯ ಕಣ್ಣು ತಪ್ಪಿಸಿದೆ. ಅಪಾರ್ಟ್‌ಮೆಂಟ್ ಕಟ್ಟಡ, ಅಂದರೆ ಆ ಕಟ್ಟಡದಲ್ಲಿ ಅವಳು ಇರುವ ಮನೆ ನಮ್ಮ ಕಣ್ಗಾವಲಿನಿಂದ ಒಂದು ಕ್ಷಣವೂ ತಪ್ಪಿಸಿಕೊಂಡಿರಲಿಲ್ಲ. ಆದರೆ, ಒಂದೂವರೆ ಚದರ ಕಿಲೋಮಿಟರ್ ಇರುವ ಇಡೀ ಪ್ರದೇಶಕ್ಕೆ ನಾವು ಕಣ್ಗಾವಲು ಹಾಕಿರಲಿಲ್ಲ ಎಂಬುದು ನಿಜ. ಪರಾರಿಗೆ ಇರುವ ದಾರಿ ಆಕೆಗೆ ಗೊತ್ತಿರಬಹುದು; ಆಕೆಯೇ ಅದನ್ನು ಆತನಿಗೆ ತೋರಿಸಿರಬಹುದು. ಇಲ್ಲಿಂದ ಪರಾರಿಯಾದ ನಂತರ ಅಡಗಿಕೊಳ್ಳಲು ಅವನಿಗೆ ಒಂದು ಜಾಗವನ್ನೂ ಆಕೆ ಕಲ್ಪಿಸಿರಬಹುದು ಎಂದು ನನಗೆ ಖಚಿತವಾಗಿ ಅನಿಸುತ್ತಿದೆ. ಇತರರಿಗೂ ಆತ ಖಚಿತವಾಗಿ ಎಲ್ಲಿದ್ದಾನೆ ಎಂಬುದು ಗೊತ್ತಿರಬಹುದು. ಆಕೆಗೆ ಕೆಲಸ ಕೊಟ್ಟವರ ಮನೆಗಳನ್ನು ಈಗಾಗಲೇ ತಪಾಸಣೆ ಮಾಡಲಾಗಿದೆ. ಅವಳ ಹಳ್ಳಿಯಲ್ಲಿಯೂ ಈಗಾಗಲೇ ವಿಚಾರಣೆ ಮಾಡಿಯಾಗಿದೆ. ವೋಲ್ಫೆರ್ಸ್‌ಹೈಮ್ ಅವರ ಅಪಾರ್ಟ್‌ಮೆಂಟನ್ನು ಕೂಡ ಅವರು ಇಲ್ಲಿ ವಿಚಾರಣೆಗೆ ಬಂದಿದ್ದಾಗ ಮತ್ತೆ ಇಡಿಯಾಗಿ ಜಾಲಾಡಿಯಾಗಿದೆ. ಏನೂ ಪ್ರಯೋಜನವಾಗಲಿಲ್ಲ. ನನ್ನ ಅಭಿಪ್ರಾಯದಲ್ಲಿ ಆಕೆಗೆ ಮುಕ್ತವಾಗಿ ಅಡ್ಡಾಡಲು ಬಿಡಬೇಕು. ಆಗ ಅವಳು ತಪ್ಪು ಮಾಡಬಹುದು. ಅವಳ ಜಾಡು, ಆ ನಿಗೂಢ ಸಭ್ಯ ಆಗಂತುಕನ ಮೂಲಕ, ಆತನ ಅಡಗುತಾಣದ ಬಗೆಗೆ ಸುಳಿವು ನೀಡಬಹುದು. ಈಗಾಗಲೇ ಕೆಂಪು ಟ್ರೂಡ್ ಎಂದು ನಾವು ಅರ್ಥ ಮಾಡಿಕೊಂಡಿರುವ ಬ್ಲೋರ್ನ ಅವರ ಹೆಂಡತಿ ಮೂಲಕವೂ ನಮಗೆ, ಅಪಾರ್ಟ್‌ಮೆಂಟ್ ಸಮುಚ್ಚಯದಲ್ಲಿಯೇ ಇರುವ ಆತ ಪರಾರಿಯಾದ, ದಾರಿಯ ಜಾಡು ಕೂಡ ಸಿಗಬಹುದು. ಏಕೆಂದರೆ ಶ್ರೀಮತಿ ಬ್ಲೋರ್ನ ಅವರು ಆ ಅಪಾರ್ಟ್‌ಮೆಂಟ್ ಸಮುಚ್ಚಯದ ವಿನ್ಯಾಸ ಮಾಡಿದ ವಾಸ್ತುಶಿಲ್ಪಿಗಳಲ್ಲಿ ಒಬ್ಬರು," ಎಂದು ಬೈತ್ಸ್‌ಮೆನ್ನೆ ದೀರ್ಘವಾಗಿ ವಿವರಿಸಿದರು.

34

ಇದೀಗ ನಾವು ಮೊದಲ ಹಿನ್ನೋಟವನ್ನು ಮುಗಿಸುವ ಹಂತಕ್ಕೆ ಬಂದು ತಲುಪಿದ್ದೇವೆ. ಶುಕ್ರವಾರದಿಂದ ನಾವು ಈಗ ಶನಿವಾರಕ್ಕೆ ಕಾಲಿಟ್ಟಿದ್ದೇವೆ. ಮುಂದೆ

ಯಾವುದೇ ಅಡ್ಡಿ ಅಡಚಣೆಗಳು ಬರುವುದನ್ನು ತಡೆಯಲು ಮತ್ತು ಅನಗತ್ಯ ಒತ್ತಡಗಳು ಸೃಷ್ಟಿಯಾಗುವುದನ್ನು ನಿವಾರಿಸಲು ಎಲ್ಲ ಕ್ರಮ ತೆಗೆದುಕೊಳ್ಳುತ್ತೇವೆ. ಆದರೆ, ಇಂಥ ಅಡ್ಡಿಗಳನ್ನು, ಒತ್ತಡಗಳನ್ನು ಸಂಪೂರ್ಣವಾಗಿ ತಡೆಯಲು ಆಗುವುದಿಲ್ಲ.

ಆದಾಗ್ಯೂ, ಶುಕ್ರವಾರ ಮಧ್ಯಾಹ್ನ ತನ್ನ ಅಂತಿಮ ವಿಚಾರಣೆ ಮುಗಿದ ನಂತರ ಕ್ಯಾಥರೀನಾಳು ಎಲ್ಸ್‌ವೋಲ್ಪೆರ್ಸ್‌ಹೈಮ್ ಹಾಗೂ ಕೊನ್ರಾಡ್ ಬೈಟೆರ್ಸ್‌ರನ್ನು ಮೊದಲು ತನ್ನ ಅಪಾರ್ಟ್‌ಮೆಂಟಿಗೆ ಕಾರಿನಲ್ಲಿ ಕರೆದುಕೊಂಡು ಹೋಗಬೇಕು ಎಂದೂ ನಂತರ ತನ್ನ ಜೊತೆಗೆ– ದಯವಿಟ್ಟು, ದಯವಿಟ್ಟು– ಮೇಲೆ ಬರಬೇಕು ಎಂದೂ ಹೇಳಿದ್ದು ಗಮನಿಸಿದರೆ ಅದು ಏನನ್ನೋ ಹೇಳುತ್ತಿರುವಂತಿದೆ. ತನಗೆ ಭಯವಾಗುತ್ತಿದೆ ಎಂದು ಆಕೆ ಅವರಿಗೆ ಹೇಳಿದಳು: ಆ ಗುರುವಾರ ರಾತ್ರಿಯಲ್ಲಿ ಗ್ಯೊಟೆನ್ ಜೊತೆಗೆ ಆಕೆ ದೂರವಾಣಿಯಲ್ಲಿ ಮಾತನಾಡಿದ ನಂತರ (ಹೊರಗಿನವರಿಗೆ ಯಾರಿಗಾದರೂ ಅವಳು ಮುಕ್ತವಾಗಿ ಮಾತನಾಡಿದ್ದನ್ನು ಕಂಡು ಆಕೆ ಎಷ್ಟು ಅಮಾಯಕಳು ಎಂದು ಅನಿಸಬಹುದು. ಆದರೆ, ಆಕೆ ತನ್ನ ವಿಚಾರಣೆ ಸಮಯದಲ್ಲಿ ಗ್ಯೊಟೆನ್ ಜೊತೆಗೆ ತನಗೆ ಫೋನ್ ಸಂಪರ್ಕ ಇದ್ದುದನ್ನು ಹೇಳಿರಲಿಲ್ಲ!) ತೀರಾ ಹೇವರಿಕೆ ತರಿಸುವಂಥ ಸಂಗತಿ ಜರುಗಿತ್ತು. ಗ್ಯೊಟೆನ್‌ನಿಂದ ಬಂದ ಕರೆಯನ್ನು ಮುಗಿಸಿ ಆಕೆ ರಿಸೀವರ್ ಅನ್ನು ಇನ್ನೂ ಇಡುವುದರ ಒಳಗೇ ಇನ್ನೊಂದು ಕರೆ ಬಂತು. ಅದು ಗ್ಯೊಟೆನ್‌ನ ಕರೆಯೇ ಇರಬಹುದು ಎಂಬ 'ತೀವ್ರ ನಿರೀಕ್ಷೆಯಲ್ಲಿ (ಅವಳು ರಿಸೀವರ್ ಎತ್ತುತ್ತಿದ್ದಂತೆಯೇ ಅತ್ತ ಕಡೆಯಿಂದ 'ಭಯಾನಕ ಮೆಲ್ಲನೆಯ' ಪುರುಷ ಧ್ವನಿಯಲ್ಲಿ ಅತ್ಯಂತ 'ಅಸಹ್ಯವಾದ' 'ಪಿಸುಮಾತು'ಗಳು ಕೇಳಿ ಬರತೊಡಗಿದುವು. ಇನ್ನೂ ಅತಿರೇಕ ಎಂದರೆ ಆತ ಅದೇ ಕಟ್ಟಡದಲ್ಲಿ ವಾಸವಾಗಿದ್ದಾನೆ ಎಂದೂ ಆಕೆ ಅಂಥ ಅಕ್ರಮ ಸಂಬಂಧದಲ್ಲಿ ಆಸಕ್ತಳಾಗಿದ್ದರೆ ಅದನ್ನು ಹುಡುಕಿಕೊಂಡು ಆಕೆ ಅಷ್ಟು ದೂರ ಅಲೆಯಬೇಕಾಗಿರಲಿಲ್ಲ ಎಂದೂ ಆಕೆ ಕಲ್ಪಿಸಬಹುದಾದ ಎಲ್ಲ ಬಗೆಯ ಸುಖವನ್ನು ಕೊಡಲು ತಾನು ಸಿದ್ಧನೆಂದೂ ಹೇಳಿದ. ಹೌದು, ಈ ಕರೆಯಿಂದಾಗಿ ಆಕೆ ಅಂದು ರಾತ್ರಿಯೇ ಎಲ್ಸ್ ಮನೆಗೆ ಹೊರಟು ಹೋಗಿದ್ದಳು. ಅವಳಿಗೆ ಭಯವಾಗಿತ್ತು, ಫೋನ್ ಎಂದರೆ ಸಾಕು ಅವಳಿಗೆ ಭಯವಾಗತೊಡಗಿತ್ತು. ಅವಳ ಫೋನ್ ಸಂಖ್ಯೆ ಗ್ಯೊಟೆನ್‌ನ ಬಳಿ ಇತ್ತು, ಆತನ ಸಂಖ್ಯೆ ಅವಳ ಬಳಿ ಇರಲಿಲ್ಲ. ಆತನ ಕರೆ ಬರಬಹುದು ಎಂದು ಅವಳು ನಿರೀಕ್ಷಿಸುತ್ತಿದ್ದರೂ, ಈಗ ಯಾರ ಫೋನ್ ಬಂದರೂ ಸಾಕು ಅವಳಿಗೆ ಹೆದರಿಕೆ ಆಗತೊಡಗಿತ್ತು.

ಕ್ಯಾಥರೀನಾಳಿಗೆ ಇನ್ನೂ ಭೀಕರ ಸಂಗತಿಗಳು ಕಾಯುತ್ತಿವೆ ಎಂಬುದನ್ನು ನಾವು ಮುಚ್ಚಿಡಲು ಬಯಸುವುದಿಲ್ಲ. ಒಂದೊಂದಾಗಿ ಆರಂಭಿಸುವುದಾದರೆ, ಅವಳ

ಟಪಾಲು ಪೆಟ್ಟಿಗೆ ವಿಚಾರ. ಅವಳ ಜೀವನದಲ್ಲಿ ಅದು ನಗಣ್ಯ ಎನ್ನುವಂತೆ ಇತ್ತು. ಮೊದಲಾದರೆ, 'ಎಲ್ಲರೂ ಮಾಡುತ್ತಾರೆ' ಎಂದು ಅವಳೂ ತನ್ನ ಪತ್ರಗಳನ್ನು ನೋಡುತ್ತಿದ್ದಳು. ಅದರಲ್ಲಿ ಅಂಥ ವಿಶೇಷವಾದುದೇನೂ ಇರುತ್ತಿರಲಿಲ್ಲ. ಆದರೆ, ಶುಕ್ರವಾರ ಬೆಳಿಗ್ಗೆ ಅದು ತುಂಬಿ ತುಳುಕುತ್ತಿತ್ತು. ಅದು ಕ್ಯಾಥರೀನಾಳಿಗೆ ಸಂತೋಷವನ್ನೇನೂ ತರುವಂತೆ ಇರಲಿಲ್ಲ. ಎಲ್ಸ್ ಮತ್ತು ಬೈಟೆರ್ಸ್ ಇಬ್ಬರೂ ಆಕೆಗೆ ಬಂದಿದ್ದ ಪತ್ರಗಳನ್ನು ಆಕೆ ನೋಡದಂತೆ ತಡೆಯಲು ಇನ್ನಿಲ್ಲದ ಪ್ರಯತ್ನ ಮಾಡಿದರು. ಆದಾಗ್ಯೂ ತನ್ನ ಪ್ರಿಯ ಲೂಧ್ವಿಕ್‌ನಿಂದ ಆತ ಜೀವಂತವಾಗಿ ಇದ್ದಾನೆ ಎಂಬ ಸಂದೇಶವೇನಾದರೂ ಬರಬಹುದು ಎಂದು ನಿರೀಕ್ಷಿಸುತ್ತಿದ್ದ ಆಕೆ ಟಪಾಲು ಪೆಟ್ಟಿಗೆಯಲ್ಲಿದ್ದ ಎಲ್ಲವನ್ನೂ ನೋಡುವುದನ್ನು ತಡೆಯಲು ಇವರಿಗೆ ಆಗಲಿಲ್ಲ. ಅವಳು ಸುಮಾರು ಇಪ್ಪತ್ತು ಪತ್ರಗಳನ್ನು, ಸುತ್ತೋಲೆಗಳನ್ನು ತೆರೆದು ನೋಡಿದಳು. ಆದರೆ, ಲೂಧ್ವಿಕ್‌ನಿಂದ ಬಂದುದು ಯಾವುದೂ ಇರಲಿಲ್ಲ ಎಂಬುದು ಸ್ಪಷ್ಟವಾಗಿತ್ತು. ಟಪಾಲು ಡಬ್ಬಿಯಲ್ಲಿ ಇದ್ದ ಎಲ್ಲ ಲಕೋಟೆಗಳನ್ನು ತನ್ನ ಕೈಚೀಲಕ್ಕೆ ಆಕೆ ತುಂಬಿಕೊಂಡಳು.

ಎಲೆವೇಟರ್‌ನಲ್ಲಿ ಮೇಲೆ ಹೋಗುವುದು ಕೂಡ ಕಠಿಣ ಪರೀಕ್ಷೆಯೇ ಆಗಿತ್ತು. ಅದೇ ಕಟ್ಟಡದ ಇನ್ನಿಬ್ಬರು ಕೂಡ ಅದರಲ್ಲಿಯೇ ಮೇಲೆ ಹೋಗುವವರು ಇದ್ದರು. ಅವರಲ್ಲಿ ಒಬ್ಬ (ಇದು ಅಸಾಧ್ಯ ಎಂದು ಅನಿಸಬಹುದಾದರೂ) ಶೇಖ್ ವೇಷಧಾರಿ ಇದ್ದ. ಅವನು ಎಲೆವೇಟರ್‌ನ ಒಂದು ಮೂಲೆಗೆ ಒತ್ತಿಕೊಂಡು ಯಾರಿಗೂ ಸಂಬಂಧವೇ ಇಲ್ಲದವರಂತೆ ತೋರಿಸಲು ಪ್ರಯತ್ನ ಮಾಡುತ್ತ ಬಂದು ನಿಂತುಕೊಂಡ (ಆದರೆ, ಅದೃಷ್ಟವಶಾತ್ ನಾಲ್ಕನೇ ಮಹಡಿ ಬರುತ್ತಿದ್ದಂತೆಯೇ ಆತ ಹೊರಗೆ ಹೋದ). ಮತ್ತು ಅಂಡಾಲೂಸಿಯನ್ ವೇಷಧಾರಿ ಮಹಿಳೆಯೊಬ್ಬಳು (ನಿಜವಾದುದು ನಿಜವೇ ಆಗಿರುತ್ತದೆ. ಒಮ್ಮೊಮ್ಮೆ ವಿಚಿತ್ರವಾಗಿ ಕಂಡರೂ) ಈಕೆ ಮುಖಗವಸು ಬೇರೆ ಹಾಕಿದ್ದಳು, ಕ್ಯಾಥರೀನಾಳಿಂದ ದೂರ ಸರಿಯುವುದು ಒತ್ತಟ್ಟಿಗಿರಲಿ ಆಕೆಯ ಪಕ್ಕದಲ್ಲಿಯೇ ನಿಂತುಕೊಂಡು ನೇರವಾಗಿ ಆಕೆಯನ್ನು ಯಾವುದೇ ಲಜ್ಜೆಯಿಲ್ಲದ ಕುತೂಹಲದಿಂದ ಮೇಲೆ ಕೆಳಗೆ ತನ್ನ ಕಂದು ಬಣ್ಣದ ಕಠೋರ ಕಣ್ಣುಗಳಿಂದ ನೋಡಲು ತೊಡಗಿದಳು. ಅವಳು ಎಂಟನೇ ಮಹಡಿವರೆಗೆ ಬಂದಳು.

ಎಚ್ಚರಿಕೆ: ಇನ್ನೂ ಕೆಟ್ಟುದು ಕಾದಿದೆ. ಬೈಟೆರ್ಸ್ ಮತ್ತು ಎಲ್ಸ್ ಅವರಿಗೆ ಅಂಟಿಕೊಂಡೇ ಕ್ಯಾಥರೀನಾ ತನ್ನ ಅಪಾರ್ಟ್‌ಮೆಂಟ್ ತಲುಪುತ್ತಿದ್ದಂತೆಯೇ ಟೆಲಿಫೋನ್‌ನ ಗಂಟೆ ಬಾರಿಸಿತು. ಇಲ್ಲಿ ಕ್ಯಾಥರೀನಾಗಿಂತ ಎಲ್ಸ್ ಚುರುಕಾಗಿದ್ದರು. ಕ್ಯಾಥರೀನಾಳನ್ನು ಆಚೆ ಸರಿಸಿದ ಅವರು ರಿಸೀವರ್ ಎತ್ತಲು ಧಾವಿಸಿದರು. ರಿಸೀವರ್ ಹಿಡಿದಿದ್ದ ಅವರ ಮುಖದಲ್ಲಿ ಆಗುತ್ತಿದ್ದ ಬದಲಾವಣೆಯನ್ನು, ಅದು ವಿವರ್ಣವಾಗುವುದನ್ನು ನೋಡಿ ಇವರು ಗಾಬರಿಯಾದರು. ಆಚೆ ಕಡೆಯಿಂದ ಮಾತನಾಡುತ್ತಿದ್ದ ವ್ಯಕ್ತಿಗೆ

ಇವರು, "ನೀನು ಹೊಲಸು ಹಾದರಗಿತ್ತಿ ಮಗ, ನೀನು ಹೇಡಿ ಭೋಸುಡಿ ಮಗ" ಎಂದು ಬೈದು ಟೆಲಿಫೋನ್ ರಿಸೀವರ್ ಅನ್ನು ಅದರ ಜಾಗದಲ್ಲಿ ಇಡುವ ಬದಲು ಕೆಳಗೆ ಪಕ್ಕದಲ್ಲಿ ಇಟ್ಟರು.

ಚೀಲದಿಂದ ಪತ್ರಗಳನ್ನು ತೆಗೆದು ಕೆಳಗೆ ಹರವಿಕೊಂಡು ಕ್ಯಾಥರೀನಾ ಕುಳಿತುಕೊಳ್ಳು ವುದನ್ನು ತಪ್ಪಿಸಲು ಬೈಟೆರ್ಸ್ ಮತ್ತು ಎಲ್ಸ್ ಮಾಡಿದ ಪ್ರಯತ್ನಗಳು ಉಪಯೋಗಕ್ಕೆ ಬರಲಿಲ್ಲ. ತನಗೆ ಬಂದ ಎಲ್ಲ ಪತ್ರಗಳನ್ನು ಮತ್ತು 'ನ್ಯೂಜ್' ಪತ್ರಿಕೆಯ ಸಂಚಿಕೆಗಳನ್ನು ತೆರೆದು ತಾನು ಓದಿಯೇ ಸಿದ್ಧ ಎಂದು ಆಕೆ ಪಟ್ಟು ಹಿಡಿದಳು. ಅದರಿಂದ ಏನೂ ಉಪಯೋಗ ಇರದೇ ಇದ್ದರೂ ಆಕೆ ಎಲ್ಲವನ್ನೂ ಓದಿದಳು.

ಆಕೆಗೆ ಬಂದ ಎಲ್ಲ ಪತ್ರಗಳು ಅನಾಮಿಕವೇನೂ ಆಗಿರಲಿಲ್ಲ. ಅನಾಮಿಕವಲ್ಲದ ಹಾಗೂ ಸಾಕಷ್ಟು ವಿವರವಾಗಿ ಇದ್ದ ಒಂದು ಪತ್ರ 'ಮೇಲ್ ಆರ್ಡರ್ಸ್ ಇಂಟೀಮೇಟ್' ಎಂಬ ಸಂಸ್ಥೆಯಿಂದ ಬಂದಿತ್ತು ಮತ್ತು ಅದರಲ್ಲಿ ವೈವಿಧಮಯವಾದ ಲೈಂಗಿಕ ಉಪಕರಣಗಳನ್ನು ಒದಗಿಸುವುದಾಗಿ ತಿಳಿಸಲಾಗಿತ್ತು. ಕ್ಯಾಥರೀನಾಳಂಥ ಸೂಕ್ಷ್ಮ ಸಂವೇದನೆಯ ಒಬ್ಬ ವ್ಯಕ್ತಿಗೆ ಇದು ಸಾಕಷ್ಟು ಕಠೋರವಾದ ಸಂಗತಿಯೇ ಅಗಿತ್ತು. ಇನ್ನೂ ಕೆಟ್ಟುದು ಎಂದರೆ ಆ ಪತ್ರದ ಅಂಚಿನಲ್ಲಿ ಯಾವನೋ ಒಬ್ಬ, 'ಇವೆಲ್ಲ ನೈಜ ಅನುಭವ ನೀಡುವ ಉಪಕರಣಗಳು!' ಎಂದು ಕೈಬರಹದಲ್ಲಿ ಬರೆದಿದ್ದ. ಸಂಕ್ಷಿಪ್ತವಾಗಿ, ಅಂಕಿ ಅಂಶಗಳ ಲೆಕ್ಕದಲ್ಲಿ ಹೇಳಬೇಕು ಎನ್ನುವುದಾದರೆ, ಉಳಿದ ಹದಿನೆಂಟು ಪತ್ರಗಳ ವಿವರ ಇಂತಿತ್ತು:

ಕೈಬರಹದಲ್ಲಿ ಬರೆದ, ಒರಟಾದ ಲೈಂಗಿಕ ಪ್ರಸ್ತಾಪ ಮಾಡುವಂಥ, ಏಳು ಅನಾಮಿಕ ಅಂಚೆಕಾರ್ಡುಗಳು ಬಂದಿದ್ದವು. ಅವು ಎಲ್ಲವೂ ಒಂದಲ್ಲ ಒಂದು ರೀತಿಯಲ್ಲಿ 'ಕಮ್ಯುನಿಸ್ಟ್ ಸೂಳೆ' ಎಂಬ ಪದಗಳನ್ನು ಒಳಗೊಂಡಿದ್ದವು;

ಇನ್ನೂ ನಾಲ್ಕು ಅಂಚೆಕಾರ್ಡುಗಳು ಅಪಮಾನಕಾರಿಯಾದ ರಾಜಕೀಯ ಲಘುನಿಂದೆ ಒಳಗೊಂಡಿದ್ದವು. ಆದರೆ, ಅವುಗಳಲ್ಲಿ ಯಾವುದೇ ಲೈಂಗಿಕ ಪ್ರಸ್ತಾಪ ಇರಲಿಲ್ಲ. ಈ ರಾಜಕೀಯ ಲಘುನಿಂದೆಗಳಲ್ಲಿ 'ಕೆಂಪು ಆಂದೋಲನಕಾರ್ತಿ' 'ಕ್ರೆಮ್ಲಿನ್‌ನ ಕೈಗೊಂಬೆ' ಇತ್ಯಾದಿ ಸೇರಿಕೊಂಡಿದ್ದವು.

ಐದು ಪತ್ರಗಳು 'ನ್ಯೂಜ್' ಪತ್ರಿಕೆಯ ಮೂರು ನಾಲ್ಕು ತುಣುಕುಗಳನ್ನು ಒಳಗೊಂಡಿದ್ದವು. ಆ ತುಣುಕುಗಳ ಅಂಚಿನಲ್ಲಿ ಕೆಂಪು ಮಸಿಯಲ್ಲಿ 'ಸ್ಟಾಲಿನ್ ಸಾಧಿಸಲಾಗದ್ದನ್ನು ನೀನೂ ಸಾಧಿಸಲಾರೆ' ಎಂದು ಬರೆದಿದ್ದರು.

ಎರಡು ಪತ್ರಗಳು ಧಾರ್ಮಿಕ ಬೋಧನೆಯಿಂದ ಕೂಡಿದ್ದವು. 'ನೀನು ಮತ್ತೆ ಪ್ರಾರ್ಥನೆ ಮಾಡಲು ಕಲಿಯಬೇಕು ದಾರಿತಪ್ಪಿದ ಮಗುವೇ, ಮೊಣಕಾಲೂರಿ ತಪ್ಪು

ಒಪ್ಪಿಕೋ, ದೇವರು ನಿನ್ನನ್ನು ಇನ್ನೂ ಪರಿತ್ಯಜಿಸಿಲ್ಲ' ಎಂದು ಬರೆದ ಈ ಪತ್ರಗಳಲ್ಲಿ ಆಕೆ ಎಲ್ಲಿ ಹೋಗಿ ಪ್ರಾರ್ಥಿಸಬೇಕು ಎಂಬ ಜಾಗಗಳನ್ನೂ ಉಲ್ಲೇಖಿಸಲಾಗಿತ್ತು.

ಬಾಗಿಲ ಸಂದಿಯಿಂದ ತಳ್ಳಿದ ಒಂದು ಚಿಕ್ಕ ಕಾಗದದ ಚೂರನ್ನು ಎಲ್ಸ್ ಗಮನಿಸಿ ಕ್ಯಾಥರೀನಾಳ ದೃಷ್ಟಿಗೆ ಬೀಳದಂತೆ ಅದೃಷ್ಟವಶಾತ್ ಮರೆಮಾಚಿದರು. ಅದರಲ್ಲಿ, 'ನನ್ನ ಲೈಂಗಿಕಕ್ರಿಯೆಗಳ ಪೂರ್ಣ ಪಟ್ಟಿ ಇಲ್ಲಿ ಇದ್ದು, ಅದನ್ನು ಏಕೆ ಬಳಸಿಕೊಳ್ಳಬಾರದು? ನಾನು ನಿನ್ನ ಸಂತೋಷವನ್ನು ನಿನ್ನ ಮೇಲೆ ಹೇರಬೇಕೇ? ನಿನ್ನ ನೆರೆಯವ. ನೀನು ಅಷ್ಟು ಅಹಂಕಾರದಿಂದ ತಿರಸ್ಕರಿಸಿದ್ದೀ. ನಾನು ನಿನಗೆ ಎಚ್ಚರಿಕೆ ಕೊಡುತ್ತಿರುವೆ.' ಎಂದು ಬರೆದಿತ್ತು. ಮುದ್ರಿತ ಅಕ್ಷರಗಳಲ್ಲಿ ಇದ್ದ ಈ ಬರವಣಿಗೆ ಗಮನಿಸಿದರೆ ಆತ ವೈದ್ಯಕೀಯ ತರಬೇತಿ ಪಡೆದವನಲ್ಲದೇ ಇದ್ದರೂ ಕಾಲೇಜಿಗೆ ಹೋದವನು ಎಂದು ಎಲ್ಸ್ ಅನುಮಾನಿಸಲು ಸಾಧ್ಯವಿತ್ತು.

35

ಕ್ಯಾಥರೀನಾ ನೇರವಾಗಿ ಎದ್ದು ತನ್ನ ಮನೆಯ ಲಿವಿಂಗ್ ರೂಮಿನ ಬಾರ್ ಕೌಂಟರ್‌ಗೆ ಹೋಗಿ ಅದರ ಖಾನೆಯಲ್ಲಿ ಇದ್ದ ಶರ್ರಿ, ವಿಸ್ಕಿ, ಕೆಂಪು ವೈನ್‌ನ ಒಂದೊಂದು ಬಾಟಲುಗಳನ್ನು ಮತ್ತು ಅರ್ಧ ತುಂಬಿದ್ದ ಚೆರಿ ಹಣ್ಣಿನ ರಸ ಇದ್ದ ಇನ್ನೊಂದು ಬಾಟಲನ್ನು ಸ್ವಚ್ಛವಾಗಿದ್ದ ಗೋಡೆಗಳಿಗೆ ನಿರ್ಭಾವುಕವಾಗಿ ಎಸೆದಳು. ಎಲ್ಲ ಬಾಟಲುಗಳು ಒಡೆದು ಅವುಗಳಲ್ಲಿದ್ದ ದ್ರಾವಣ ಗೋಡೆಯ ಮೇಲೆಲ್ಲ ಹರಡಿಕೊಂಡಿತು. ಎಲ್ಸ್ ಮತ್ತು ಕೊನ್ರಾಡ್ ಇದನ್ನು ನೋಡಿ ಆಶ್ಚರ್ಯಗೊಳ್ಳಲೂ ಇಲ್ಲ. ಮತ್ತು ಅವಳನ್ನು ತಡೆಯಲು ಅವರು ಯಾವುದೇ ಪ್ರಯತ್ನ ಮಾಡದೇ ಇದ್ದುದು ಖಂಡಿತವಾಗಿಯೂ ಅಚ್ಚರಿದಾಯಕವಾಗಿತ್ತು.

ತನ್ನ ಪುಟ್ಟ ಅಡುಗೆ ಮನೆಯಲ್ಲಿಯೂ ಟೊಮೆಟೊ ಕೆಚ್‌ಅಪ್ ಇದ್ದ ಬಾಟಲು, ಸಲಾಡ್ ಡ್ರೆಸಿಂಗ್, ವಿನೆಗರ್, ಅದಕ್ಕಾಗಿಯೇ ತಂದಿಟ್ಟಿದ್ದ ವೋರ್ಸೆಸ್ಟರ್ ಸಾಸ್‌ಗಳನ್ನೂ ಗೋಡೆಗೆ ಎಸೆದಳು. ಬಚ್ಚಲು ಮನೆಯಲ್ಲಿ ಇಟ್ಟಿದ್ದ ಬಗೆ ಬಗೆಯ ಟ್ಯೂಬ್, ಜಾರ್, ಸ್ನಾನದ ಎಣ್ಣೆ, ಪೌಡರ್‌ಗಳನ್ನು, ಮಲಗುವ ಕೋಣೆಯಲ್ಲಿ ಇದ್ದ ಕೊಲೋನ್ ಡಿಯೊಡ್ರೆಂಟ್ ಬಾಟಲನ್ನು ಹೀಗೆಯೇ ಎಸೆದಾಡಿದಳು ಎಂದು ನಾವು ಹೇಳಬೇಕೇ?

ಇದನ್ನೆಲ್ಲ ಆಕೆ ವ್ಯವಸ್ಥಿತವಾಗಿ, ನಿರ್ಭಯದಿಂದ, ಮನವರಿಕೆ ಆಗುವಂತೆ ಹಾಗೂ ಮನವರಿಕೆ ಮಾಡುವಂತೆ ಮಾಡುತ್ತಿರುವುದು ಕಂಡರೂ ಎಲ್ಸ್ ಮತ್ತು ಕೊನ್ರಾಡ್ ಚಕಾರ ಎತ್ತಲಿಲ್ಲ.

36

ಕ್ಯಾಥರೀನಾ ಯಾವ ಸಮಯದ ಯಾವ ಗಳಿಗೆಯಲ್ಲಿ ಕೊಲೆ ಮಾಡಲು ಯೋಜನೆ ರೂಪಿಸಿದಳು ಮತ್ತು ಅದನ್ನು ಜಾರಿಗೊಳಿಸಲು ನಿರ್ಧರಿಸಿದಳು ಎನ್ನುವ ಬಗೆಗೆ ಸಹಜವಾಗಿಯೇ ಅನೇಕ ವ್ಯಾಖ್ಯಾನಗಳು ಹುಟ್ಟಿಕೊಂಡಿವೆ. ಕೆಲವರ ಪ್ರಕಾರ, 'ಗುರುವಾರದ 'ನ್ಯೂಜ್' ಸಂಚಿಕೆಯಲ್ಲಿ ಬಂದ ಮೊದಲ ಲೇಖನ ಆಕೆಗೆ ಚಿತಾವಣೆ ಮಾಡಿತು' ಎಂದರೆ ಇನ್ನು ಕೆಲವರ ಪ್ರಕಾರ, 'ಶುಕ್ರವಾರದ ಸಂಚಿಕೆ ಇನ್ನೂ ಕೋಲಾಹಲಕಾರಿಯಾಗಿತ್ತು ಮತ್ತು ಅವಳು ತುಂಬ ಪ್ರೀತಿಸುವ ಅವಳ ಮನೆ ಹಾಗೂ ನೆರೆಹೊರೆಯವರ ನಡುವಣ ಸಂಬಂಧವನ್ನು ಸಂಪೂರ್ಣವಾಗಿ ಹಾಳು ಮಾಡಿತು (ಕನಿಷ್ಠಪಕ್ಷ ವಸ್ತುಶಃ ಇದು ನಿಜ).' ನಂತರ ಆ ಅನಾಮಿಕನ ಕರೆ ಬಂತು. ಅನಾಮಿಕನ ಪತ್ರಗಳು ಬಂದುವು. ಎಲ್ಲದರ ಮೇಲೆ ಕಳಶವಿಟ್ಟಂತೆ ಶನಿವಾರದ 'ನ್ಯೂಜ್' ಸಂಚಿಕೆ ಮತ್ತು ಭಾನುವಾರದ ಸಂಚಿಕೆ (ಇಲ್ಲಿ ನಾವು ಮುಂದಿನ ಬೆಳವಣಿಗೆಯನ್ನು ಗಮನಿಸುತ್ತಿದ್ದೇವೆ). ಇಂಥ ವ್ಯಾಖ್ಯಾನಗಳೆಲ್ಲ ಆಲಸಿಗಳ ಯೋಚನೆಗಳು. ಆಕೆ ಕೊಲೆ ಮಾಡಬೇಕು ಎಂದು ನಿರ್ಧರಿಸಿದಳು ಹಾಗೂ ಅದನ್ನು ಜಾರಿಗೊಳಿಸಿದಳು, ಅಷ್ಟೇ. ಅವಳ ಒಳಗೆ ಕುದಿಯುತ್ತಿದ್ದುದು ಕೊನೆಗೆ ಸ್ಫೋಟಗೊಂಡಿತು ಎಂಬುದರಲ್ಲಿ ಯಾವ ಅನುಮಾನವೂ ಇಲ್ಲ. ಆಕೆಯ ಮಾಜಿ ಗಂಡನ ಹೇಳಿಕೆ ಅವಳನ್ನು ವಿಶೇಷವಾಗಿ ತಟ್ಟಿತು. ಭಾನುವಾರದ 'ನ್ಯೂಜ್' ಸಂಚಿಕೆಯಲ್ಲಿ ಅವಳ ಕುರಿತು ಬಂದ ಸುದ್ದಿಗಳು ಕೊಲೆಗೆ ನಿಜವಾದ ಕಾರಣಗಳು ಆಗಿರದೇ ಇದ್ದರೂ ಅವಳಿಗೆ ಖಂಡಿತವಾಗಿಯೂ ಹಿತಕರವಾದುವು ಆಗಿರಲಿಲ್ಲ.

37

ನಮ್ಮ ಈ ಹಿನ್ನೋಟ ಸಂಪೂರ್ಣವಾಯಿತು. ನಾವು ಈಗ ಮತ್ತೊಮ್ಮೆ ಶನಿವಾರದ ವಿದ್ಯಮಾನಗಳ ಕಡೆಗೆ ಗಮನ ಹರಿಸಬಹುದು ಎಂದು ಅನಿಸುವುದಕ್ಕಿಂತ ಮುಂಚೆ ವೋಲ್ಟೆರ್ಸ್‌ಹೈಮ್ ಅವರ ಮನೆಯಲ್ಲಿ ಶುಕ್ರವಾರ ಸಂಜೆ ಮತ್ತು ಅಂದು ರಾತ್ರಿ ನಡೆದುದನ್ನು ಇಲ್ಲಿ ವಿವರಿಸಬೇಕು. ಒಟ್ಟಾರೆಯಾಗಿ ಹೇಳಬಹುದಾದರೆ ಆಶ್ಚರ್ಯಕರವಾಗಿ ಅದು ಶಾಂತಿಯುತವಾಗಿತ್ತು. ನಿಜ, ಕ್ಯಾಥರೀನಾಳ ಗಮನ ಬೇರೆಡೆ ಸೆಳೆಯಬೇಕು ಎಂದು ಕೆಲವು ನೃತ್ಯದ ಹಾಡುಗಳನ್ನು, ವಿಶೇಷವಾಗಿ ಲ್ಯಾಟಿನ್ ಅಮೆರಿಕ ಹಾಡುಗಳನ್ನು ನುಡಿಸಿ ಅದಕ್ಕೆ ತಕ್ಕ ಹಾಗೆ ಅವಳಿಗೆ ನೃತ್ಯ ಮಾಡಲು ಕೊನ್ರಾಡ್ ಬೈಟೆರ್ಸ್ ಹೇಳಿದ್ದು ಫಲ ನೀಡಲಿಲ್ಲ. 'ನ್ಯೂಜ್' ಪತ್ರಿಕೆಯ ಹಾಗೂ ಆಕೆಗೆ ಬಂದ ಪತ್ರಗಳ ಮೇಲಿನ ಅವಳ ಗಮನ ಬೇರೆಡೆ ಸೆಳೆಯಲು

ಮಾಡಿದ ಪ್ರಯತ್ನಗಳೂ ಪ್ರಯೋಜನಕಾರಿಯಾಗಿರಲಿಲ್ಲ. "ಇದೆಲ್ಲ ಮುಖ್ಯವಲ್ಲ ಹಾಗೂ ಒಂದು ದಿನ ಇದು ಮರೆತು ಹೋಗುತ್ತದೆ" ಎಂದು ಸಮಾಧಾನ ಹೇಳಲು ಹೋದುದರಿಂದಲೂ ಏನೂ ಫಲ ಸಿಗಲಿಲ್ಲ. ಅವಳು ಇನ್ನೂ ಕಷ್ಟದ ದಿನಗಳನ್ನು ಕಂಡಿದ್ದಳು. ಕಂಡಿರಲಿಲ್ಲವೇ?

ಅವಳ ದಾರುಣ ಬಾಲ್ಯ, ಆ ದರಿದ್ರ ಬ್ರೆಟ್‌ಲೊ ಜೊತೆಗೆ ಅವಳ ಮದುವೆ, ಅವನ ಕುಡುಕುತನ, "ಏನೆಲ್ಲ ಸಮರ್ಥಿಸಿಕೊಂಡರೂ, ಸೌಮ್ಯವಾಗಿ ಹೇಳಬೇಕು ಎಂದರೆ, ನಿನ್ನ ತಾಯಿಯ ಅನೈತಿಕ ನಡವಳಿಕೆಯಿಂದಾಗಿ ಪ್ರಾಮಾಣಿಕ ಮತ್ತು ಸರಿ ದಾರಿಯನ್ನು ನಿನ್ನ ಅಣ್ಣ ಕೂರ್ಟ್ ಬಿಟ್ಟು ಕೊಡಬೇಕಾಯಿತು" ಎಂಬ ಮಾತು ಕೇಳಬೇಕಾಗಿ ಬಂದುದು. ಗ್ಯೊಟೆನ್ ಸುರಕ್ಷಿತವಾಗಿ ಇದ್ದಾನಲ್ಲ? ಈಗಿನ ಮಟ್ಟಿಗಾದರೂ. ತನಗಾಗಿ ಮತ್ತೆ ಮರಳಿ ಬರುವುದಾಗಿ ಹೇಳಿದ ಆತನ ಮಾತನ್ನು ನಂಬಬಹುದೇ? ಅದು ಕಾರ್ನಿವಾಲ್ ಸಮಯವಾಗಿತ್ತು ಅಲ್ಲವೇ? ಅವಳ ಆರ್ಥಿಕ ಸ್ಥಿತಿಯೂ ಉತ್ತಮವಾಗಿಯೇ ಇತ್ತಲ್ಲ? ಬ್ಲೋರ್ನರಂಥ ಮತ್ತು ಹೀಪೆರ್ಟ್ಸ್‌ರಂಥ ಒಳ್ಳೆಯ ಜನ ಅಲ್ಲಿ ಇದ್ದರಲ್ಲವೇ? ಆ ಮುಟ್ಠಾಳನೂ ಇದ್ದನಲ್ಲ. ಆ ಆಗಂತುಕನ ಹೆಸರನ್ನು ಹೇಳಲು ಅವಳಿಗೆ ಇನ್ನೂ ಇಷ್ಟವಿದ್ದಂತೆ ಇಲ್ಲ. ಅವನು ದುಷ್ಟನಂತೂ ಅಲ್ಲವೇ ಅಲ್ಲ. ಹಾಗೆ ನೋಡಿದರೆ ತಮಾಷೆಯ ವ್ಯಕ್ತಿ.

ಕ್ಯಾಥರೀನಾಗೆ ಇದೆಲ್ಲ ಬೇಕಾಗಿರಲಿಲ್ಲ. ಈಗ ಅವರಿಗೆ, "ಕೆಲಸಕ್ಕೆ ಬಾರದ ಆ ಉಂಗುರ ಮತ್ತು ಅದರ ಜೊತೆಗೆ ಇದ್ದ ಅಂದದ ಲಕೋಟೆ"ಯ ನೆನಪಾದುವು. ಅದೇ ಕ್ಯಾಥರೀನಾ ಮತ್ತು ಗ್ಯೊಟೆನ್‌ರನ್ನು ಭಾರಿ ಇಕ್ಕಟ್ಟಿನಲ್ಲಿ ಸಿಲುಕಿಸಿತ್ತು. ಅದನ್ನು ಲೂಡ್ವಿಶ್‌ನೇ ಮಾಡಿರಬಹುದೇ ಎಂದು ಆತನ ಮೇಲೆ ಸಂಶಯ ಬರುವಂತೆಯೂ ಆಗಿತ್ತು. ಆ ಮುಟ್ಠಾಳ ಆಗಂತುಕ ಹೀಗೆ ತನ್ನ ಎಲ್ಲ ಗಳಿಕೆಯನ್ನು ಇಂಥ ಜಂಬಕ್ಕಾಗಿ ಖರ್ಚು ಮಾಡಬಹುದು ಎಂದು ಆಕೆಗೆ ಯಾವಾಗಲಾದರೂ ಅನಿಸಿರಲು ಸಾಧ್ಯವಿತ್ತೇ? ಸಾಧ್ಯವೇ ಇಲ್ಲ. ಆತನನ್ನು ಆಕೆ ತಮಾಷೆ ಮನುಷ್ಯ ಎಂದು ಎಂದಿಗೂ ಕರೆಯಲಾರಳು. ಇಲ್ಲ.

ಅವರು ವಾಸ್ತವಿಕ ವಿಚಾರಗಳಿಗೆ ಮರಳಿದಾಗ– ಉದಾಹರಣೆಗೆ, ಅವಳು ಬೇರೆ ಅಪಾರ್ಟ್‌ಮೆಂಟ್ ನೋಡಬೇಕೇ? ಅದನ್ನು ಚರ್ಚೆ ಮಾಡಲು ಇದು ಸಕಾಲ ಅಲ್ಲವೇ? ಇತ್ಯಾದಿ– ಅವುಗಳಿಂದ ನುಣುಚಿಕೊಳ್ಳಲು ಪ್ರಯತ್ನಿಸಿದಳು. ಈಗ ಇರುವ ವಾಸ್ತವಿಕ ಸಂಗತಿ ಒಂದೇ ಎಂದರೆ ತನಗಾಗಿ ಒಂದು ಕಾರ್ನಿವಾಲ್ ಪೋಷಾಕು ಸಿದ್ಧಪಡಿಸುವುದು ಎಂದಳು. ಅದನ್ನು ತಯಾರಿಸಲು ಒಂದು ದೊಡ್ಡ ಬಟ್ಟೆಯನ್ನು ಕೊಡಬೇಕು ಎಂದು ಆಕೆ ಎಲ್ಸ್‌ರನ್ನು ಕೇಳಿದಳು. ಏಕೆಂದರೆ ಕಾರ್ನಿವಾಲ್ ಸಮಯದಲ್ಲಿ ಶೇಖ್ ಪೋಷಾಕು ಜನಪ್ರಿಯವಾಗಿರುವ

ಹಾಗೆ ತಾನು ಬೆದುವಿಯನ್ ಹೆಣ್ಣುಮಗಳ ಪೋಷಾಕಿನಲ್ಲಿ ಶನಿವಾರ ಮತ್ತು ಭಾನುವಾರ ಕಾರ್ನಿವಾಲ್‌ನ 'ಜನರ ಗುಂಪಿನಲ್ಲಿ' ಪಾಲ್ಗೊಳ್ಳಬೇಕು ಎಂದು ಆಕೆ ಅಂದುಕೊಂಡಿದ್ದಳು. ಹಾಗಾದರೆ ಅಂಥ ಕೆಟ್ಟುದು ಈಗ ಏನಾಗಿದೆ? ಇವೆಲ್ಲ ಗಣನೆಗೆ ಬಾರದಂಥವು. ಸೂಕ್ಷ್ಮವಾಗಿ ಗಮನಿಸಿದರೆ ಅಥವಾ ನಿಖರವಾಗಿ ಹೇಳಬೇಕಾದರೆ ಎಲ್ಲವೂ ಸರಿಯಾಗಿಯೇ ಇತ್ತು. ಕ್ಯಾಥರೀನಾ, "ಬರಬೇಕಾದ ಒಬ್ಬ ವ್ಯಕ್ತಿಯನ್ನು ಭೇಟಿ ಮಾಡಿದ್ದು" ನಿಜವಲ್ಲವೇ, ಅವನ ಜೊತೆಗೆ "ಪ್ರಣಯದ ಒಂದು ರಾತ್ರಿಯನ್ನು" ಕಳೆದಿಲ್ಲವೇ? ಆಯಿತು, ಅವಳನ್ನು ಪ್ರಶ್ನಿಸಲಾಗಿದೆ. ಅಥವಾ ವಿಚಾರಣೆ ಮಾಡಲಾಗಿದೆ. ಮತ್ತು ಲೂದ್ವಿಶ್ ಕೇವಲ 'ಸುಂದರ ಚಿಟ್ಟೆಗಳನ್ನು ಬೆನ್ನಟ್ಟುವವನು' ಅಲ್ಲ ಎಂಬುದೂ ಸ್ಪಷ್ಟವಾಗಿದೆ. ತದನಂತರ, 'ನ್ಯೂಜ್' ಪತ್ರಿಕೆಯಲ್ಲಿ ಎಂದಿನಂತೆ ಹೊಲಸು ಸುದ್ದಿ ಪ್ರಕಟವಾಗಿತ್ತು. ಇನ್ನು ಕೆಲವು ಹೊಲಸು ಜನರು ಆಕೆಗೆ ಅನಾಮಿಕ ಕರೆ ಮಾಡಿದ್ದರು. ಇತರರು ಆಕೆಗೆ ಅನಾಮಿಕ ಪತ್ರ ಬರೆದಿದ್ದರು. ಆದರೆ, ಜೀವನ ಹಾಗೆಯೇ ನಡೆದುಕೊಂಡು ಹೋಗುತ್ತದೆಯಲ್ಲವೇ? ತನಗೆ ಒದಗಿಸಲಾದ ಎಲ್ಲ ಸೌಲಭ್ಯಗಳ ಜೊತೆಗೆ ಲೂದ್ವಿಶ್ ಚೆನ್ನಾಗಿ ಇರಬಹುದು ಅಲ್ಲವೇ – ಹಾಗೆ ನೋಡಿದರೆ ನೆಮ್ಮದಿಯಾಗಿ– ಇದು ಅವಳಿಗೆ ಮತ್ತು ಅವಳಿಗೆ ಮಾತ್ರ ಗೊತ್ತಿರುವ ಹಾಗೆ. ನಾವು ಈಗ ಕ್ಯಾಥರೀನಾಳು ಸಂತೋಷವಾಗಿ ಕಾಣಿಸುವ ಅರಬರು ಧರಿಸುವಂಥ ಬಿಳಿಯ ಬಣ್ಣದ, ತೋಳುಗಳಿಲ್ಲದ ಮೇಲಂಗಿ ಮತ್ತು ತಲೆಗವಸು ಇರುವ ಈ ಕಾರ್ನಿವಾಲ್ ಪೋಷಾಕನ್ನು ಆಕೆಗೆ ತೊಡಿಸುತ್ತೇವೆ. ಆಕೆ ಈ ವೇಷದಲ್ಲಿ 'ಜನರ ಗುಂಪ'ನ್ನು ಸೇರಿದಾಗ ಎಷ್ಟು ಚೆಂದ ಕಾಣಿಸುತ್ತಾಳೆ ಅಲ್ಲವೇ!

ಅಂತಿಮವಾಗಿ ಪ್ರಕೃತಿ ಕೂಡ ತನ್ನ ಪಾಲನ್ನು ಕೇಳುತ್ತಿದೆ. ಅವಳು ಮಲಗುತ್ತಾಳೆ. ತೂಕಡಿಸುತ್ತಾಳೆ. ಮತ್ತೆ ಎಚ್ಚರಗೊಳ್ಳುತ್ತಾಳೆ. ಮತ್ತೆ ತೂಕಡಿಸುತ್ತಾಳೆ. ಸ್ವಲ್ಪ ವೈನ್ ಕುಡಿದರೆ ಹೇಗೆ? ಯಾಕೆ ಬೇಡ? ಅಲ್ಲಿ ಶಾಂತಿ ಮತ್ತು ನೆಮ್ಮದಿ ನೆಲಸಿದೆ. ತನ್ನ ಹೊಲಿಗೆ ಯಂತ್ರದ ಮೇಲೆ ಮಲಗಿರುವ ಯುವತಿ. ಒಬ್ಬ ವಯಸ್ಸಾದ ಪುರುಷ ಹಾಗೂ ಮಹಿಳೆ ಎಚ್ಚರದಿಂದ "ಪ್ರಕೃತಿಯ ಕ್ರಿಯೆಯಲ್ಲಿ ಯಾವ ಅಡ್ಡಿಯನ್ನೂ ಮಾಡಬಾರದು ಎನ್ನುವಂತೆ" ಅವಳ ಬಳಿ ಸಾರುತ್ತಾರೆ. ನಸುಕಿನ 2:30 ಗಂಟೆ ವೇಳೆಯಲ್ಲಿ ದೂರವಾಣಿ ಸದ್ದು ಮಾಡಿದಾಗ ಕ್ಯಾಥರೀನಾಗೆ, ಪ್ರಕೃತಿಯ ಕ್ರಿಯೆಗೆ ಯಾವ ಅಡ್ಡಿಯೂ ಆಗಲಿಲ್ಲ ಎನ್ನುವಂತೆ, ಎಚ್ಚರವೂ ಆಗಲಿಲ್ಲ. ದೂರವಾಣಿಯ ರಿಸೀವರ್ ಅನ್ನು ಎತ್ತಿದ ವೋಲ್ಟರ್ಸ್‌ಹೈಮ್ ಅವರ ಶಾಂತ ಕೈಗಳು ಏಕೆ ನಡುಗಲು ತೊಡಗಿದುವು? ಕೆಲವು ಗಂಟೆಗಳ ಹಿಂದೆ ಬಂದ ಅನಾಮಿಕ ಅನ್ಯೋನ್ಯತೆಯ ಕರೆಯನ್ನು ಅವರು ನಿರೀಕ್ಷಿಸಿದ್ದರೇ? ನೆನಪಿರಲಿ, ಯಾರಿಗೇ ಆಗಲಿ ನೀವು ಕರೆ ಮಾಡಬೇಕು ಎಂದರೆ ಅದು ಭಯಪಡಿಸುವಂಥ ಅವೇಳೆ. ಆದರೂ ಅವರು ಫಕ್ಕನೆ ರಿಸೀವರ್ ಅನ್ನು ಎತ್ತಿಕೊಳ್ಳುತ್ತಾರೆ ಮತ್ತು ಅದನ್ನು ಅವರ ಕೈಯಿಂದ ಬ್ಲೈಟೆರ್ಸ್

ಕಿತ್ತುಕೊಳ್ಳುತ್ತಾರೆ. ಇತ್ತ ಕಡೆಯಿಂದ ಇವರು "ಯಸ್" ಎಂದು ಹೇಳುತ್ತಲೇ ಅತ್ತ ಕಡೆ ಆತ ರಿಸೀವರ್ ಅನ್ನು ಇಟ್ಟು ಬಿಡುತ್ತಾನೆ. ಮತ್ತೆ ದೂರವಾಣಿಯ ಗಂಟೆ ಸದ್ದು ಮಾಡುತ್ತದೆ. ಮತ್ತೆ ಮತ್ತೆ ಸದ್ದು ಮಾಡುತ್ತದೆ. ಬ್ಲೈಟೆರ್ಸ್ ಫೋನ್ ಎತ್ತಿ "ಯಸ್" ಎಂದು ಹೇಳುತ್ತಿದ್ದಂತೆಯೇ ಅತ್ತ ರಿಸೀವರ್ ಇಟ್ಟ ಸದ್ದು ಕೇಳಿಸುತ್ತದೆ. 'ನ್ಯೂಜ್' ಪತ್ರಿಕೆಯಿಂದ ಯಾರೋ ನಂಬರ್ ಮತ್ತು ವಿಳಾಸವನ್ನು ಪಡೆದವರು ಆ ವ್ಯಕ್ತಿಯ ಜಂಘಾಬಲ ಉಡುಗಿಸಲು ಹೀಗೆ ಮಾಡುತ್ತಿದ್ದಾರೆ. ಅವರು ಫೋನ್ ರಿಸೀವರ್ ಅನ್ನು ಕೆಳಗೆ ಇಡುವುದೇ ಸೂಕ್ತ ಎಂದುಕೊಂಡರು.

ಈ ಹಂತದಲ್ಲಿ ಶನಿವಾರದ 'ನ್ಯೂಜ್' ಸಂಚಿಕೆ ಕ್ಯಾಥರೀನಾಳಿಗೆ ಸಿಗದಂತೆ ಮಾಡಿ ಅವಳನ್ನು ಕಾಪಾಡಬೇಕು ಎಂದು ಇವರು ಇಬ್ಬರೂ ನಿರ್ಧರಿಸಿದ್ದರು. ಆದರೆ, ಎಲ್ಸ್ ಮಲಗಿದ್ದಾಗ ಮತ್ತು ಬ್ಲೈಟೆರ್ಸ್ ಸ್ನಾನದ ಮನೆಯಲ್ಲಿ ಶೇವ್ ಮಾಡಿಕೊಳ್ಳುತ್ತಿದ್ದಾಗ ಕ್ಯಾಥರೀನಾ ಬೀದಿಯಲ್ಲಿ ನುಸುಳಿ, ರಸ್ತೆ ಬದಿ ಇರಿಸಿದ್ದ 'ನ್ಯೂಜ್' ಪತ್ರಿಕೆ ಇಡುವ ಪೆಟ್ಟಿಗೆಯನ್ನು ತೆರೆದು ಅಲ್ಲಿಂದ ಒಂದು ಪತ್ರಿಕೆ ತೆಗೆದುಕೊಂಡಳು. ಅದು ಒಂದು ರೀತಿ ಅಪಚಾರವಾಗಿತ್ತು. ಏಕೆಂದರೆ ಹಣ ಇರಿಸಿಯೇ ಪತ್ರಿಕೆ ತೆಗೆದುಕೊಳ್ಳುತ್ತಾರೆ ಎಂಬ 'ನ್ಯೂಜ್' ಪತ್ರಿಕೆಯ ನಂಬಿಕೆಯನ್ನು ಆಕೆ ಸುಳ್ಳು ಮಾಡಿದ್ದಳು. ಈ ಹಂತದಲ್ಲಿ ನಮ್ಮ ಹಿನ್ನೋಟವು ತಾತ್ಕಾಲಿಕವಾಗಿ ಪೂರ್ಣವಾಯಿತು ಎಂದು ಅಂದುಕೊಳ್ಳಬಹುದು. ಇದೇ ಸಮಯದಲ್ಲಿ, ಅದೇ ಶನಿವಾರ ಬ್ಲೋರ್ನ ಅವರು ರೈಲು ಪ್ರಯಾಣದಿಂದ ಬಳಲಿ, ಕಿರಿಕಿರಿಗೊಂಡು, ಖಿನ್ನರಾಗಿ ರಾತ್ರಿಯೆಲ್ಲ ಬಂದ ರೈಲಿನಿಂದ ಇಳಿದು ಮನೆಗೆ ಹೋಗಿ ಓದೋಣ ಎಂದು 'ನ್ಯೂಜ್' ಪತ್ರಿಕೆಯನ್ನು ಕೈಗೆ ಎತ್ತಿಕೊಂಡಿದ್ದರು.

38

ಬ್ಲೋರ್ನ ಅವರ ಮನೆಯಲ್ಲಿ ಶನಿವಾರದ ಬೆಳಿಗ್ಗೆ ಎನ್ನುವುದು ಕಳವಳದ ಬೆಳಗು ಎನ್ನುವ ಹಾಗಿತ್ತು. ಹಾಗೆ ನೋಡಿದರೆ ಅದು ತೀವ್ರ ಕಳವಳಕಾರಿಯಾಗಿತ್ತು. ಮೊದಲೇ ಅವರು ರಾತ್ರಿಯೆಲ್ಲ ರೈಲಿನ ಧಡಭಡ ಸದ್ದಿನಲ್ಲಿ ಸರಿಯಾಗಿ ನಿದ್ದೆಯಿಲ್ಲದೇ ಬಳಲಿ ಬಸವಳಿದು ಹೋಗಿದ್ದರು. ಅದು ಒತ್ತಟ್ಟಿಗೆ ಇರಲಿ ಎನ್ನುವುದರೊಳಗೆ, ಬ್ಲೋರ್ನ ಅವರ ಹೆಂಡತಿಯ ಮಾತಿನಲ್ಲಿ ಹೇಳಬೇಕು ಎಂದರೆ, ಎಲ್ಲಿ ಹೋದಲ್ಲಿ ಬಂದಲ್ಲಿ ಪ್ಲೇಗಿನ ಹಾಗೆ 'ನ್ಯೂಜ್' ಪತ್ರಿಕೆ ಅವರ ಬೆನ್ನುಹತ್ತಿತ್ತು. ಎಲ್ಲಿ ಹೋದರೂ ಸುರಕ್ಷಿತ ಎಂದು ಅವರಿಗೆ ಅನಿಸುತ್ತಿರಲಿಲ್ಲ. ಅವರ ಪ್ರಭಾವಿ ಗೆಳೆಯರು, ಉದ್ಯಮ ವಲಯದ ಪರಿಚಿತರು ಮತ್ತು 'ಲುಸ್ಟಾ' (ಲ್ಯುಡಿಂಗ್ ಮತ್ತು ಸ್ಟಾಯ್‌ಬ್ಲೆಡರ್ ಇನ್ವೆಸ್ಟ್‌ಮೆಂಟ್ಸ್) ಕಂಪೆನಿ ಕಳಿಸಿದ ನಿಂದನಾತ್ಮಕ ಟೆಲಿಗ್ರಾಂಗಳು

ಬೇಸರ ತರುವಂತಿದ್ದವು. ಇದೆಲ್ಲದರ ಮೇಲೆ ಸರ್ಕಾರಿ ವಕೀಲ ಹಾಶ್ ಅವರಿಗೆ ಇವರು ತೀರಾ ನಸುಕಿನಲ್ಲಿಯೇ, ಇನ್ನೂ ತೀರಾ ನಸುಕಿನಲ್ಲಿಯೇ ಮಾಡಿದ ಕರೆಯೂ ಇವರ ನೆಮ್ಮದಿಯನ್ನು ಕೆಡಿಸಿತು (ಹಾಶ್ ಅವರಿಗೆ ಬ್ಲೋರ್ನ ಅವರು ರೈಲು ಪ್ರಯಾಣ ಮುಗಿಸಿಕೊಂಡು ಬರುತ್ತಿದ್ದಂತೆಯೇ ಕರೆ ಮಾಡಿದ್ದರಾದರೂ, ಈಗ ಸಾವಧಾನವಾಗಿ ಕುಳಿತು ಯೋಚಿಸುವಾಗ, ತಾವು ಅವರಿಗೆ ಗುರುವಾರವೇ, ಅಲ್ಲಿ ಇದ್ದಾಗಲೇ, ಕರೆ ಮಾಡಬೇಕಿತ್ತು. ಈಗ ಕರೆ ಮಾಡಿದ್ದು ತಡವಾಗಿಯೇ ಮಾಡಿದಂತಾಯಿತು ಎಂದೂ ಅನಿಸಿತು). ದೂರವಾಣಿಯಲ್ಲಿ ಹಾಶ್ ಅವರ ಧ್ವನಿ ಕೊಂಚವೂ ಸ್ನೇಹಪರವಾಗಿರಲಿಲ್ಲ. ಕ್ಯಾಥರೀನಾಳ ವಿಚಾರಣೆ ಮುಗಿದಿದೆ. ಆಕೆಯ ವಿರುದ್ಧ ಕ್ರಮ ತೆಗೆದುಕೊಳ್ಳುವ ಕುರಿತು ಈಗಲೇ ಏನನ್ನೂ ಹೇಳಲಾಗದು. ಈ ಗಳಿಗೆಯಲ್ಲಿ ಯಾರಾದರೂ ಆಕೆಯ ಬೆಂಬಲಕ್ಕೆ ನಿಲ್ಲಬೇಕು. ಆದರೆ, ಸದ್ಯಕ್ಕೆ ಅವಳಿಗೆ ಕಾನೂನಾತ್ಮಕ ಬೆಂಬಲ ಬೇಕಿಲ್ಲ ಎಂದು ಹಾಶ್ ಹೇಳಿದರು.

ಕಾರ್ನಿವಾಲ್ ಇರುವಾಗ ಸರ್ಕಾರಿ ವಕೀಲರಿಗೂ ಒಂದಿಷ್ಟು ಬಿಡುವು, ಒಂದಿಷ್ಟು ಮೋಜು ಮಸ್ತಿ ಎನ್ನುವುದು ಇರುತ್ತದೆ ಎಂಬುದನ್ನು ಇವರು ಮರೆತು ಬಿಟ್ಟಿದ್ದಾರೆಯೇ ಏನು ಕಥೆ? ನಿಜ, ಅವರು ಇಬ್ಬರೂ ಪರಸ್ಪರರನ್ನು ಕಳೆದ 24 ವರ್ಷಗಳಿಂದ ಬಲ್ಲರು. ವಿಶ್ವವಿದ್ಯಾಲಯದಲ್ಲಿಯೂ ಜೊತೆಯಾಗಿಯೇ ಓದಿದವರು. ಕೂಡಿ ಪರೀಕ್ಷೆಗೆ ತಯಾರಾದವರು, ಕೂಡಿ ಹಾಡಿದವರು, ಕೂಡಿ ತಿರುಗಾಡಿದವರು. ಯಾರಾದರೂ ಒಬ್ಬರು ಒಂದಿಷ್ಟು ಹೊತ್ತು ಕೋಪ ಮಾಡಿಕೊಂಡರೂ ಇನ್ನೊಬ್ಬರು ತಲೆಕೆಡಿಸಿಕೊಳ್ಳದೇ ಹೊಂದಿಕೊಂಡು ಇರುತ್ತಿದ್ದವರು. ಅದರಲ್ಲಿ ಒಬ್ಬರು (ಬ್ಲೋರ್ನ) ತೀವ್ರ ಕಳವಳದಲ್ಲಿ ಬಳಲುತ್ತಿದ್ದಾಗ ಆಚೆ ಕಡೆಯಿಂದ ಒಂದು ಕೋರಿಕೆ ಬಂತು. ಆ ಕೋರಿಕೆ ಬಂದುದು ಸರ್ಕಾರಿ ವಕೀಲರಾದ ಹಾಶ್ ಅವರಿಂದ. ಅವರು ಹೇಳಿದರು, ನಾವು ಹೀಗೆ ದೂರವಾಣಿಯಲ್ಲಿ ಮಾತನಾಡುವ ಬದಲು ಇಂದು ಮಧ್ಯಾಹ್ನ ಭೇಟಿಯಾಗುತ್ತೇವಲ್ಲ ಆಗ ಮುಖತಃ ಮಾತನಾಡೋಣ. ಆಕೆಯ ವಿರುದ್ಧ ದೋಷಾರೋಪ ಹೊರಿಸುವಂಥ ಒಂದಿಷ್ಟು ಸಾಕ್ಷ್ಯ ಇರುವುದು ಹೌದು. ಅದನ್ನು ನಾನು ನಿಮಗೆ ವಿವರಿಸಬೇಕಾಗುತ್ತದೆ. ಅದನ್ನೆಲ್ಲ ಭೇಟಿ ಮಾಡಿದಾಗ ಹೇಳುತ್ತೇನೆ ಎಂದ ಹಾಶ್, ಇಬ್ಬರೂ ಎಲ್ಲಿ ಭೇಟಿ ಮಾಡಬಹುದು, ಪಟ್ಟಣದಲ್ಲಿಯೇ, ಅಥವಾ ಹೀಗೆಯೇ ಮೇಲೆ ಕೆಳಗೆ ಎಲ್ಲಿಯಾದರೂ ನಡೆದಾಡುತ್ತ ಮಾತನಾಡುವುದೇ ಎಂದೆಲ್ಲ ಚರ್ಚಿಸಿ ಕೊನೆಗೆ ವಸ್ತುಸಂಗ್ರಹಾಲಯದ ಮೊಗಸಾಲೆಯಲ್ಲಿ ಮಧ್ಯಾಹ್ನ 4:30ಕ್ಕೆ ಭೇಟಿ ಮಾಡಿ ಮಾತನಾಡೋಣ ಎಂದು ನಿರ್ಧರಿಸಿದರು. ಬ್ಲೋರ್ನ ಅವರು ಕ್ಯಾಥರೀನಾಳ ಅಪಾರ್ಟ್‌ಮೆಂಟಿಗೆ, ವೋಲ್ಟೆರ್ಸ್‌ಹೈಮ್ ಅವರಿಗೆ, ಹೀಪೆರ್ಟ್ಸ್ ದಂಪತಿಗೆ ಕರೆ ಮಾಡಲಿಲ್ಲ. ಅತ್ಯಂತ ವೇಗವಾಗಿ ಹಾಗೂ ಲೀಲಾಜಾಲವಾಗಿ ಕೆಲಸ ಮಾಡುತ್ತಿದ್ದ ಕ್ಯಾಥರೀನಾಳ ಕೈಗಳ ಕುಶಲತೆಯ ಗೈರು ಹಾಜರಿಯೂ ಬ್ಲೋರ್ನ

ಅವರನ್ನು ಇನ್ನಷ್ಟು ಖಿನ್ನಗೊಳಿಸಿತು. ಆದರೂ ಅದು ಹೇಗೆ ಕೇವಲ ಅರ್ಧ ಗಂಟೆಯಲ್ಲಿ ಒಂದಿಷ್ಟು ಕಾಫಿ ಮಾಡಿಕೊಂಡು ಕುರುಕಲು ಬ್ರೆಡ್ಡು, ಬಟರ್, ಜೇನು ಸಿದ್ಧ ಮಾಡಿಕೊಂಡರೋ ಆ ದೇವರಿಗೇ ಗೊತ್ತು. ಊರಿನಿಂದ ತಂದ ಕೆಲವು ಲಗೇಜುಗಳನ್ನು ಅಲ್ಲಿಯೇ ಪಡಸಾಲೆಯಲ್ಲಿ ಇಟ್ಟಿದ್ದರು. ಆಗಲೇ ಅವ್ಯವಸ್ಥೆ ಮನೆ ಮಾಡಿತ್ತು. ಟ್ರೂಡ್‌ಗೆ ಆಗಲೇ ಕಿರಿಕಿರಿಯಾಗಲೂ ತೊಡಗಿತ್ತು. ಅದಕ್ಕೆ ಕಾರಣವೂ ಇತ್ತು. ಈ ಕ್ಯಾಥರೀನಾಳ ಪ್ರಸಂಗಕ್ಕೂ ಅಲೋಇಸ್ ಸ್ಟಾಯ್‌ಬ್ಲೆಡರ್‌ಗೂ ಸಂಬಂಧ ಇರಲು ಸಾಧ್ಯ ಎಂದು ನಿನಗೆ ಹೇಗೆ ಅನಿಸುತ್ತಿದೆ ಎಂದು ಅವರು ತಮ್ಮ ಪತ್ನಿಗೆ ಮತ್ತೆ ಮತ್ತೆ ಕೇಳುತ್ತಲೇ ಇದ್ದರು. ಲ್ಯುಡಿಂಗ್ ಅವರಿಗಂತೂ ಏನೇನೂ ಸಂಬಂಧವೇ ಇಲ್ಲ ಎಂದು ಇವರು ಅಂದುಕೊಂಡರು.

ಅವರ ಪತ್ನಿ ಇಂದು ಬೆಳಿಗ್ಗೆಯಿಂದ ಒಂದು ರೀತಿ ಅಣಕಿಸುವ, ಅಮಾಯಕ ವ್ಯಂಗ್ಯದ ರೀತಿಯಲ್ಲಿ ಅಂದಿನ 'ನ್ಯೂಜ್' ಪತ್ರಿಕೆಯ ಎರಡು ಸಂಚಿಕೆಗಳಲ್ಲಿನ ವರದಿಗಳಲ್ಲಿನ ಒಂದು ನುಡಿಗಟ್ಟಿನ ಕಡೆಗೆ ಮತ್ತೆ ಮತ್ತೆ ಗಂಡನ ಗಮನ ಸೆಳೆಯುತ್ತಿದ್ದರು. ಇಂಥದೆಲ್ಲ ಅವರಿಗೆ ಮುಂಚೆ ಇಷ್ಟವಾಗುತ್ತಿತ್ತು. ಆದರೆ, ಅದನ್ನು ಸಹಿಸುವ ಮನಃಸ್ಥಿತಿ ಇಂದು ಬೆಳಿಗ್ಗೆ ಅವರಿಗೆ ಇರಲಿಲ್ಲ. ಅ ನುಡಿಗಟ್ಟು ಯಾವುದು ಎಂದು ಅವರು ತಮ್ಮ ಹೆಂಡತಿಯನ್ನು ಮತ್ತೆ ಮತ್ತೆ ಕೇಳಿದರು. ಸುಸ್ಪಷ್ಟವಾಗಿ ಹೇಳುವ ನಿಮ್ಮ ಸಾಮರ್ಥ್ಯವನ್ನು ಇದೀಗ ಪರೀಕ್ಷಿಸಬೇಕಾಗಿ ಬಂದಿದೆ ನೋಡಿ ಎಂದು ಆಕೆ ವ್ಯಂಗ್ಯವಾಡಿದರು. ಅವರು "ಈ ಗಲೀಜು, ಅತ್ಯಂತ ಕೆಟ್ಟ ಗಲೀಜು, ಒಬ್ಬ ವ್ಯಕ್ತಿಯನ್ನು ಎಲ್ಲಿಗೆ ಹೋದರೂ ಅಲ್ಲಿಗೂ ಬೆನ್ನು ಹತ್ತುವ ಹೊಲಸು" ಎಂದು ಮತ್ತೆ ಮತ್ತೆ ಓದಿದರು. ಆದರೆ, ಅವರು ಅದನ್ನು ಗಮನವಿಟ್ಟು ಓದಿರಲಿಲ್ಲ. ಅವರಿಗೆ ತಮ್ಮ ಮಾತುಗಳನ್ನು ತಿರುಚಿ ಪತ್ರಿಕೆಯಲ್ಲಿ ಬರೆದುದರಿಂದ ಬಂದ ಸಿಟ್ಟನ್ನು ಬದಿಗಿರಿಸಿದರಾದರೂ ತಮ್ಮ ಹೆಂಡತಿಯನ್ನು ಕುರಿತು 'ಕೆಂಪು ಟ್ರೂಡ್' ಎಂದು ಬರೆದುದರ ಬಗೆಗೆ ಅವರ ಸಿಟ್ಟು ಬೇರೆ ರೀತಿಯಲ್ಲಿ ಏರುತ್ತ ಹೋಯಿತು.

ಕೊನೆಗೆ ಅವರು ಸೋತು, ವಿನೀತರಾಗಿ ಅದು ಯಾವುದು ಹೇಳು ಎಂದು ಹೆಂಡತಿಯನ್ನು ಕೋರಿದರು. ತೀವ್ರವಾಗಿ ತಳಮಳಗೊಂಡಿದ್ದ ಅವರು ಸುಸ್ಪಷ್ಟವಾಗಿ ಹೇಳುವುದರಲ್ಲಿ ತಾನು ಸೋತು ಹೋದೆ ಎಂದಂತಾಯಿತು ಎಂದರು. ಅನೇಕ ವರ್ಷಗಳಿಂದ ಕಂಪೆನಿ ವಕೀಲರಾಗಿರುವ ತಾವು ಯಾವುದೇ ಅಪರಾಧ ಪ್ರಕರಣಗಳನ್ನು ನಿರ್ವಹಿಸಿಲ್ಲ ಎಂದು ಅಸಹಾಯಕತೆ ತೋಡಿಕೊಂಡರು. ಅದಕ್ಕೆ ಅವರ ಹೆಂಡತಿ, ಹುಸಿ ನಗೆ ನಗುತ್ತ 'ಅತಿಯಾಯಿತು' ಎಂದಳಾದರೂ ಒಂದಿಷ್ಟು ಕರುಣೆ ತೋರಿ, "ಹಾಗಾದರೆ ನಿಮಗೆ ಪತ್ರಿಕೆಯಲ್ಲಿ ಬಂದಿರುವ 'ಸಭ್ಯ ಆಗಂತುಕ' ಎಂಬ ಪದ ಬಳಕೆಯ ಅರ್ಥ ಆಗಲಿಲ್ಲವೇ? ಅಥವಾ ಈಗ ಮನೆಗೆ ಬಂದಿರುವ ಟೆಲಿಗ್ರಾಂಗಳಿಗೆ ನಾನು ಆ ಸಭ್ಯ ಆಗಂತುಕನನ್ನು ತಳುಕು ಹಾಕಿದ್ದುದರ ಅರ್ಥವೂ

ಆಗಲಿಲ್ಲವೇ? ಈ ಗಾಟಿಂಗ್ (ಅಲ್ಲ ಗ್ಯೊಟೆನ್) ಯಾರು ಎಂದು ಯಾರಾದರೂ ವಿವರಿಸಬಹುದೇ? ಅವನ ಚಿತ್ರವನ್ನು ಸೂಕ್ಷ್ಮವಾಗಿ ಗಮನಿಸಿ, ಅವನು ಯಾವ ಬಗೆಯ ಬಟ್ಟೆ ಧರಿಸಿದ್ದ ಎಂಬುದು ಒತ್ತಟ್ಟಿಗಿರಲಿ, ಅವನು 'ಸಭ್ಯ ಆಗಂತುಕ' ಎಂದು ಹೇಳಬಹುದೇ?

"ಇಲ್ಲ, ಅವನಂಥವನನ್ನು ಈ ಕಟ್ಟಡದಲ್ಲಿ ವಾಸಿಸುವ ಜನರು ಒಬ್ಬ 'ಆಗಂತುಕ ಪುರುಷ' ಎಂದು ಮಾತ್ರ ಕರೆಯುತ್ತಾರೆ ಎಂಬುದನ್ನು ನೀವು ಒಪ್ಪಲೇಬೇಕು. ಈಗ ನಾನು ಒಬ್ಬ ಪ್ರವಾದಿಯ ಹಾಗೆ ಮಾತನಾಡುತ್ತೇನೆ. ಇನ್ನು ಹೆಚ್ಚೆಂದರೆ ಒಂದು ಗಂಟೆಯಲ್ಲಿ ನಮ್ಮ ಮನೆಗೆ ಒಬ್ಬ 'ಸಭ್ಯ ಅಗಂತುಕ' ಬರುತ್ತಾನೆ. ನಾನು ಹೇಳುವ ಇನ್ನೂ ಒಂದು ಭವಿಷ್ಯವಾಣಿ ಎಂದರೆ ಆ ವ್ಯಕ್ತಿ ಬಂದ ಮೇಲೆ ನಾವು ಸಮಸ್ಯೆಯನ್ನು, ಸಂಘರ್ಷವನ್ನು ಎದುರಿಸಬೇಕಾಗುತ್ತದೆ. ಬಹುಶಃ ಬಹುದಿನದ ಗೆಳೆತನ ಕೊನೆಯಾಗುತ್ತದೆ. ಕ್ಯಾಥರೀನಾಳಿಂದಾಗಿ ಯಾತನೆ ಅನುಭವಿಸಬೇಕಾಗುತ್ತದೆ. ಅದಕ್ಕಿಂತ ಹೆಚ್ಚಿಗೆ 'ಕೆಂಪು ಟ್ರೂಡ್' ಜೊತೆಗಿನ ಸಂಬಂಧವೂ ಸಮಸ್ಯೆಯಾಗುತ್ತದೆ. ಅವಳಿಗೆ ಎರಡು ಅಪಾಯಕಾರಿ ವ್ಯಕ್ತಿತ್ವಗಳು ಇವೆ: ಅವು ವಿಧೇಯತೆ ಮತ್ತು ಹಮ್ಮು. ತಾನು ಆ ವ್ಯಕ್ತಿಗೆ ಪರಾರಿಯಾಗಲು ದಾರಿ ತೋರಿಸಿದೆ ಎಂದು ಅವಳು ಎಂದೆಂದಿಗೂ ಒಪ್ಪುವುದಿಲ್ಲ. ಆ ದಾರಿಯನ್ನು ನಾನು ಮತ್ತು ಅವಳು ಕೂಡಿಯೇ ಪರಿಶೀಲಿಸಿದ್ದೆವು. ಎದೆಗುಂದಬೇಡ, ಪ್ರಿಯನೇ, ಧೈರ್ಯಗೆಡಬೇಡ, ಈ ಸಂಗತಿ ಹೊರಗೆ ಬರುವುದಿಲ್ಲ. ಆದರೆ, ನಿಜ ಹೇಳಬೇಕು ಎಂದರೆ ಈ ಗಾತಿಂಗ್, ಅಲ್ಲ ಗ್ಯೊಟೆನ್, ಯಾರಿಗೂ ಕಾಣದಂತೆ ಅವಳ ಅಪಾರ್ಟ್‌ಮೆಂಟಿನಿಂದ ಮಾಯವಾದುದಕ್ಕೆ ನಾನೇ ಕಾರಣ. ನಿನಗೆ ಅದು ನೆನಪಿದೆಯೋ ಇಲ್ಲವೋ? ಇಡೀ 'ಎಲಿಗೆಂಟ್ ರಿವರ್‌ಸೈಡ್ ರೆಸಿಡೆನ್ಸಸ್' ಕಟ್ಟಡದ ಉಷ್ಣತೆ ಕಾಪಾಡುವ ಕೊಳವೆ, ವಾತಾಯನ ವ್ಯವಸ್ಥೆಯ ಕೊಳವೆ, ತ್ಯಾಜ್ಯ ಹರಿದು ಹೋಗುವ ಕೊಳವೆ, ಮತ್ತು ಕೇಬಲ್‌ಗಳನ್ನು ಒಳಗೊಂಡಿರುವ ಕೊಳವೆಗಳು ಇರುವ ಪ್ರದೇಶದ ನಕಾಶೆ ನನ್ನ ಮಲಗುವ ಕೋಣೆಯ ಗೋಡೆಯ ಮೇಲೆ ನೇತಾಡುತ್ತಿದೆ. ಉಷ್ಣತೆ ಕಾಪಾಡುವ ಕೊಳವೆ ಕೆಂಪು ಬಣ್ಣದಲ್ಲಿ ಇದ್ದರೆ, ವಾತಾಯನ ಕೊಳವೆ ನೀಲಿ ಬಣ್ಣದಲ್ಲಿ, ಕೇಬಲ್ಲುಗಳು ಹಸಿರು ಬಣ್ಣದಲ್ಲಿ ಮತ್ತು ತ್ಯಾಜ್ಯ ಹರಿದು ಹೋಗುವ ಕೊಳವೆಗಳು ಹಳದಿ ಬಣ್ಣದಲ್ಲಿ ಇವೆ.

"ಯಾವುದಾದರೂ ಒಂದು ಕೆಲಸವನ್ನು ಮಾಡಬೇಕು ಎಂದರೆ, ಅದನ್ನು ಅತ್ಯಂತ ಅದ್ಭುತವಾಗಿ ಮತ್ತು ನಿಶ್ಚಿತವಾಗಿ ಮಾಡಿಯೇ ಸಿದ್ಧ ಎನ್ನುವ ಸ್ವಭಾವದ ಕ್ಯಾಥರೀನಾಳನ್ನು ಈ ನಕಾಶೆ ಬಹುವಾಗಿ ಸೆಳೆದಿತ್ತು. ಆ ನಕಾಶೆಯ ಮುಂದೆ ಅವಳು ಬಹಳ ಹೊತ್ತು ನಿಂತುಕೊಳ್ಳುತ್ತಿದ್ದಳು, ಅದನ್ನು 'ಅಮೂರ್ತ ವರ್ಣಚಿತ್ರ'

ಎಂದು ಕರೆಯುತ್ತಿದ್ದ ಆಕೆ, ಅದರ ಅರ್ಥ ಮತ್ತು ಮಹತ್ವ ಏನು ಎಂದು ನನಗೆ ಮತ್ತೆ ಮತ್ತೆ ಕೇಳುತ್ತಿದ್ದಳು. ನಾನು ಇನ್ನೇನು ಅದರ ಪ್ರತಿಯೊಂದನ್ನು ತೆಗೆದು ಆಕೆಗೆ ಕೊಡಬೇಕಿತ್ತು. ಕೊಡಲಿಲ್ಲ ಎಂದು ನಿರಾಳವಾಗಿದ್ದೇನೆ. ಅವಳ ಅಪಾರ್ಟ್‌ಮೆಂಟಿನಲ್ಲಿ ಈ ನಕಾಶೆಯ ಪ್ರತಿಯನ್ನು ಅವರು ಪತ್ತೆ ಮಾಡಿದ್ದರೆ ಆತ ಪರಾರಿಯಾಗಲು ಸಂಚು ರೂಪಿಸಿದವರಲ್ಲಿ ನಾನೂ ಸೇರಿದ್ದೇನೆ ಎಂಬ ಅವರ ವಾದಕ್ಕೆ ಬೆಂಬಲ ಸಿಕ್ಕಂತೆ ಆಗುತ್ತಿತ್ತು. ಶಸ್ತ್ರಕೋಠಿಯ ಕಲ್ಪನೆ, ಕೆಂಪು ಟ್ರೂಡ್ ಮತ್ತು ವಿದ್ರೋಹಿಯ ನಡುವಿನ ಸಂಬಂಧ, ಮತ್ತು ಕ್ಯಾಥರೀನಾ ಹಾಗೂ ಸಭ್ಯ ಆಗಂತುಕನ ನಡುವಿನ ಸಂಬಂಧ ಇತ್ಯಾದಿ ಏನೇನು ಕಥೆಗಳು ಹುಟ್ಟಿಕೊಳ್ಳುತ್ತಿದ್ದುವೋ? ಆ ಬಗೆಯ ಒಂದು ನಕಾಶೆ ಎಲ್ಲ ಬಗೆಯ ಒಳಗೆ ನುಗ್ಗಿ ಬರುವವರು, ಕಳ್ಳಕಾಕರು, ಪ್ರೇಮಿಗಳು ಮತ್ತು ಯಾರೆಲ್ಲ ಯಾರಿಗೂ ಕಾಣದಂತೆ ಬಂದು ಹೋಗಬೇಕು ಎಂದು ಬಯಸುತ್ತಾರೆಯೋ ಅವರಿಗೆಲ್ಲ ಒಂದು ಮಾದರಿ ಮಾರ್ಗದರ್ಶಿ ಎನಿಸುವಂತೆ ಇದೆ.

“ನಾನು ಅವಳಿಗೆ ಈ ಕೊಳವೆಗಳನ್ನು ಒಳಗೊಂಡಿರುವ ವಿವಿಧ ಮಾರ್ಗಗಳ ಎತ್ತರವನ್ನೂ ತಿಳಿಸಿಕೊಟ್ಟಿದ್ದೆ. ಒಂದು ವೇಳೆ ಕೊಳವೆಗಳು ಒಡೆದು ಹೋದರೆ ಅಥವಾ ಕೇಬಲ್‌ಗಳು ಕೆಲಸ ಮಾಡದೇ ಇದ್ದರೆ ಎಲ್ಲಿಯವರೆಗೆ ನೇರವಾಗಿ ನಡೆದು ಹೋಗಬೇಕು, ಎಲ್ಲಿ ಕೊಳಾಯಿಗಳನ್ನು ಏರಬೇಕು, ಎಲ್ಲಿ ಬಗ್ಗಿ ತೆವಳಬೇಕು ಇತ್ಯಾದಿ ಎಲ್ಲವನ್ನೂ ಆಕೆಗೆ ತಿಳಿಸಿ ಹೇಳಿದ್ದೆ. ಆ ಒಂದು ದಾರಿಯಲ್ಲಿಯೇ ಈ ನಮ್ಮ ಸುಂದರ ಯುವಕ ಮಹಾಶಯ ಪೊಲೀಸರ ಕಣ್ಣು ತಪ್ಪಿಸಿ ಹೋಗಿರಬೇಕು. ಈಗ ಕ್ಯಾಥರೀನಾ ಕೇವಲ ಅವನ ಮುದ್ದಾಟಗಳನ್ನು ಮಾತ್ರ ಕನಸು ಕಾಣುತ್ತ ಇರಬೇಕು. ಅವನು ಒಂದು ವೇಳೆ ನಿಜವಾಗಿಯೂ ಬ್ಯಾಂಕ್ ದರೋಡೆಕೋರನಾಗಿದ್ದೇ ಆದರೆ ಒಂದೇ ಸಾರಿ ಈ ದಾರಿಯ ಮೂಲಕ ಲಾಗ ಹಾಕುತ್ತ ಹೋಗಿರಬಹುದು. ಆ ಸಭ್ಯ ಆಗಂತುಕನೂ ಹೀಗೆಯೇ ಬಂದು ಹೋಗಿರಬಹುದು. ಮೊದಲಿನ ಹಳೆಯ ಅಪಾರ್ಟ್‌ಮೆಂಟ್‌ಗಳಿಗೆ ಇದ್ದ ಕಣ್ಗಾವಲಿಗೂ ಈಗಿನ ಹೊಸ ಅಪಾರ್ಟ್‌ಮೆಂಟ್‌ಗಳ ಮೇಲಿನ ಕಣ್ಗಾವಲಿಗೂ ವ್ಯತ್ಯಾಸ ಇದೆ. ಈಗಿನವುಗಳಿಗೆ ಬೇರೆಯದೇ ಆದ ಕಣ್ಗಾವಲು ಬೇಕು ಅನಿಸುತ್ತದೆ. ಇಂದಲ್ಲ ನಾಳೆ ನಾವು ಪೊಲೀಸರು ಅಥವಾ ಸರ್ಕಾರಿ ವಕೀಲರಿಗೆ ಈ ಕುರಿತು ಮಾಹಿತಿ ಕೊಡಬೇಕಾಗುತ್ತದೆ. ಅವರು ಸಾಮಾನ್ಯವಾಗಿ ಮುಖ್ಯದ್ವಾರ, ಬಹುಪಾಲು ಮೊಗಸಾಲೆ ಮತ್ತು ಎಲೆವೇಟರ್ ಮೇಲೆ ಮಾತ್ರ ಗಮನ ಇಟ್ಟಿರುತ್ತಾರೆ. ಅಲ್ಲಿ ಇನ್ನೊಂದು ಸರ್ವೀಸ್ ಎಲೆವೇಟರ್ ಇದೆ. ಅದು ನೇರವಾಗಿ ನೆಲಮಾಳಿಗೆಗೆ ಹೋಗುತ್ತದೆ. ಅಲ್ಲಿಗೆ ಹೋಗಿ ಅಲ್ಲಿಂದ ನೂರು ಮೀಟರ್ ತೆವಳಿ, ಅಲ್ಲಿ ಒಂದು ಕಡೆ ಮ್ಯಾನ್‌ಹೋಲ್ ಮುಚ್ಚಳವನ್ನು ತೆರೆದು ಅದರಲ್ಲಿ ಇಳಿದು ಪರಾರಿಯಾಗಬಹುದು.

"ನನ್ನನ್ನು ನಂಬು. ಈಗ ನಾವು ಪ್ರಾರ್ಥನೆ ಮಾಡುವುದು ಒಂದನ್ನು ಬಿಟ್ಟು ಬೇರೆ ಏನೂ ಮಾಡಲು ಆಗದು. ಏಕೆಂದರೆ ಅಲೋಇಸ್‌ಗೆ 'ನ್ಯೂಜ್'ನಲ್ಲಿ ಯಾವ ರೀತಿಯಲ್ಲಿಯೂ, ಯಾವ ಆಕಾರದಲ್ಲಿಯೂ ಶೀರ್ಷಿಕೆಗಳು ಬರುವುದು ಬೇಡವಾಗಿದೆ. ತಮ್ಮ ವಿರುದ್ಧ ಪತ್ರಿಕೆಯಲ್ಲಿ ಈಗಾಗಲೇ ಬಂದ ವರದಿಗಳನ್ನು ಸಂಪೂರ್ಣವಾಗಿ ಸರಿಪಡಿಸಬೇಕಾಗಿದೆ. ಮತ್ತು ಆತ ಪತ್ರಿಕೆಗಳ ಶೀರ್ಷಿಕೆಗಳ ಬಗೆಗೆ ಭಯಭೀತನಾಗಿರುವ ಹಾಗೆಯೇ ಕಾನೂನು ಪ್ರಕಾರವಾಗಿಯೇ ಮದುವೆಯಾಗಿರುವ ತನ್ನ ಹೆಂಡತಿ ಮೌದ್‌ಳ ಹುಳಿಮೋರೆ ನೋಡಲೂ ಅಷ್ಟೇ ಹೆದರಿದ್ದಾನೆ. ಅವಳಿಂದಾಗಿ ಈಗ ಅವನಿಗೆ ನಾಲ್ಕು ಮಕ್ಕಳು ಹುಟ್ಟಿವೆ. ಅಂದರೆ ಅವನು ಹೇಗೆ 'ಹುಡುಗಾಟದ ನಿಶ್ಚಿಂತೆಯ ಮನುಷ್ಯ' ಎಂಬುದನ್ನು ನೀನು ಗಮನಿಸಿಲ್ಲ ಎಂದಂತಾಯಿತು. ಅವನು ಎಷ್ಟು 'ಸದಾ ಹರ್ಷಚಿತ್ತ'ದಿಂದ ಇರುತ್ತಿದ್ದ. ಕ್ಯಾಥರೀನಾಳ ಜೊತೆ ಕೆಲವು ಸಾರಿ ನೃತ್ಯ ಮಾಡುತ್ತಿದ್ದ. ಆತ ಆಕೆಯನ್ನು ತಾನೇ ತನ್ನ ಕಾರಿನಲ್ಲಿ ಮನೆಗೆ ಬಿಡುತ್ತೇನೆ ಎಂದು ಸಂತೋಷದಿಂದ ಪಟ್ಟು ಹಿಡಿಯುತ್ತಿದ್ದ. ಒಂದೊಂದು ಸಾರಿ ಅವಳು ತನ್ನ ಸ್ವಂತ ಕಾರು ತೆಗೆದುಕೊಂಡು ಬಂದಾಗ ಆತ ಚಿಕ್ಕ ಹುಡುಗನ ಹಾಗೆ ಬೇಸರ ಮಾಡಿಕೊಳ್ಳುತ್ತಿದ್ದ. ಅವನಿಗೆ ಬೇಕಾಗಿದ್ದುದು, ಅವನ ಹೃದಯ ತವಕಿಸುತ್ತಿದ್ದುದು ಕ್ಯಾಥರೀನಾಳಂಥ ಒಬ್ಬ ಅತ್ಯಂತ ಅಪರೂಪದ ಯುವತಿಗಾಗಿ. ಅವನಿಗೆ 'ಚೆಲ್ಲು ಚೆಲ್ಲು' ಬೇಕಿರಲಿಲ್ಲ. ಆದಾಗ್ಯೂ ನೀವು ಪುರುಷರು ಅದಕ್ಕೆ ಏನು ಹೇಳುತ್ತೀರಿ?– ಪ್ರೀತಿ ಮಾಡುವ ಬಯಕೆ ಇರಬೇಕು, ಗಂಭೀರವಾಗಿರಬೇಕು ಜೊತೆಗೆ ಯೌವನವೂ ಇರಬೇಕು, ಮತ್ತು ಅವಳು ತಾನು ತಿಳಿದುಕೊಂಡಿರುವುದಕ್ಕಿಂತ ಅಂದವಾಗಿರಬೇಕು ಎಂದು ಅಲ್ಲವೇ? ಅವಳು ನಿನ್ನ ಪುರುಷ ಸಹಜ ಹೃದಯವನ್ನೂ ಕೆಲವು ಸಾರಿ ಸಂತುಷ್ಟಗೊಳಿಸಿದ್ದಳು ಅಲ್ಲವೇ?"

ನಿಜ, ಅವಳು ತನ್ನ ಪುರುಷ ಸಹಜ ಹೃದಯವನ್ನು ಸಂತುಷ್ಟಗೊಳಿಸಿದ್ದಾಳೆ ಎಂದು ಬ್ಲೋರ್ನ ಒಪ್ಪಿಕೊಂಡರು. ಅದಕ್ಕೆ ಪ್ರತಿಯಾಗಿ ತಾವೂ ಅವಳನ್ನು ಸಂತೋಷಗೊಳಿಸಲು ಸಾಕಷ್ಟು ಪ್ರಯತ್ನಿಸಿದ್ದರು ಎಂಬುದನ್ನೂ ಅವರು ಒಪ್ಪಿಕೊಂಡರು. ಹಾಗೆಯೇ, ಬರೀ ಪುರುಷರು ಮಾತ್ರವಲ್ಲ ಯಾರಿಗಾದರೂ ಕೆಲವು ಸಾರಿ ಒಬ್ಬರನ್ನು ತಬ್ಬಿ ತೆಕ್ಕೆಯಲ್ಲಿ ತೆಗೆದುಕೊಳ್ಳಬೇಕು, ಅಷ್ಟೇ ಅಲ್ಲ ಇನ್ನೂ ಏನೇನೋ ಮಾಡಬೇಕು ಎನ್ನುವಂಥ ಅಪರೂಪದ ತೀವ್ರ ಭಾವನೆಗಳು ಕಾಡುತ್ತವೆ ಎಂಬುದನ್ನು ಟ್ರೂಡ್ ಅರ್ಥ ಮಾಡಿಕೊಳ್ಳಬೇಕು ಎಂದು ಅವರು ಹೇಳಿದರು. ಕ್ಯಾಥರೀನಾ ಅಂಥವಳಲ್ಲ. ಅವಳು ಒಬ್ಬ ಬೇರೆ ಬಗೆಯ ಹೆಣ್ಣುಮಗಳು. ಅವಳ ಮನೆಗೆ ತಾವು ಎಂದೂ ಸಭ್ಯ ಆಗಂತುಕನಾಗಿ ಹೋಗಲಿಲ್ಲ. ಹಾಗೆ ಹೋಗಲು ಏನೋ ಒಂದು ತಡೆಯುತ್ತದೆ. ನಿಜವಾಗಿ ಹೇಳಬೇಕೆಂದರೆ ಹಾಗೆ ಹೋಗುವುದನ್ನು

ಅಸಾಧ್ಯ ಎನ್ನುವಂತೆ ಮಾಡುತ್ತದೆ. ಅಥವಾ ಹೀಗೆ ಹೇಳಬಹುದೇ, ತಾನು ಆಕೆಯ ಮನೆಗೆ ಸಭ್ಯ ಆಗಂತುಕನಾಗಿ ಹೋಗಲು ಪ್ರಯತ್ನಿಸುವುದನ್ನು ಅಸಾಧ್ಯವಾಗಿಸುತ್ತದೆ ಎನ್ನಬಹುದೇ? ತಾನು ಏನು ಹೇಳಲು ಬಯಸುತ್ತಿದ್ದೇನೆ ಎಂದು ಅವಳು ಅರ್ಥ ಮಾಡಿಕೊಳ್ಳುತ್ತಾಳೆ ಎಂದು ಅಂದುಕೊಂಡಿದ್ದೇನೆ. ಅದು ಟ್ರೂಡ್ ಬಗೆಗಿನ ಗೌರವ ಭಾವನೆಯಲ್ಲ? ಅಥವಾ ಅವಳು ಏನು ಅಂದುಕೊಂಡಾಳು ಎಂಬುದೂ ಅಲ್ಲ. ಇದು ಕ್ಯಾಥರೀನಾ ಕುರಿತ ಗೌರವದ ಭಾವನೆ. ಅದಕ್ಕಿಂತ ಮಿಗಿಲಾದ ಪೂಜ್ಯ ಭಾವನೆಯೇ? ಅಥವಾ ಇನ್ನೂ ಹೆಚ್ಚಿನ ಹುಚ್ಚು ಪೂಜ್ಯ ಭಾವನೆಯೇ? ಅದೂ ಅಲ್ಲ.

ಅಮಾಯಕತೆ. ಅದಕ್ಕಿಂತ ಮಿಗಿಲಾದ ಭಾವನೆ. ಅಯ್ಯೋ! ಆ ಸಂಬಂಧವನ್ನು ಬಣ್ಣಿಸುವ ಸೂಕ್ತ ಪದ ಸಿಗದೆ ಅವರು ಒದ್ದಾಡಿದರು. ಅದು ಕ್ಯಾಥರೀನಾಳ ಆ ವಿಚಿತ್ರ ಮತ್ತು ಬೆಚ್ಚನೆಯ ಬಗೆ, ಅವಳಿಗಿಂತ ತಾವು ಹದಿನೈದು ವರ್ಷ ದೊಡ್ಡವರಾದರೂ, ತಾವು ಜೀವನದಲ್ಲಿ ಸರಿಯಾದ ದಾರಿಯಲ್ಲಿ ನಡೆದುಕೊಂಡಿರುವುದು ದೇವರಿಗೆ ಗೊತ್ತಿರಬಹುದಾದರೂ, ಮುರಿದು ಬಿದ್ದಿರುವ ತನ್ನ ಜೀವನವನ್ನು ನೇರ್ಪುಗೊಳಿಸಿಕೊಳ್ಳಲು ಆಕೆ ಮಾಡಿಕೊಳ್ಳುತ್ತಿರುವ ಪ್ರಯತ್ನಗಳು ತಮ್ಮನ್ನು ತಡೆದಿವೆ. ಅವಳಿಗೆ ಅಂಥ ಆಲೋಚನೆ ಬಂದಿದ್ದರೂ ಅದರಿಂದ ಅವಳ ಜೀವನವನ್ನು ತಾನು ನಾಶಗೊಳಿಸಿಬಿಡಬಹುದು ಎಂಬ ಭಯ ತಮ್ಮನ್ನು ತಡೆದಿದೆ. ಆಕೆ ತಮಗೆ ಸುಲಭದ ತುತ್ತು, ಹಾಗೆ ನೋಡಿದರೆ ತೀರಾ ಸುಲಭದ ತುತ್ತು. ಆದರೆ, ಆಕೆಯ ಮನೆಗೆ ಭೇಟಿ ನೀಡುವ ಸಭ್ಯ ಆಗಂತುಕ ಒಂದು ವೇಳೆ ಅಲೋಇಸ್ ಆಗಿದ್ದರೆ ತಾವು ಆತನ ದವಡೆಯ ಹಲ್ಲು ಮುರಿಯುವುದರಲ್ಲಿ ಯಾವ ಅನುಮಾನವೂ ಇಲ್ಲ ಎಂದು ಆಕ್ರೋಶ ವ್ಯಕ್ತಪಡಿಸಿದರು. ನಿಜ. ನಾವು ಆಕೆಗೆ ಸಹಾಯ ಮಾಡಬೇಕು. ಅವಳ ಬೆಂಬಲಕ್ಕೆ ನಿಲ್ಲಬೇಕು. ಅವಳು ಎದುರಿಸಬೇಕಾದ ನಾನಾ ತಂತ್ರಗಳು, ಆ ವಿಚಾರಣೆಗಳು, ಆ ಪ್ರಶ್ನೆಗಳು, ಅವೆಲ್ಲ ಅವಳು ಒಬ್ಬಳೇ ನಿಭಾಯಿಸಲು ಬಹಳ ಕಷ್ಟ. ತೀರಾ ತಡವಾಗುವುದಕ್ಕಿಂತ ಮುಂಚೆ ತಾವು ಅವಳ ನೆರವಿಗೆ ಧಾವಿಸಬೇಕು... ಅವರು ಇನ್ನೂ ಹೀಗೆಯೇ ತಮ್ಮ ಅಂತರಂಗವನ್ನು ಬಿಚ್ಚಿ ಇಡುತ್ತಿರುವಾಗಲೇ "ಆ ಸಭ್ಯ ಆಗಂತುಕ ಈಗಷ್ಟೇ ವಾಹನ ಓಡಿಸಿಕೊಂಡು ಬಂದೇ ಬಿಟ್ಟ ನೋಡಿ" ಎಂದು ಟ್ರೂಡ್ ಎಂದಿನ ತಮ್ಮ ಕೊಂಕು ಧಾಟಿಯಲ್ಲಿ ಹೇಳಿದರು.

39

ಬೆಡಗಿನ ಬಾಡಿಗೆ ಕಾರಿನಲ್ಲಿ ಸ್ಟಾಯ್‌ಬ್ಲೆಡರ್ ಬಂದು ಇಳಿದನಾದರೂ ಆತನ ದವಡೆಗೆ ಬ್ಲೋರ್ನ ಅವರು ಚಚ್ಚಲಿಲ್ಲ ಎಂದು ಇಲ್ಲಿ ಖಚಿತಪಡಿಸಲೇಬೇಕು. ಏಕೆಂದರೆ, ಎಷ್ಟು ಸಾಧ್ಯವೋ ಅಷ್ಟು ಕಡಿಮೆ ನೆತ್ತರು ನೆಲಕ್ಕೆ ಬೀಳಬೇಕು ಎಂಬುದು ನಮ್ಮ ಉದ್ದೇಶ. ಅಷ್ಟೇ ಅಲ್ಲ, ದೈಹಿಕ ಹಿಂಸೆಯನ್ನು ಚಿತ್ರಿಸುವ ವಿಚಾರದಲ್ಲಿ, ಅದನ್ನು ಉಲ್ಲೇಖಿಸಲೇಬೇಕಾದ ಸಂದರ್ಭ ಬಂದಾಗಲೂ, ನಮ್ಮ ವರದಿಗಾರಿಕೆಯ ಹೊಣೆಗಾರಿಕೆ ಕಾರಣವಾಗಿ, ಅದನ್ನು ಎಷ್ಟು ಕಡಿಮೆ ಸಾಧ್ಯವೋ ಅಷ್ಟು ಕಡಿಮೆ ವಿವರಿಸುವಂತಿರಬೇಕು ಎಂಬುದೂ ನಮ್ಮ ಜವಾಬ್ದಾರಿ. ಹಾಗೆಂದು ಬ್ಲೋರ್ನ ಅವರ ಮನೆಯಲ್ಲಿನ ವಾತಾವರಣದಲ್ಲಿ ಮಂಕು ಕಡಿಮೆಯಿತ್ತು ಎಂದೇನೂ ಅಲ್ಲ. ವಾಸ್ತವವಾಗಿ, ಟ್ರೂಡ್‌ಗೆ ಅದು ಹಿಂದೆಂದಿಗಿಂತ ಈಗ ಕೊಂಚ ಹೆಚ್ಚು ಅನ್ನುವ ಹಾಗೆಯೇ ಮಂಕು ಕವಿದಿತ್ತು. ಅವರು ಬಟ್ಟಲಿನಲ್ಲಿನ ಕಾಫಿಯನ್ನು ಚಮಚದಿಂದ ಅಲುಗಾಡಿಸುತ್ತ ಮನೆಗೆ ಬಂದಿದ್ದ ಹಳೆಯ ಸ್ನೇಹಿತನನ್ನು "ಹೇಗಿದ್ದೀರಿ, ಸಭ್ಯ ಆಗಂತುಕರೇ" ಎಂದು ಕುಶಲ ವಿಚಾರಿಸಿದರು. ಈ ಮಾತಿನಿಂದ ಮುಜುಗರಪಟ್ಟ ಬ್ಲೋರ್ನ ತಕ್ಷಣ "ನನಗೆ ಏನು ಅನಿಸುತ್ತದೆ ಎಂದರೆ ಮತ್ತೊಮ್ಮೆ ತಲೆಯ ಮೇಲೆ ಹೊಡೆದಂತೆ ಟ್ರೂಡ್ ಮಾತನಾಡಿದ್ದಾಳೆ" ಎಂದರು. ಸ್ಟಾಯ್‌ಬ್ಲೆಡರ್, "ನಿಜ" ಎಂದು ಒಪ್ಪಿಕೊಂಡು "ಹಾಗೆ ಮಾತನಾಡುವ ಚಾತುರ್ಯ ಅವರಿಗೆ ಯಾವಾಗಲೂ ಸಾಧಿಸಿದಂತಿದೆ" ಎಂದ.

ಇಲ್ಲಿ ಒಂದು ವಿಷಯವನ್ನು ಪ್ರಸ್ತಾಪಿಸಬೇಕು. ಬ್ಲೋರ್ನ ಅವರ ಹೆಂಡತಿ ಮತ್ತು ಅಲೋಇಸ್ ಸ್ಟಾಯ್‌ಬ್ಲೆಡರ್ ನಡುವಿನ ಸಂಬಂಧ ಒಮ್ಮೆ ಹೆಚ್ಚೂ ಕಡಿಮೆ ಪೂರ್ತಿಯಾಗಿ ಹದಗೆಟ್ಟಿತ್ತು. ಅದಕ್ಕೆ ಆತನೇ ಕಾರಣನಾಗಿದ್ದ. ಆತ ಅವರ ಮೇಲೆ ಬಲಾತ್ಕಾರ ಮಾಡಲು ಯತ್ನಿಸದೇ ಇದ್ದರೂ, ಅವಳ ಜೊತೆಗೆ ಲೈಂಗಿಕ ಸಂಬಂಧ ಹೊಂದುವುದು ತನಗೆ ಇಷ್ಟ ಎನ್ನುವಂತೆ ನಡೆದುಕೊಂಡಿದ್ದ. "ನನ್ನ ಜೊತೆಗೆ ಅಂಥ ಸಂಬಂಧ ಹೊಂದಬೇಕು ಎಂದು ನಿನಗೆ ತೀವ್ರವಾಗಿ ಅನಿಸುತ್ತಿದ್ದರೂ, ನಿನ್ನ ಬಗ್ಗೆ ನನಗೆ ಅಂಥ ಯಾವ ಭಾವನೆಯೂ ಇಲ್ಲ," ಎಂದು ಬ್ಲೋರ್ನ ಅವರ ಪತ್ನಿ ತನ್ನದೇ ಆದ ನಿರಾಸಕ್ತಿಯ ಧ್ವನಿಯಲ್ಲಿ ಅಂಥ ಸಂಬಂಧಕ್ಕೆ ಸಮ್ಮತಿಸಿರಲಿಲ್ಲ. ಇಂಥ ಸನ್ನಿವೇಶದಲ್ಲಿ ಬ್ಲೋರ್ನ ಅವರು ತಮ್ಮ ಪಾಡಿಗೆ ತಮ್ಮನ್ನು ಬಿಡಬೇಕು ಎಂದು ಹೆಂಡತಿಗೆ ಹೇಳಿ ಸ್ಟಾಯ್‌ಬ್ಲೆಡರ್‌ನನ್ನು ತಕ್ಷಣ ತಮ್ಮ ಅಧ್ಯಯನ ಕೋಣೆಗೆ ಕರೆದುಕೊಂಡು ಹೋದರು. ಹಾಗೂ ಈ ನಡುವೆ ಕ್ಯಾಥರೀನಾಳು ಎಲ್ಲಿದ್ದಾಳೆ ಎಂದು ಪತ್ತೆ ಮಾಡಲು (ಯಾವುದರ ನಡುವೆ ಎಂದು ಬ್ಲೋರ್ನ ಅವರ ಹೆಂಡತಿ ಕೇಳಿದರು) ಸಾಧ್ಯವಿರುವ ಎಲ್ಲ ಪ್ರಯತ್ನ ಮಾಡಬೇಕು ಎಂದರು.

40

ಯಾರಿಗಾದರೂ ತಮ್ಮದೇ ಅಧ್ಯಯನ ಕೋಣೆ ತಮಗೇ ಹೇವರಿಕೆ ಹುಟ್ಟಿಸುವಂತೆ ಏಕೆ ಕಾಣುತ್ತದೆ? ಅಲ್ಲಿ ಒಂದೇ ಒಂದು ದೂಳಿನ ಕಣ ಇಲ್ಲದೇ ಇದ್ದರೂ ಎಲ್ಲವೂ ಸುವ್ಯವಸ್ಥಿತವಾಗಿಯೇ, ಯಾವುದು ಎಲ್ಲಿ ಇರಬೇಕೋ ಅಲ್ಲಿಯೇ, ಇದ್ದರೂ ಅವರಿಗೆ ಏಕೋ ಯಾವುದೂ ಸರಿಯಾಗಿಲ್ಲ ಎಂದು ಅನಿಸತೊಡಗಿತು. ಎಲ್ಲ ಕಡೆಗೂ ಹೊಲಸು ಕಂಡಿತು. ಅದೇ ಕೊಠಡಿಯ ಕೆಂಪು ಚರ್ಮದ ಆರಾಮ ಕುರ್ಚಿಯಲ್ಲಿ ಕುಳಿತುಕೊಂಡು ಅನೇಕ, ಉತ್ತಮ ವ್ಯವಹಾರ ಒಪ್ಪಂದಗಳನ್ನು ಮಾಡಿಕೊಂಡಿದ್ದರು. ರಹಸ್ಯ ಚರ್ಚೆಗಳನ್ನು ನಡೆಸಿದ್ದರು. ಅದರಲ್ಲಿ ನಿಜವಾಗಿಯೂ ಆರಾಮವಾಗಿ ಕುಳಿತುಕೊಂಡು ಸಂಗೀತ ಕೇಳಬಹುದಿತ್ತು. ಅಂಥ ಕೊಠಡಿ ಅವರಿಗೆ ಇದ್ದಕ್ಕಿದ್ದಂತೆ ಜುಗುಪ್ಸೆ ತರುವಂತಿದೆ ಎಂದು ಅನಿಸಿತು. ಪುಸ್ತಕದ ಕಪಾಟುಗಳು ಅಸಹ್ಯವಾಗಿ ಕಂಡುವು. ಗೋಡೆ ಅಲಂಕರಿಸಿದ್ದ ಪ್ರಸಿದ್ಧ ಕಲಾವಿದ ಚಗಲ್ ರಚಿಸಿ ಸ್ವತಃ ರುಜು ಮಾಡಿದ್ದ ವರ್ಣಚಿತ್ರವು ಈಗ ಸಂಶಯಾಸ್ಪದವಾಗಿ ಮತ್ತು ಆ ಕಲಾವಿದನೇ ರಚಿಸಿದ ನಕಲಿ ವರ್ಣ ಚಿತ್ರ ಎಂದು ಭಾಸವಾಗತೊಡಗಿತು. ಆಷ್‌ಟ್ರೇ, ಲೈಟರ್‌ಗಳು, ಬಿರಡೆ ಹಾಕಿದ ವಿಸ್ಕಿ ಬಾಟಲು ಇತ್ಯಾದಿ ನಿರುಪದ್ರವಿ ವಸ್ತುಗಳೆಲ್ಲವೂ ಹೀಗೆ ಅನಿಷ್ಟದಂತೆ ಕಾಣಲು ಏನು ಕಾರಣ ಇರಬಹುದು? ಮಂಕು ಕವಿಸುವ, ಸಹಿಸಲಸಾಧ್ಯವಾದ ರಾತ್ರಿಯ ನಂತರ ಹಗಲನ್ನೂ ಅಷ್ಟೇ ಮಂಕು ಕವಿಯುವ ಹಾಗೆ ಮಾಡುವುದು ಯಾವುದು? ಹಳೆಯ ಸ್ನೇಹಿತರ ನಡುವಣ ಸಂಘರ್ಷ ಎಷ್ಟು ತೀವ್ರವಾಗಿ ಪರಿಣಮಿಸಿದೆ ಎಂದರೆ ಆಗಲೇ ಕಿಡಿಗಳು ಹಾರಲು ಸಿದ್ಧವಾಗಿವೆಯೇ? ಸಮಕಾಲೀನ ಚಿತ್ತಾರಗಳಿಂದ ಅಲಂಕೃತವಾಗಿರುವ ನಸು ಹಳದಿ ಬಣ್ಣದ ಗೋಡೆಗಳು ಏಕೆ ಬೇಡ ಅನಿಸತೊಡಗುತ್ತವೆ?

"ಅದು ಹೀಗೆ" ಅಲೋಇಸ್ ಸ್ವಾಯ್‌ಬ್ಲೆಡರ್ ಹೇಳಿದ. "ಈ ವಿಚಾರದಲ್ಲಿ ಇನ್ನು ಮುಂದೆ 'ಈ ಪ್ರಕರಣದಲ್ಲಿ' ನನಗೆ ನಿಮ್ಮ ಯಾವ ಸಹಾಯವೂ ಬೇಡ ಎಂದು ಹೇಳಲು ಇಲ್ಲಿಗೆ ಬಂದಿದ್ದೇನೆ. ನೀವು ವಿಮಾನ ನಿಲ್ದಾಣದಲ್ಲಿ ಹೊಂಜು ಕವಿದುದುನ್ನು ನೋಡಿ ನಿಮ್ಮ ಸ್ಥಿಮಿತ ಕಳೆದುಕೊಂಡಿರಿ. ನಂತರ ನೀವು ಇಬ್ಬರೂ ಸ್ಥಿಮಿತ ಅಥವಾ ತಾಳ್ಮೆ ಕಳೆದುಕೊಂಡಿರಿ. ಆದರೆ, ಒಂದು ಗಂಟೆ ನಂತರ ಹೊಂಜು ಕರಗಿತು. ನೀವು ವಿಮಾನದ ಮೂಲಕವೇ ಬಂದಿದ್ದರೆ ಸಂಜೆ 6:30ರ ವೇಳೆಗೆ ಇಲ್ಲಿಯೇ ಇರಬಹುದಿತ್ತು. ನೀವು ಸ್ವಲ್ಪ ತಾಳ್ಮೆಯಿಂದ ಯೋಚಿಸಿದ್ದರೆ, ಮ್ಯೂನಿಚ್‌ನಲ್ಲಿನ ವಿಮಾನ ನಿಲ್ದಾಣಕ್ಕೆ ಕರೆ ಮಾಡಿ ವಿಮಾನಗಳು ಸಕಾಲದಲ್ಲಿ ಹೊರಡುತ್ತಿವೆಯೇ ಎಂಬುದನ್ನು ತಿಳಿದುಕೊಳ್ಳಬಹುದಿತ್ತು. ಈಗ ಆಗಿ ಹೋದುದರ ಬಗ್ಗೆ ಚಿಂತೆ ಬೇಡ. ನಿಮ್ಮ ಜೊತೆಗೆ ನಾನು ನಿಖರವಾಗಿ, ಪ್ರಾಮಾಣಿಕವಾಗಿ

ಮಾತನಾಡುವುದಾದರೆ, ವಿಮಾನ ನಿಲ್ದಾಣದಲ್ಲಿ ಹೊಂಜು ಬೀಳದೇ ಇದ್ದು ವಿಮಾನ ಸಕಾಲದಲ್ಲಿ ಹೊರಟಿದ್ದಿದ್ದರೂ ನೀವು ಬಂದು ತಲುಪುವ ವೇಳೆಗೆ ಅತ್ಯಂತ ನಿರ್ಣಾಯಕವಾದ ವಿಚಾರಣೆ ಮುಗಿದು ಹೋಗಿರುತ್ತಿತ್ತು ಮತ್ತು ನೀವು ಬಂದು ಅದನ್ನು ತಡೆಯಬೇಕು ಎಂದರೂ ಅಲ್ಲಿ ಏನೂ ಉಳಿದಿರುತ್ತಿರಲಿಲ್ಲ."

"ಏನೇ ಇದ್ದರೂ ನಾನು 'ನ್ಯೂಜ್' ಪತ್ರಿಕೆಗೆ ಸಾಟಿಯಾಗಲು ಸಾಧ್ಯವೇ ಇಲ್ಲ" ಎಂದರು ಬ್ಲೋರ್ನ್. "ನನಗೆ 'ನ್ಯೂಜ್' ಬಗ್ಗೆ ಹೆದರಿಕೆಯಿಲ್ಲ. ಲ್ಯುಡಿಂಗ್ ಅದರ ಬಂದೋಬಸ್ತ್ ಮಾಡಿದ್ದಾನೆ. ಆದರೆ, ಈಗ ಉಳಿದ ಪತ್ರಿಕೆಗಳ ಬಗೆಗೆ ಯೋಚನೆಯಾಗಿದೆ, ಅವು ನನ್ನನ್ನು ಆ ವಿದ್ರೋಹಿ ಜೊತೆಗೆ ತಳಕು ಹಾಕುವ ಶೀರ್ಷಿಕೆಯನ್ನು ಪ್ರಕಟಿಸದೇ ಇದ್ದರೆ ಸಾಕು," ಎಂದು ಸ್ವಾಯ್‌ಬ್ಲೆಡರ್ ಹೇಳಿದ. "ಒಬ್ಬ ಹೆಣ್ಣುಮಗಳ ಜೊತೆಗಿನ ಸಂಬಂಧ ನನ್ನನ್ನು ತೊಂದರೆಗೆ ಸಿಲುಕಿಸುತ್ತದೆ ಎನ್ನುವುದಾದರೆ ಸಿಲುಕಿಸಲಿ. ಅದು ವೈಯಕ್ತಿಕವಾದುದು ಮತ್ತು ಅದು ಸಾರ್ವಜನಿಕರಿಗೆ ಸಂಬಂಧವಿಲ್ಲದ್ದು. ಕ್ಯಾಥರೀನಾಳಂಥ ಆಕರ್ಷಕ ಹೆಣ್ಣುಮಗಳ ಜೊತೆಗೆ ನನ್ನ ಚಿತ್ರ ಪ್ರಕಟವಾದರೂ ಅದರಿಂದ ನನಗೆ ಸಮಸ್ಯೆಯಿಲ್ಲ. ಅವಳ ಮನೆಗೆ ಒಬ್ಬ ಆಗಂತುಕ ಹೋದ ವಿಚಾರ ಈಗ ಚರ್ಚೆಯಲ್ಲಿದೆ. ಅಲ್ಲಿ ಸಿಕ್ಕ ಉಂಗುರ ಅಥವಾ ಪತ್ರಗಳಿಂದಲೂ ನನಗೆ ಸಮಸ್ಯೆಯಿಲ್ಲ. ಹೌದು. ನಾನು ಅವಳಿಗೆ ಬೆಲೆಬಾಳುವ ಉಂಗುರ ಕೊಟ್ಟಿದ್ದು ನಿಜ. ಅವರು ಅದನ್ನು ಪತ್ತೆ ಮಾಡಿದ್ದಾರೆ. ಮತ್ತು ಆಕೆಗೆ ಕೆಲವು ಪತ್ರಗಳನ್ನು ನಾನು ಬರೆದಿರುವುದೂ ನಿಜ. ಅವುಗಳ ಪೈಕಿ ಒಂದರ ಲಕೋಟೆ ಮಾತ್ರ ಅವರಿಗೆ ಸಿಕ್ಕಿದೆ. ಇವು ಯಾವುವೂ ನನಗೆ ಸಮಸ್ಯೆ ಮಾಡುವುದಿಲ್ಲ. ಇಲ್ಲಿ ಇರುವ ಒಂದು ಆತಂಕದ ಸಂಗತಿ ಎಂದರೆ, ಈ ಟ್ಯೋಟ್‌ಗೆಸ್‌ನು 'ನ್ಯೂಜ್'ನಲ್ಲಿ ಪ್ರಕಟಿಸಲಾಗದ ವಿಷಯಗಳನ್ನು ಬೇರೆ ಹೆಸರಿನಲ್ಲಿ ವಾರಪತ್ರಿಕೆಗಳಿಗೆ ಬರೆಯುತ್ತಾನೆ. ಅದಕ್ಕಾಗಿ ಕ್ಯಾಥರೀನಾ ಅವನಿಗೆ ಒಂದು ಸಂದರ್ಶನ ಕೊಡಲು ಒಪ್ಪಿದ್ದಾಳೆ. ಕೆಲವೇ ಕೆಲವು ನಿಮಿಷಗಳ ಮುಂಚೆ ಲ್ಯುಡಿಂಗ್ ಮೂಲಕ ನನಗೆ ಈ ವಿಷಯ ತಿಳಿಯಿತು. ನಾನು ನಿಮಗೆ ಮೊದಲೇ ತಿಳಿಸಿದಂತೆ 'ನ್ಯೂಜ್'ನಲ್ಲಿ ಸುದ್ದಿ ಬಾರದ ಹಾಗೆ ವ್ಯವಸ್ಥೆ ಮಾಡಿಯಾಗಿದೆ. ಆದರೆ, ಟ್ಯೋಟ್‌ಗೆಸ್‌ನ ಇತರ ಪತ್ರಿಕಾ ಬರವಣಿಗೆಗಳ ಮೇಲೆ ಯಾವುದೇ ಪ್ರಭಾವ ಬೀರಲು ನಮಗೆ ಸಾಧ್ಯವಿಲ್ಲ. ಏಕೆಂದರೆ ಅದನ್ನೆಲ್ಲ ಅವನು ಸಂಧಾನಕಾರನ ಮೂಲಕ ಮಾಡುತ್ತಾನೆ. ನಿಮಗೆ ಇದು ಯಾವುದೂ ಗೊತ್ತಿಲ್ಲ ಅಲ್ಲವೇ," ಎಂದು ಸ್ವಾಯ್‌ಬ್ಲೆಡರ್ ಕೇಳಿದ.

"ಏನೆಲ್ಲ ಆಗುತ್ತಿದೆ ಎಂದು ನಾನು ತಿಳಿಯೆ" ಎಂದು ಬ್ಲೋರ್ನ್ ಒಪ್ಪಿಕೊಂಡರು.

"ನನ್ನ ವಕೀಲರು ಇರುವ ವಿಲಕ್ಷಣ ಸ್ಥಿತಿಯ ದ್ಯೋತಕ ಇದು. ಅಮೂಲ್ಯವಾದ ಸಮಯವನ್ನು ಕೆಲಸಕ್ಕೆ ಬಾರದ ರೈಲು ಪಯಣದಲ್ಲಿ ಕಳೆದುದರ ಫಲ ಇದು ಎಂದು ನಾನು ನಿಮ್ಮ ಮುಖಕ್ಕೆ ಹೇಳಲೇಬೇಕಾಗುತ್ತದೆ? ಆ ಧಡಭಡ ರೈಲಿನಲ್ಲಿ ಬಂದು ದಣಿಯುವ ಬದಲು ಹವಾಮಾನ ಇಲಾಖೆಗೆ ಕರೆ ಮಾಡಿದ್ದರೆ ಸ್ವಲ್ಪ ಹೊತ್ತಿನಲ್ಲಿಯೇ ಹೊಂಜು ಕರಗಲಿದೆ ಎಂಬ ಮಾಹಿತಿ ಸಿಗುತ್ತಿತ್ತು. ಹೋಗಲಿ ಬಿಡಿ. ನೀವು ಅವಳನ್ನು ಇನ್ನೂ ಸಂಪರ್ಕ ಮಾಡಿಯೇ ಇಲ್ಲ ಎಂದಂತಾಯಿತು."

"ಇಲ್ಲ, ನೀನು ಸಂಪರ್ಕ ಮಾಡಿದ್ದೀಯಾ?"

"ಇಲ್ಲ, ನಾನೂ ನೇರವಾಗಿ ಮಾತನಾಡಿಲ್ಲ. ಒಂದು ಗಂಟೆಯ ಹಿಂದೆ ಆಕೆ 'ನ್ಯೂಜ್' ಪತ್ರಿಕೆಗೆ ಕರೆ ಮಾಡಿ ನಾಳೆ ಮಧ್ಯಾಹ್ನ ವಿಶೇಷ ಸಂದರ್ಶನ ಕೊಡುವುದಾಗಿಯೂ, ಟ್ರ್ಯೋಟ್‌ಗೆಸ್‌ನಿಗೆ ನೀನು ಬರಬೇಕು ಎಂದು ಹೇಳಿದ್ದಾಳೆ ಎಂದೂ ಗೊತ್ತಾಯಿತು. ಬರಲು ಅವನೂ ಒಪ್ಪಿದ್ದಾನೆ. ಆದರೆ, ನನಗೆ ಬೇರೆ ಇನ್ನಾವುದಕ್ಕೋ ಯೋಚನೆಯಾಗುತ್ತಿದೆ. ಅದು ನಿಜಕ್ಕೂ ನನಗೆ ಹೆಚ್ಚಿನ, ಹೆಚ್ಚಿನ ಯೋಚನೆಯಾಗಿದೆ. ಅದು ನನ್ನನ್ನು ವ್ಯಾಕುಲಗೊಳಿಸಿದೆ (ಹೀಗೆ ಹೇಳುವಾಗ ಸ್ಟಾಯ್‌ಬ್ಲೆಡರ್ ಭಾವುಕನಾದ ಮತ್ತು ಅವನು ಗದ್ಗದಿತನಾದಂತೆ ಭಾಸವಾಯಿತು)." "ನಾಳೆಯಿಂದ ನೀವು ನನ್ನ ಬಗೆಗೆ ಏನು ಬೇಕಾದರೂ ಹೇಳಬಹುದು, ಎಷ್ಟು ಬೇಕಾದರೂ ಹೇಳಬಹುದು. ಏಕೆಂದರೆ ನಾನು ನಿಮ್ಮ ಮತ್ತು ನಿಮ್ಮ ಪತ್ನಿಯ ನಂಬಿಕೆಗೆ ಧಕ್ಕೆ ತಂದಿದ್ದೇನೆ. ಆದರೆ, ನಾವು ಒಂದು ಸ್ವತಂತ್ರವಾದ ದೇಶದಲ್ಲಿ ಬದುಕುತ್ತಿದ್ದೇವೆ ಮತ್ತು ಇಲ್ಲಿ ನಮಗೆ ಬೇಕಾದ ಹಾಗೆ ಮುಕ್ತವಾಗಿ ಯಾರನ್ನಾದರೂ ಪ್ರೀತಿಸಿಕೊಂಡು ಇರಲು ಅವಕಾಶ ಇದೆ. ಆಕೆಗೆ ಸಹಾಯ ಮಾಡಲು ನಾನು ಏನು ಬೇಕಾದರೂ ಮಾಡಲು ಸಿದ್ಧನಿದ್ದೇನೆ. ಬೇಕಾದರೆ ಅದಕ್ಕಾಗಿ ನಾನು ನನ್ನ ಗೌರವವನ್ನು ಪಣಕ್ಕೆ ಇಡಲೂ ಸಿದ್ಧ ಎಂಬುದನ್ನು ನೀವು ನಂಬಬೇಕು. ದಯಮಾಡಿ ನೀವು ಅವಳ ಸಹಾಯಕ್ಕೆ ಧಾವಿಸಿ. ನಾನು ಆಕೆಯನ್ನು ಪ್ರೇಮಿಸುತ್ತೇನೆ. ಆದರೆ, ಅವಳಿಗೆ ಯಾವುದೇ ಸಹಾಯ ಬೇಡ. ಅವಳು ಅದನ್ನು ಮೀರಿದ್ದಾಳೆ. ನಾನು ಈಗಲೂ ಆಕೆಗೆ ಸಹಾಯ ಮಾಡಲು ಏನಾದರೂ ಮಾಡಬಲ್ಲೆ. ಆದರೆ, ಆಕೆ ಯಾರಿಂದಲೂ ಸಹಾಯ ತೆಗೆದುಕೊಳ್ಳಲು ಸಮ್ಮತಿಸುವುದಿಲ್ಲ."

"ಹಾಗಾದರೆ, ನೀನು ಆಕೆಗೆ ಸಹಾಯ ಮಾಡಲಾರೆಯಾ? ಆ 'ನ್ಯೂಜ್'ನಿಂದ ಆಕೆಯನ್ನು ರಕ್ಷಿಸು. ಆ ಸೂಳೆಮಕ್ಕಳಿಂದ ಆಕೆಯನ್ನು ಕಾಪಾಡು," ಎಂದರು ಬ್ಲೋರ್ನ್.

"ಈಗ ಕೇಳಿ, 'ನ್ಯೂಜ್' ಪತ್ರಿಕೆಯು ತನ್ನ ಪಂಜಗಳನ್ನು ನಿಮ್ಮ ಮತ್ತು ಟ್ರೂಡ್‌ರವರೆಗೆ ಚಾಚಿದ್ದರೂ ನೀವು ಅದರ ಉಸಾಬರಿಯನ್ನೇ ಮಾಡಬಾರದು.

ಪೀತ ಪತ್ರಿಕೋದ್ಯಮ ಹಾಗೂ ಪತ್ರಿಕಾ ಸ್ವಾತಂತ್ರ್ಯ ಕುರಿತು ನಾವೀಗ ಜಗಳ ಮಾಡುವುದು ಬೇಡ, ದಯಮಾಡಿ. ನಾನು ಈಗ ವಿಷಯಕ್ಕೆ ಬರುತ್ತೇನೆ: ಸಂದರ್ಶನ ನಡೆಯುವ ಸಮಯದಲ್ಲಿ ನೀವು ನನ್ನ ಮತ್ತು ಆಕೆಯ ವಕೀಲರಾಗಿ ಹಾಜರು ಇದ್ದರೆ ಒಳ್ಳೆಯದು. ಹಾಗೆ ನೋಡಿದರೆ ಪತ್ರಿಕೆಗಳಲ್ಲಿಯಾಗಲೀ ಅಥವಾ ವಿಚಾರಣೆಯಲ್ಲಿಯಾಗಲೀ ವಿನಾಶಕಾರಿಯಾದುದು ಇನ್ನೂ ಹೊರಬಿದ್ದಿಲ್ಲ. ಆರು ತಿಂಗಳ ಹಿಂದೆ ಕೊಹ್ಲಫಾರೆಸ್ಟನ್‌ಹೈಮ್‌ನ ನಮ್ಮ ಹಳ್ಳಿಮನೆಯ ಕೀಲಿಕೈ ತೆಗೆದುಕೊಳ್ಳಲು ಆಕೆಯ ಮನವೊಲಿಸಿದ್ದೆ. ಕ್ಯಾಥರೀನಾಳ ಬಳಿ ಅಥವಾ ಆಕೆಯ ಮನೆಯನ್ನು ಹುಡುಕಿದಾಗ ಆ ಕೀಲಿಕೈ ಸಿಗಲಿಲ್ಲ. ಅದು ಅವಳ ಬಳಿ ಇದೆ. ಅಥವಾ ಒಂದು ವೇಳೆ ಅವಳು ಅದನ್ನು ಬಿಸಾಕದೆ ಇದ್ದರೆ ಅದು ಅವಳ ಬಳಿ ಇದ್ದೇ ಇರುತ್ತಿತ್ತು. ಇದನ್ನು ನೀವು ಏನು ಬೇಕಾದರೂ ಅನ್ನಬಹುದು: ಆ ಹಳ್ಳಿಮನೆಯ ಕೀಲಿಕೈಯನ್ನು ಇಟ್ಟುಕೊಳ್ಳಬೇಕು ಎಂದು ಆಕೆಗೆ ಏಕೆ ಹೇಳಿದೆ ಎಂದರೆ, ಒಂದು ದಿನ ಆಕೆ ನನ್ನನ್ನು ಹುಡುಕಿಕೊಂಡು ಆ ಮನೆಗೆ ಬರಬಹುದು ಎಂದು ನಾನು ಬಯಸಿದ್ದೆ. ಅದು ಒಂದು ರೀತಿ ನನ್ನ ಭಾವನಾತ್ಮಕ ಲಾಲಸೆಯಾಗಿತ್ತು. ನಾನು ಆ ಆಸೆಯನ್ನು ಬಿಡಲು ಸಿದ್ಧನಿರಲಿಲ್ಲ. ನಾನು ಅವಳಿಗೆ ಸಹಾಯ ಮಾಡುತ್ತೇನೆ, ಅವಳ ಜೊತೆಗೆ ನಿಲ್ಲುತ್ತೇನೆ, ನಾನು ಅವರ ಮುಂದೆ ಹೋಗಿ ತಪ್ಪು ಒಪ್ಪಿಕೊಳ್ಳುತ್ತೇನೆ, ನಾನೇ ಆ ನಿಗೂಢ ಸಂದರ್ಶಕ ಎಂದು ಹೇಳುತ್ತೇನೆ. ನನಗೆ ಬಹಳ ಚೆನ್ನಾಗಿ ಗೊತ್ತಿದೆ, ಅವಳು ಬೇಕಾದರೆ ನನ್ನ ಕೈ ಬಿಡುತ್ತಾಳೆ, ತನ್ನ ಲೂದ್ವಿಶ್‌ನನ್ನು ಬಿಟ್ಟುಕೊಡುವುದಿಲ್ಲ."

ಸ್ಟ್ರಾಯ್‌ಬ್ಲೆಡರ್ ಮಾತಿನಲ್ಲಿ ಒಂದು ಹೊಸ ಸಂಗತಿ ಹೊರಗೆ ಬಂತು. ಇದು ತೀರಾ ಅನಿರೀಕ್ಷಿತವಾಗಿತ್ತು. ಇದನ್ನೆಲ್ಲ ಕೇಳಿದ ನಂತರ ಬ್ಲೋರ್ನ ಅವರ ಮನಸ್ಸಿನಲ್ಲಿ ಅದನ್ನು ಕರುಣೆ ಎನ್ನದಿದ್ದರೂ ಕುತೂಹಲ ಹುಟ್ಟಿಕೊಂಡಿತು. ಅದನ್ನೇನು ದೈನ್ಯ ಎನ್ನಬೇಕೇ? ಅಥವಾ ಅಸೂಯೆ ಎನ್ನಬೇಕೇ?

"ಇದೆಲ್ಲ ಏನು, ಆ ಉಂಗುರ, ಆ ಪತ್ರಗಳು ಮತ್ತು ಈಗ ಈ ಕೀಲಿಕೈ?" ಬ್ಲೋರ್ನ ಕುತೂಹಲದಿಂದ ಕೇಳಿದರು.

"ಅಯ್ಯೋ! ನಿಮಗೆ ಅರ್ಥವಾಗುವುದಿಲ್ಲವೇ ಹ್ಯೂಬರ್ಟ್? ಈ ಕುರಿತು ನಾನು ಲ್ಯುಡಿಂಗ್ ಅಥವಾ ಹಾಶ್ ಅಥವಾ ಪೋಲೀಸರಿಗೆ ಏನನ್ನೂ ಹೇಳಲಾರೆ. ಅವಳು, ಆ ಲೂದ್ವಿಶ್‌ನಿಗೆ ನನ್ನ ಹಳ್ಳಿಮನೆಯ ಕೀಲಿಕೈ ಕೊಟ್ಟಿದ್ದಾಳೆ ಎಂಬುದರಲ್ಲಿ ನನಗೆ ಈಗ ಅನುಮಾನವೇನೂ ಉಳಿದಿಲ್ಲ. ಅದೇ ಮನೆಯಲ್ಲಿ ಅವನು ಕಳೆದ ಎರಡು ದಿನಗಳಿಂದ ಅಡಗಿ ಕುಳಿತಿದ್ದಾನೆ. ಕ್ಯಾಥರೀನಾಳ ಬಗೆಗೆ, ಪೋಲೀಸರ ಬಗೆಗೆ ಮತ್ತು ನನ್ನ ಮನೆಯಲ್ಲಿ ಅಡಗಿ ಕುಳಿತಿರಬಹುದಾದ ಆ ಶತಮೂರ್ಖ ಯುವಕನ

ಬಗೆಗೆ ನನಗೆ ನಿಜವಾಗಿಯೂ ಭಯವಾಗಿದೆ. ಅವನನ್ನು ಅವರು ಹುಡುಕಿ ಪತ್ತೆ ಮಾಡುವುದಕ್ಕಿಂತ ಮುಂಚೆ ಆತ ಅಲ್ಲಿಂದ ಪರಾರಿಯಾಗಬೇಕು. ಅಥವಾ ಆತನನ್ನು ಅವರು ಹಿಡಿಯಬೇಕು ಹಾಗೂ ಆ ಮೂಲಕ ಈ ಇಡೀ ಪ್ರಕರಣಕ್ಕೆ ಅಂತ್ಯ ಹಾಡಬೇಕು ಎಂದೂ ಒಮ್ಮೊಮ್ಮೆ ಅನಿಸುತ್ತದೆ. ಈಗ ನಿಮಗೆ ಅರ್ಥವಾಯಿತಾ ವಿಷಯ ಏನು ಎಂದು. ಈಗ ನಿಮ್ಮ ಸಲಹೆ ಏನು ಎಂದು ಹೇಳಿ?"

"ನಿನ್ನ ಹಳ್ಳಿಮನೆಗೆ ಈಗ ಫೋನ್ ಮಾಡು," ಎಂದು ಬ್ಲೋರ್ನ ಸಲಹೆ ಕೊಟ್ಟರು.

"ನಾನು ಕರೆ ಮಾಡಿದರೆ ಆತ ಉತ್ತರಿಸುತ್ತಾನೆ ಎಂದು ನಿಮಗೆ ನಿಜವಾಗಿಯೂ ಅನಿಸುತ್ತದೆಯೇ," ಎಂದು ಸ್ಟಾಯ್‌ಬ್ಲೆಡರ್ ಕೇಳಿದ.

"ಸರಿ ಹಾಗಾದರೆ, ನೀನು ಪೊಲೀಸರಿಗೆ ತಿಳಿಸು. ಬೇರೆ ಪರ್ಯಾಯವೇ ಇಲ್ಲ. ಅಪಾಯ ಆಗಬಾರದು ಎಂದರೆ ಅದು ಒಂದೇ ದಾರಿ. ಬೇಕಾದರೆ, ನಿನ್ನ ಹೆಸರು ಹೇಳದೇ ಪೊಲೀಸರಿಗೆ ಕರೆ ಮಾಡಿ ತಿಳಿಸಲೇಬೇಕು. ಗ್ಯೊಟೆನ್ ನಿನ್ನ ಮನೆಯಲ್ಲಿ ಅಡಗಿದ್ದಾನೆ ಎನ್ನುವುದಾದರೆ ನೀನು ಪೊಲೀಸರಿಗೆ ಹೇಳಲೇಬೇಕು. ನೀನು ಹಿಂಜರಿದರೆ ನಾನು ತಿಳಿಸುವೆ," ಎಂದು ಬ್ಲೋರ್ನ ಹಟ ಹಿಡಿದಂತೆ ಮಾತನಾಡಿದರು.

"ನನ್ನ ಮತ್ತು ನನ್ನ ಮನೆಯ ಹೆಸರು ಆ ವಿದ್ರೋಹಿ ವ್ಯಕ್ತಿಯ ಜೊತೆಗೆ ತಳಕು ಹಾಕಿಕೊಂಡು ನಾಳೆ ಪತ್ರಿಕೆಯ ತಲೆಬರಹದಲ್ಲಿ ಬರಬೇಕಾ? ನಾನು ಬೇರೆ ಯೋಚನೆ ಮಾಡಿದ್ದೆ. ನೀವು ನನ್ನ ವಕೀಲರಾಗಿ ಅಲ್ಲಿಗೆ ಕಾರು ತೆಗೆದುಕೊಂಡು ಹೋಗಿ ಇದಕ್ಕೆ ಒಂದು ಇತ್ಯರ್ಥ ಹಾಡಬೇಕು ಎನ್ನುವುದು ಆ ಯೋಚನೆ. ಆ ಮೂಲಕ ಆ ಜಾಗದಲ್ಲಿ ಎಲ್ಲವೂ ಸರಿಯಾಗಿದೆ ಎನ್ನುವಂತೆ ಮಾಡುವುದು."

"ಈಗ ಹೋಗುವುದಾ? ಅದೂ ಕಾರ್ನಿವಾಲ್ ಹಬ್ಬದ ಶನಿವಾರದ ದಿನ. ಈಗಾಗಲೇ ನನ್ನ ರಜೆಯನ್ನು ಅರ್ಧಕ್ಕೇ ಮೊಟಕುಗೊಳಿಸಿ ನಾನು ವಾಪಸು ಬಂದಿದ್ದೇನೆ ಎಂಬ ಮಾಹಿತಿ 'ನ್ಯೂಜ್' ಪತ್ರಿಕೆಗೆ ಸಿಕ್ಕಿದೆ. ಈಗ ನಾನು ನಿನ್ನ ಹಳ್ಳಿಗೆ ಹೋಗಿ ನಿನ್ನ ಫ್ರಿಡ್ಜು ಇನ್ನೂ ಸರಿಯಾಗಿ ಕೆಲಸ ಮಾಡುತ್ತಿದೆಯೇ ಎಂದು ನೋಡಲು, ಮನೆಯ ಹೀಟರ್‌ನ ಉಷ್ಣತಾಮಾಪಕವನ್ನು ಸರಿಯಾಗಿ ಸೆಟ್ ಮಾಡಿದ್ದಾರೆಯೇ ಇಲ್ಲವೇ ಎಂದು ನೋಡಲು, ಯಾವುದೇ ಕಿಟಕಿಯನ್ನು ಒಡೆದು ಹಾಕಿಲ್ಲವೇ ಎಂದು ಖಚಿತಪಡಿಸಿಕೊಳ್ಳಲು, ಮನೆಯ ಬಾರ್‌ನಲ್ಲಿ ಸಾಕಷ್ಟು ಮದ್ಯ ಉಳಿದಿದೆಯೇ ಎಂದು ನೋಡಲು, ಹಾಸಿಗೆ ಒದ್ದೆಯಾಗಿಲ್ಲ ಎಂದು ಗಮನಿಸಲು ಒಬ್ಬ ಪ್ರಸಿದ್ಧ ಕಂಪೆನಿ ವಕೀಲ, ಈಜುಕೊಳ ಇರುವ ಐಷಾರಾಮಿ ಮನೆಯ ಒಡೆಯ ಮತ್ತು 'ಕೆಂಪು ಟ್ರೂಡ್'ಳನ್ನು ಮದುವೆಯಾದವನು ತನ್ನ ರಜೆಯನ್ನು ಅರ್ಧಕ್ಕೇ ಬಿಟ್ಟು ಓಡಿ ಬರುತ್ತಾನೆಯೇ? ನನ್ನ ಪ್ರತಿ ಹೆಜ್ಜೆಯನ್ನೂ 'ನ್ಯೂಜ್'

ಪತ್ರಿಕೆಯ ಜನರು ಗಮನಿಸುತ್ತಿದ್ದಾರೆ ಎಂದು ಖಚಿತವಾಗಿ ಗೊತ್ತಿದ್ದೂ ನಾನು ಅಲ್ಲಿಗೆ ಹೋಗುವುದು ಜಾಣತನವೇ? ಈಗಷ್ಟೇ ರೈಲಿನಿಂದ ಬಂದು ಇಳಿದಿರುವ ನಾನು, ಕ್ರೋಕಸ್ ಹೂಗಳು ಅರಳಿವೆಯೇ, ಮಂಜಿನ ಹನಿಗಳು ಬೀಳುತ್ತಿವೆಯೇ ಎಂದು ನೋಡಲು ಆ ನಿನ್ನ ಹಳ್ಳಿಮನೆಗೆ ಕಾರು ಓಡಿಸಿಕೊಂಡು ಹೋಗುವುದು ನಿಜವಾಗಿಯೂ ಬುದ್ಧಿವಂತಿಕೆಯ ಮಾತು ಎಂದು ನಿನಗೆ ಅನಿಸುತ್ತದೆಯೇ? ಆ ನಮ್ಮ ಗೆಳೆಯ ಲೂದ್ವಿಶ್ ಒಳ್ಳೆಯ ಗುರಿಕಾರ ಎಂಬುದನ್ನು ಈಗಾಗಲೇ ಸಾಬೀತು ಮಾಡಿದ್ದಾನೆ ಎಂಬ ವಿಚಾರವೂ ನಮ್ಮ ತಲೆಯಲ್ಲಿ ಇರಬೇಕು."

"ಅಯ್ಯೋ! ನಿಮ್ಮ ಜಾಣ ಮಾತುಗಳು ಈಗ ಎಷ್ಟು ಸೂಕ್ತ ಎಂದು ನಾನು ಹೇಳಲಾರೆ. ನನ್ನ ವಕೀಲರಾಗಿ ಮತ್ತು ಸ್ನೇಹಿತರಾಗಿ ನಿಮ್ಮ ಸೇವೆ ನನಗೆ ಬೇಕು ಎಂದು ಕೇಳುತ್ತಿದ್ದೇನೆ. ಅದು ಕೂಡ ವೈಯಕ್ತಿಕವಾದುದು ಏನೂ ಅಲ್ಲ. ಬದಲಾಗಿ, ಒಬ್ಬ ನಾಗರಿಕನ ಕರ್ತವ್ಯವಾಗಿ ಮಾಡಿ ಎಂದು ಕೇಳುತ್ತಿದ್ದೇನೆ. ಅದಕ್ಕೆ ನೀವು ಕ್ರೋಕಸ್ ಹೂಗಳು, ಮಂಜಿನ ಹನಿಗಳು ಎಂದು ಏನೋ ಕಥೆ ಹೇಳಲು ಬರುತ್ತೀರಿ. ನಿನ್ನೆಯಿಂದ ಈ ವಿಚಾರವನ್ನು ಎಷ್ಟು ರಹಸ್ಯವಾಗಿ ಇಟ್ಟಿದ್ದೇವೆ ಎಂದರೆ, ಇಂದು ಬೆಳಿಗ್ಗೆಯಿಂದ ನಮಗೆ ಅವರ ಕಡೆಯಿಂದ ಒಂದು ಎಳ್ಳು ಕಾಳಿನಷ್ಟೂ ಮಾಹಿತಿ ದೊರೆತಿಲ್ಲ. 'ನ್ಯೂಜ್'ನಲ್ಲಿ ಬಂದಿರುವುದು ಮಾತ್ರವೇ ನಮಗೆ ಸಿಕ್ಕಿರುವ ಮಾಹಿತಿ. ನಮ್ಮ ಅದೃಷ್ಟಕ್ಕೆ ಲ್ಯುಡಿಂಗ್‌ಗೆ ಅಲ್ಲಿ ಸಾಕಷ್ಟು ಪ್ರಭಾವ ಇದೆ. ಸರ್ಕಾರಿ ವಕೀಲರು ಮತ್ತು ಪೊಲೀಸರು ಒಳಾಡಳಿತ ಸಚಿವಾಲಯಕ್ಕೆ ಕರೆ ಮಾಡುವುದನ್ನೂ ನಿಲ್ಲಿಸಿದ್ದಾರೆ. ಅಲ್ಲಿಯೂ ಅವನು ಸಾಕಷ್ಟು ಸ್ನೇಹಿತರನ್ನು ಹೊಂದಿದ್ದಾನೆ. ಇದು ಬದುಕು ಸಾವಿನ ಪ್ರಶ್ನೆ ಹ್ಯೂಬರ್ಟ್."

ಅದೇ ವೇಳೆಗೆ ಟ್ರೂಡ್, ಬಾಗಿಲನ್ನು ಕೂಡ ತಟ್ಟದೇ, ತಾನು ಬರುತ್ತಿರುವ ಯಾವ ಸೂಚನೆಯನ್ನೂ ಕೊಡದೇ, ಕೈಯಲ್ಲಿ ಒಂದು ಟ್ರಾನ್ಸಿಸ್ಟರ್ ಹಿಡಿದುಕೊಂಡು, ಒಳಗೆ ಬಂದಳು. "ಸಾವಿನ ಪ್ರಶ್ನೆಯೇನೂ ಇಲ್ಲ, ಜೀವದ ಪ್ರಶ್ನೆ ಮಾತ್ರ, ದೇವರು ದೊಡ್ಡವನು. ಆ ಯುವಕನನ್ನು ಪೊಲೀಸರು ಹಿಡಿದಿದ್ದಾರೆ. ಅವನೊಬ್ಬ ಹುಚ್ಚ. ಪೊಲೀಸರ ಕಡೆಗೆ ಗುಂಡು ಹಾರಿಸಿದ್ದಾನೆ. ಅವರು ಆತನ ಕಡೆಗೆ ಗುಂಡು ಹಾರಿಸಿ ಹಿಡಿದಿದ್ದಾರೆ. ಆತ ಗಾಯಗೊಂಡಿದ್ದಾನೆ. ಆದರೆ, ಪ್ರಾಣಾಪಾಯದಿಂದ ಪಾರಾಗಿದ್ದಾನೆ. ನಿಮ್ಮ ಹಳ್ಳಿಮನೆಯ ತೋಟದಲ್ಲಿಯೇ ಈಜುಗೊಳ ಮತ್ತು ಲತಾಕುಂಜದ ನಡುವೆ ಆತ ಸಿಕ್ಕು ಬಿದ್ದಿದ್ದಾನೆ. ಲ್ಯುಡಿಂಗ್‌ನ ಆಪ್ತರೊಬ್ಬರ ಭಾರಿ ಐಷಾರಾಮಿ ಬಂಗಲೆಯದು ಎಂದು ಆ ಮನೆಯನ್ನು ಬಣ್ಣಿಸುತ್ತಿದ್ದಾರೆ. ಅಂದ ಹಾಗೆ, ಸಜ್ಜನರು ನಿಜವಾಗಿಯೂ ಇನ್ನೂ ಇದ್ದಾರೆ ಎಂದಂತಾಯಿತು: ಏಕೆಂದರೆ ಈ ಇಡೀ ಪ್ರಕರಣಕ್ಕೂ ಕ್ಯಾಥರೀನಾಗೂ ಏನೇನೂ ಸಂಬಂಧವಿಲ್ಲ ಎಂದು ಆ ಲೂದ್ವಿಶ್ ಹೇಳಿದ್ದಾನೆ. ಅವಳ ಮತ್ತು ಅವನ ನಡುವಿನದು ಸಂಪೂರ್ಣವಾಗಿ

ಖಾಸಗಿ ಪ್ರೇಮ ಪ್ರಕರಣ ಹಾಗೂ ಆತನ ಮೇಲೆ ಹೊರಿಸಿರುವ ಅಪರಾಧಕ್ಕೂ, ಅದನ್ನು ಆತ ಎಂದಿನಂತೆ ನಿರಾಕರಿಸುತ್ತಿದ್ದಾನೆ, ಆಕೆಗೂ ಏನೂ ಸಂಬಂಧವಿಲ್ಲ ಎಂದೂ ಆತ ಪ್ರತಿಪಾದಿಸುತ್ತಿದ್ದಾನೆ. ನೀನು ಕೆಲವು ಕಿಟಕಿ ಗಾಜುಗಳನ್ನು ಮತ್ತೆ ಹೊಸದಾಗಿ ಹಾಕಿಸಬೇಕಾಗುತ್ತದೆ ಎಂದು ಕಾಣುತ್ತದೆ. ಆತನನ್ನು ಹುಡುಕುವಾಗ ಅವರು ಕೆಲವನ್ನು ಒಡೆದು ಹಾಕಿದಂತಿದೆ. ನಿನ್ನ ಹೆಸರು ಇನ್ನೂ ಇದರಲ್ಲಿ ಕೇಳಿ ಬಂದಿಲ್ಲ. ನೀನು ಮೌದ್‌ಳಿಗೆ ಬೇಗ ಕರೆ ಮಾಡು. ಅವಳಿಗೆ ಸಂತೈಸಬೇಕಾಗಿರುತ್ತದೆ. ಅಂದ ಹಾಗೆ, ಗ್ಯೊಟಿನ್‌ನ ಮೂವರು ಸಹಚರರನ್ನೂ ಅವರು ಬೇರೆ ಕಡೆಗಳಲ್ಲಿ ಬಂಧಿಸಿದ್ದಾರೆ. ಇದೆಲ್ಲವೂ ಬೈತ್ಸ್‌ಮೆನ್ನೆ ಅವರ ವಿಜಯದ ಸಾಕ್ಷಿ ಎಂದು ಬಣ್ಣಿಸಲಾಗುತ್ತಿದೆ. ನನ್ನ ಪ್ರಿಯ ಅಲೋಇಸ್ ಇದೀಗ ಇಲ್ಲಿಂದ ಹೊರಡು. ನಿನ್ನ ಹೆಂಡತಿಯನ್ನು, ಒಂದು ಬದಲಾವಣೆ ಎಂದು ಕಾಣು. ಅವಳಿಗೂ ಆಗಂತುಕ ಸಂದರ್ಶಕನಿಂದ ಏನಾದರೂ ಪ್ರಯೋಜನ ಆದರೂ ಆಗಬಹುದು," ಎಂದಳು ಬ್ಲೋರ್ನ್ ಅವರ ಹೆಂಡತಿ.

ಈ ಹಂತದಲ್ಲಿ ಬ್ಲೋರ್ನ್ ಅವರ ಅಧ್ಯಯನ ಕೋಣೆ ಅಲ್ಲಿನ ಪರಿಸರ ಮತ್ತು ಪೀಠೋಪಕರಣಗಳನ್ನು ಲಕ್ಷ್ಯದಲ್ಲಿ ಇಟ್ಟುಕೊಳ್ಳದೇ ಹೆಚ್ಚೂ ಕಡಿಮೆ ಹೊಡೆದಾಟದ ತಾಣವಾಗಿ ಬದಲಾಗುವುದಿತ್ತು. ಸ್ಟಾಯ್‌ಬ್ಲೆಡರ್ ಒಂದೇ ಸಾರಿ ಟ್ರೂಡ್‌ಳ ಕತ್ತು ಹಿಸುಕುವುದಕ್ಕೆ ಹೋದ ಎಂದು ಆಪಾದಿಸಲಾಯಿತು. ಅವರಿಬ್ಬರ ನಡುವೆ ಬಂದ ಬ್ಲೋರ್ನ್, ಆತನನ್ನು ತಡೆದರು. ಒಬ್ಬ ಮಹಿಳೆಯ ಮೇಲೆ ಕೈ ಮಾಡುವುದು ತನ್ನ ಉದ್ದೇಶವಲ್ಲ ಎಂದು ಸ್ಟಾಯ್‌ಬ್ಲೆಡರ್ ಹೇಳಿದ. ಇಂಥ ಗಯ್ಯಾಳಿಗೆ, ಮಹನೀಯಳು ಎಂಬ ಪದ ಸೂಕ್ತವಾಗುತ್ತದೆಯೇ ಇಲ್ಲವೇ ಎಂಬುದು ತನಗೆ ತಿಳಿಯದು ಎಂದು ಆತ ಹೇಳಿದನೆನ್ನಲಾಯಿತು. ಕೆಲವು ಪದಗಳನ್ನು, ಕೆಲವು ಸಂದರ್ಭಗಳಲ್ಲಿ, ಅದರಲ್ಲಿಯೂ ಇಂಥ ದುರಂತ ಸನ್ನಿವೇಶಗಳಲ್ಲಿ, ವ್ಯಂಗ್ಯವಾಗಿ ಬಳಸಬಾರದು. ಇಂಥ ಭಾರವಾದ ಪದಗಳನ್ನು ಆತ ಇನ್ನೊಮ್ಮೆ, ಇನ್ನು ಒಂದೇ ಒಂದು ಸಾರಿ ಕೇಳಿದರೂ, ಆಮೇಲೆ, ಏನಾಗುತ್ತದೆ ಎಂದು ಹೇಳಲು ಆಗದು. ಆಗ ಅದರ ಪರಿಣಾಮ ನೆಟ್ಟಗೆ ಇರುವುದಿಲ್ಲ ಎಂದು ಆತ ಶ್ರೀಮತಿ ಬ್ಲೋರ್ನ್ ಅವರಿಗೆ ಎಚ್ಚರಿಸಿದ ಧ್ವನಿಯಲ್ಲಿ ಹೇಳಿದ ಎಂದೂ ಆಪಾದಿಸಲಾಯಿತು. ಆತ ಇನ್ನೂ ಅವರ ಮನೆಯಿಂದ ಹೊರ ಹೋಗಿರಲಿಲ್ಲ. ಅವನ ಕುರಿತು ನೀನು ಹಾಗೆ ಹೇಳಬಾರದಿತ್ತು ಎಂದು ಬ್ಲೋರ್ನ್ ಅವರು ತಮ್ಮ ಹೆಂಡತಿಗೆ ಹೇಳುತ್ತಿರುವಾಗಲೇ ಅದನ್ನು ಅರ್ಧಕ್ಕೇ ತಡೆದ ಅವರು, "ಕ್ಯಾಥರೀನಾಳ ತಾಯಿ ಕಳೆದ ರಾತ್ರಿ ತೀರಿಕೊಂಡಳಂತೆ. ಆಕೆ ಎಲ್ಲಿದ್ದಾರೆ ಎಂದು ಪತ್ತೆ ಮಾಡಿದೆ. ಅವಳು ಕುಯಿರ್‌ಹಾಶ್‌ಸಾಕೆಲ್‌ನಲ್ಲಿ ಇದ್ದಾಳೆ," ಎಂದರು.

41

ಇದೀಗ ಕಥೆಯ ಅಂತಿಮ ತಿರುವಿನ ಹಂತ ಹಾಗೂ ಕಥೆಯನ್ನು ಬೇರೆ ದಾರಿಯಲ್ಲಿ ಕುಶಲವಾಗಿ ತೆಗೆದುಕೊಂಡು ಹೋಗುವಾಗ ಒಂದಿಷ್ಟು ತಾಂತ್ರಿಕ ಅಡಚಣೆಗೆ ಅವಕಾಶ ಕಲ್ಪಿಸಬೇಕಾಗಿದೆ. ಈ ಕಥೆಯಲ್ಲಿ ಈಗ ಬಹಳಷ್ಟು ವಿದ್ಯಮಾನಗಳು ಘಟಿಸುತ್ತಿವೆ. ನಿಯಂತ್ರಿಸಲಾಗದ ಪ್ರಮಾಣದ, ಮುಜುಗರ ಅನಿಸುವ ಹಾಗಿನ ಮತ್ತು ತನಗೇ ಪ್ರತಿಕೂಲ ಆಗುವ ಹಾಗಿನ ಘಟನೆಗಳನ್ನು ಇದು ಗರ್ಭೀಕರಿಸಿಕೊಂಡಿದೆ. ಮನೆವಾರ್ತೆ ಕೆಲಸ ಮಾಡುವ ಸ್ವಉದ್ಯೋಗಿ ಹೆಣ್ಣುಮಗಳೊಬ್ಬಳು ಒಬ್ಬ ವರದಿಗಾರನನ್ನು ಗುಂಡಿಟ್ಟು ಸಾಯಿಸುವುದನ್ನು ಸಹಜವಾಗಿ ಖಂಡಿಸಲೇಬೇಕು. ಮತ್ತು ಈ ಬಗೆಯ ಪ್ರಕರಣವೊಂದನ್ನು ಸಂಶಯಾತೀತವಾಗಿ ಇತ್ಯರ್ಥಗೊಳಿಸಬೇಕು. ಅಥವಾ ಆ ದಿಸೆಯಲ್ಲಿ ಪ್ರಯತ್ನ ಸಾಗಬೇಕು. ಆದರೆ, ಇಂಥ ಮನೆವಾರ್ತೆಯ ಒಬ್ಬ ಹೆಣ್ಣುಮಗಳ ಸಲುವಾಗಿ ತಮ್ಮ ದುಬಾರಿ ಸ್ಕೀಯಿಂಗ್ ರಜೆಗಳನ್ನು ರದ್ದು ಮಾಡಿ ಬರುವ ಯಶಸ್ವಿ ವಕೀಲರನ್ನು ಏನು ಮಾಡಬೇಕು? ಉದ್ಯಮಿಗಳು (ಯಾರು ಪ್ರಾಧ್ಯಾಪಕರೂ, ಪ್ರಬಲ ರಾಜಕೀಯ ಒಲವು ಇರುವವರೂ ಆಗಿದ್ದಾರೋ ಅಂಥವರು) ತಮ್ಮ ಅತ್ಯಂತ ಅಪಕ್ವ ಭಾವುಕ ರೀತಿಯಲ್ಲಿ ತಮ್ಮ ಹಳ್ಳಿಯ ಬಂಗಲೆಗಳ ಕೀಲಿ ಕೈಗಳನ್ನು ಈ ಹೆಣ್ಣುಮಗಳ ಕೈಗೆ ಇಡುತ್ತಾರೆ, ನಮಗೆ ತಿಳಿದ ಹಾಗೆ ಎರಡೂ ಸಂದರ್ಭಗಳಲ್ಲಿ ಯಾವುದೇ ಫಲಾಪೇಕ್ಷೆಯಿಲ್ಲದೇ ಅವರು ಅದನ್ನು ಮಾಡುತ್ತಾರೆ. ಇವರಿಗೆ ಪ್ರಚಾರ ಬೇಕು, ಆದರೆ, ತಕ್ಕಮಟ್ಟಿನ ಪ್ರಚಾರ ಮಾತ್ರ ಬೇಕು. ಇದು ಹೇಗಾಗಿದೆ ಎಂದರೆ ಅನೇಕ ವಸ್ತುಗಳನ್ನು ಮತ್ತು ವ್ಯಕ್ತಿಗಳನ್ನು ತುಂಬಿಕೊಂಡಿರುವ ತೆಪ್ಪವನ್ನು ಸರಿಯಾಗಿ ನಡೆಸಿಕೊಂಡು ಹೋಗುವುದು ಅಸಾಧ್ಯ ಎನ್ನುವಂತೆ ಆಗಿದೆ. ಏಕೆಂದರೆ ಅವರೆಲ್ಲರೂ ಕಥೆಯ ಹರಿವಿಗೆ ಅಡ್ಡಿ ಮಾಡುತ್ತಿದ್ದಾರೆ (ಅಂದರೆ ಹರಿವು ಮತ್ತು ಘಟನೆಗಳನ್ನು ಸರಳ ರೇಖಾತ್ಮಕವಾಗಿ ದಾಖಲಿಸಲು ಅಡಚಣೆಯಾಗುತ್ತಿದೆ). ಏಕೆಂದರೆ, ನಾವು ಹಾಗೆ ಹೇಳಬಹುದೇ, ಅವರು ಕಾನೂನಿನಿಂದ 'ಪ್ರತಿರಕ್ಷಿತ'ರಾದವರು.

'ಪುಟ್ಟ ಪ್ಲಗ್‌ಗಳು' (ದೂರವಾಣಿ ಕದ್ದಾಲಿಸಲು) ಬೇಕು ಎಂದು ನಿರಂತರವಾಗಿ ಕೇಳುವ ಮತ್ತು ಅದನ್ನು ಪಡೆಯುವ ಅಪರಾಧ ವಿಭಾಗದ ಕಮಿಷನರ್‌ಗೆ ಏನು ಮಾಡಬೇಕು? ಒಂದೇ ಮಾತಿನಲ್ಲಿ ಹೇಳಬೇಕು ಎಂದರೆ, ಇದರಲ್ಲಿ ಅನೇಕ ರಂಧ್ರಗಳು ಇವೆ. ಆದಾಗ್ಯೂ ಕಥೆ ಹೇಳುವವನಿಗೆ ಇಂಥ ನಿರ್ಣಾಯಕ ಘಟ್ಟದಲ್ಲಿ ಕಲಿಯಲು ಕೊಂಚ ಅವಕಾಶ ಇದ್ದರೂ (ಹಾಶ್‌ನಿಂದ ಮತ್ತು ಬಹುಶಃ ಕೆಲವರು ಪುರುಷ ಹಾಗೂ ಮಹಿಳಾ ಪೊಲೀಸ್ ಅಧಿಕಾರಿಗಳಿಂದ) ಅವರು ಹೇಳುವುದರಲ್ಲಿ ಯಾವ ತಥ್ಯವೂ ಇಲ್ಲ ಹಾಗೂ ನ್ಯಾಯಾಲಯದಲ್ಲಿ ಅದನ್ನೆಲ್ಲ ಅವರು

ಖಚಿತಪಡಿಸಲೂ ಆಗದು. ಅಷ್ಟೇ ಏಕೆ, ಅವರು ಅದನ್ನೆಲ್ಲ ಅಲ್ಲಿ ಹೇಳಲೂ ಆಗದು. ಏಕೆಂದರೆ ಅದು ನಿರ್ಣಾಯಕ ಸಾಕ್ಷ್ಯವಲ್ಲ! ಅದಕ್ಕೆ ಒಂದಿಷ್ಟೂ 'ಸಾರ್ವಜನಿಕ ಮೌಲ್ಯ' ಎಂಬುದು ಇಲ್ಲ. ಉದಾಹರಣೆಗೆ, ಈ 'ಮಟ್ ಫ್ಲಗ್'ಗಳ ವಿಚಾರವನ್ನೇ ನೋಡಿ. ನಿಜ, ದೂರವಾಣಿಯನ್ನು ಕದ್ದು ಆಲಿಸುವ ಮೂಲಕ ಮಾಹಿತಿ ಸಿಗುತ್ತದೆ. ಆದರೆ, ಆ ಕದ್ದಾಲಿಕೆಯನ್ನು ಮಾಡುವವರು ತನಿಖಾಧಿಕಾರಿಗಳಲ್ಲದೇ ಬೇರೆಯವರಾಗಿರುತ್ತಾರೆ. ಬಹಿರಂಗ (ನ್ಯಾಯಾಲಯದ) ನಡವಳಿಕೆಗಳಲ್ಲಿ ಇದನ್ನು ಬಳಸಲು ಆಗುವುದಿಲ್ಲ ಮತ್ತು ಹಾಗೆ ನೋಡಿದರೆ ಉಲ್ಲೇಖಿಸಲೂ ಆಗುವುದಿಲ್ಲ. ಮೇಲಾಗಿ, ದೂರವಾಣಿ ಕದ್ದಾಲಿಸುವವರ ಮನಸ್ಸಿನ ಮೇಲೆ ಆಗುವ ಪರಿಣಾಮ ಎಂಥದು? ಇದು ತನ್ನ ಕರ್ತವ್ಯ ಎಂದು ಕದ್ದಾಲಿಸುವಾಗ ಒಬ್ಬ ನಿಷ್ಕಳಂಕ ಸರ್ಕಾರಿ ನೌಕರನ ಮನಸ್ಸಿನಲ್ಲಿ ಏನೆಲ್ಲ ಹರಿದು ಹೋಗುತ್ತದೆ? ಇಲ್ಲ, ಅದು ಅವನ ಕರ್ತವ್ಯ, ಅದು ಅವನಿಗೆ ಇಷ್ಟವಿಲ್ಲದಿದ್ದರೂ, ಆದೇಶಗಳಿಗೆ ವಿಧೇಯತೆಯಿಂದಲ್ಲದಿದ್ದರೂ ತನ್ನ ಜೀವನೋಪಾಯದ ಅನಿವಾರ್ಯತೆಯಿಂದಾಗಿ, ಆತ ಅದನ್ನು ಮಾಡಬೇಕು ಎಂದು ನಾವು ಹೇಳಬಹುದು. ಲೈಂಗಿಕ ಕ್ರಿಯೆಗಳನ್ನು ಮಾರಾಟ ಮಾಡುವವ ಎಂದು ನಾವು ಈಗ ಕರೆಯುವ ಆ ಅಪರಿಚಿತ ಅಪಾರ್ಟ್‌ಮೆಂಟ್ ವಾಸಿ ಮತ್ತು ಆ ಅಪರೂಪದ ಒಳ್ಳೆಯತನ ಇರುವ, ಜಾಣ ಮತ್ತು ಸಂಪೂರ್ಣ ನಿಷ್ಕಳಂಕಳಾದ ಕ್ಯಾಥರೀನಾ ಬ್ಲೂಮ್ ನಡುವೆ ನಡೆಯುವ ಮಾತುಗಳನ್ನು ಕೇಳಿಸಿಕೊಳ್ಳಲು ಒಪ್ಪಿಕೊಂಡಿರುವ ಆತನಿಗೆ ಏನು ಅನಿಸಬಹುದು? ಆ ಮಾತು ಕೇಳಿಸಿಕೊಳ್ಳುವಾಗ ಅವನು ಸರಿ ತಪ್ಪಿನ ದ್ವಂದ್ವದಲ್ಲಿ ಸಿಲುಕುತ್ತಾನೆಯೇ ಅಥವಾ ಲೈಂಗಿಕ ಉದ್ರೇಕವನ್ನು ಅನುಭವಿಸುತ್ತಾನೆಯೇ ಅಥವಾ ಎರಡೂ ಆಗುತ್ತದೆಯೇ? ಅವನು ಆಕ್ರೋಶಗೊಳ್ಳುತ್ತಾನೆಯೇ? ಮರುಕ ಪಡುತ್ತಾನೆಯೇ? ಅಥವಾ ಇಂಥ ಮಾತುಗಳಿಂದ, 'ಸನ್ಯಾಸಿನಿ' ಎಂದು ಉಪನಾಮದಿಂದ ಕರೆಸಿಕೊಳ್ಳುವ, ಒಬ್ಬ ವ್ಯಕ್ತಿಯ ಆತ್ಮಕ್ಕೆ ಆಳದಲ್ಲಿ ಆಗುವ ಕಠೋರ ಹಾಗೂ ಭಯಭೀತಗೊಳಿಸುವ ಪ್ರಮಾಣದ ನೋವುಗಳಿಂದ ಆತ ವಿಲಕ್ಷಣ ಆನಂದವನ್ನು ಅನುಭವಿಸುತ್ತಿದ್ದನೇ?

ಇದೆಲ್ಲ ಮುನ್ನೆಲೆಯಲ್ಲಿ ಆಗುತ್ತಿದ್ದರೆ ಹಿನ್ನೆಲೆಯಲ್ಲಿ ಇನ್ನೂ ಏನೆಲ್ಲ ಆಗುತ್ತಿದೆ! ಲ್ಯುಡಿಂಗ್, ಈತನ ಪ್ರಸ್ತಾಪ ಸಂದರ್ಭಕ್ಕೆ ತಕ್ಕಂತೆ ಆಗೀಗ ಆಗಿದೆ, ಎಂಬ ಒಬ್ಬ ವ್ಯಕ್ತಿ 'ನ್ಯೂಜ್' ಪತ್ರಿಕೆಯ ಪ್ರಧಾನ ಸಂಪಾದಕನಿಗೆ ಕರೆ ಮಾಡಿ, 'ಎಸ್'ನನ್ನು ಸದ್ಯಕ್ಕೆ ಬಿಟ್ಟು ಬಿಡಿ ಮತ್ತು 'ಬಿ'ಯ ಬೆನ್ನು ಹತ್ತಿ ಎಂದು ಹೇಳಿದರೆ ತನ್ನ ಕೆಲಸ ತಾನು ಮಾಡುವ ಆ ಅಮಾಯಕ ಕದ್ದಾಲಿಸುವವ ಏನು ಅಂದುಕೊಳ್ಳಬೇಕು? ಲ್ಯುಡಿಂಗ್ ಮೇಲೆ ನಿಗಾ ಇಡಬೇಕು ಎಂಬ ಕಾರಣಕ್ಕಾಗಿಯೇನೂ ಆತ ಅವರ ಕರೆಗಳನ್ನು ಕದ್ದಾಲಿಸುತ್ತಿರಲಿಲ್ಲ. ಆದರೆ, ಅವರಿಗೆ ಬ್ಲ್ಯಾಕ್‌ಮೇಲರ್‌ಗಳು, ರಾಜಕಾರಣಿಗಳು, ಗೂಂಡಾಗಳು ಕರೆ ಮಾಡಿ ಹೆದರಿಸಬಹುದು ಎನ್ನುವ ಕಾರಣಕ್ಕೆ ಅವರ ಕರೆಗಳನ್ನು

ಕದ್ದು ಕೇಳಲಾಗುತ್ತಿತ್ತು. ಆ ನಿಷ್ಕಪಟ ಕದ್ದಾಲಿಸುವವನಿಗೆ 'ಎಸ್' ಎಂದರೆ ಸ್ವಾಯ್‌ಬ್ಲೆಡರ್ ಎಂದೂ, 'ಬಿ' ಎಂದರೆ ಬ್ಲೋರ್ನ ಎಂದೂ ಅರ್ಥವಾಗುವುದು ಹೇಗೆ ಸಾಧ್ಯ? ಮತ್ತು ಭಾನುವಾರದ ಪತ್ರಿಕೆಯಲ್ಲಿ 'ಎಸ್' ಬಗ್ಗೆ ಅಂಥ ಯಾವ ಸುದ್ದಿಗಳೂ ಇರುವುದಿಲ್ಲ ಹಾಗೂ 'ಬಿ' ಬಗ್ಗೆ ತುಂಬಾ ವರದಿಗಳು ಇರುತ್ತವೆ ಎಂದು ಅವನಿಗೆ ಹೇಗೆ ಅರ್ಥವಾಗಬೇಕು? ಹಾಗೂ ಬ್ಲೋರ್ನ ಅವರು ಒಬ್ಬ ವಕೀಲರು; ಅವರು ತಮ್ಮ ಸಾಮರ್ಥ್ಯವನ್ನು ರಾಷ್ಟ್ರೀಯ ಮತ್ತು ಅಂತಾರಾಷ್ಟ್ರೀಯ ಮಟ್ಟದಲ್ಲಿ ಹಲವು ಸಾರಿ ಸಾಬೀತು ಮಾಡಿದವರು ಹಾಗೂ ಅವರ ಬಗ್ಗೆ ಲ್ಯುಡಿಂಗ್‌ರಿಗೆ ಬಹಳ ಸದಭಿಪ್ರಾಯ ಇದೆ ಎಂದು ಯಾರಿಗೆ ಗೊತ್ತಾಗಬೇಕು ಅಥವಾ ಯಾರು ಸಂಶಯಿಸಬೇಕು? ನಾವು ಬೇರೆಡೆ ಹೇಳುವಂತೆ 'ಎಂದೂ ಒಂದು ಕಡೆ ಬಂದು ಸೇರದ' ಮೂಲಗಳ ಕುರಿತು ಮಾತನಾಡುವಾಗ ನಮಗೆ ನೆನಪಿಗೆ ಬರುವ ಹಾಡು ಎಂದರೆ, ರಾಜಕುಮಾರ ಮತ್ತು ರಾಜಕುಮಾರಿ ಕುರಿತಾದುದು. ಒಬ್ಬಳು ಸುಳ್ಳು ಸನ್ಯಾಸಿನಿ ಮೋಂಬತ್ತಿಯನ್ನು ನಂದಿಸಿದಳು ಮತ್ತು ಆಳವಾದ ನೀರಿಗೆ ಬಿದ್ದು ಯಾರೋ ಒಬ್ಬರು ಮುಳುಗಿ ಹೋದರು.

ಇತ್ತ ಲ್ಯುಡಿಂಗ್‌ರ ಪತ್ನಿ ತಮ್ಮ ಗಂಡನ ಕಾರ್ಯದರ್ಶಿಗೆ ಕರೆ ಮಾಡಿ ಭಾನುವಾರ ಊಟದ ನಂತರ ಅವರು ಯಾವ ಡೆಸರ್ಟ್ ಇಷ್ಟಪಡುತ್ತಾರೆ? 'ಅವರಿಗೆ ಪಾಪಿಸೀಡ್ ಜೊತೆಗಿನ ಕ್ರೇಪ್ಸ್, ಸ್ಟ್ರಾಬೆರೀಸ್ ಮತ್ತು ಕ್ರೀಂ ಬೆರೆಸಿದ ಐಸ್‌ಕ್ರೀಂ ಅಥವಾ ಕೇವಲ ಐಸ್‌ಕ್ರೀಂ ಅಥವಾ ಬರೀ ಕ್ರೀಂ... ಯಾವುದು ಬೇಕು' ಎಂದು ತಿಳಿದುಕೊಳ್ಳಲು ತನ್ನ ಅಡುಗೆಯವಳಿಗೆ ಹೇಳಿದರು. ತನ್ನ ಬಾಸ್‌ಗೆ ಕೆಲಸದ ನಡುವೆ ತೊಂದರೆ ಕೊಡಲು ಸಿದ್ಧವಿಲ್ಲದ ಆದರೆ, ಅವರ ಅಭಿರುಚಿ ತಿಳಿದಿರುವ ಅಥವಾ ಬಾಸ್ ಮನೆಯಲ್ಲಿ ಸಮಸ್ಯೆಯನ್ನು ಸೃಷ್ಟಿಸಬೇಕು ಎಂದೋ ಏನೋ ಆ ಕಾರ್ಯದರ್ಶಿಯು 'ಈ ಭಾನುವಾರ ಲ್ಯುಡಿಂಗ್ ಅವರು ಕ್ರೀಂ ಬ್ರೂಲೀ ಇಷ್ಟಪಡುತ್ತಾರೆ' ಎಂದು ತಿಳಿಸಿದಳು. ಲ್ಯುಡಿಂಗ್‌ರ ಅಭಿರುಚಿಯ ಬಗೆಗೆ ಸಾಕಷ್ಟು ತಿಳಿದಿರುವ ಅಡುಗೆಯವಳು ಅದನ್ನು ಒಪ್ಪದೇ, 'ಇದು ನನಗೆ ಹೊಸದು, ಕಾರ್ಯದರ್ಶಿಯು ಹೇಳುತ್ತಿರುವುದು ಸರಿಯಾಗಿದೆಯೇ? ತನ್ನ ಅಭಿರುಚಿಯನ್ನು ಆಕೆ ತನ್ನ ಬಾಸ್‌ನ ಅಭಿರುಚಿ ಎಂದು ಗೊಂದಲ ಮಾಡಿಕೊಳ್ಳುತ್ತಿಲ್ಲ ತಾನೇ' ಎಂದು ಪ್ರಶ್ನಿಸಿದಳು. ಅದಕ್ಕಾಗಿ ನೇರವಾಗಿ ತಾನು ಲ್ಯುಡಿಂಗ್ ಜೊತೆಗೇ ಮಾತನಾಡಬೇಕು, ಅವರಿಗೆ ದೂರವಾಣಿಯ ಸಂಪರ್ಕ ಕೊಡಬೇಕು ಎಂದು ಆಕೆ ಕೇಳಿದಳು. ಲ್ಯುಡಿಂಗ್ ಜೊತೆ ಸಮಾವೇಶಗಳಿಗಾಗಿ ತಾನು ಪ್ರವಾಸ ಮಾಡುವಾಗ ಪ್ಯಾಲೇಸ್ ಅಥವಾ ಇಂಟರ್ ಹೋಟೆಲ್‌ಗಳಲ್ಲಿ ಅವರು ಮಧ್ಯಾಹ್ನ ಅಥವಾ ರಾತ್ರಿ ಊಟದ ನಂತರ ತಪ್ಪದೇ ಕ್ರೀಂ ಬ್ರೂಲಿಯನ್ನೇ ತೆಗೆದುಕೊಳ್ಳುತ್ತಿದ್ದುದನ್ನು ತಾನು ಗಮನಿಸಿರುವುದಾಗಿ ಕಾರ್ಯದರ್ಶಿ ಹೇಳಿದಳು. ಅದಕ್ಕೆ ಅಡುಗೆಯವಳು: 'ಈ

ಭಾನುವಾರ ಕಾರ್ಯದರ್ಶಿ ಜೊತೆ ಲ್ಯುಡಿಂಗ್ ಎಲ್ಲಿಗೂ ಹೋಗುತ್ತಿಲ್ಲ. ಮತ್ತು ಅವರು ಭಾಗವಹಿಸುವ ಸಮಾವೇಶಗಳಲ್ಲಿ ಇರುವ ಜನರ ಮೇಲೆ ಅವರ ಡೆಸೆರ್ಟ್ ಕೂಡ ನಿರ್ಧರಿತವಾಗಬಹುದಲ್ಲವೇ' ಎಂದು ಕೇಳಿದಳು. ಇತ್ಯಾದಿ, ಇತ್ಯಾದಿ ಅವರ ನಡುವೆ ಹೀಗೆಯೇ ಬಹು ಹೊತ್ತು ಕ್ರೀಂ ಬ್ರೂಲಿ ಕುರಿತು ವಾಗ್ವಾದ ನಡೆಯಿತು. ಇದೆಲ್ಲವನ್ನೂ ಕದ್ದು ಕೇಳಿ ಧ್ವನಿ ಮುದ್ರಿಸಿಕೊಳ್ಳಲಾಯಿತು; ಅದೂ ತೆರಿಗೆದಾರನ ಹಣದ ಲೆಕ್ಕದಲ್ಲಿ!

ಈ ಧ್ವನಿಮುದ್ರಿಕೆಯನ್ನು ಒಬ್ಬ ಅರಾಜಕ ವ್ಯಕ್ತಿಯ ರಹಸ್ಯ ಸಂಕೇತಕ್ಕಾಗಿ ಹುಡುಕುವವನಿಗೆ ಕ್ರೇಪ್ಸ್ ಎನ್ನುವುದು ಹ್ಯಾಂಡ್ ಗ್ರೆನೇಡ್‌ಗೆ ಪ್ರತಿಯಾಗಿ ಬಳಸಿದ ಪದ ಎಂದು ತೋರಬಹುದು. ಅದೇ ರೀತಿ ಸ್ಟ್ರಾಬೆರೀಸ್ ಐಸ್‌ಕ್ರೀಂ ಎನ್ನುವುದು ಬಾಂಬ್‌ಗೆ ಸಂಕೇತ ಎಂದು ಅನಿಸಬಹುದು. ಅಥವಾ ಕೆಲವು ಜನರ ಸಮಸ್ಯೆಗಳು ಇವು ಎಂದು ಆತ ಅಂದುಕೊಳ್ಳುತ್ತಾನೆಯೇ? ಅಥವಾ ಇಂಥ ಸಮಸ್ಯೆಗಳ ಬಗೆಗೆ ನಾನೇನು ತಲೆ ಕೆಡಿಸಿಕೊಳ್ಳುವುದಿಲ್ಲ ಎಂದು ಆತ ಅಂದುಕೊಳ್ಳುತ್ತಾನೆಯೇ? ಏಕೆಂದರೆ ಅವನ ಮಗಳು ಈಗಷ್ಟೇ ಯಾರ ಜೊತೆಗೋ ಓಡಿ ಹೋಗಿರಬಹುದು, ಅವನ ಮಗ ಹಶೀಶ್ ಸೇವಿಸುತ್ತಿರಬಹುದು, ಅಥವಾ ಮನೆ ಬಾಡಿಗೆ ಮತ್ತೆ ಹೆಚ್ಚಾಗಿರಬಹುದು ಎಂದು ಆತ ಚಿಂತೆಯಲ್ಲಿ ಮುಳುಗಿರಬಹುದು.

ಈ ಎಲ್ಲ ಮಾತುಗಳ ಧ್ವನಿ ಮುದ್ರಿಸಿಕೊಳ್ಳುವಿಕೆ ನಡೆಯುತ್ತಿರುವ ಕಾರಣ ಎಂದರೆ, ಯಾವಾಗಲೋ ಯಾರೋ ಲ್ಯುಡಿಂಗ್ ಅವರಿಗೆ ಬಾಂಬ್ ಹಾಕುವ ಬೆದರಿಕೆ ಹಾಕಿದ್ದನಂತೆ! ಇಂಥ ಸಂದರ್ಭದಲ್ಲಿಯೇ ಅಮಾಯಕ ಸರ್ಕಾರಿ ಸೇವಕ ಅಥವಾ ಅಧಿಕಾರಿಗೆ ಈ 'ಪಾಪಿಸೀಡ್ ಜೊತೆಗೆ ಕ್ರೇಪ್' ಎಂದರೆ ಏನು ಎಂಬುದು ತಿಳಿಯುತ್ತ ಹೋಗುತ್ತದೆ. ಕೆಲವರಿಗೆ ಈ ಕ್ರೇಪ್ ಎನ್ನುವುದು ಒಂದು ಹೊತ್ತಿನ ಊಟಕ್ಕೆ ಸಮಾನವಾಗಿರುತ್ತದೆ.

ಮುನ್ನೆಲೆಯಲ್ಲಿ ತುಂಬಾ ಆಗುತ್ತಿದೆ ಮತ್ತು ಹಿನ್ನೆಲೆಯಲ್ಲಿ ಏನಾಗುತ್ತಿದೆ ಎಂಬುದು ನಮಗೆ ತಿಳಿಯುತ್ತಿಲ್ಲ. ಯಾರಾದರೂ ಧ್ವನಿಮುದ್ರಿತ ಮಾತುಗಳನ್ನು ಮತ್ತೆ ಕೇಳಿದರೆ ಅದೂ ಗೊತ್ತಾಗಬಹುದು. ಎಲ್ಸ್‌ವೋಲ್ಫೆರ್ಸ್‌ಹೈಮ್ ಮತ್ತು ಕೊನ್ರಾಡ್ ಬೈಟೆರ್ಸ್ ನಡುವೆ ಇರುವ ಅನ್ಯೋನ್ಯತೆ ಯಾವ ಬಗೆಯದು ಎಂಬುದನ್ನು ಆ ಮೂಲಕ ಪತ್ತೆ ಮಾಡಬಹುದು. ಇವರಿಬ್ಬರ ನಡುವಿನ 'ಗೆಳೆತನ'ವು ಯಾವ ಸಂಬಂಧದ ಸ್ವರೂಪದಲ್ಲಿ ಇದೆ? ಅವಳು ಅವನಿಗೆ 'ಸ್ವೀಟ್‌ಹಾರ್ಟ್' ಎನ್ನುತ್ತಾಳೆಯೇ ಅಥವಾ 'ಡಾರ್ಲಿಂಗ್' ಎನ್ನುತ್ತಾಳೆಯೇ? ಅಥವಾ ಕೇವಲ ಕೊನ್ರಾಡ್ ಎನ್ನುತ್ತಾಳೆಯೇ ಅಥವಾ ಕಾನೀ ಎನ್ನುತ್ತಾಳೆಯೇ? ಅವರ ನಡುವಿನ ಶಾಬ್ದಿಕ ಅನ್ಯೋನ್ಯತೆ ಎಂಥದು, ಅದು ಇದ್ದುದೇ ಆದರೆ, ಅಥವಾ ಅಂಥ ವಿನಿಮಯ ಅವರ ನಡುವೆ

ಇದೆಯೇ? ದೂರವಾಣಿ ಮೂಲಕ ಆತ ಆಕೆಗೆ ಯಾವುದಾದರೂ ಹಾಡು ಹೇಳುತ್ತಾನೆಯೇ? ಏಕೆಂದರೆ ಆತ ಸಂಗೀತ ಕಛೇರಿಗೆ ಸೂಕ್ತವಾದ ಹಾಡುಗಾರ ಅಲ್ಲದೇ ಹೋದರೂ ಗುಂಪಿನಲ್ಲಿ ಹಾಡುವ ಮೆಲುದನಿಯ ಹಾಡುಗಾರ ಎಂದು ಹೆಸರಾದವನು. ಆತ ಲೀದರ್ (ಜರ್ಮನಿಯ ಒಂದು ಹಾಡಿನ ರೀತಿ) ಹಾಡುತ್ತಾನೆಯೇ, ಜೆರೆನಾದೆಸ್ (ಇದು ಕೂಡ ಜರ್ಮನಿಯ ಒಂದು ಹಾಡಿನ ರೀತಿ. ವಿಶೇಷವಾಗಿ ಒಬ್ಬ ಯುವತಿಯನ್ನು ದೃಷ್ಟಿಯಲ್ಲಿ ಇಟುಕೊಂಡು ಹೇಳುವ ಹಾಡು) ಹಾಡು ಹೇಳುತ್ತಾನೆಯೇ, ಒಪೆರಾ ಹಾಡು ಹಾಡುತ್ತಾನೆಯೇ? ಪಾಪ್ ಧಾಟಿಯ ಹಾಡುಗಳನ್ನು ಗುನುಗುತ್ತಾನೆಯೇ? ಅಥವಾ ಹಳೆಯ ಮತ್ತು ಹೊಸ ಅನ್ಯೋನ್ಯತೆಗಳನ್ನು ಒಡ್ಡೊಡ್ಡಾಗಿ ಪಟ್ಟಿ ಮಾಡುತ್ತಾನೆಯೇ? ನಂಬಿಕೆಗೆ ಹೆಚ್ಚು ಅರ್ಹವಾದ ಟೆಲಿಪತಿ ಸಂಪರ್ಕ ಇಲ್ಲದಿರುವ ಬಹಳಷ್ಟು ಜನರು ದೂರವಾಣಿ ಮೂಲಕ ಸಂಪರ್ಕ ಮಾಡಲು ಹೋಗುತ್ತಾರೆ. ಅದು ಹೆಚ್ಚು ನಂಬಲರ್ಹ ಎಂದೂ ಅವರು ಭಾವಿಸುತ್ತಾರೆ ಎಂದು ನಾವು ತಿಳಿದುಕೊಳ್ಳಬಹುದು (ಇದು 1970ರ ದಶಕದಲ್ಲಿ ಬಂದ ಕಾದಂಬರಿ. ಪರಸ್ಪರರ ಬಗ್ಗೆ ಇದ್ದ ಪ್ರೀತಿಯನ್ನು ಮೆಲುಕು ಹಾಕುವ ಕಾಲವದು. ಯಾರಿಗಾದರೂ ಬಿಕ್ಕಳಿಕೆ ಶುರುವಾದರೆ ತಮ್ಮನ್ನು ಯಾರೋ ನೆನಪಿಸಿಕೊಳ್ಳುತ್ತಾರೆ ಎಂದು ಭಾವಿಸುವ ಕಾಲವದು. ಆಗಿನ್ನೂ ದೂರವಾಣಿ ಸಂಪರ್ಕ ಅಷ್ಟು ಸುಲಭವಾಗಿ ಲಭ್ಯವಿರಲಿಲ್ಲ. ಅಂಥ ನೆನಪಿಸಿಕೊಳ್ಳುವಿಕೆಯೇ (ಅದನ್ನೇ ಇಲ್ಲಿ ಟೆಲಿಪತಿ ಎಂದು ಕರೆದಿದ್ದಾರೆ) ಹೆಚ್ಚು ನಂಬಲರ್ಹವಾದುದು ಎಂದು ತಿಳಿಯುವ ಬದಲು ದೂರವಾಣಿಯಲ್ಲಿ ಕೆಲವರು ಏನೆಲ್ಲ ಮಾತನಾಡುತ್ತಾರೆ ಮತ್ತು ಅದು ಹೆಚ್ಚು ನಂಬಲರ್ಹ ಎಂದು ಅವರು ಭಾವಿಸುತ್ತಾರೆ ಮತ್ತು ಯಾವುದೋ ಕಾರಣಕ್ಕಾಗಿ ಇಂಥವರ ಕರೆಗಳನ್ನೂ ಕದ್ದಾಲಿಸುವ ಸಾಧ್ಯತೆಯಿರುತ್ತದೆ ಎಂದು ಲೇಖಕ ಹೇಳುವಂತೆ ಭಾಸವಾಗುತ್ತದೆ).

ತಮ್ಮ ಉದ್ಯೋಗಿಯ ಮಾನಸಿಕ ಸ್ಥಿತಿ ಎಂಥದು ಇರಬೇಕೆಂದು ಅವರನ್ನು ಕೆಲಸಕ್ಕೆ ಇಟ್ಟುಕೊಳ್ಳುವವರು ಬಯಸುತ್ತಾರೆ? ತತ್ಕಾಲೀನವಾಗಿ ಸಂಶಯಾಸ್ಪದವಾದ, ಅಶ್ಲೀಲ ಮನೋವೃತ್ತಿಯ ಒಬ್ಬ ವ್ಯಕ್ತಿ ಅಷ್ಟೇ ಅಶ್ಲೀಲ ಸ್ವಭಾವದ ಆ ಕ್ಷಣದ ತನ್ನ ಸಂಗಾತಿಯ ಜೊತೆಗೆ ಮಾತನಾಡುತ್ತಾನೆ ಮತ್ತು ಅವನ ಮಾತುಗಳನ್ನು ಅಧಿಕೃತವಾಗಿ ಕದ್ದಾಲಿಸಿ ಧ್ವನಿ ಮುದ್ರಿಸಿಕೊಳ್ಳಲಾಗುತ್ತಿದೆ ಎಂದು ಊಹಿಸೋಣ. ನಾವು ಒಂದು ಮುಕ್ತ ಸಮಾಜದಲ್ಲಿ ಜೀವಿಸುತ್ತಿದ್ದು ಯಾರು ಯಾರ ಜೊತೆಗೆ ಬೇಕಾದರೂ ಏನು ಬೇಕಾದರೂ ಮಾತನಾಡಬಹುದು. ದೂರವಾಣಿಯಲ್ಲಿಯೂ ಹೀಗೆಯೇ ಏನನ್ನಾದರೂ ಮಾತನಾಡಬಹುದು.

ಇಂಥ ಮಾತುಗಳನ್ನು ಕೇಳಿಸಿಕೊಳ್ಳುವವರು, ಪುರುಷನೇ ಇರಲಿ, ಸ್ತ್ರೀಯೇ ಇರಲಿ, ಇನ್ನೊಬ್ಬರ ನೈತಿಕತೆಯನ್ನು ಕುರಿತು ನಿರ್ಣಯಿಸುವಂಥವರು ಆಗಿರದೇ

ಇದ್ದರೂ ಆತ ಅಥವಾ ಆಕೆ ಸಭ್ಯ ನಡವಳಿಕೆಯ ಒಬ್ಬ ವ್ಯಕ್ತಿಯಾಗಿದ್ದರೆ ಅವರ ಕಿವಿ ಏನೆಲ್ಲವನ್ನು ಕೇಳಿಸಿಕೊಳ್ಳಬೇಕಾಗಬಹುದು? ಅಥವಾ ಧ್ವನಿಮುದ್ರಿತ ಟೇಪುಗಳಲ್ಲಿ ಅದು ಕೇಳಿಸಬಹುದೇ? ಇದು ಸಮರ್ಥನೀಯವೇ? ಇಂಥವರಿಗೆ ಮಾನಸಿಕ ತಜ್ಞರಿಂದ ಚಿಕಿತ್ಸೆ ಕೊಡಿಸಲು ಏನಾದರೂ ಅವಕಾಶ ಇದೆಯೇ? ಈ ಕುರಿತು ಸಾರ್ವಜನಿಕ ಸೇವೆಯ, ಸಾರಿಗೆಯ, ಸಂಪರ್ಕದ ಸಂಘಟನೆಗಳು ಏನು ಹೇಳುತ್ತವೆ? ಉದ್ಯಮಪತಿಗಳು, ಅರಾಜಕತಾವಾದಿಗಳು, ಬ್ಯಾಂಕ್‌ಗಳ ನಿರ್ದೇಶಕರು, ಬ್ಯಾಂಕ್ ದರೋಡೆಕೋರರು ಮತ್ತು ಉದ್ಯೋಗಿಗಳ ಬಗೆಗೆ ಸಾಕಷ್ಟು ಆತಂಕ ಇರುತ್ತದೆ. ನಮ್ಮ ರಾಷ್ಟ್ರೀಯ ಟೇಪ್ ಸೆಕ್ಯುರಿಟಿ ಪಡೆಗಳ (ದೂರವಾಣಿ ಕದ್ದಾಲಿಸುವವರು) ಬಗೆಗೆ ಯಾರಿಗೆ ಕಾಳಜಿ ಇದೆ? ಈ ವಿಚಾರವಾಗಿ ಚರ್ಚುಗಳು ಏನನ್ನೂ ಹೇಳುವುದಿಲ್ಲವೇ? ಫುಲ್ಡಾದಲ್ಲಿ ನಡೆದ ಜರ್ಮನಿಯ ಕ್ಯಾಥೊಲಿಕ್ ಚರ್ಚುಗಳ ಕಾರ್ಯಕಾರಿಣಿ ಸಭೆಗೆ ಈ ಕುರಿತು ಏನೂ ಗೊತ್ತಿಲ್ಲವೇ? ಪೋಪ್ ಏಕೆ ಸುಮ್ಮನಿದ್ದಾರೆ? ಕ್ರೀಂ ಬ್ರೂಲಿಯಿಂದ ಹಿಡಿದು ಕರ್ಣಕಠೋರ ಅಶ್ಲೀಲ ಮಾತುಗಳವರೆಗೆ ನಡೆಯುವ ಮಾತುಕತೆಗಳು ಅಮಾಯಕ ಜನರ ಕಿವಿಯ ಮೇಲೆ ಮಾಡುತ್ತಿರುವ ದಾಳಿಯ ಪರಿಣಾಮಗಳನ್ನು ಕುರಿತು ಯಾರೂ ಆಲೋಚಿಸುತ್ತಿಲ್ಲವೇ?

ನಾಗರಿಕ ಸೇವೆಯನ್ನು ಸೇರಲು ಯುವಕರನ್ನು ಪ್ರೋತ್ಸಾಹಿಸಲಾಗುತ್ತಿರುವುದು ನಮಗೆ ಗೊತ್ತಿದೆ. ಆದರೆ, ಅಲ್ಲಿ ಅವರು ಹೋಗಿ ಯಾವುದಕ್ಕೆ ತಮ್ಮನ್ನು ಒಡ್ಡಿಕೊಳ್ಳಬೇಕು? ದೂರವಾಣಿಯಲ್ಲಿ ನೀತಿಭ್ರಷ್ಟರ ಸಂಭಾಷಣೆಗಳಿಗಾ? ಇಲ್ಲಿ ಚರ್ಚುಗಳು ಮತ್ತು ನೌಕರರ ಸಂಘಟನೆಗಳು ನಮ್ಮ ನೆರವಿಗೆ ಬರಬಹುದಾಗಿದೆ. ದೂರವಾಣಿಗಳನ್ನು ನಿರ್ವಹಿಸುವವರಿಗೆ ಶಿಕ್ಷಣ ಕೊಡುವ ಕೆಲವು ಕಾರ್ಯಕ್ರಮಗಳನ್ನು ಅವರು ರೂಪಿಸಬಹುದು. ಟೇಪ್‌ಗಳ ಕುರಿತು ಇತಿಹಾಸದ ಪಾಠಗಳನ್ನು ಅವರಿಗೆ ಹೇಳಿಕೊಡಬಹುದು? ಅದಕ್ಕೇನೂ ಹೆಚ್ಚು ಖರ್ಚು ತಗುಲಲಾರದು.

42

ಈಗ ನಾವು ಪರಿತಪಿಸುತ್ತ ಮುನ್ನೆಲೆಗೆ ಬರಲೇಬೇಕು. ಕಥೆಯ ಹರಿವು ಸರಿದಾರಿಯಲ್ಲಿ ಕ್ರಮಿಸುವಂತೆ ಮಾಡಬೇಕಾಗಿದೆ. ಅದನ್ನು ಒಂದು ವಿವರಣೆ ಸಮೇತ ಶುರು ಮಾಡಬೇಕು! ಮತ್ತೆ ನೆತ್ತರು ಹರಿಯಲು ಬಿಡುವುದಿಲ್ಲ ಎಂದು ನಾವು ಆಶ್ವಾಸನೆ ಕೊಟ್ಟಿದ್ದೆವು. ಕ್ಯಾಥರೀನಾಳ ತಾಯಿ ಬ್ಲೂಮ್‌ಳ ಸಾವಿನೊಂದಿಗೆ ಈ ಆಶ್ವಾಸನೆ ಮುರಿದಂತಾಗಿಲ್ಲ ಎಂದು ಒತ್ತಿ ಹೇಳಲು ಬಯಸುತ್ತೇವೆ. ಏಕೆಂದರೆ ಈ ಸಾವು ಸಹಜ ಸಾವು ಅಲ್ಲವಾದರೂ ಅದು ರಕ್ತಸಿಕ್ತ ಕೊಲೆಯೇನೂ ಆಗಿರಲಿಲ್ಲ.

ಆದರೆ, ಕ್ಯಾಥರೀನಾಳ ತಾಯಿಯ ಸಾವು ಹಿಂಸೆಯಿಂದ ಆಯಿತು. ಆದರೆ, ಅದು ಕೂಡ ಉದ್ದೇಶಪೂರ್ವಕವಾದ ಹಿಂಸೆಯಾಗಿರಲಿಲ್ಲ. ಏನೇ ಇರಲಿ, ಇದನ್ನು ಮನಸ್ಸಿನಲ್ಲಿ ಇರಿಸಿಕೊಳ್ಳಬೇಕು, ಅವಳ ಸಾವಿಗೆ ಕಾರಣವಾದ ವ್ಯಕ್ತಿಗೆ ಕೊಲೆ ಮಾಡುವ, ನರಹತ್ಯೆಗೈಯುವ ಅಥವಾ ತೀವ್ರವಾಗಿ ಗಾಯಗೊಳಿಸುವ ಯಾವ ಉದ್ದೇಶವೂ ಇರಲಿಲ್ಲ. ಇದನ್ನು ಮಾಡಿದವನು ಟ್ಯೋಟ್‌ಗೆಸ್. ಬೇರೆ ಯಾರೂ ಅಲ್ಲ. ಇದನ್ನು ಅವನೇ ಒಪ್ಪಿಕೊಂಡಿದ್ದಾನೆ. ಅದಕ್ಕೆ ಪೂರಕ ಸಾಕ್ಷ್ಯವೂ ಇದೆ. ವಿಪರ್ಯಾಸ ಎನ್ನುವಂತೆ ಆತನ ರಕ್ತಸಿಕ್ತ ಅಂತ್ಯ ಉದ್ದೇಶಪೂರ್ವಕ ಹಿಂಸೆಯ ಮೂಲಕವೇ ಬಂದಿತು.

ಗುರುವಾರದಷ್ಟು ಹಿಂದೆಯೇ, ಟ್ಯೋಟ್‌ಗೆಸ್‌ನು ಗೆಮ್ಮೆಲ್ಸ್‌ಬ್ರೊಇಶ್‌ನಲ್ಲಿನ ಕ್ಯಾಥರೀನಾಳ ತಾಯಿಯ ವಿಳಾಸವನ್ನು ವಿಚಾರಿಸಿ ಪತ್ತೆ ಮಾಡಿದ್ದ. ಆದರೆ, ಅವರನ್ನು ಆಸ್ಪತ್ರೆಯಲ್ಲಿಯೇ ಭೇಟಿ ಮಾಡುವ ಅವನ ಪ್ರಯತ್ನಕ್ಕೆ ಫಲ ಸಿಕ್ಕಿರಲಿಲ್ಲ. ಸಿಸ್ಟರ್ ಎಡೆಲ್‌ಗಾರ್ಡ್ ಮತ್ತು ಡಾ. ಹೈನೆನ್ ಅವರು ಕೊಟ್ಟ ಮಾಹಿತಿಯಂತೆ ಶ್ರೀಮತಿ ಬ್ಲೂಮ್ ಇದೀಗ ಕ್ಯಾನ್ಸರ್ ಸಂಬಂಧಿ ಶಸ್ತ್ರಚಿಕಿತ್ಸೆಗೆ ಒಳಗಾಗಿದ್ದು ಅವಳಿಗೆ ತುರ್ತಾಗಿ ವಿಶ್ರಾಂತಿ ಬೇಕಾಗಿದೆ. ಆಕೆ ಯಾವುದೇ ಉದ್ವಿಗ್ನತೆಗೆ ಒಳಗಾಗದೇ ಇದ್ದಷ್ಟೂ ಅವಳ ಆರೋಗ್ಯ ಬೇಗ ಸುಧಾರಿಸಲಿದೆ.

ಹೀಗಾಗಿ ಆಕೆ ಯಾವುದೇ ಸಂದರ್ಶನ ಕೊಡುವ ಪ್ರಶ್ನೆಯೇ ಇಲ್ಲ ಎಂದು ಅವಳು ಇದ್ದ ಆಸ್ಪತ್ರೆಯ ಕಟ್ಟಡದ ಕಾವಲುಗಾರ, ಸಿಸ್ಟರ್ ಮತ್ತು ವೈದ್ಯರು ಮಾಹಿತಿ ನೀಡಿದರು. ಗ್ಯೊಟೆನ್ ಜೊತೆ ಆಕೆಯ ಮಗಳು ಹೊಂದಿರುವ ಸಂಬಂಧದ ಹಿನ್ನೆಲೆಯಲ್ಲಿ ಶ್ರೀಮತಿ ಬ್ಲೂಮ್ ಕೂಡ 'ಸಾರ್ವಜನಿಕ ವ್ಯಕ್ತಿ' ಎಂದೆನಿಸುತ್ತಾರೆ ಎಂದು ಟ್ಯೋಟ್‌ಗೆಸ್ ಹೇಳಲು ಯತ್ನಿಸಿದಾಗ ಸಾರ್ವಜನಿಕ ವ್ಯಕ್ತಿಗಳು ಮೊದಲು ಹಾಗೂ ಮೊಟ್ಟಮೊದಲು ರೋಗಿಗಳು ಎಂದು ವೈದ್ಯರು ಪ್ರತಿವಾದಿಸಿದರು.

ಈ ಹಂತದಲ್ಲಿ ಆ ಕಟ್ಟಡದಲ್ಲಿ ಪೇಂಟರ್‌ಗಳು ಕೆಲಸ ಮಾಡುತ್ತಿರುವುದನ್ನು ಟ್ಯೋಟ್‌ಗೆಸ್ ಗಮನಿಸಿದ. ನಂತರ ಅವನು ತನ್ನ ಸಹೋದ್ಯೋಗಿಗಳ ಮುಂದೆ ಕೊಚ್ಚಿಕೊಂಡ ಸಂಗತಿ ಎಂದರೆ ಅತ್ಯಂತ ಸರಳವಾದ ಉಪಾಯವನ್ನು ಅನುಸರಿಸಿ ಆತನೂ ಒಬ್ಬ ಪೇಂಟರ್ ವೇಷದಲ್ಲಿ ಮನೆಯೊಳಗೆ ಪ್ರವೇಶಿಸಿ ಶ್ರೀಮತಿ ಬ್ಲೂಮ್‌ಳನ್ನು ಭೇಟಿ ಮಾಡಿದ. ತಾಯಿಯಾಗಿ ಆಕೆಯ ಬಳಿ ಅಂಥ ಮಾಹಿತಿಯ ಕಣಜವೇನೂ ಇರಲಿಲ್ಲ. ಆಕೆ ಅನಾರೋಗ್ಯಪೀಡಿತಳಾಗಿದ್ದಾಗಲೂ ಆತ ಕ್ಯಾಥರೀನಾ ಕುರಿತ ವಿಷಯಗಳನ್ನು ವಿವರಿಸಿ ಪ್ರಶ್ನೆ ಕೇಳಿದಾಗ, ಅವಳಿಗೆ ಎಷ್ಟು ಅರ್ಥವಾಯಿತೋ ಬಿಟ್ಟಿತೋ, ಗ್ಯೊಟೆನ್ ಹೆಸರು ಹೇಳಿದಾಗಲೂ ಆಕೆಗೆ ಏನೂ ಹೊಳೆಯಲಿಲ್ಲ. "ಅದೇಕೆ ಹೀಗೆ ಕೊನೆಯಾಗಬೇಕಿತ್ತು? ಅದು ಇಲ್ಲಿಯವರೆಗೆ ಏಕೆ ಬರಬೇಕಿತ್ತು," ಎಂದು ಮಾತ್ರ ಆಕೆ ಹೇಳಿದ್ದರು. ಆದರೆ, 'ನ್ಯೂಜ್' ಪತ್ರಿಕೆಯಲ್ಲಿ,

"ಅದು ಹೀಗೆಯೇ ಕೊನೆಯಾಗಬೇಕಿತ್ತು ಮತ್ತು ಅದೇಕೆ ಇಲ್ಲಿಯವರೆಗೆ ಬರಲೇಬೇಕಿತ್ತೇ ಎಂದು ಆಕೆ ಕೇಳಿದರು," ಎಂದು ತಿರುಚಿ ಪ್ರಕಟಿಸಲಾಗಿತ್ತು. ಆಕೆಯ ಹೇಳಿಕೆಯಲ್ಲಿ ಆದ ಈ ಸಣ್ಣ ಬದಲಾವಣೆಗೆ, "ಸರಳ ಸ್ವಭಾವದ ಜನರು ತಾವು ಹೇಳುವುದನ್ನು ಇನ್ನೂ ಸ್ಪಷ್ಟವಾಗಿ ಹೇಳುವಂತೆ ಮಾಡಲು" ಒಬ್ಬ ವರದಿಗಾರನಾಗಿ ಸಹಾಯ ಮಾಡುವುದು ತನ್ನ ರೂಢಿ ಎಂದು ಟ್ಯೋಟ್‌ಗೆಸ್ ಕಾರಣ ಕೊಟ್ಟಿದ್ದ.

43

ಶ್ರೀಮತಿ ಬ್ಲೂಮ್‌ಳನ್ನು ಆತ ನಿಜವಾಗಿ ಭೇಟಿ ಮಾಡಿದ್ದನೋ ಇಲ್ಲವೋ ಅಥವಾ 'ನ್ಯೂಜ್'ನಲ್ಲಿ ಪ್ರಕಟವಾದ ವರದಿಯಲ್ಲಿ ಉಲ್ಲೇಖವಾದ ಆಕೆಯ ಮಾತುಗಳನ್ನು ಕ್ಯಾಥರೀನಾಳ ತಾಯಿ ನಿಜವಾಗಿಯೂ ಹೇಳಿದ್ದಳೇ, ಅಥವಾ ಅವನೇ ಸುಳ್ಳುಗಳನ್ನು ಹೆಣೆದನೋ ಅಥವಾ ಆಕೆಯ ಮನೆಗೆ ತಾನು ಹೋದುದನ್ನು ಒಬ್ಬ ವರದಿಗಾರನಾಗಿ ಇತರರ ವಿರುದ್ಧ ಮೇಲುಗೈ ಸಾಧಿಸಲು, ತಾನೆಷ್ಟು ದಕ್ಷ ಎಂದು ಕೊಚ್ಚಿಕೊಳ್ಳಲು ತಾನೇ ಸೃಷ್ಟಿಸಿದನೋ ಎಂಬುದನ್ನು ಖಚಿತವಾಗಿ ಸಾಬೀತು ಮಾಡಲು ಆಗುವುದಿಲ್ಲ. ಆತ ಮನೆಯೊಳಗೆ ಬರುವ ಸಾಧ್ಯತೆಯೇ ಇಲ್ಲ ಎಂದು ಡಾ. ಹೈನೆನ್, ಸಿಸ್ಟರ್ ಎಡೆಲ್‌ಗಾರ್ಡ್, ಹ್ಯೂಲ್ವ ಎಂಬ ಹೆಸರಿನ ಸ್ಪೇನ್ ದೇಶದ ನರ್ಸ್, ಪೋರ್ಚುಗೀಸ್ ದೇಶದ ಮನೆಗೆಲಸದವಳಾದ ಪ್ಯುಯೆಲ್ಕೊ ಹೇಳಿದರು. ಡಾ. ಹೈನೆನ್ ಅವರ ಪ್ರಕಾರ, "ಹಾಗೆ ಮನೆಯೊಳಗೆ ನುಗ್ಗಿ ಬರಲು ಈ ವ್ಯಕ್ತಿಗೆ ಭಾರೀ ಧೈರ್ಯ ಇರಬೇಕು." ಇದೀಗ ಕ್ಯಾಥರೀನಾಳ ತಾಯಿಯನ್ನು ಭೇಟಿ ಮಾಡಿದ್ದು ಅಥವಾ ಅಂತಹುದೊಂದು ಕಟ್ಟುಕಥೆಯನ್ನು ಸೃಷ್ಟಿಸಿದ್ದುದು ಎಂದು ಅಂದುಕೊಂಡಾಗಲೂ–ಈಗ ಅದು ಬಹಳ ಮಹತ್ವದ್ದಾಗಿ ಪರಿಣಮಿಸಿದೆ. ಆಸ್ಪತ್ರೆಯ ಸಿಬ್ಬಂದಿಯು, ಇಂಥ ಭೇಟಿ ನಡೆಯಬಾರದಿತ್ತು ಎಂಬ ಕಾರಣಕ್ಕಾಗಿ ಅದನ್ನು ಸುಮ್ಮನೆ ನಿರಾಕರಿಸುತ್ತಿದ್ದಾರೆಯೇ ಅಥವಾ ಆ ಟ್ಯೋಟ್‌ಗೆಸ್‌ನೇ, ಕ್ಯಾಥರೀನಾಳ ತಾಯಿಯ ಮಾತನ್ನು ದೃಢೀಕರಿಸಲು ತಾನು ಭೇಟಿ ಮಾಡಿದ ಕಥೆಯನ್ನು ಸೃಷ್ಟಿಸಿದನೇ? ನಾವು ಈಗ ಎಚ್ಚರಿಕೆಯಿಂದ ನ್ಯಾಯವಾದ ರೀತಿಯಲ್ಲಿ ನಡೆದುಕೊಳ್ಳಬೇಕು.

ಕ್ಯಾಥರೀನಾಳು ಟ್ಯೋಟ್‌ಗೆಸ್‌ನ ಜೊತೆಗೆ ಸಂದರ್ಶನ ನಿಗದಿ ಮಾಡಿದ ನಂತರ ಆತನು ಭಾನುವಾರದ 'ನ್ಯೂಜ್' ಪತ್ರಿಕೆಯಲ್ಲಿ ಮತ್ತೊಂದು ವರದಿ ಪ್ರಕಟಿಸಿದ. ಅದಾದ ನಂತರವೇ ಕ್ಯಾಥರೀನಾಳು ಬೆದುವಿಯನ್ ಪೋಷಾಕನ್ನು ತಾನೇ ತಯಾರಿಸಿದಳು ಎಂಬುದರಲ್ಲಿ ಯಾವುದೇ ಸಂಶಯವಿಲ್ಲ. ಆ ಪೋಷಾಕಿನಲ್ಲಿಯೇ

ಆಕೆ ವರದಿಗಾರರು ಬರುವ ಬಾರ್‌ನಲ್ಲಿ ಕುಳಿತು ರಹಸ್ಯವಾಗಿ ಒಂದಿಷ್ಟು ಮಾಹಿತಿ ಸಂಗ್ರಹಿಸಲು ಹೋಗಿದ್ದಳು. ದುರದೃಷ್ಟವಶಾತ್ ಅದೇ ಬಾರ್‌ನಿಂದ ಶ್ಟ್ರೋನ್ನರ್ ಸಡಿಲ ಶೀಲದ ಒಬ್ಬ ಮಹಿಳೆಯ ಜೊತೆ ಹೊರಗೆ ಹೋಗಿದ್ದನು. ಹೀಗಾಗಿ ನಾವು ಒಂದಿಷ್ಟು ಕಾಯ್ದು ನೋಡಬೇಕು.

ಒಂದು ಸಂಗತಿ ನಿಶ್ಚಿತ ಮತ್ತು ಅದನ್ನು ಖಚಿತಪಡಿಸಲಾಗಿದೆ ಕೂಡ: ಡಾ. ಹೈನೆನ್ ಅವರು ತಮ್ಮ ಸುಪರ್ದಿಯಲ್ಲಿ ಇದ್ದ ರೋಗಿ ಶ್ರೀಮತಿ ಬ್ಲೂಮ್ ಹಠಾತ್ ಆಗಿ ತೀರಿಕೊಂಡ ಕುರಿತು ಆಶ್ಚರ್ಯಚಕಿತರಾದರು ಮಾತ್ರವಲ್ಲ, ಸಾಕಷ್ಟು ಆಧಾರಗಳು ಇಲ್ಲದೇ ಇದ್ದರೂ ಅನಿರೀಕ್ಷಿತ ಪ್ರಭಾವಗಳಿಂದಾಗಿ ಆಕೆ ಮೃತರಾಗಿರಬಹುದು ಎಂಬ ಸಾಧ್ಯತೆಯನ್ನು ತಳ್ಳಿ ಹಾಕಲಾಗದು ಎಂದು ಅಭಿಪ್ರಾಯಪಟ್ಟರು. ಇದಕ್ಕಾಗಿ ಆ ಪೇಂಟರ್‌ಗಳನ್ನು ಹೊಣೆ ಮಾಡಲಾಗದು. ಜರ್ಮನಿಯ ಕುಶಲ ಕೆಲಸಗಾರರ ಗೌರವಕ್ಕೆ ಮಸಿ ಬಳಿಯಲಾಗದು. ಸಿಸ್ಟರ್ ಎಡೆಲ್‌ಗಾರ್ಡ್ ಅಥವಾ ವಿದೇಶಿ ಮಹಿಳೆಯರಾದ ಹ್ಯೂಲ್ವ ಅಥವಾ ಪ್ಯುಯೆಲ್ಕೊ ಅವರು ಕುಯಿರ್‌ನ ಮರ್ಕೆನ್ಸ್ ಕಂಪೆನಿಯವರು ಕಳಿಸಿ ಕೊಟ್ಟಿದ್ದ ನಾಲ್ವರೂ ಪೇಂಟರ್‌ಗಳು ನಿಜವಾಗಿಯೂ ಪೇಂಟರ್‌ಗಳೇ ಆಗಿದ್ದರು ಎಂಬುದನ್ನು ಖಚಿತಪಡಿಸಲಾರರು. ಆ ಎಲ್ಲ ನಾಲ್ವರೂ ಕಟ್ಟಡದ ಬೇರೆ ಬೇರೆ ಭಾಗಗಳಲ್ಲಿ ಕೆಲಸ ಮಾಡುತ್ತಿದ್ದುದರಿಂದ ಇನ್ನು ಯಾರೋ ಒಬ್ಬರು ಪೇಂಟರ್ ಬಟ್ಟೆ ಹಾಕಿಕೊಂಡು ಕೈಯಲ್ಲಿ ಒಂದು ಪೇಂಟ್ ಡಬ್ಬಿ ಮತ್ತು ಒಂದು ಬ್ರಷ್ ಹಿಡಿದುಕೊಂಡು ಒಳಗೆ ನುಸುಳಿರಲಾರರು ಎಂದು ಯಾರು ಹೇಗೆ ಖಚಿತವಾಗಿ ಹೇಳಬಹುದು?

ಹೀಗಾಗಿ ಟ್ಯೋಟ್‌ಗೆಸ್ ಹೇಳಿಕೊಂಡಂತೆ (ಒಪ್ಪಿಕೊಂಡಂತೆ ಎಂಬ ಪದವನ್ನು ಬಳಸಲಾಗದು. ಏಕೆಂದರೆ ಅವನು ಆಸ್ಪತ್ರೆಗೆ ಭೇಟಿ ನೀಡಿದ್ದಕ್ಕೆ ಯಾವುದೇ ಸಾಕ್ಷ್ಯವಿಲ್ಲ), ಮರಿಯಾ ಬ್ಲೂಮ್‌ಳನ್ನು ತಾನು ಭೇಟಿ ಮಾಡಿದ್ದುದೂ ಮತ್ತು ಆಕೆಯ ಸಂದರ್ಶನ ಮಾಡಿದ್ದುದೂ ಕ್ಯಾಥರೀನಾಳ ಗಮನಕ್ಕೆ ಬಂದಿತ್ತು ಎಂದಿದ್ದ. ಹಾಗೂ ಇದಕ್ಕೆ ಪೂರಕವಾಗಿ ಮರ್ಕೆನ್ಸ್ ಕಂಪೆನಿಯವರು ಕೂಡ ಎಲ್ಲ ನಾಲ್ವರು ಪೇಂಟರ್‌ಗಳೂ ಏಕಕಾಲದಲ್ಲಿ ಒಂದೇ ಕಡೆ ಕೆಲಸ ಮಾಡುತ್ತಿರಲಿಲ್ಲ, ಹೀಗಾಗಿ ಯಾರಾದರೂ ಅವರ ವೇಷದಲ್ಲಿ ಅಲ್ಲಿಗೆ ಬರುವುದು ಅತ್ಯಂತ ಸುಲಭದ ಸಂಗತಿಯಾಗಿತ್ತು ಎಂದು ಒಪ್ಪಿಕೊಂಡಿದ್ದರು. ನಂತರ ಡಾ. ಹೈನೆನ್ ಕೂಡ ಕ್ಯಾಥರೀನಾಳ ತಾಯಿ ಹೇಳಿದರು ಎನ್ನಲಾದ ಮಾತುಗಳನ್ನು ಪ್ರಕಟಿಸಿ ಹಗರಣ ಹುಟ್ಟು ಹಾಕಿದ್ದಕ್ಕೆ, ಅದು ನಿಜವೇ ಆಗಿದ್ದಲ್ಲಿ, ಅದೊಂದು ರಾಕ್ಷಸಿ ಕೃತ್ಯ; ಅದಕ್ಕಾಗಿ ಆ ಪತ್ರಿಕೆಯ ವಿರುದ್ಧ ಮೊಕದ್ದಮೆ ಹೂಡುವುದಾಗಿ ಹೇಳಿದ್ದರು. ಆದರೆ, ಸ್ಟ್ರಾಯ್‌ಬ್ಲೆಡರ್‌ನ ದವಡೆಯ ಹಲ್ಲು ಮುರಿಯುವುದಾಗಿ ಬ್ಲೋರ್ನ ಹಾಕಿದ ಬೆದರಿಕೆಯ ಹಾಗೆಯೇ ಇದೂ ಕಾರ್ಯಗತವಾಗದೇ ಉಳಿಯಿತು.

44

ಕುಯಿರ್‌ನ ಕೆಫೆ ಕ್ಲೂಗ್‌ನಲ್ಲಿ 1974 ಫೆಬ್ರುವರಿ 23ರ ಶನಿವಾರ ಮಧ್ಯಾಹ್ನದ ವೇಳೆಗೆ ಬ್ಲೋರ್ನ ದಂಪತಿ, ವೋಲ್ಫೆರ್ಸ್‌ಹೈಮ್, ಕೊನ್ರಾಡ್ ಬೈಟೆರ್ಸ್ ಮತ್ತು ಕ್ಯಾಥರೀನಾ ಸೇರಿದರು. ಈ ಕೆಫೆಯನ್ನು ಅದರ ಮಾಲೀಕರ ಸಹೋದರನ ಮಗ ನೋಡಿಕೊಳ್ಳುತ್ತಿದ್ದ. ಕೆಲವು ಕಾಲ ಆ ಕೆಫೆಯ ಪಾಕಶಾಲೆಯಲ್ಲಿ ಮತ್ತು ವೇಟ್ರೆಸ್ ಆಗಿ ಕ್ಯಾಥರೀನಾ ಕೆಲಸ ಮಾಡಿದ್ದಳು. ಅಲ್ಲಿ ಸೇರಿದ ಕೂಡಲೇ ಇವರೆಲ್ಲ ಪರಸ್ಪರರನ್ನು ತಬ್ಬಿಕೊಂಡರು. ಕಣ್ಣೀರು ಸುರಿಸಿದರು. ಬ್ಲೋರ್ನ ಅವರ ಹೆಂಡತಿಯ ಕಣ್ಣಲ್ಲಿಯೂ ನೀರು ಬಂದುವು. ಆದರೆ, ಕೆಫೆಗೆ ಬಂದ ಗ್ರಾಹಕರೆಲ್ಲ ಕಾರ್ನಿವಾಲ್‌ನ ಹುರುಪಿನಲ್ಲಿ ಇದ್ದರು. ಕ್ಯಾಥರೀನಾಳ ಹಳೆಯ ಮತ್ತು ಆಕೆಯ ಬಗ್ಗೆ ಅಪಾರ ಮೆಚ್ಚುಗೆ ಇಟ್ಟುಕೊಂಡ ಗೆಳೆಯನಾದ ಕೆಫೆಯ ಮಾಲೀಕ ಎರ್ವಿನ್ ಕ್ಲೂಗ್ ತಕ್ಷಣ ಬಂದು ತನ್ನ ಲಿವಿಂಗ್ ರೂಮನ್ನೇ ಈ ಪುಟ್ಟ ಗುಂಪಿನ ಬಳಕೆಗೆ ಬಿಟ್ಟುಕೊಟ್ಟ. ಇಲ್ಲಿಂದಲೇ ಹಾಶ್ ಅವರಿಗೆ ಕರೆ ಮಾಡಿದ ಬ್ಲೋರ್ನ ತಾವಿಬ್ಬರೂ ವಸ್ತುಸಂಗ್ರಹಾಲಯದ ಮೊಗಸಾಲೆಯಲ್ಲಿ ಮಾಡಬೇಕಿದ್ದ ಭೇಟಿಯನ್ನು ರದ್ದು ಮಾಡುವುದಾಗಿ ತಿಳಿಸಿದರು.

ಬಹುಶಃ, 'ನ್ಯೂಜ್' ಪತ್ರಿಕೆಯ ವರದಿಗಾರ ಟ್ಯೋಟ್‌ಗೆಸ್‌ನ ದಿಢೀರ್ ಭೇಟಿಯಿಂದಾಗಿಯೇ ಕ್ಯಾಥರೀನಾಳ ತಾಯಿ ಹಠಾತ್ ಆಗಿ ತೀರಿಕೊಂಡಿದ್ದಾರೆ ಎಂದು ಅವರು ಹಾಶ್ ಅವರಿಗೆ ಮಾಹಿತಿ ಕೊಟ್ಟರು. ಅಂದು ಬೆಳಿಗ್ಗೆ ಇದ್ದುದಕ್ಕಿಂತ ಹಾಶ್ ಇನ್ನೂ ಮೃದುವಾದರು ಮತ್ತು ಕ್ಯಾಥರೀನಾಗೆ ತಮ್ಮ ಸಂತಾಪ ತಿಳಿಸಬೇಕು ಎಂದು ಹೇಳಿದರು. ಕ್ಯಾಥರೀನಾಗೆ ತಮ್ಮ ವಿರುದ್ಧ ಯಾವುದೇ ದ್ವೇಷ ಭಾವನೆ ಇರಲಾರದು ಎಂದು ಅವರು ಭಾವಿಸಿದ್ದರು. ಇರಬೇಕಾದರೂ ಏಕೆ ಎಂದು ಅವರು ಅಂದುಕೊಂಡಿದ್ದರು. ಇವರಿಗೆಲ್ಲ ಅವರು ಯಾವಾಗ ಬೇಕಾದರೂ ಸಿಗಬಹುದಿತ್ತು. ಸದ್ಯ ಅವರು ಗ್ಯೊಟೆನ್‌ನ ವಿಚಾರಣೆಯಲ್ಲಿ ತೀವ್ರವಾಗಿ ನಿರತರಾಗಿದ್ದರೂ ಅದರ ನಡುವೆಯೂ ವೇಳೆ ಮಾಡಿಕೊಂಡು ಹೋಗಬಹುದಿತ್ತು. ಗ್ಯೊಟೆನ್‌ನ ವಿಚಾರಣೆಯಲ್ಲಿ ಕ್ಯಾಥರೀನಾ ವಿರುದ್ಧ ಅಪಾಯ ಆಗುವಂಥದು ಇದುವರೆಗೆ ಏನೂ ಹೊರಬಿದ್ದಿರಲಿಲ್ಲ. ಅವಳ ಬಗೆಗೆ ಆತ ಅಪಾರ ಪ್ರೀತಿ ಇಟ್ಟುಕೊಂಡು ಮತ್ತು ನ್ಯಾಯವಾದ ರೀತಿಯಲ್ಲಿ ಮಾತನಾಡಿದ್ದ. ಅವರಿಬ್ಬರ ಭೇಟಿಗೆ ಅನುಮತಿ ಸಿಗುವ ಸಂಭವ ಬಹಳ ಕಡಿಮೆ ಇತ್ತು. ಏಕೆಂದರೆ ಅವರು ಪರಸ್ಪರ ಸಂಬಂಧಿಗಳು ಆಗಿರಲಿಲ್ಲ. ಆತ ಅವಳ 'ಪ್ರೇಮಿ' ಎಂಬುದು ಅತ್ಯಂತ ಅಸ್ಪಷ್ಟವಾದ ಸಂಬಂಧವಾಗಿತ್ತು. ಅದು, ಅವರ ಭೇಟಿಗೆ ಅಗತ್ಯವಾದ ಮಾನದಂಡವೇನೂ ಆಗಿರಲಿಲ್ಲ.

ಕ್ಯಾಥರೀನಾಳಿಗೆ, ತನ್ನ ತಾಯಿಯ ನಿಧನ ವಾರ್ತೆ ಕುಸಿದು ಬೀಳುವಷ್ಟು ಆಘಾತಕಾರಿಯಾಗಿಯೇನೂ ಅನಿಸಲಿಲ್ಲ. ಹಾಗೆ ನೋಡಿದರೆ ಆಕೆಗೆ ಒಂದಿಷ್ಟು ನಿರಾಳ ಎಂದೇ ಅನಿಸಿತು. 'ನ್ಯೂಜ್' ಪತ್ರಿಕೆಯಲ್ಲಿ ಬಂದಿದ್ದ ತನ್ನ ತಾಯಿಯ ಸಂದರ್ಶನವನ್ನು ಆಕೆ ಡಾ. ಹೈನೆನ್ ಅವರಿಗೆ ತೋರಿಸಿದಳು. ಆದರೆ, ಆ ಸಂದರ್ಶನ ಕುರಿತು ಆ ವೈದ್ಯರು ವ್ಯಕ್ತಪಡಿಸಿದ ಆಕ್ರೋಶವನ್ನೂ ಆಕೆ ವ್ಯಕ್ತಪಡಿಸಲಿಲ್ಲ. ಅದರ ಬದಲು, ಈ ಜನರು ಕೊಲೆಗಡುಕರು ಮತ್ತು ಚಾರಿತ್ರ್ಯನಾಶ ಮಾಡುವವರು ಎಂದು ಆಕೆಗೆ ಅನಿಸಿತು. ಅದೇ ಕಾರಣಕ್ಕಾಗಿ ಆಕೆ ಅವರನ್ನು ನಿಕೃಷ್ಟವಾಗಿ ಕಂಡರೂ, ಅಂಥ ಪತ್ರಿಕೆಯೊಂದರಲ್ಲಿ ಕೆಲಸ ಮಾಡುವವನಾಗಿ ಆತ ಅಮಾಯಕ ಜನರ ಗೌರವ, ಘನತೆ ಮತ್ತು ಆರೋಗ್ಯವನ್ನು ಕಸಿಯುವವನೇ ಆಗಿರುತ್ತಾನೆ ಎಂದೂ ಅಂದುಕೊಂಡಳು. ಈಕೆ ಒಬ್ಬ ಮಾರ್ಕ್ಸ್‌ವಾದಿ ಇರಬಹುದು ಎಂದು ತಪ್ಪಾಗಿ ತಿಳಿದುಕೊಂಡಿದ್ದ ಡಾ. ಹೈನೆನ್ (ನ್ಯೂಜ್ ಪತ್ರಿಕೆಯಲ್ಲಿ ಆಕೆಯ ವಿಚ್ಛೇದಿತ ಗಂಡ ಬ್ರೆಟ್‌ಲೋ ಆಕೆಯ ಕುರಿತು ಆಡಿದ ವ್ಯಂಗ್ಯ ಮಾತುಗಳನ್ನು ಅವರೂ ಓದಿದ್ದರು ಎಂದು ಕಾಣುತ್ತದೆ) ಅವಳ ನಿರ್ಲಿಪ್ತತೆಯನ್ನು ಗಮನಿಸಿ, ಆ ಪತ್ರಿಕೆಯ ಕಾರ್ಯ ನಿರ್ವಹಣೆಯ ರೀತಿ, ಸಾಮಾಜಿಕ ಸಂರಚನೆಯಲ್ಲಿನ ಒಂದು ಸಮಸ್ಯೆ ಎಂದು ಆಕೆ ಭಾವಿಸುತ್ತಾಳೆಯೇ ಎಂದು ತಿಳಿಯ ಬಯಸಿದರು. ಅವರು ಏನು ತಿಳಿಯಲು ಬಯಸುತ್ತಾರೆ ಎಂದು ಅರ್ಥವಾಗದೇ ಕ್ಯಾಥರೀನಾ ಬರೀ ತಲೆ ಅಲ್ಲಾಡಿಸಿದಳು.

ನಂತರ ಅವಳು ಸಿಸ್ಟರ್ ಎಡೆಲ್‌ಗಾರ್ಡ್ ಜೊತೆ ಶವಾಗಾರಕ್ಕೆ ಹೋದಳು. ಅವಳ ಜೊತೆಯಲ್ಲಿ ವೋಲ್ಟರ್ಸ್‌ಹೈಮ್ ಇದ್ದರು. ತನ್ನ ತಾಯಿಯ ಶವದ ಮುಖದ ಮೇಲಿನ ವಸ್ತ್ರವನ್ನು ಸರಿಸಿದ ಆಕೆ "ಹೌದು" (ಇದು ತನ್ನ ತಾಯಿಯ ಶವ ಎನ್ನುವ ಹಾಗೆ) ಎಂದು ತನ್ನ ತಾಯಿಯ ಹಣೆಗೆ ಮುತ್ತಿಟ್ಟಳು. ಶವದ ಮುಂದೆ ನಿಂತು ಒಂದು ಚಿಕ್ಕ ಪ್ರಾರ್ಥನೆ ಮಾಡು ಎಂದು ಸಿಸ್ಟರ್ ಹೇಳಿದಾಗ ಅವಳು ತಲೆ ಅಲ್ಲಾಡಿಸುತ್ತ "ಇಲ್ಲ" ಎಂದಳು. ತಾಯಿಯ ಮುಖದ ಮೇಲಿನ ವಸ್ತ್ರವನ್ನು ಮತ್ತೆ ಹೊದಿಸಿ ಸಿಸ್ಟರ್‌ಗೆ ಕೃತಜ್ಞತೆ ಸಲ್ಲಿಸಿದಳು. ನಂತರ ಇದ್ದಕ್ಕಿದ್ದಂತೆ ಆಕೆ ಮುಳುಮುಳು ಅಳತೊಡಗಿದಳು. ನಂತರ ಬಿಕ್ಕಿ-ಬಿಕ್ಕಿ ಅತ್ತಳು. ನಂತರ ಆಕೆಯ ಅಳು ಅನಿಯಂತ್ರಿತವಾಯಿತು. ಬಹುಶಃ ಆಕೆ ಆಗ ತಾನು ಆರು ವರ್ಷದವಳಿದ್ದಾಗ ಕಳೆದುಕೊಂಡಿದ್ದ ತನ್ನ ತಂದೆಯನ್ನೂ ನೆನಪಿಸಿಕೊಂಡಿರಬಹುದು. ಆತನ ಶವವನ್ನೂ ಆಕೆ ಶವಾಗಾರದಲ್ಲಿಯೇ ನೋಡಿದ್ದಳು. ಹೀಗೆ ಮೊದಲು ಯಾವಾಗಲೂ ಕ್ಯಾಥರೀನಾ ಅತ್ತುದನ್ನು, ಆಕೆ ಮಗುವಾಗಿದ್ದಾಗ ಶಾಲೆಯಲ್ಲಿ ಏನೋ ಅಹಿತಕರ ಘಟನೆ ನಡೆದಾಗ ಅಥವಾ ತನ್ನ ಸುತ್ತಲಿನ ಕೊಳಕು ಪರಿಸರದ ಕುರಿತು ಅತ್ತುದು ತಮಗೆ ನೆನಪಿರಲಿಲ್ಲ ಎಂಬುದನ್ನು ವೋಲ್ಟರ್ಸ್‌ಹೈಮ್ ಗಮನಿಸಿದರು.

ನಂತರ ಸಾವರಿಸಿಕೊಂಡ ಕ್ಯಾಥರೀನಾ ಅತ್ಯಂತ ನಮ್ರವಾಗಿ, ನಗು ತುಳುಕಿಸುತ್ತ ತನ್ನ ತಾಯಿಯ ನಿಗಾ ವಹಿಸಿದ ಎಲ್ಲರಿಗೂ, ವಿದೇಶಿ ಮಹಿಳೆಯರಾದ ಹ್ಯೂಲ್ವ ಹಾಗೂ ಪುಯೆಲ್ಕೊ ಅವರೂ ಸೇರಿದಂತೆ, ಕೃತಜ್ಞತೆ ಸಲ್ಲಿಸಿದಳು. ಅತ್ಯಂತ ಸ್ಥಿಮಿತ ಮನಃಸ್ಥಿತಿಯಲ್ಲಿ ಆಕೆ ಆಸ್ಪತ್ರೆಯಿಂದ ಹೊರಡುವ ಮುನ್ನ ಜೈಲಿನಲ್ಲಿ ಇರುವ ತನ್ನ ಸೋದರನಿಗೂ ವಿಷಯ ತಿಳಿಸಲು ಆತನಿಗೆ ಒಂದು ಟೆಲಿಗ್ರಾಂ ಕಳಿಸಬೇಕು ಎಂದು ಆಸ್ಪತ್ರೆಯ ಆಡಳಿತ ಸಿಬ್ಬಂದಿಗೆ ಕೋರಿಕೊಳ್ಳುವುದನ್ನು ಮರೆಯಲಿಲ್ಲ.

ಅಂದು ಇಡೀ ಮಧ್ಯಾಹ್ನ ಮತ್ತು ಸಂಜೆ ಅದೇ ರೀತಿಯ ಸ್ಥಿಮಿತ ಮನಃಸ್ಥಿತಿಯಲ್ಲಿಯೇ ಆಕೆ ಸಮಯ ಕಳೆದಳು. ಆದರೆ, ಮತ್ತೆ ಮತ್ತೆ 'ನ್ಯೂಜ್' ಪತ್ರಿಕೆಯ ಎರಡು ಸಂಚಿಕೆಗಳನ್ನು ತೆಗೆದುಕೊಳ್ಳುತ್ತಿದ್ದಳು. ಅವುಗಳನ್ನು ಬ್ಲೋರ್ನ, ಎಲ್ಸ್ ಮತ್ತು ಬೈಟೆರ್ಸ್ ಅವರಿಗೆ ತೋರಿಸಿ ಅಲ್ಲಿ ಇರುವ ಎಲ್ಲ ವಿವರಗಳನ್ನು ಮತ್ತು ಅವುಗಳ ಕುರಿತ ತನ್ನ ವಿವರಣೆಯನ್ನು ಹೇಳುತ್ತ 'ಹೇಗೆಲ್ಲ ಬರೆದಿದ್ದಾರೆ ನೋಡಿ' ಎನ್ನುತ್ತಿದ್ದಳು. 'ನ್ಯೂಜ್' ಪತ್ರಿಕೆಯ ಕುರಿತು ಅವಳ ಅಭಿಪ್ರಾಯವೂ ಬದಲಾದಂತೆ ಕಾಣಿಸಿತು. ಈಗಿನ ಪರಿಭಾಷೆಯಲ್ಲಿ ಹೇಳುವುದಾದರೆ, ಅವಳ ಮನಃಸ್ಥಿತಿ ಕಡಿಮೆ ಭಾವುಕವಾಗಿತ್ತು ಮತ್ತು ಹೆಚ್ಚು ವಿಶ್ಲೇಷಣಾತ್ಮಕವಾಗಿತ್ತು.

ಎರ್ವಿನ್ ಕ್ಲೂಗ್ ಅವರ ಲಿವಿಂಗ್ ರೂಮಿನಲ್ಲಿ ಸೇರಿದ್ದ, ತನಗೆ ಪರಿಚಿತವಾದ ಹಾಗೂ ಸಹಾನುಭೂತಿಪರವಾದ ಈ ಮಿತ್ರಕೂಟದಲ್ಲಿ, ಆಕೆ ಸ್ಟ್ರಾಯ್‌ಬ್ಲೆಡರ್ ಜೊತೆಗಿನ ತನ್ನ ಸಂಬಂಧ ಕುರಿತೂ ಮುಕ್ತವಾಗಿ ಮಾತನಾಡಿದಳು. ಬ್ಲೋರ್ನ ಅವರ ಮನೆಯಲ್ಲಿ ಒಂದು ಸಂಜೆ ಕಳೆದ ನಂತರ ಆಕೆಯನ್ನು ಆತ ಮನೆಗೆ ಕರೆದುಕೊಂಡು ಬಂದಿದ್ದ. ಅದಕ್ಕೆ ಆಕೆ ಸ್ಪಷ್ಟವಾಗಿ ಹಾಗೂ ತೀವ್ರ ಜುಗುಪ್ಸೆಯಿಂದ 'ಬೇಡ' ಎಂದು ಹೇಳಿದಾಗಲೂ ಆತ ಆಕೆ ಇದ್ದ ಕಟ್ಟಡದ ಮುಂಬಾಗಿಲವರೆಗೆ, ನಂತರ ಆಕೆ ವಾಸವಾಗಿದ್ದ ಅಪಾರ್ಟ್‌ಮೆಂಟಿನವರೆಗೆ ಬಂದು ಬಾಗಿಲ ಒಳಗೆ ಕಾಲನ್ನೂ ಇಟ್ಟಿದ್ದ. ನಂತರ ಸಹಜವಾಗಿಯೇ ಎನ್ನುವಂತೆ 'ಮುಂದುವರಿಯಲು' ನೋಡಿದ. ಆದರೆ, ತಾನು ಆಕೆಗೆ ಅಷ್ಟು ಸಮ್ಮೋಹಕವಾಗಿ ಕಾಣಿಸಿಯೇ ಇಲ್ಲ ಎಂದು ಅವನಿಗೆ ಅನಿಸಿ ಅಪಮಾನಿತನಾಗಿ (ಆ ಹೊತ್ತಿಗೆ ಮಧ್ಯರಾತ್ರಿಯಾಗುತ್ತ ಬಂದಿತ್ತು), ಹೊರಟು ಹೋದ. ಆಗಿನಿಂದ ಆತ ಭಾವುಕನಾಗಿ ಆಕೆಯ ಬೆನ್ನು ಹತ್ತಿದ್ದ. ಮನೆಗೆ ಬರುತ್ತಿದ್ದ. ಹೂಗುಚ್ಛ ಕಳಿಸುತ್ತಿದ್ದ. ಪತ್ರ ಬರೆಯುತ್ತಿದ್ದ, ಕೆಲವು ಸಂದರ್ಭಗಳಲ್ಲಿ ಆಕೆಯ ಅಪಾರ್ಟ್‌ಮೆಂಟ್ ಒಳಗೂ ಬಂದು ಸೇರಿಕೊಳ್ಳುತ್ತಿದ್ದ.

ಇಂಥ ಯಾವುದೋ ಒಂದು ದಿನ ಆಕೆಯ ಬೆರಳಿಗೆ ಬಲವಂತವಾಗಿ ಉಂಗುರ ಸೇರಿಸಿದ್ದ. ಅಷ್ಟೇ. ಅದಕ್ಕಾಗಿಯೇ ಆತನ ಭೇಟಿಯನ್ನು ಆಕೆ ಒಪ್ಪಿಕೊಂಡಿರಲಿಲ್ಲ ಮತ್ತು ಅವನ ಹೆಸರನ್ನು ಬಹಿರಂಗಪಡಿಸಿರಲಿಲ್ಲ. ಏಕೆಂದರೆ ತನ್ನನ್ನು ವಿಚಾರಣೆ

ಮಾಡಿದವರಿಗೆ ಈ ಭೇಟಿ ಕುರಿತು ಏನು ಹೇಳಬೇಕು ಎಂದು ಆಕೆಗೆ ಗೊತ್ತಿರಲಿಲ್ಲ. ಅವರ ನಡುವೆ ಅಂಥದು ಏನೂ ನಡೆದಿರಲಿಲ್ಲ. ಒಂದು ಹಗುರ ಚುಂಬನ ಕೂಡ ಪರಸ್ಪರರ ನಡುವೆ ವಿನಿಮಯವಾಗಿರಲಿಲ್ಲ. ಸ್ಟಾಯ್‌ಬ್ಲೆಡರ್‌ನಂಥ ಒಬ್ಬ ವ್ಯಕ್ತಿಯನ್ನು ತಾನು ಪ್ರತಿರೋಧಿಸಬಹುದು ಎಂದರೆ ಯಾರು ನಂಬುತ್ತಾರೆ? ಆತ ತುಂಬ ಶ್ರೀಮಂತ, ರಾಜಕೀಯ ಮತ್ತು ಶೈಕ್ಷಣಿಕ ವಲಯದಲ್ಲಿ ಹೆಸರು ಮಾಡಿದವನು ಹಾಗೂ ಪ್ರತಿರೋಧಿಸಲಾಗದಂಥ, ಹೆಚ್ಚೂ ಕಡಿಮೆ ಸಿನಿಮಾ ನಟನಂಥ ಸುಂದರಾಂಗನನ್ನು ಅದೂ ತನ್ನಂಥ, ಒಬ್ಬ ಮನೆಗೆಲಸದವಳು, ನೈತಿಕ ಕಾರಣಗಳಿಗಾಗಿ ಅಲ್ಲದಿದ್ದರೂ ಅಭಿರುಚಿಯ ಕಾರಣವಾಗಿ ವಿರೋಧಿಸುತ್ತಾಳೆ ಎಂದರೆ ಯಾರು ನಂಬುತ್ತಾರೆ?

ಅವಳಿಗೆ ಆತನ ಬಗೆಗೆ ಕಿಂಚಿತ್ತೂ ಆಕರ್ಷಣೆ ಎನ್ನುವುದು ಇರಲಿಲ್ಲ. ತನ್ನ ಕಾರ್ಯಕ್ಷೇತ್ರದಲ್ಲಿ ಪುರುಷ ಆಗಂತುಕರ ಭೇಟಿಯನ್ನು ಅತ್ಯಂತ ಅಸಹನೀಯ ಹಸ್ತಕ್ಷೇಪ ಎಂದು ಆಕೆ ಭಾವಿಸುತ್ತಿದ್ದಳು. ಅವುಗಳನ್ನು ಆಕೆ ಅನ್ಯೋನ್ಯ ಭೇಟಿಗಳು ಎಂದು ಕರೆಯಲೂ ಸಿದ್ಧಳಿರಲಿಲ್ಲ. ಏಕೆಂದರೆ ಅದರಿಂದ ತಪ್ಪು ಅರ್ಥ ಹೊರಡುವ ಸಾಧ್ಯತೆ ಇತ್ತು. ಸ್ಟಾಯ್‌ಬ್ಲೆಡರ್ ಜೊತೆಗೂ ಅವಳಿಗೆ ಅಂಥ ಯಾವ ಅನ್ಯೋನ್ಯ ಸಂಬಂಧವೂ ಇರಲಿಲ್ಲ. ಆದರೆ, ಆಕೆಯ ವಿಚಾರಣೆ ಮಾಡಿದ ಅಧಿಕಾರಿಗಳನ್ನು ಬಿಡಿ, ಯಾರಿಗೂ ವಿವರಿಸಿ ಹೇಳಲಾಗದ ಒಂದು ಇಕ್ಕಟ್ಟಿನಲ್ಲಿ ಆತ ಆಕೆಯನ್ನು ಸಿಲುಕಿಸಿಬಿಟ್ಟಿದ್ದ. ಕೊನೆಯಲ್ಲಿ, ಏನೇ ಆದರೂ– ಇಲ್ಲಿ ಆಕೆ ನಕ್ಕಳು– ಒಂದು ರೀತಿಯಲ್ಲಿ ಅವಳು ಆತನಿಗೆ ಕೃತಜ್ಞಳಾಗಿದ್ದಳು. ಅವನ ಮನೆಯ ಕೀಲಿ ಕೈ ಗ್ಯೊಟೆನ್‌ನಿಗೆ ದೊಡ್ಡ ಸಹಾಯವಾಗಿ ಬಂದಿತ್ತು, ಅಥವಾ ಕೊನೆಯ ಪಕ್ಷ ಆ ವಿಳಾಸ, ಏಕೆಂದರೆ–ಇಲ್ಲಿ ಆಕೆ ಮತ್ತೆ ನಕ್ಕಳು– ಅಲ್ಲಿಗೆ ಕೀಲಿ ಕೈ ಇಲ್ಲದೇ ಇದ್ದರೂ ಆತ ಒಳಗೆ ಹೋಗಿ ಸೇರಬಲ್ಲವನಾಗಿದ್ದ. ಆದರೆ, ಕೀಲಿ ಕೈ ಸಿಕ್ಕಿದುದು ಆ ಕೆಲಸವನ್ನು ಸುಲಭಗೊಳಿಸಿತು. ಕಾರ್ನಿವಾಲ್ ಅವಧಿಯಲ್ಲಿ ಆ ಮನೆ ಖಾಲಿ ಇರುತ್ತದೆ ಎಂದು ಆಕೆಗೆ ತಿಳಿದಿತ್ತು. ಎರಡು ದಿನ ಮುಂಚೆಯಷ್ಟೇ ಸ್ಟಾಯ್‌ಬ್ಲೆಡರ್ ಮತ್ತೊಮ್ಮೆ ಆಕೆಗೆ ಅತ್ಯಂತ ಕೆಟ್ಟದಾಗಿ ಉಪದ್ರವ ಕೊಟ್ಟಿದ್ದ. ಬಾಡ್ ಬಿ ಯಲ್ಲಿ ನಡೆಯುವ ಸಮಾವೇಶದಲ್ಲಿ ತಾನು ಭಾಗವಹಿಸಲು ಹೋಗುವುದಕ್ಕಿಂತ ಮುಂಚೆ ಆ ಮನೆಗೆ ಹೋಗಿ ಕಾರ್ನಿವಾಲ್ ವಾರಾಂತ್ಯ ಕಳೆಯೋಣ ಎಂದು ಆಕೆಗೆ ಬಲವಂತದ ಒತ್ತಾಯ ಮಾಡಿದ್ದ.

ನಿಜ, ತನ್ನನ್ನು ಪೊಲೀಸರು ಹುಡುಕುತ್ತಿದ್ದಾರೆ ಎಂದು ಗ್ಯೊಟೆನ್ ಈಕೆಗೆ ಹೇಳಿದ್ದ. ಆದರೆ, ತಾನು ಸೇನೆಯನ್ನು ತೊರೆದು ಬಂದಿದ್ದೇನೆ ಎಂದೂ, ತಾನು ಇನ್ನೇನು ದೇಶ ಬಿಡಲಿರುವುದಾಗಿಯೂ ಆತ ತಿಳಿಸಿದ್ದ. –ಮತ್ತೆ ಅವಳು ಮೂರನೇ ಸಾರಿ ನಕ್ಕಳು– ಕಟ್ಟಡದ ರೂಮ್ ಹೀಟರ್ ಕೊಳವೆ ಮಾರ್ಗದ

ಮೂಲಕ ಹೊರಗೆ ಹೋಗುವ ತುರ್ತು ಮಾರ್ಗವನ್ನು ಆತನಿಗೆ ತೋರಿಸಿ ಅದು 'ಎಲಿಗಂಟ್ ರಿವರ್‌ಸೈಡ್ ರೆಸಿಡೆನ್ಸಸ್'ನ ಹೊರಗೆ ಹೋಗಿ ಹೋಚ್‌ಕೆಪೆಲ್ ರಸ್ತೆ ಕಟ್ಟಡದ ಮೂಲೆಗೆ ತಲುಪಿಸುತ್ತದೆ ಎಂದು ಹೇಳಿದಳು. ಆತನಿಗೆ ಆ ಕಳ್ಳ ದಾರಿ ತೋರಿಸುವಾಗ ತಾನು ಸಂತೋಷಪಟ್ಟಿದ್ದಳು ಎಂದೂ ಆಕೆ ಹೇಳಿದಳು. ತನ್ನ ಮತ್ತು ಗ್ಯೊಟೆನ್ ಮೇಲೆ ಪೊಲೀಸರು ನಿಗಾ ಇಟ್ಟಿದ್ದಾರೆ ಎಂದು ಅವಳಿಗೆ ಗೊತ್ತಿರಲಿಲ್ಲ. ಅವಳ ಮಟ್ಟಿಗೆ ಅದು ಪೊಲೀಸರು ಮತ್ತು ದರೋಡೆಕೋರನ ನಡುವಿನ ವ್ಯವಹಾರ ಎಂದುಕೊಂಡಿದ್ದಳು. ಮರುದಿನ ಬೆಳಗಿನ 6 ಗಂಟೆ ವೇಳೆಗೆ, ಗ್ಯೊಟೆನ್ ಹೋಗಿದ್ದ– ಇದು ಎಷ್ಟು ಅಪಾಯಕಾರಿ ಕೆಲಸ ಎಂದು ಅವಳ ಅರಿವಿಗೆ ಬಂದಿತ್ತು. ಅಂತೂ ಅವನ ಬಂಧನವಾಯಿತು ಎಂದು ತಿಳಿದು ಆಕೆ ನಿಟ್ಟುಸಿರು ಬಿಟ್ಟಳು. ಇಂಥ ಹುಚ್ಚು ಕೆಲಸಗಳನ್ನು ಆತ ಮತ್ತೆ ಮಾಡಲಾರ ಎಂದೂ ಅಂದುಕೊಂಡಳು. ಉದ್ದಕ್ಕೂ ಅವಳಿಗೆ ಭಯ ಕಾಡಿತ್ತು. ಏಕೆಂದರೆ, ಆ ಬೈತ್ಸ್‌ಮೆನ್ನೆ ಸಂಪೂರ್ಣವಾಗಿ ಒಬ್ಬ ವಿಲಕ್ಷಣ ಮನುಷ್ಯನಾಗಿದ್ದ ಎಂದು ಆಕೆಗೆ ಅನಿಸಿತ್ತು.

45

ಈ ಹಂತದಲ್ಲಿಯೇ, ಶನಿವಾರ ಮಧ್ಯಾಹ್ನ ಮತ್ತು ಸಾಯಂಕಾಲಗಳು ಸಾಕಷ್ಟು ಸಂತೋಷಕರವಾಗಿಯೇ ಕಳೆದುವು ಎಂಬುದನ್ನು ಗಮನಿಸಬೇಕು. ಬ್ಲೋರ್ನ ದಂಪತಿ, ಎಲ್ಸ್‌ವೋಲ್ಫೆರ್ಸ್‌ಹೈಮ್ ಮತ್ತು ಯಾಕೋ ಮೌನವಾಗಿ ಇದ್ದ ಕೊನ್ರಾಡ್ ಬೈಟೆರ್ಸ್ ಎಲ್ಲರಿಗೂ ಹೊಸ ಭರವಸೆಯ ಬೆಳಕು ಬಂದಂತೆ ಅನಿಸಿತ್ತು. ಅಂತೂ ಪರಿಸ್ಥಿತಿ ಸಾಮಾನ್ಯ ಸ್ಥಿತಿಗೆ ಬಂದಂತಾಗಿತ್ತು. ಕ್ಯಾಥರೀನಾ ಕೂಡ 'ಪರಿಸ್ಥಿತಿ ತಿಳಿಯಾಗಿದೆ' ಎಂದು ಹೇಳಿದಳು. ಗ್ಯೊಟೆನ್‌ನ ಬಂಧನವಾಯಿತು, ಕ್ಯಾಥರೀನಾಳ ವಿಚಾರಣೆ ಮುಗಿಯಿತು. ಅವಳ ತಾಯಿಯ ಶವವನ್ನೂ ಬೇಗ ಹಸ್ತಾಂತರಿಸಲಾಯಿತು. ಹಾಗೆ ನೋಡಿದರೆ ಅದು ನಿರೀಕ್ಷೆಗಿಂತ ಬೇಗನೇ ಆಯಿತು. ಆ ತಾಯಿ ವಿಪರೀತ ಕಷ್ಟ ಪಟ್ಟಿದ್ದಳು. ಅವಳ ಪಾರ್ಥಿವ ಶರೀರದ ಅಂತಿಮ ಸಂಸ್ಕಾರಕ್ಕೆ ಎಲ್ಲ ಸಿದ್ಧತೆಗಳು ನಡೆದಿದ್ದವು. ಅದಕ್ಕೆ ಸಂಬಂಧಿಸಿದ ಸೂಕ್ತ ದಾಖಲೆಗಳನ್ನು ಸೋಮವಾರ ರಜೆ ಇದ್ದಾಗಲೂ, ಈಸ್ಟರ್ ಹಬ್ಬದ ಮುಂಚೆ ಶುರುವಾಗುವ ಉಪವಾಸ ವ್ರತದ 'ಲೆಂಟ್'ಗಿಂತ ಮುಂಚೆಯೇ ಕೊಡುವುದಾಗಿ ಆಸ್ಪತ್ರೆಯ ಉಸ್ತುವಾರಿ ನೋಡಿಕೊಳ್ಳುವ ವ್ಯಕ್ತಿ ಭರವಸೆ ಕೊಟ್ಟ, ಅಂತಿಮವಾಗಿ ಅಲ್ಲಿ ಒಂದು ಸಮಾಧಾನಕರವಾದ ಸಂಗತಿಯೂ ಸಂಭವಿಸಿತು. ಅವರೆಲ್ಲ ಅಲ್ಲಿ ತಿಂದ, ಕುಡಿದ (ಆಲೂಗಡ್ಡೆ ಸಾಲಾಡ್, ಕೇಕು, ಕಾಫಿ, ಲಿಝ್ರು, ಸಾಸೇಜ್) ತಿಂಡಿ ಹಾಗೂ ಪಾನೀಯಗಳ ಬಿಲ್ ಅನ್ನು ತೆಗೆದುಕೊಳ್ಳಲು ಕೆಫೆ ಮಾಲೀಕ ಎರ್ವಿನ್ ಕ್ಲೂಗ್ ನಿರಾಕರಿಸಿದ. ಅವರು ಅಲ್ಲಿಂದ ಹೊರಟು ನಿಂತಾಗ, "ಸಂತೋಷವಾಗಿರು

ಕಾಟಿ. ಇಲ್ಲಿರುವವರಲ್ಲಿ ಎಲ್ಲರೂ ನಿನ್ನ ಬಗ್ಗೆ ಕೆಟ್ಟದಾಗಿ ಯೋಚಿಸುವುದಿಲ್ಲ," ಎಂದು ಮೆಚ್ಚುಮಾತುಗಳನ್ನೂ ಆಡಿದ. ಈ ಮಾತಿನಲ್ಲಿ ನಿಹಿತವಾಗಿದ್ದ ಸಾಂತ್ವನ ಸಾಪೇಕ್ಷವಾಗಿತ್ತು. ಏಕೆಂದರೆ, 'ಇಲ್ಲಿರುವವರಲ್ಲಿ ಎಲ್ಲರೂ' ಎಂದುದರ ಮೌಲ್ಯವಾದರೂ ಎಷ್ಟು? ಆದರೂ, 'ಎಲ್ಲರೂ ಅಲ್ಲ' ಎಂಬ ಸತ್ಯ ಮಾತ್ರ ಉಳಿದೇ ಉಳಿಯಿತು. ಎಲ್ಲರೂ ಕೂಡಿಕೊಂಡು ಬ್ಲೋರ್ನ ಅವರ ಮನೆಗೆ ಹೋಗಿ ಅಲ್ಲಿಯೇ ಸಂಜೆ ಕಳೆಯುವುದು ಎಂದು ನಿರ್ಧರಿಸಿದರು.

ಬ್ಲೋರ್ನ ಅವರ ಮನೆಗೆ ಬಂದ ನಂತರ ಯಾವ ಕೆಲಸದಲ್ಲಿಯೂ ಸಹಾಯ ಮಾಡುವುದು ಬೇಡ ಎಂದು ಕ್ಯಾಥರೀನಾಗೆ ಕಟ್ಟುನಿಟ್ಟಾಗಿ ತಿಳಿಸಲಾಯಿತು. ಅವಳು ಮಾಡಬೇಕಿದ್ದ ಸಹಾಯಕಿ ಕೆಲಸವನ್ನೂ ಮಾಡುವುದು ಬೇಡ ಎಂದು ಅವಳಿಗೆ ಹೇಳಿದರು. ಏಕೆಂದರೆ ಅವಳು ಈಗ ರಜೆಯ ಮೇಲೆ ಇದ್ದಳು. ಅದಕ್ಕಾಗಿ ಅವಳು ವಿಶ್ರಾಂತಿ ತೆಗೆದುಕೊಳ್ಳಲಿ ಎಂದು ಎಲ್ಲರೂ ಅಪೇಕ್ಷಿಸಿದರು. ವೋಲ್ಟೆರ್ಸ್‌ಹೈಮ್ ಒಂದಿಷ್ಟು ಸ್ಯಾಂಡ್‌ವಿಚ್ ಮಾಡಿದರು. ಬ್ಲೋರ್ನ ಮತ್ತು ಬೈಟೆರ್ಸ್ ಇಬ್ಬರೂ ಕೂಡಿ ಅಗ್ಗಿಷ್ಟಿಕೆ ಹಚ್ಚಿದರು. ಕ್ಯಾಥರೀನಾ ಆರಾಮವಾಗಿ ಕಾಲ ಕಳೆದಳು. ಎಲ್ಲವೂ, ನಿಜವಾಗಿಯೂ ಬಹಳ ಚೆನ್ನಾಗಿತ್ತು. ಒಂದು ವೇಳೆ ಅಲ್ಲಿ ಒಂದು ಸಾವು ಮತ್ತು ಒಬ್ಬ ಪ್ರಿಯ ವ್ಯಕ್ತಿಯ ಬಂಧನ ಆಗಿರದೇ ಇದ್ದರೆ ಅವರೆಲ್ಲ ಆ ಚಿಕ್ಕ ಕೊಠಡಿಯಲ್ಲಿಯೇ ಯಾವ ಪೂರ್ವ ಸಿದ್ಧತೆಯೂ ಇಲ್ಲದೆ ನೃತ್ಯ ಮಾಡಿರುತ್ತಿದ್ದರು. ಹೇಗಿದ್ದರೂ ಅದು ಕಾರ್ನಿವಾಲ್ ಕಾಲವಾಗಿತ್ತು.

ಟ್ಯೋಟ್‌ಗೆಸ್ ಜೊತೆಗಿನ ಸಂದರ್ಶನವನ್ನು ಕೈಬಿಡಬೇಕು ಎಂದು ಕ್ಯಾಥರೀನಾಳ ಮನವೊಲಿಸಲು ಬ್ಲೋರ್ನ ಅವರಿಗೆ ಸಾಧ್ಯವಾಗಲಿಲ್ಲ. ಆಕೆ ಶಾಂತಳಾಗಿದ್ದಳು ಮತ್ತು ನಸುನಗುತ್ತಿದ್ದಳು. ಸಂದರ್ಶನ ಮುಗಿದ ನಂತರ, "ಅಬ್ಬಾ ಇದೂ ಒಂದು ಸಂ–ದರ್ಶನ" ಎಂದು ನಿಧಾನವಾಗಿ ಹೇಳಿದಳು. ಸಂದರ್ಶನವನ್ನು ಕೊಟ್ಟೇ ಸಿದ್ಧ ಎಂದು ಕ್ಯಾಥರೀನಾ ಮಾಡಿದ ನಿರ್ಧಾರ ನೋಡಿ ಬ್ಲೋರ್ನ ಹೆದರಿ ತಲ್ಲಣಿಸಿದರು. ಸಂದರ್ಶನದ ಸಮಯದಲ್ಲಿ ತಾನೂ ಇರುತ್ತೇನೆ ಎಂದುದಕ್ಕೆ ಆಕೆ ಸ್ಪಷ್ಟವಾಗಿ ಬೇಡ ಎಂದು ಹೇಳಿಬಿಟ್ಟಿದ್ದುದನ್ನು ನಂತರ ಅವರು ನೆನಪಿಸಿಕೊಂಡರು. ಆದಾಗ್ಯೂ, ಅಂದು ಸಂಜೆಯೇ ಆತನ ಕೊಲೆ ಮಾಡಲು ಆಕೆ ನಿರ್ಧರಿಸಿದ್ದಳೇ ಎಂಬುದು ಅವರಿಗೆ ಖಚಿತವಾಗಿ ತಿಳಿಯದಾಯಿತು. ಭಾನುವಾರದ 'ನ್ಯೂಜ್' ಪತ್ರಿಕೆಯ ಸಂಚಿಕೆಯೇ ಕೊಲೆಗೆ ಹೆಚ್ಚು ಕಾರಣವಾಗಿರಬಹುದು ಎಂದು ಅವರಿಗೆ ಅನಿಸಿತು.

ಅವರೆಲ್ಲರೂ 'ಶುಭರಾತ್ರಿ' ಎಂದು ಪರಸ್ಪರರನ್ನು ತಬ್ಬಿಕೊಂಡು ಬೀಳ್ಕೊಂಡರು. ಆದರೆ, ಕಣ್ಣೀರು ಹಾಕಲಿಲ್ಲ. ಆ ವೇಳೆಗೆ ಎಲ್ಲರೂ ಕೂಡಿಕೊಂಡು ಗಂಭೀರ ಮತ್ತು ಜನಪ್ರಿಯ ಸಂಗೀತ ಕೇಳಿದ್ದರು. ಕ್ಯಾಥರೀನಾ ಹಾಗೂ ವೋಲ್ಟೆರ್ಸ್‌ಹೈಮ್

ತಾವು ಗೆಮ್ಮೆಲ್ಸ್ ಬ್ರೊಇಶ್ ಹಾಗೂ ಕುಯಿರ್‌ದಲ್ಲಿ ಕಳೆದ ತಮ್ಮ ಜೀವನದ ಕೆಲವು ನೆನಪುಗಳನ್ನೂ ಹಂಚಿಕೊಂಡಿದ್ದರು. ರಾತ್ರಿ ಹತ್ತೂವರೆ ವೇಳೆಗೆ ಕ್ಯಾಥರೀನಾ, ವೋಲ್ಟೆರ್ಸ್‌ಹೈಮ್ ಮತ್ತು ಬೈಟೆರ್ಸ್ ಬ್ಲೋರ್ನ ಅವರ ಮನೆಯಿಂದ ತುಂಬಿ ಬಂದ ಸ್ನೇಹಭಾವದೊಂದಿಗೆ ಮತ್ತು ಸಹಭಾವನೆಯೊಂದಿಗೆ ಹೊರಟರು. ತಾವು ಸಕಾಲದಲ್ಲಿ ಬಂದು ಕ್ಯಾಥರೀನಾಳ ನೆರವಿಗೆ ನಿಲ್ಲಲು ಸಾಧ್ಯವಾದುದಕ್ಕೆ ಬ್ಲೋರ್ನ ಅವರು ತಮ್ಮನ್ನು ತಾವೇ ಅಭಿನಂದಿಸಿಕೊಂಡರು. ಅಗ್ಗಿಷ್ಟಿಕೆಯಲ್ಲಿನ ಬೂದಿಯ ಮುಂದೆ ಒಂದು ಬಾಟಲು ವೈನ್ ಇಟ್ಟುಕೊಂಡು ಬ್ಲೋರ್ನ ದಂಪತಿ ತಮ್ಮ ಮುಂದಿನ ರಜೆಯನ್ನು ಹೇಗೆ ಕಳೆಯುವುದು ಎಂದು ಯೋಜನೆ ರೂಪಿಸುತ್ತ, ಸ್ಟ್ರಾಯ್‌ಬ್ಲೆಡರ್ ಮತ್ತು ಆತನ ಹೆಂಡತಿ ಮೌದ್ ಎಂಥ ಜನ ಎಂದು ಚರ್ಚಿಸಲು ತೊಡಗಿದರು. ಮುಂದಿನ ಸಾರಿ ಆತ ತಮ್ಮ ಮನೆಗೆ ಬಂದಾಗ ಅವನಿಗೆ 'ಸಭ್ಯ ಆಗಂತುಕ' ಎನ್ನಬಾರದು ಎಂದು ಬ್ಲೋರ್ನ ಅವರು ಹೆಂಡತಿಗೆ ಹೇಳಿದರು. ಏಕೆಂದರೆ ಆ ನುಡಿಗಟ್ಟು ವಿಪರೀತ ಅರ್ಥವನ್ನು ಪಡೆದುಕೊಂಡಿದೆ ಎಂದರು. ಅದಕ್ಕೆ, ಅವರ ಹೆಂಡತಿ, "ಅಯ್ಯೋ, ಆತನನ್ನು ನಾವು ನೋಡುವುದು ಯಾವಾಗಲೋ?" ಎಂದರು.

46

ಅಂದು ಉಳಿದ ದಿನವನ್ನು ಕ್ಯಾಥರೀನಾ ಸಮಾಧಾನದಿಂದ ಕಳೆದಳು ಎಂಬುದನ್ನು ನಾವು ಪ್ರಮಾಣವಾಗಿ ಹೇಳಬಹುದು. ಅವಳು ಮತ್ತೆ ತನ್ನ ಬೆದುವಿಯನ್ ವೇಷ ಹಾಕಿಕೊಂಡು ನೋಡಿದಳು. ಎರಡು ಪದರಗಳ ನಡುವಿನ ಹೊಲಿಗೆ ಗಮನಿಸಿದಳು. ತಲೆ ಮುಚ್ಚಿಕೊಳ್ಳಲು ಬಿಳಿ ವೇಲ್ ಸೂಕ್ತ ಎಂದುಕೊಂಡಳು. ಎಲ್ಲರೂ ಕೂಡಿಕೊಂಡು ಸ್ವಲ್ಪ ಹೆಚ್ಚು ಹೊತ್ತು ಎನ್ನುವ ಹಾಗೆಯೇ ರೇಡಿಯೊ ಕೇಳಿದರು. ಒಂದಿಷ್ಟು ಕುಕೀಸ್ ತಿಂದರು. ನಂತರ ಹೋಗಿ ಮಲಗಿಕೊಂಡರು. ಬೈಟೆರ್ಸ್ ಮೊದಲ ಬಾರಿ ಬಹಿರಂಗವಾಗಿಯೇ ವೋಲ್ಟೆರ್ಸ್‌ಹೈಮ್ ಅವರ ಮಲಗುವ ಕೋಣೆ ಪ್ರವೇಶಿಸಿದ. ಕ್ಯಾಥರೀನಾ ಹೊರಗೆ ಸೋಫಾದ ಮೇಲೆಯೇ ಮಲಗಿದಳು.

47

ಭಾನುವಾರ ಬೆಳಿಗ್ಗೆ ವೋಲ್ಟೆರ್ಸ್‌ಹೈಮ್ ಮತ್ತು ಬೈಟೆರ್ಸ್ ಏಳುತ್ತಿದ್ದಂತೆಯೇ ಅವರ ಮನೆಯ ಬೆಳಗಿನ ತಿಂಡಿಯ ಟೇಬಲ್ಲು ಅಚ್ಚುಕಟ್ಟಾಗಿ ಸಿದ್ಧವಾಗಿತ್ತು. ಬಿಸಿ ಬಿಸಿ ಕಾಫಿ ತಯಾರಿಸಿ ಅದನ್ನು ಥರ್ಮಸ್ ಫ್ಲಾಸ್ಕಿಗೆ ಹಾಕಿದ್ದ ಕ್ಯಾಥರೀನಾ ತಾನು

ಲಿವಿಂಗ್ ರೂಮಿನ ಮೇಜಿನ ಮೇಲೆ ಆನಂದವಾಗಿ ತಿಂಡಿ ತಿನ್ನುತ್ತ ಅಂದಿನ ಭಾನುವಾರದ 'ನ್ಯೂಜ್' ಪತ್ರಿಕೆಯನ್ನು ಓದುವುದರಲ್ಲಿ ತಲ್ಲೀನಳಾಗಿದ್ದಳು. ನಂತರ ನಡೆದುದು ಒತ್ತಿ ಹೇಳಬೇಕಾದ ಸಮಾಚಾರವೇನೂ ಅಲ್ಲ. ನಿಜ, ಕ್ಯಾಥರೀನಾಳ ಚಿತ್ರ ಮತ್ತು ಸುದ್ದಿಗಳು ಒಂದನೇ ಪುಟದಲ್ಲಿ ಇರಲಿಲ್ಲ. ಇಂದಿನ ಮುಖಪುಟದಲ್ಲಿ ಲೂದ್ವಿಶ್ ಗೊಟೆನ್‌ನ ಚಿತ್ರದ ಅಡಿಯಲ್ಲಿ ಬರೆದ ಶೀರ್ಷಿಕೆ ಹೀಗಿತ್ತು: 'ಉದ್ಯಮಿಯ ಐಷಾರಾಮಿ ಮನೆಯಲ್ಲಿ ಅಡಗಿದ್ದ ಕ್ಯಾಥರೀನಾ ಬ್ಲೂಮ್‌ಳ ಅತ್ಯಾಪ್ತ ಸಂಗಾತಿ' ಆ ಕುರಿತ ವರದಿಯೂ ಏಳರಿಂದ ಒಂಬತ್ತನೇ ಪುಟದವರೆಗೆ ಹಲವಾರು ಚಿತ್ರಗಳ ಸಮೇತ ಎಂದಿಗಿಂತ ಹೆಚ್ಚು ವಿವರವಾಗಿ ಪ್ರಕಟವಾಗಿತ್ತು: ಕಮ್ಯುನಿಯನ್ ಸಂದರ್ಭದಲ್ಲಿ ತೆಗೆದ ಕ್ಯಾಥರೀನಾಳ ಚಿತ್ರ, ಸೇನೆಯಿಂದ ವಾಪಸು ಬಂದಿದ್ದ ಆಕೆಯ ತಂದೆಯ ಚಿತ್ರ, ಗೆಮ್ಮೆಲ್ಸ್ ಬ್ರೊಇಶ್‌ನ ಚರ್ಚ್ ಚಿತ್ರ, ಬ್ಲೋರ್ನ ಅವರ ವಿಲ್ಲಾ (ಮತ್ತೊಮ್ಮೆ ಈ ಚಿತ್ರ ಪ್ರಕಟವಾಗಿತ್ತು), ಚಿಂತಾಕ್ರಾಂತಳಂತೆ ಕಾಣುತ್ತಿದ್ದ, ತನ್ನ ಮನೆಯ ಮುಂದೆ ನಿಂತಿದ್ದ, ಸಂಪೂರ್ಣ ಸೊರಗಿ ಹೋಗಿದ್ದ 40 ವರ್ಷ ವಯಸ್ಸಿನ ಕ್ಯಾಥರೀನಾಳ ತಾಯಿಯ ಚಿತ್ರ. ಹಾಗೂ ಕ್ಯಾಥರೀನಾಳ ತಾಯಿ ಇದ್ದ ಆಸ್ಪತ್ರೆಯ ಚಿತ್ರ. ಅಲ್ಲಿಯೇ ಆಕೆ ಶುಕ್ರವಾರ ನಿಧನರಾಗಿದ್ದರು. ನಂತರ ವರದಿ ಹೀಗೆ ಪ್ರಕಟವಾಗಿತ್ತು:

> ಮಗಳು ತೆಗೆದುಕೊಂಡ ಆಹುತಿ: ಹೀಗೆಂದು ನಾವು ಕ್ಯಾಥರೀನಾಳ ತಾಯಿಯನ್ನು ಬಣ್ಣಿಸಬಹುದು. ಆ ಸಂಶಯಾಸ್ಪದ ವ್ಯಕ್ತಿ ಇನ್ನೂ ನಾಪತ್ತೆಯಾಗಿದ್ದಾನೆ, ತನ್ನ ಮಗಳ ಚಟುವಟಿಕೆಗಳ ಬಗೆಗೆ ತಿಳಿದ ಆಕೆ ಆಘಾತದಿಂದ ಪ್ರಾಣವನ್ನೇ ಬಿಟ್ಟಳು. ತನ್ನ ತಾಯಿ ಮರಣಶಯ್ಯೆಯಲ್ಲಿ ಇದ್ದಾಗಲೂ ಆಕೆಯ ಮಗಳು ಡಾನ್ಸ್ ಪಾರ್ಟಿಯಲ್ಲಿ ಒಬ್ಬ ಕೊಲೆಗಡುಕನ, ದರೋಡೆಕೋರನ ಹಿತವಾದ ತೆಕ್ಕೆಯಲ್ಲಿ ಡಾನ್ಸ್ ಮಾಡುವುದು ತೀರಾ ವಿಚಿತ್ರವಾಗಿ ಕಾಣುತ್ತದೆ. ಜೊತೆಗೆ ತನ್ನ ತಾಯಿಯ ಸಾವಿನ ಸುದ್ದಿ ತಿಳಿದು ಒಂದು ಹನಿ ಕಣ್ಣೀರು ಹಾಕದ ಆಕೆಯ ವರ್ತನೆ ವಿಕೃತ ಕಾಮದ ಸನಿಹದ ನಡತೆಯಂತೆಯೂ ಭಾಸವಾಗುತ್ತದೆ. ನಿಜವಾಗಿಯೂ ಹೇಳಬಹುದಾದರೆ ಈಕೆ ಕೇವಲ 'ಹಿಮದಷ್ಟು ತಣ್ಣನೆಯ ಹಾಗೂ ಸದಾ ಲೆಕ್ಕಾಚಾರದ ಹೆಂಗಸೇ?' ಆಕೆಯನ್ನು ಕೆಲಸಕ್ಕೆ ನೇಮಿಸಿಕೊಂಡಿದ್ದ ಹಳ್ಳಿಗಾಡಿನ ಪ್ರದೇಶದ ಒಬ್ಬ ಪ್ರಸಿದ್ಧ ವೈದ್ಯರ ಹೆಂಡತಿ ಆಕೆಯನ್ನು ಕುರಿತು ಹೇಳುವುದು ಹೀಗೆ: "ಅವಳು ಅನೇಕ ಲೈಂಗಿಕ ಸಂಗಾತಿಗಳನ್ನು ಹೊಂದಿರುವವರ ಹಾಗೆಯೇ ಯಾವಾಗಲೂ ನಡೆದುಕೊಳ್ಳುತ್ತಿದ್ದಳು. ನನ್ನ ಹದಿಹರೆಯದ ಮಕ್ಕಳು, ನಮ್ಮ ಆಸ್ಪತ್ರೆಯ ರೋಗಿಗಳು ಹಾಗೂ ನನ್ನ ವೈದ್ಯ ಗಂಡನ ಮರ್ಯಾದೆ ಕಾಪಾಡುವ ಸಲುವಾಗಿ ನಾನು ಆಕೆಯನ್ನು ಕಳಿಸಿಬಿಟ್ಟೆ." ಹಣ ನುಂಗಿ

ಹಾಕಿದ್ದ ಆ ಕುಖ್ಯಾತ ಫೆನೆರ್ನ್ ರ ಚಟುವಟಿಕೆಗಳಲ್ಲಿಯೂ ಕ್ಯಾಥರೀನಾ ಪಾಲುಗೊಂಡಿದ್ದಳೇ? ('ನ್ಯೂಜ್'ನಲ್ಲಿ ಆ ಘಟನೆ ನಡೆದ ಸಮಯದಲ್ಲಿ ವಿವರವಾದ ವರದಿ ಪ್ರಕಟವಾಗಿತ್ತು). ಕೆಲಸದಿಂದ ತಪ್ಪಿಸಿಕೊಳ್ಳಲು ಆಕೆಯ ತಂದೆ ನಿತ್ಯ ರೋಗಿಯಂತೆ ನಟಿಸುತ್ತಿದ್ದನೇ? ಆಕೆಯ ಸೋದರ ಅಪರಾಧ ಕೃತ್ಯಕ್ಕೆ ಏಕೆ ಇಳಿದ? ಜೀವನದಲ್ಲಿ ಆಕೆ ಏರಿದ ಎತ್ತರ ಮತ್ತು ಗಣನೀಯವಾದ ಆಕೆಯ ಆದಾಯಗಳು ಇನ್ನೂ ವಿವರಣೆ ಬಯಸುತ್ತಿವೆ. ರಕ್ತಸಿಕ್ತವಾಗಿದ್ದ ಕೈಗಳ ಗ್ಯೊಟೆನ್‌ನಿಗೆ ಕ್ಯಾಥರೀನಾ ಬ್ಲೂಮ್‌ಳೇ ಪರಾರಿಯಾಗುವ ದಾರಿ ತೋರಿಸಿದಳು ಎಂಬುದು ಈಗ ಖಚಿತವಾಗಿ ಸಾಬೀತಾಗಿದೆ. ತುಂಬಾ ಗೌರವಾನ್ವಿತರಾಗಿದ್ದ ಒಬ್ಬ ಕೈಗಾರಿಕೋದ್ಯಮಿ ಹಾಗೂ ವೃತ್ತಿಪರ ವ್ಯಕ್ತಿಯ ಮಮತೆ, ವಿಶ್ವಾಸ ಹಾಗೂ ಸಹಜ ಔದಾರ್ಯವನ್ನು ನಾಚಿಕೆಯಿಲ್ಲದೇ ದುರುಪಯೋಗ ಪಡಿಸಿಕೊಂಡವಳು ಇವಳು. ಆಕೆಯು ತನ್ನ ಮನೆಗೆ ಪುರುಷ ಆಗಂತುಕರನ್ನು 'ಬರಮಾಡಿಕೊಳ್ಳುತ್ತಿರಲಿಲ್ಲ' ಬದಲಿಗೆ ತಾನೇ ಆ ಉದ್ಯಮಿಯ ಐಷಾರಾಮಿ ಮನೆಗೆ, ಯಾರೂ ಕರೆಯದೇ ಇದ್ದರೂ, ಹೋಗುವ ಮೂಲಕ ಆ ಮನೆಯನ್ನು 'ಪ್ರಕರಣ'ದಲ್ಲಿ ಸಿಲುಕಿಸುವ ಹುನ್ನಾರದ ಮಾಹಿತಿಯನ್ನು ಒಳಗೊಂಡಿರುವ ಮಹತ್ವದ ಪುರಾವೆಗಳು 'ನ್ಯೂಜ್' ಪತ್ರಿಕೆಯ ಬಳಿ ಇವೆ.

ಬ್ಲೂಮ್‌ಳ ಕಾರಿನ 'ನಿಗೂಢ ಪಯಣಗಳು' ಈಗ ಅಷ್ಟೇನೂ ನಿಗೂಢವಾಗಿ ಉಳಿದಿಲ್ಲ. ಒಬ್ಬ ಗೌರವಾನ್ವಿತ ವ್ಯಕ್ತಿಯ ಪ್ರತಿಷ್ಠೆಯ ಜೊತೆಗೆ ಆಕೆ ನಿಸ್ಸಂದೇಹವಾಗಿ ಆಟವಾಡಿದಳು. ಅವರ ಕುಟುಂಬದ ನೆಮ್ಮದಿ, ಅವರ ರಾಜಕೀಯ ಜೀವನ (ಆ ಕುರಿತು 'ನ್ಯೂಜ್' ಈಗಾಗಲೇ ಅನೇಕ ವರದಿಗಳನ್ನು ಪ್ರಕಟಿಸಿದೆ), ಅವರ ನಿಷ್ಠಾವಂತ ಪತ್ನಿಯ ಮತ್ತು ನಾಲ್ವರು ಮಕ್ಕಳ ಭಾವನೆಗಳು... ಈ ಎಲ್ಲವುಗಳ ಬಗ್ಗೆ ಆಕೆ ಅತ್ಯಂತ ಅಸಡ್ಡೆಯಿಂದ ನಡೆದುಕೊಂಡಿದ್ದಾಳೆ. ಎಡಪಂಥೀಯ ಗುಂಪು 'ಎಸ್' ಅವರ ಜೀವನವನ್ನು ನಾಶಗೊಳಿಸಬೇಕು ಎಂದು ಆಕೆಗೆ ಸೂಚನೆ ಕೊಟ್ಟ ಹಾಗೆ ಕಾಣಿಸುತ್ತದೆ.

ಈ ಪ್ರಕರಣದಲ್ಲಿ ಆಕೆ ಸಂಪೂರ್ಣ ಅಮಾಯಕಳು ಎಂದು ಕುಖ್ಯಾತ ಗ್ಯೊಟೆನ್‌ನು, ತನ್ನ ವಿರುದ್ಧದ ಆಪಾದನೆಗಳಿಗೆ ಪ್ರತಿಯಾಗಿ, ಅತ್ಯಂತ ದೃಢವಾಗಿ ಹೇಳಿದ್ದನ್ನು ನಂಬಲು ಪೋಲೀಸರು ಮತ್ತು ಸರ್ಕಾರಿ ವಕೀಲರು ಸಿದ್ಧರಿದ್ದಾರೆಯೇ? ಹಿಂದೆ ಅನೇಕ ಸಾರಿ ಮಾಡಿದ ಹಾಗೆಯೇ ಈಗಲೂ 'ನ್ಯೂಜ್' ಪ್ರಶ್ನೆಗಳನ್ನು ಕೇಳುತ್ತಿದೆ. ವಿಚಾರಣೆಯ ವಿಧಾನಗಳು ತೀರಾ ಮೃದುವಾಗಿವೆ ಎಂಬುದನ್ನು ನಿರಾಕರಿಸಲಾಗುತ್ತದೆಯೇ?

ಅಮಾನವೀಯ ಕೃತ್ಯ ಎಸಗಿದವರನ್ನು ಈಗಲೂ ಮಾನವೀಯವಾಗಿ ನಡೆಸಿಕೊಳ್ಳುತ್ತಿದ್ದೇವೆಯೇ?

ಬ್ಲೋರ್ನ ದಂಪತಿ ಚಿತ್ರ ಹಾಗೂ ಅವರ ಐಷಾರಾಮಿ ಮನೆಯ ಚಿತ್ರದ ಕೆಳಗಿನ ಸುದ್ದಿ:

ಈ ಮನೆಯಲ್ಲಿ ಬೆಳಿಗ್ಗೆ 7ರಿಂದ ಸಂಜೆ 4:30ರವರೆಗೆ ಕ್ಯಾಥರೀನಾ ಕೆಲಸ ಮಾಡುತ್ತಿದ್ದಳು. ಅಲ್ಲಿ ಅವಳಿಗೆ ಹೇಳುವವರೂ ಇರಲಿಲ್ಲ, ಕೇಳುವವರೂ ಇರಲಿಲ್ಲ. ಅವಳ ಮೇಲೆ ಡಾ. ಬ್ಲೋರ್ನ ದಂಪತಿ ಅಷ್ಟು ವಿಶ್ವಾಸ ಇಟ್ಟಿದ್ದರು. ಸಂಶಯದ ಸ್ವಭಾವದವರಲ್ಲದ ಬ್ಲೋರ್ನ ತಮ್ಮ ವೃತ್ತಿ ಜೀವನದ ಜಂಜಾಟದಲ್ಲಿ ಇದ್ದಾಗ ಇಲ್ಲಿ ಏನು ಆಗುತ್ತಿತ್ತು ಎಂದು ಅವರಿಗೆ ಗೊತ್ತೇ? ಅಥವಾ ಅವರು ನಿಜವಾಗಿಯೂ ಸಂಶಯ ಪಡುತ್ತಿರಲೇ ಇಲ್ಲವೇ? ಕ್ಯಾಥರೀನಾ ಜೊತೆಗಿನ ಅವರ ಸಂಬಂಧ ತುಂಬಾ ಆತ್ಮೀಯ ಮತ್ತು ಸುಪರಿಚಿತ ಎಂದು ಹೇಳಲಾಗುತ್ತಿದೆ. ವರದಿಗಾರರಿಗೆ ಅವರ ನೆರೆಹೊರೆಯವರು ತಿಳಿಸಿದಂತೆ ಅದು ಸ್ನೇಹದ ಹಾಗಷ್ಟೇ ಇತ್ತು. ಇಲ್ಲಿ ಪ್ರಸ್ತುತವಲ್ಲದ ಕೆಲವು ಪರೋಕ್ಷ ಇಂಗಿತದ ಮಾತುಗಳನ್ನು ನಾವು ಅಲಕ್ಷಿಸುತ್ತೇವೆ. ಅಥವಾ ಅವು ಪ್ರಸ್ತುತವಾದ ಮಾತುಗಳೇ ಹೌದೇ? ಪ್ರಸಿದ್ಧ ತಾಂತ್ರಿಕ ಕಾಲೇಜಿನ ದಾಖಲೆಗಳಲ್ಲಿ 'ಕೆಂಪು ಟ್ರೂಡ್' ಎಂದು ಹೆಸರು ಮಾಡಿರುವ ಶ್ರೀಮತಿ ಗೇರ್ ಟ್ರೂಡ್ ಬ್ಲೋರ್ನ ಈ ಪ್ರಕರಣದಲ್ಲಿ ವಹಿಸಿರುವ ಪಾತ್ರವೇನು? ಈ ಕಟ್ಟಡವನ್ನು ಪೊಲೀಸರು ತುದಿಗಾಲ ಮೇಲೆ ನಿಂತು ಕಾವಲು ಕಾಯುತ್ತಿದ್ದರೂ ಬ್ಲೂಮ್‌ಳ ಅಪಾರ್ಟ್‌ಮೆಂಟಿನಿಂದ ಗ್ಯೊಟೆನ್ ಹೇಗೆ ಕಣ್ತಪ್ಪಿಸಿ ಹೋದ? 'ಎಲಿಗೆಂಟ್ ರಿವರ್‌ಸೈಡ್ ರೆಸಿಡೆನ್ಸಸ್' ಎಂಬ ಅಪಾರ್ಟ್‌ಮೆಂಟ್ ಸಮುಚ್ಚಯದ ನಕಾಶೆಯ ಎಲ್ಲ ವಿವರಗಳು ಯಾರಿಗೆ ಗೊತ್ತಿದ್ದವು ಶ್ರೀಮತಿ ಬ್ಲೋರ್ನ ಅವರೇ? ಸೇಲ್ಸ್ ಗರ್ಲ್ ಆಗಿ ಕೆಲಸ ಮಾಡುವ ಹೆರ್ಟಾ ಮತ್ತು ಕಾರ್ಖಾನೆಯಲ್ಲಿ ಕಾರ್ಮಿಕಳಾಗಿರುವ ಕ್ಲೌಡಿಯಾ ಅವರಿಬ್ಬರೂ 'ನ್ಯೂಜ್' ಜೊತೆಗೆ ಮಾತನಾಡುತ್ತ ಒಂದೇ ಧಾಟಿಯಲ್ಲಿ ಹೇಳಿದ ಮಾತು: "ಅವರಿಬ್ಬರೂ, ಹೇಗೆ ಡಾನ್ಸ್ ಮಾಡುತ್ತಿದ್ದರು ಎಂದರೆ (ಬ್ಲೂಮ್ ಮತ್ತು ಆ ವಿದ್ರೋಹಿ ಗ್ಯೊಟೆನ್ ಕುರಿತು ಅವರು ಹೇಳಿದ್ದು) ಅವರಿಬ್ಬರೂ ಪರಸ್ಪರರನ್ನು ಇಡೀ ಜೀವಮಾನ ಬಲ್ಲವರು ಎನ್ನುವ ಹಾಗೆ. ಅವರಿಬ್ಬರ ಭೇಟಿ ಆಕಸ್ಮಿಕ ಅಲ್ಲವೇ ಅಲ್ಲ. ಅದು ಮರುಭೇಟಿ."

48

ಸ್ಟಾಯ್‌ಬ್ಲೆಡರ್ ಅವರ ವಿಲ್ಲಾದಲ್ಲಿ ಗ್ಯೊಟೆನ್ ಅಡಗಿ ಇದ್ದುದು ಗುರುವಾರ ರಾತ್ರಿ 11:30ರ ವೇಳೆಗಾಗಲೇ ಗೊತ್ತಾಗಿದ್ದಾಗಲೂ 48 ಗಂಟೆಗಳ ಕಾಲ ಅವನಿಗೆ ಏನೂ ಮಾಡದೇ ಬಿಟ್ಟಿದ್ದ ಬೈತ್ಸ್‌ಮೆನ್ನೆ ಅವರನ್ನು ಅವರ ಸಹೋದ್ಯೋಗಿಗಳೇ ನಂತರ ತರಾಟೆಗೆ ತೆಗೆದುಕೊಂಡರು. ಏಕೆಂದರೆ ಆತ ಮತ್ತೊಮ್ಮೆ ಪರಾರಿಯಾಗಿ ಬಿಡಬಹುದಿತ್ತು ಎಂಬುದು ಅವರ ಶಂಕೆಯಾಗಿತ್ತು. ಅದಕ್ಕೆ ಬೈತ್ಸ್‌ಮೆನ್ನೆ ನಕ್ಕು, ಆತನಿಗೆ ಪರಾರಿಯಾಗಲು ಬೇರೆ ದಾರಿಯೇ ಇರಲಿಲ್ಲ: ವಿಲ್ಲಾ ಸುತ್ತಮುತ್ತ ಕಾಡು ಇದ್ದರೂ ಅದನ್ನು ಬಂದೂಕುಧಾರಿಗಳು (ಗುರಿ ಕಾಣಿಸದೇ ಇದ್ದರೂ ಅದರತ್ತ ಗುಂಡು ಹೊಡೆಯುವ ಪಡೆ) 'ಕಾವಲುಗೋಪುರಗಳ ಹಾಗೆ' ನಿಂತಿದ್ದರು; ಒಳಾಡಳಿತದ ಸಚಿವರಿಗೆ ಎಲ್ಲ ಮಾಹಿತಿ ನೀಡಲಾಗಿತ್ತು. ಯಾವುದೇ ಕ್ರಮ ತೆಗೆದುಕೊಳ್ಳಲು ಅವರು ಅನುಮತಿ ಕೊಟ್ಟಿದ್ದರು. ವಿಲ್ಲಾದಲ್ಲಿ ಇದ್ದವರಿಗೆ ಕೇಳಿಸದಷ್ಟು ದೂರದಲ್ಲಿ ಇಳಿದಿದ್ದ ಹೆಲಿಕಾಪ್ಟರ್ ಮೂಲಕ ವಿಶೇಷ ಪಡೆಯ ಸಿಬ್ಬಂದಿ ಬಂದು ಬಂದೂಕುಧಾರಿಗಳನ್ನು ಸೇರಿಕೊಂಡಿದ್ದರು, ನಂತರ ಅತ್ಯಂತ ಎಚ್ಚರಿಕೆಯಿಂದ ಬೆಳಿಗ್ಗೆ ಸ್ಥಳೀಯ ಪೊಲೀಸರಿಗೂ ಮಾಹಿತಿ ನೀಡಿ ಅವರನ್ನೂ ಕರೆಸಿದ್ದಾಯಿತು, ಅದರಲ್ಲಿ 24 ಮಂದಿ ಹೆಚ್ಚುವರಿ ಪೊಲೀಸ್ ಅಧಿಕಾರಿಗಳು ಇದ್ದರು. ಒಟ್ಟು ಉದ್ದೇಶ ಇದ್ದುದು ಗ್ಯೊಟೆನ್ ಯಾರನ್ನಾದರೂ ಸಂಪರ್ಕಿಸಲು ಪ್ರಯತ್ನ ಮಾಡುತ್ತಾನೆಯೇ ಎಂಬುದನ್ನು ಗಮನಿಸುವುದು ಆಗಿತ್ತು. ಈ ಅಪಾಯಕ್ಕೆ ಒಡ್ಡಿಕೊಂಡಿದ್ದಾಗಲೂ ಅದರಲ್ಲಿ ಸಿಕ್ಕ ಯಶಸ್ಸಿನಿಂದ ಅದು ಸಮರ್ಥನೀಯ ಎನಿಸಿತು. ಆ ಮೂಲಕ ಅವನ ಐದು ಸಂಪರ್ಕಗಳನ್ನು ಪತ್ತೆ ಮಾಡಲಾಯಿತು. ಹಾಗೂ ಅತನ ಬಂಧನಕ್ಕಿಂತ ಮುಂಚೆ ಆ ಎಲ್ಲ ಐದು ಸಂಪರ್ಕಗಳ ಮನೆಗಳನ್ನು ಶೋಧ ಮಾಡಬೇಕಿತ್ತು. ಆತ ಯಾರಿಗೂ ಇನ್ನು ಸಂಪರ್ಕ ಮಾಡುವುದಿಲ್ಲ ಎಂದು ತಿಳಿದ ನಂತರವೇ ಅವನನ್ನು ವಶಕ್ಕೆ ತೆಗೆದುಕೊಳ್ಳಬೇಕು ಎಂದು ಪೊಲೀಸರು ಕಾಯುತ್ತಿದ್ದರು. ಅವನು ನಿಷ್ಕಾಳಜಿಯಿಂದಲೋ ಅಥವಾ ಹುಂಬ ಧೈರ್ಯದಿಂದಲೋ ತಾನು ಬಹಳ ಸುರಕ್ಷಿತ ಎಂದುಕೊಂಡಿದ್ದ. ಅದನ್ನೆಲ್ಲ ಪೊಲೀಸರು ವಿಲ್ಲಾ ಹೊರಗಡೆ ನಿಂತು ಗಮನಿಸುತ್ತಿದ್ದರು.

ಈ ಮಧ್ಯೆ ಬೈತ್ಸ್‌ಮೆನ್ನೆ ತಮಗೆ ಸಿಕ್ಕ ಕೆಲವು ಬಹುಮುಖ್ಯ ಮಾಹಿತಿಗಳಿಗಾಗಿ 'ನ್ಯೂಜ್' ಪತ್ರಿಕೆಯ ವರದಿಗಾರರಿಗೆ, ಅದರ ಮಾಲೀಕರಿಗೆ ಧನ್ಯವಾದ ಹೇಳಬೇಕಾಯಿತು. ಈ ಮಾಹಿತಿಯನ್ನು ಅವರು ಪೊಲೀಸರ ಸಾಂಪ್ರದಾಯಿಕವಾದ ಮಾಹಿತಿ ಸಂಗ್ರಹಿಸುವ ವಿಧಾನಕ್ಕೆ ಹೊರತಾದ ಆದರೆ, ಪರಿಸ್ಥಿತಿಗೆ ಅನುಗುಣವಾದ ವಿಧಾನಗಳಿಂದ ಪತ್ತೆ ಮಾಡಿದ್ದರು. ಈ ಮಾಹಿತಿ ತನಿಖಾ ಅಧಿಕಾರಿಗಳ ಗಮನಕ್ಕೆ ಬಂದೇ ಇರಲಿಲ್ಲ.

ಉದಾಹರಣೆಗೆ, ಶ್ರೀಮತಿ ಬ್ಲೋರ್ನ ಅವರ ಬಗ್ಗೆ ಇವರೆಲ್ಲರಿಗೆ ಹೇಗೆ ಏನೇನೂ ತಿಳಿದಿರಲಿಲ್ಲವೋ ಹಾಗೆಯೇ ವೋಲ್ಫೆರ್ಸ್‌ಹೈಮ್ ಅವರ ಬಗೆಗೂ ಏನೇನೂ ಗೊತ್ತಿರಲಿಲ್ಲ. ಅವರ ಬಗೆಗಿನ ಅಗಾಧವಾದ ಮಾಹಿತಿಯೂ ಈಗ ಬೆಳಕಿಗೆ ಬಂದಿತ್ತು. ಆಕೆ, 1930ರಲ್ಲಿ ಒಬ್ಬ ಕಾರ್ಖಾನೆ ಕಾರ್ಮಿಕನ ಅಕ್ರಮ ಸಂತಾನವಾಗಿ ಜನಿಸಿದ್ದರು. ಅವರ ತಾಯಿ ಇನ್ನೂ ಜೀವಿಸಿದ್ದರು. ಎಲ್ಲಿ ಎಂದು ನೀವು ಊಹಿಸಬಲ್ಲಿರಾ? ಪೂರ್ವ (ನಾಜಿ) ಜರ್ಮನಿಯಲ್ಲಿ. ಅಲ್ಲಿ ಇರಬೇಕು ಎಂದು ಅವರ ಮೇಲೆ ಯಾರ ಒತ್ತಾಯವೂ ಇರಲಿಲ್ಲ, ಅವರೇ ಅಲ್ಲಿ ಇರಬೇಕು ಎಂದು ಇಚ್ಛಿಸಿದ್ದರು. ಅವರ ಹುಟ್ಟೂರಾದ ಕುಯಿರ್‌ಗೆ ಬರಬೇಕು ಎಂದು ಅವರಿಗೆ ಮತ್ತೆ ಮತ್ತೆ ಕರೆಯಲಾಗಿತ್ತು. ಅಲ್ಲಿಯೇ ಅವರಿಗೆ ಒಂದು ಚಿಕ್ಕ ಮನೆ ಹಾಗೂ ಒಂದು ಎಕರೆ ಜಮೀನು ಇತ್ತು. ಬರ್ಲಿನ್ ಗೋಡೆ ಮೇಲೆ ಏರುವುದಕ್ಕಿಂತ ಮುಂಚೆಯೇ ಅಂದರೆ 1945ರಲ್ಲಿ, 1952ರಲ್ಲಿ ಮತ್ತು 1961ರಲ್ಲಿ ಕುಯಿರ್‌ಗೆ ಬರುವಂತೆ ಅವರನ್ನು ಕರೆದಿದ್ದರು. ಅವರು ಮೂರು ಸಾರಿಯೂ ಬರಲು ಒಪ್ಪಿರಲಿಲ್ಲ. ಮೂರು ಸಾರಿಯೂ ಸ್ಪಷ್ಟವಾಗಿಯೇ ನಿರಾಕರಿಸಿದ್ದರು. ಇನ್ನೂ ಕುತೂಹಲದ ಸಂಗತಿ ಎಂದರೆ, ವೋಲ್ಫೆರ್ಸ್‌ಹೈಮ್ ಅವರ ತಂದೆ, ಅವರ ಹೆಸರು ಲೂಮ್ಮ್, ಕಾರ್ಖಾನೆಯ ಕಾರ್ಮಿಕ ಹಾಗೂ ಆಗಿನ ಜರ್ಮನ್ ಕಮ್ಯುನಿಸ್ಟ್ ಪಕ್ಷದ ಸದಸ್ಯ, ಆತ 1932ರಲ್ಲಿಯೇ ಸೋವಿಯೆಟ್ ಯೂನಿಯನ್‌ಗೆ ವಲಸೆ ಹೋಗಿದ್ದ. ಅಲ್ಲಿಂದ ಯಾವುದೇ ಸುಳಿವು ಇಲ್ಲದೇ ನಾಪತ್ತೆಯಾಗಿದ್ದ. ಈ ರೀತಿ ನಾಪತ್ತೆಯಾಗಿದ್ದ ವ್ಯಕ್ತಿಯು ಜರ್ಮನಿಯ ಸೈನ್ಯವು ಪಟ್ಟಿ ಮಾಡಿದ್ದ 'ನಾಪತ್ತೆ'ಯಾದವರ ಪಟ್ಟಿಯಲ್ಲಿ ಸೇರಿರಲಿಲ್ಲ ಎಂದು ಬೈತ್ಸ್‌ಮೆನ್ನೆ ಭಾವಿಸಿದರು.

49

ಅನೇಕ ಘಟನೆಗಳು ಮತ್ತು ಅವುಗಳಿಗೆ ಬಂದ ಪ್ರತಿಕ್ರಿಯೆಗಳ ನಡುವೆ ಸಾಕಷ್ಟು ಸ್ಪಷ್ಟವಾದ ಸೂಚನೆಗಳು ಇದ್ದಾಗಲೂ ಅವುಗಳನ್ನು ತಪ್ಪಾಗಿ ಅರ್ಥೈಸುವ ಅಥವಾ ಅಮುಖ್ಯ ಸುಳಿವುಗಳು ಎಂದು ಅಲಕ್ಷಿಸುವ ಸಾಧ್ಯತೆ ಇರುತ್ತದೆ. ಆದ್ದರಿಂದ ಅಂಥ ಇನ್ನೊಂದು ಸೂಚಕದ ಕಡೆಗೆ ಈಗ ನೋಡೋಣ: ಕ್ಯಾಥರೀನಾಳ ತಾಯಿಯ ಅನುಮಾನವೇ ಇಲ್ಲದ ರೀತಿಯ ಅಕಾಲಿಕ ಸಾವಿಗೆ 'ನ್ಯೂಜ್' ಪತ್ರಿಕೆಯು ತನ್ನ ವರದಿಗಾರ ಟ್ಯೋಟ್‌ಗೆಸ್‌ನ ಮೂಲಕ ಹೊಣೆಯಾಗಿದೆ. ಆದರೆ, ಅದಕ್ಕೆ ವ್ಯತಿರಿಕ್ತವಾಗಿ ತನ್ನ ತಾಯಿಯ ಸಾವಿಗೆ ಕ್ಯಾಥರೀನಾಳೇ ಕಾರಣ ಎನ್ನುವಂತೆ ಭಾನುವಾರದ 'ನ್ಯೂಜ್' ಪತ್ರಿಕೆಯಲ್ಲಿ ದೂಷಿಸಲಾಯಿತು. ಸ್ಟ್ರಾಯ್‌ಬ್ಲೆಡರ್ ಅವರ ಮನೆಯ ಕೀಲಿ ಕೈಯನ್ನು ಕ್ಯಾಥರೀನಾಳೇ– ಹೆಚ್ಚೂ ಕಡಿಮೆ ಬಹಿರಂಗವಾಗಿಯೇ– ಕಳವು ಮಾಡಿದ್ದಾಳೆ ಎಂದು ಅದೇ ಪತ್ರಿಕೆಯಲ್ಲಿ ಆರೋಪಿಸಲಾಯಿತು! 'ನ್ಯೂಜ್'

ಪತ್ರಿಕೆ ಹೀಗೆಲ್ಲ ಬರೆಯುವ ಮೂಲಕ ಎಂಥ ಮಿಥ್ಯಾರೋಪ ಮಾಡಿತು, ಸುಳ್ಳು ಹೇಳಿತು ಹಾಗೂ ಸುದ್ದಿಯನ್ನು ತಿರುಚಿ ಪ್ರಕಟಿಸಿತು ಎಂಬುದನ್ನು ಯಾರಾದರೂ ಪೂರ್ತಿಯಾಗಿ ಅರ್ಥ ಮಾಡಿಕೊಂಡಿರುತ್ತಾರೆ ಎಂದು ಹೇಗೆ ಹೇಳುವುದು? ಅದಕ್ಕಾಗಿ, ಈ ಅಂಶವನ್ನು, ಅಂದರೆ ಪ್ರತ್ಯೇಕ ಘಟನೆಗಳು ಮತ್ತು ಅವುಗಳಿಗೆ ಬಂದ ಪ್ರತಿಕ್ರಿಯೆಗಳಿಗೆ ಒಂದು ಸಂಬಂಧ ಇರುತ್ತದೆ ಎಂಬುದನ್ನು ಇಲ್ಲಿ ಪುನಃ ಒತ್ತಿ ಹೇಳಬೇಕಾಗಿದೆ.

ಬ್ಲೋರ್ನ ಅವರನ್ನೇ ಉದಾಹರಣೆಯಾಗಿ ತೆಗೆದುಕೊಳ್ಳೋಣ. ಅವರ ಕುರಿತು ಪತ್ರಿಕೆಗಳಲ್ಲಿ ಪ್ರಕಟವಾದ ಸುದ್ದಿಗಳಿಂದ ಒಂದಿಷ್ಟು ವಿಚಾರವಂತ ಜನರ ಮೇಲೆ ಯಾವ ಪ್ರಮಾಣದಲ್ಲಿ ತಪ್ಪು ಅಭಿಪ್ರಾಯ ಮೂಡುತ್ತದೆ ಎಂದು ನೋಡಬಹುದು. ಅವರು ವಾಸಿಸುವ ಪ್ರದೇಶದಲ್ಲಿ ಯಾರಾದರೂ ಭಾನುವಾರದ 'ನ್ಯೂಜ್' ಪತ್ರಿಕೆಯನ್ನು ತರಿಸುತ್ತಿದ್ದರು ಎಂದು ನಾವು ಹೇಳಲು ಸಾಧ್ಯವೇ ಇಲ್ಲ. ಅಲ್ಲಿನ ಜನರ ಓದುವ ಅಭಿರುಚಿಗಳು ಉನ್ನತವಾಗಿದ್ದವು. ಹೀಗಾಗಿ ಬ್ಲೋರ್ನ ಅವರಿಗೆ ಕೂಡ ಭಾನುವಾರದ 'ನ್ಯೂಜ್' ಪತ್ರಿಕೆಯಲ್ಲಿ ಬಂದ ಸುದ್ದಿಯ ಬಗೆಗೆ ಅವರು ವೋಲ್ಫೆರ್ಸ್‌ಹೈಮ್ ಅವರಿಗೆ ಕರೆ ಮಾಡುವವರೆಗೆ ಏನೂ ಗೊತ್ತಿರಲಿಲ್ಲ. ಎಲ್ಲ ಮುಗಿಯಿತು ಎಂದುಕೊಂಡಿದ್ದ ಅವರು ಕ್ಯಾಥರೀನಾ ಮತ್ತು ಟ್ಯೋಟ್‌ಗೆಸ್ ನಡುವಿನ ಸಂದರ್ಶನದಲ್ಲಿ ಏನೆಲ್ಲ ಆಯಿತು ಎಂದು ತಿಳಿಯಲು ಕಾತರರಾಗಿದ್ದರು. ಇತ್ತ ವೋಲ್ಫೆರ್ಸ್‌ಹೈಮ್ ಅವರು, ಪತ್ರಿಕೆಯಲ್ಲಿ ಬಂದಿರುವುದೆಲ್ಲ ಬ್ಲೋರ್ನ ಅವರಿಗೆ ಗೊತ್ತಾಗಿರುತ್ತದೆ ಎಂದುಕೊಂಡಿದ್ದರು. ಬ್ಲೋರ್ನ, ಕ್ಯಾಥರೀನಾಳ ಬಗೆಗೆ ನಿಜವಾಗಿಯೂ ಕಾಳಜಿ ಇರುವ ವ್ಯಕ್ತಿಯಾಗಿದ್ದರು. ಅವರು ವೈಯಕ್ತಿಕವಾಗಿ ಅತ್ಯಂತ ಸಮಾಧಾನಚಿತ್ತದ ಮನುಷ್ಯರೂ ಆಗಿದ್ದರು. ಈ ಕಡೆಯಿಂದ ವೋಲ್ಫೆರ್ಸ್‌ಹೈಮ್ ಅವರು ಭಾನುವಾರದ 'ನ್ಯೂಜ್' ಪತ್ರಿಕೆಯಲ್ಲಿ ಇವರ ಬಗ್ಗೆ ಬಂದ ಸುದ್ದಿಯನ್ನು ಓದುತ್ತಿದ್ದಂತೆಯೇ ಬ್ಲೋರ್ನ ತಮ್ಮ ಕಿವಿಗಳನ್ನು ತಾವೇ ನಂಬದಾದರು. ಆ ಸುದ್ದಿಯನ್ನು ಮತ್ತೆ ಮತ್ತೆ ಓದುವಂತೆ ಅವರು ಕೇಳಿಕೊಂಡರು. ಅದಾದ ನಂತರ ಅವರಿಗೆ ಅಂಥ ವರದಿ ಬಂದುದನ್ನು ನಂಬದೇ ಬೇರೆ ದಾರಿಯೇ ಇರಲಿಲ್ಲ. ಅವರಿಗೆ ವಿಪರೀತ ಸಿಟ್ಟು ಬಂತು. ಅವರು ಕೂಗಾಡಿದರು, ಗರ್ಜಿಸಿದರು, ಅಡುಗೆ ಮನೆಗೆ ಹೋಗಿ ಅಲ್ಲಿ ಖಾಲಿ ಬಾಟಲ್ ಇದೆಯೇ ಎಂದು ಹುಡುಕಿದರು. ಒಂದು ಬಾಟಲು ಸಿಕ್ಕಿತು. ಅದನ್ನು ಹಿಡಿದುಕೊಂಡು ಗರಾಜಿಗೆ ಓಡಿ ಹೋದರು. ಅದರಲ್ಲಿ ಪೆಟ್ರೋಲ್ ತುಂಬಿ 'ನ್ಯೂಜ್' ಪತ್ರಿಕೆಯ ಸಂಪಾದಕೀಯ ಕಚೇರಿ ಮೇಲೆ ಎಸೆಯಲು ಹೊರಟಿದ್ದರು. ಇನ್ನೊಂದು ಬಾಟಲ್ ಅನ್ನು ನಗರದಲ್ಲಿನ ಸ್ಟ್ರಾಯ್‌ಬ್ಲೆಡರ್‌ನ ಮನೆಯ ಮೆಲೆ ಎಸೆಯಲು ಉದ್ದೇಶಿಸಿದ್ದರು. ಅದೃಷ್ಟಕ್ಕೆ ಅವರ ಪತ್ನಿ ಅಲ್ಲಿಗೆ ಬಂದು ಅವರನ್ನು ತಡೆದರು.

ಇದೆಲ್ಲ ಹೇಗೆ ಆಗಿರಬಹುದು ಎಂದು ಯಾರಾದರೂ ತಮ್ಮ ಮನಸ್ಸಿನಲ್ಲಿ ಚಿತ್ರಿಸಿಕೊಳ್ಳಬಹುದು. ನಲವತ್ತೆರಡು ವರ್ಷದ, ವಿಶ್ವವಿದ್ಯಾಲಯದ ಪದವೀಧರರಾದ ಬ್ಲೋರ್ನ ಅವರು ಕಳೆದ ಏಳು ವರ್ಷಗಳಿಂದ ತಮ್ಮ ಶಾಂತ ಹಾಗೂ ಸಮಾಧಾನಚಿತ್ತದ ಮೂಲಕ ಪ್ರಕರಣಗಳನ್ನು ಇತ್ಯರ್ಥಗೊಳಿಸುವ ಸಾಮರ್ಥ್ಯಕ್ಕೆ ಲ್ಯುಡಿಂಗ್ ಹಾಗೂ ಸ್ಟ್ರಾಯ್‌ಬ್ಲೆಡರ್ ಅವರ ಪ್ರಶಂಸೆಗೆ ಮತ್ತು ಗೌರವಕ್ಕೆ ಪಾತ್ರರಾದವರು. ಅಷ್ಟು ಮಾತ್ರವಲ್ಲದೇ ಬ್ರೆಜಿಲ್, ಸೌದಿ ಅರೇಬಿಯಾ ಹಾಗೂ ಉತ್ತರ ಐರ್ಲೆಂಡ್‌ನಂಥ ಅಂತಾರಾಷ್ಟ್ರೀಯ ಮಟ್ಟದಲ್ಲಿಯೂ ಅವರು ಹೆಸರು ಮಾಡಿದವರು. ಅವರು ಯಾವುದನ್ನೇ ಆಗಲಿ ಸಾರಾಸಾರವಾಗಿ ವಿಚಾರ ಮಾಡುತ್ತಿದ್ದರೇ ಹೊರತು ಸಂಕುಚಿತ ದೃಷ್ಟಿಯಿಂದ ನೋಡುತ್ತಿರಲಿಲ್ಲ. ಅಂಥವರೇ ಹೀಗೆ ಸುಲಭವಾಗಿ ಬೆಂಕಿ ಹತ್ತಬಹುದಾದ ದ್ರಾವಣವನ್ನು ಬಾಟಲಿಗೆ ತುಂಬಲು ಹೊರಟಿದ್ದರು ಎಂದರೆ ಅವರ ಮನಃಸ್ಥಿತಿ ಹೇಗಾಗಿರಬಹುದು?

ಕೆಳ ಮಧ್ಯಮ ವರ್ಗದ ಅರಾಜಕ ಮನುಷ್ಯನ ತಕ್ಷಣದ ಪ್ರತಿಕ್ರಿಯೆಯಂತೆ ಅದು ಇತ್ತು ಎಂದು ಅವರ ವರ್ತನೆಯನ್ನು ತಳ್ಳಿ ಹಾಕಿದ ಅವರ ಹೆಂಡತಿ, ದೇಹದ ಯಾವುದೋ ಒಂದು ಭಾಗಕ್ಕೆ ಆದ ಗಾಯವನ್ನು 'ನಿವಾರಿಸುವ ಹಾಗೆ' ತಮ್ಮ ಪ್ರೀತಿಪೂರ್ವಕ ಆಕರ್ಷಕ ವ್ಯಕ್ತಿತ್ವದಿಂದ ಅವರನ್ನು 'ಸಮಾಧಾನಗೊಳಿಸಿ' ತಾವೇ ವೋಲ್ಟರ್ಸ್‌ಹೈಮ್ ಅವರಿಗೆ ಕರೆ ಮಾಡಿ ಸಂಬಂಧಪಟ್ಟ ಆ ಸುದ್ದಿಯ ಭಾಗವನ್ನು ಓದುವಂತೆ ಕೋರಿದರು. ಅದನ್ನು ಕೇಳಿಸಿಕೊಂಡ ನಂತರ, ಅವರು, ಅವರು ಕೂಡ ನಿರ್ವಿಣ್ಣರಾದರು. ಅವರಿಗೂ ಎಷ್ಟು ಸಿಟ್ಟು ಬಂತು ಎಂದರೆ ಗಂಡ ಮಾಡಿದ ಹಾಗೆಯೇ ಇವರಿಗೂ ಬಾಟಲಿಗೆ ಸ್ಫೋಟಕ ತುಂಬಿ 'ನ್ಯೂಜ್' ಪತ್ರಿಕೆಯ ಕಚೇರಿ ಮೇಲೆ ದಾಳಿ ಮಾಡಬೇಕು ಎಂದು ಅನಿಸಿತು. ಅವರು ನೇರವಾಗಿ ಲ್ಯುಡಿಂಗ್ ಅವರಿಗೆ ಕರೆ ಮಾಡಿ (ಅವರು ಕ್ರೀಂ ಲೇಪಿಸಿದ ಸ್ಟ್ರಾಬೆರಿ ಹಾಗೂ ವೆನಿಲಾ ಐಸ್‌ಕ್ರೀಂ ಅನ್ನು ಸವಿಯುತ್ತಿದ್ದರು) "ನೀನೊಬ್ಬ ಸೂಳೆಮಗ, ಜುಜುಬಿ, ನಿಕೃಷ್ಟ ಸೂಳೆಮಗ" ಎಂದು ಬೈದು ಫೋನ್ ಇಟ್ಟುಬಿಟ್ಟರು. ಅವರು ತಮ್ಮ ಹೆಸರನ್ನು ಹೇಳಲಿಲ್ಲ. ಆದರೆ, ಬ್ಲೋರ್ನ ಅವರ ಧ್ವನಿ ಗೊತ್ತಿದ್ದವರಿಗೆ, ಅವರ ಹೆಂಡತಿಯ ಧ್ವನಿಯ ಪರಿಚಯವೂ ಇದ್ದೇ ಇರುತ್ತದೆ. ಇಂಥ ತೀಕ್ಷ್ಣ ಮತ್ತು ಮಾರಕ ಮಾತುಗಳಿಗೆ ಅವರು ಕುಖ್ಯಾತರೂ ಆಗಿದ್ದರು. ಅವರ ಗಂಡನ ಅಭಿಪ್ರಾಯದಲ್ಲಿ 'ಇದರಿಂದ ದೂರಗಾಮಿ ಪರಿಣಾಮಗಳು ಆಗುತ್ತವೆ.' ಇವರು, ತಮ್ಮ ಹೆಂಡತಿ ಸ್ಟ್ರಾಯ್‌ಬ್ಲೆಡರ್‌ನಿಗೆ ಕರೆ ಮಾಡಿದ್ದಳು ಎಂದುಕೊಂಡಿದ್ದರು. ಅಂದುಕೊಂಡ ಹಾಗೆಯೇ, ಪರಿಣಾಮಗಳು ಒಂದಾದ ನಂತರ ಒಂದರಂತೆ ಶುರುವಾದುವು. ಮೊದಲು ಬ್ಲೋರ್ನ ದಂಪತಿ ನಡುವೆ. ನಂತರ ಬ್ಲೋರ್ನ ಹಾಗೂ ಇತರರ ನಡುವೆ. ಆದರೆ, ಯಾರೂ ಸಾಯಲಿಲ್ಲವಾದ ಕಾರಣ ನಾವು ಅದನ್ನು ಅಲ್ಲಿಯೇ

ಬಿಟ್ಟು ಮುಂದುವರಿಯಬೇಕು. ಈ ಕ್ಷುಲ್ಲಕ ಎನಿಸಬಹುದಾದ ಸಂಗತಿಗಳನ್ನು, ಅವು ಉದ್ದೇಶಪೂರ್ವಕವೇ ಆಗಿರಬಹುದು, ಇಲ್ಲಿ ಉಲ್ಲೇಖಿಸುತ್ತಿರುವ ಕಾರಣ ಎಂದರೆ, ಇವೆಲ್ಲವೂ ಭಾನುವಾರದ 'ನ್ಯೂಜ್' ಪತ್ರಿಕೆಯಲ್ಲಿನ ವರದಿಯ ಪರಿಣಾಮಗಳು. ಅವು, ಸಾಕಷ್ಟು ಸುಶಿಕ್ಷಿತರು, ಸಮಾಜದಲ್ಲಿ ಉನ್ನತ ಸ್ಥಾನಮಾನ ಹೊಂದಿದವರು ಕೂಡ ತಮ್ಮ ಆವೇಶದಲ್ಲಿ ಕೊಚ್ಚಿ ಹೋಗಲು ಮತ್ತು ಅತ್ಯಂತ ರೂಕ್ಷವಾದ ಹಿಂಸಾಚಾರಕ್ಕೆ ಮನಸ್ಸು ಮಾಡಲು ಕಾರಣವಾದುದರಿಂದ ಇಲ್ಲಿ ಪ್ರಸ್ತಾಪಿಸುತ್ತಿದ್ದೇವೆ.

ಇದೇ ವೇಳೆಗೆ ಮಧ್ಯಾಹ್ನ ವರದಿಗಾರರು ಠಳಾಯಿಸುವ 'ಗೋಲ್ಡನ್ ಡಕ್' ಎಂಬ ತಾಣದಲ್ಲಿ ಕ್ಯಾಥರೀನಾ ಒಂದೂವರೆ ಗಂಟೆಯಷ್ಟು ಅವಧಿಯನ್ನು ಯಾರಿಗೂ ಗೊತ್ತಾಗದಂತೆ ಕಳೆದು ಟ್ರೋಟ್‌ಗೆಸ್‌ನ ಬಗೆಗೆ ಮಾಹಿತಿ ಸಂಗ್ರಹಿಸಿದಳು. ನಂತರ ತನ್ನ ಅಪಾರ್ಟ್‌ಮೆಂಟಿಗೆ ಹೋಗಿ ಟ್ರೋಟ್‌ಗೆಸ್‌ನ ಬರವಿಗಾಗಿ ಕಾಯುತ್ತ ಕುಳಿತಳು. ಸುಮಾರು ಹದಿನೈದು ನಿಮಿಷದ ನಂತರ ಆತ ಅಲ್ಲಿಗೆ ಬಂದ. 'ಸಂದರ್ಶನ'ದ ಕುರಿತು ವಾಚಕರಿಗೆ ಹೇಳುವುದು ಏನೂ ಇಲ್ಲ ಎಂದು ನಾವು ಅಂದುಕೊಳ್ಳುತ್ತೇವೆ. ಏಕೆಂದರೆ ಅಲ್ಲಿ ಏನಾಯಿತು ಎಂಬುದನ್ನು ಪುಟ 21ರಲ್ಲಿ ಈಗಾಗಲೇ ಕೊಟ್ಟಿದ್ದೇವೆ.

50

ಕ್ಯಾಥರೀನಾಳ ತಂದೆ ಮಾರುವೇಷದಲ್ಲಿ ಇದ್ದ ಕಮ್ಯುನಿಸ್ಟ್ ಆಗಿದ್ದ ಎಂದು ಎಲ್ಲರನ್ನೂ ಆಶ್ಚರ್ಯಚಕಿತಗೊಳಿಸುವ ಹಾಗೆ ಗೆಮ್ಮೆಲ್ಸ್ ಬ್ರೋಇಶ್‌ನ ಪಾದ್ರಿ ನೀಡಿದ್ದ ಹೇಳಿಕೆಯ ಸತ್ಯಾಸತ್ಯತೆ ತಿಳಿಯಲು ಬ್ಲೋರ್ನ ಅವರು ಆ ಹಳ್ಳಿಗೆ ಕಾರು ಓಡಿಸಿಕೊಂಡು ಹೋದರು. ಅಲ್ಲಿ ಅವರು ಒಂದು ದಿನ ಕಳೆದರು. ತಾನು ಹಾಗೆ ಹೇಳಿದ್ದು ನಿಜ. ತಾನು ಹೇಳಿದ್ದನ್ನೇ ಅವರು ಶಬ್ದಶಃ ವರದಿ ಮಾಡಿದ್ದಾರೆ ಎಂದು ಪಾದ್ರಿ ಹೇಳಿದ. ಅದಕ್ಕೆ ಪೂರಕವಾದ ಯಾವ ದಾಖಲೆಗಳೂ ತನ್ನ ಬಳಿ ಇಲ್ಲ ಎಂದು ಹಾರಿಕೆ ಮಾತು ಆಡಿದ ಆತ ಆ ದಾಖಲೆ ಕೊಡಲು ಸಿದ್ಧನೂ ಇರಲಿಲ್ಲ. ಅಷ್ಟೇ ಅಲ್ಲ, ತಾನು ಯಾವುದೇ ದಾಖಲೆ ಕೊಡಬೇಕಾಗಿಲ್ಲ ಎಂದು ಸ್ಪಷ್ಟವಾಗಿ ಹೇಳಿಬಿಟ್ಟ, ತಾನು ತನ್ನ ವಾಸನೆಯ ಶಕ್ತಿಯ ಮೇಲೆ ನಂಬಿಕೆ ಇಟ್ಟುಕೊಂಡಿದ್ದು ಈಗಲೂ ಬ್ಲೂಮ್, ಕಮ್ಯುನಿಸ್ಟ್ ಎಂದೇ ತನ್ನ ಮೂಗು ಹೇಳುತ್ತದೆ ಎಂದ ಆ ಪಾದ್ರಿ. ನಿನ್ನ ವಾಸನೆಯ ಅರ್ಥವನ್ನು ವ್ಯಾಖ್ಯಾನಿಸು ಎಂದು ಕೇಳಿದಾಗ ಅದಕ್ಕೆ ಉತ್ತರ ಕೊಡಲು ಆತ ನಿರಾಕರಿಸಿದ. ಹಾಗಾದರೆ ಕಮ್ಯುನಿಸ್ಟರನ್ನು ಗುರುತಿಸುವ ವಾಸನೆಯ ಶಕ್ತಿ ಯಾವುದು ಅಥವಾ ಅವರಿಂದ ಎಂಥ ವಾಸನೆ ಹೊರಬರುತ್ತದೆ ಎಂದು ಕೇಳಿದಾಗಲೂ ಉತ್ತರಿಸಲು ಬಯಸಲಿಲ್ಲ. ಇಂಥ ಪ್ರಶ್ನೆಗಳು

ಮುಂದುವರಿದಂತೆ ಪಾದ್ರಿ ತೀರಾ ಒರಟಾಗಿ ನೀನು ಕ್ಯಾಥೊಲಿಕನೇ ಎಂದು ಕೇಳಿದ. 'ಹೌದು' ಎಂದು ಬ್ಲೋರ್ನ ಉತ್ತರಿಸಿದಾಗ 'ಮೊದಲು ವಿಧೇಯನಾಗಿ ಇರುವ ಕರ್ತವ್ಯವನ್ನು ನೆನಪಿಸಿಕೋ' ಎಂದು ಬುದ್ಧಿವಾದ ಹೇಳಿದ. ಬ್ಲೋರ್ನ ಅವರಿಗೆ ಅದರ ಅರ್ಥವಾಗಲಿಲ್ಲ.

ತದನಂತರ ಬ್ಲೂಮ್ ಕುರಿತ ಏನೇ ವಿಷಯ ಸಂಗ್ರಹಿಸಲು ಅವರು ಮಾಡಿದ ಯಾವ ಯತ್ನಗಳೂ ಫಲ ನೀಡಲಿಲ್ಲ. ಕ್ಯಾಥರೀನಾ ತಾಯಿ ಅಷ್ಟು ಜನಪ್ರಿಯಳೂ ಇದ್ದಂತೆ ಕಾಣಲಿಲ್ಲ. ಅವಳು ಚರ್ಚಿನ ಜವಾನನ (ಈಗ ಆತ ವಜಾ ಆಗಿದ್ದಾನೆ) ಜೊತೆಗೆ ಒಂದು ಪೂರ್ತಿ ಬಾಟಲ್ ಪವಿತ್ರ ಮದ್ಯವನ್ನು ಕುಡಿದು ಮುಗಿಸಿದ್ದಳು ಎಂಬ ಮಾಹಿತಿಯೇ ಈಗಲೂ ಸಿಕ್ಕಿತು. ಕ್ಯಾಥರೀನಾಳ ಸೋದರನ ಬಗೆಗೂ ಅವರು ಒಳ್ಳೆಯ ಮಾತು ಕೇಳಲಿಲ್ಲ. ಆತ ಒಬ್ಬ ಕಾಯಂ ಉಪದ್ರವಿವಾಗಿದ್ದ ಎಂಬ ಅಭಿಪ್ರಾಯವೇ ವ್ಯಕ್ತವಾಯಿತು. ಕ್ಯಾಥರೀನಾಳ ತಂದೆ ಒಬ್ಬ ಕಮ್ಯುನಿಸ್ಟ್ ಆಗಿದ್ದ ಎಂಬುದನ್ನು ದೃಢೀಕರಿಸಲು ಸಿಕ್ಕ ಮಾಹಿತಿ ಎಂದರೆ, 1949ರಲ್ಲಿ ಶ್ಯಾಯ್‌ಮೆಲ್ ಎಂಬ ಒಬ್ಬ ರೈತನ ಜೊತೆಗೆ ಹಳ್ಳಿಯ ಹೋಟೆಲ್‌ವೊಂದರಲ್ಲಿ ಮಾತನಾಡುತ್ತ ಆತ ಹೇಳಿದ್ದ ಎನ್ನಲಾದ, "ಸಮಾಜವಾದಕ್ಕಿಂತ ಕೆಟ್ಟ ಸಂಗತಿಗಳು ಇವೆ," ಎನ್ನುವ ಒಂದೇ ಒಂದು ಮಾತು. ಅವರಿಗೆ ಅಲ್ಲಿ ಸಿಕ್ಕ ಮಾಹಿತಿ ಎಂದರೆ ಇಷ್ಟೇ ಆಗಿತ್ತು. ಅವರ ಹುಡುಕಾಟದಿಂದ ಆದ ವ್ಯತಿರಿಕ್ತ ಪರಿಣಾಮ ಎಂದರೆ ಅವರ ವಿಚಾರಣೆಗಳೆಲ್ಲ ಮುಗಿದ ನಂತರ ಅವರನ್ನು ನೇರವಾಗಿ ಕಮ್ಯುನಿಸ್ಟ್ ಎಂದು ದೂಷಿಸದೇ ಇದ್ದರೂ ಹೆಚ್ಚೂ ಕಡಿಮೆ ಅದೇ ಅರ್ಥ ಬರುವ ಮಾತನ್ನು ಅವರು ಕೇಳಬೇಕಾಗಿ ಬಂತು. ಅವರು ಅಲ್ಲಿಂದ ಹೊರಡುವಾಗ ಅವರ ಜೊತೆ ಅಷ್ಟೂ ಸಮಯ ಇದ್ದು ಸಹಾಯ ಮಾಡಿಕೊಂಡಿದ್ದ ಒಬ್ಬ ಶಾಲಾ ಶಿಕ್ಷಕಿ ಎಲ್ಮಾ ತ್ಸುಬ್ರಿಂಗರ್ ಅಣಕಿಸುವ ರೀತಿಯಲ್ಲಿ ನಗುತ್ತ, ಕೊಂಚ ಕಣ್ಣು ಮಿಟುಕಿಸಿದಂತೆಯೂ ಮಾಡಿ, "ಅವರಲ್ಲಿ ನೀವೂ ಒಬ್ಬರು ಎಂದು ಒಪ್ಪಿಕೊಂಡು ಬಿಡಬಹುದಲ್ಲ- ಅದರಲ್ಲಿಯೂ ವಿಶೇಷವಾಗಿ ನಿಮ್ಮ ಹೆಂಡತಿ," ಎಂದಳು (ಇದು ಬ್ಲೋರ್ನ ಅವರಿಗೆ ಹೆಚ್ಚು ನೋವುಂಟು ಮಾಡಿತು).

51

ಕ್ಯಾಥರೀನಾಳ ವಿಚಾರಣೆಗೆ ಹಾಜರಾಗಲು ಬ್ಲೋರ್ನ ಸಿದ್ಧವಾಗುತ್ತಿದ್ದ ವೇಳೆಯಲ್ಲಿ ಒಂದೆರಡು ಹಿಂಸಾತ್ಮಕ ಘಟನೆಗಳು ನಡೆದುದನ್ನು ನಾವು ಅಲಕ್ಷಿಸಲು ಆಗದು. ಅವರು ಮಾಡಿದ ದೊಡ್ಡ ತಪ್ಪು ಎಂದರೆ ಗ್ಯೊಟೆನ್ ಪರವಾಗಿ ವಾದಿಸಬೇಕು ಎಂದು ಕ್ಯಾಥರೀನಾ ಮಾಡಿಕೊಂಡ ಕೋರಿಕೆಯನ್ನು ಒಪ್ಪಿಕೊಂಡುದು. ಕ್ಯಾಥರೀನಾ

ಹಾಗೂ ಗ್ಯೊಟೆನ್‌ರ ಮದುವೆ ನಿಶ್ಚಯವಾಗಿದ್ದು ಅವರು ಪರಸ್ಪರ ಭೇಟಿ ಮಾಡಲು ಅವಕಾಶ ಕೊಡುವಂತೆ ಪದೇ ಪದೇ ಪ್ರಯತ್ನಿಸಿದ್ದು. ಅದೇ ಸಂಜೆಯೇ ಅಂದರೆ ಫೆಬ್ರುವರಿ 20ರಂದು ಮತ್ತು ಅದೇ ದಿನದ ರಾತ್ರಿ ಅವರಿಬ್ಬರ ಮದುವೆ ನಿಶ್ಚಯ ಆಯಿತು ಇತ್ಯಾದಿ, ಇತ್ಯಾದಿ ಎಂದು ಪ್ರತಿಪಾದಿಸಿದ್ದು. ಬ್ಲೋರ್ನ ಅವರ ಬಗೆಗೆ, ಕ್ಯಾಥರೀನಾ, ಗ್ಯೊಟೆನ್ ಹಾಗೂ ಶ್ರೀಮತಿ ಬ್ಲೋರ್ನ ಅವರ ಬಗೆಗೆ 'ನ್ಯೂಜ್' ಪತ್ರಿಕೆಯಲ್ಲಿ ಹಾಗೆಲ್ಲ ಬರೆದುದು ಏಕೆ ಎಂದು ಊಹಿಸುವುದು ಕಷ್ಟವೇನೂ ಅಲ್ಲ. ನಾವು ಅದಕ್ಕೆ ಸಂಬಂಧಿಸಿದ ಪ್ರತಿಯೊಂದು ಉದಾಹರಣೆಯನ್ನು ಇಲ್ಲಿ ಕೊಡಲು ಹೋಗುವುದಿಲ್ಲ. ಪ್ರಾಮಾಣಿಕವಾಗಿ ಒಂದು ವಿಷಯದ ಕುರಿತು ಮಾತನಾಡುವಾಗ ಅಗತ್ಯ ಇದ್ದರೆ ಮಾತ್ರ ವಿಷಯಾಂತರ ಮಾಡಬೇಕು ಅಥವಾ ಒಪ್ಪಿತ ಮಾರ್ಗವನ್ನು ಬಿಡಬೇಕು. ಈಗ ಹಾಗೆ ಮಾಡುವುದು ಅಗತ್ಯವಿಲ್ಲ ಏಕೆಂದರೆ 'ನ್ಯೂಜ್' ಪತ್ರಿಕೆಯಿಂದ ತಾವು ಏನು ನಿರೀಕ್ಷೆ ಮಾಡಬಹುದು ಎಂದು ಓದುಗರು ತಿಳಿದಿರಬೇಕು.

ಇದೇ ಸಮಯದಲ್ಲಿ, ತಮ್ಮ ಹೆಂಡತಿಯಿಂದ ವಿಚ್ಛೇದನ ತೆಗೆದುಕೊಳ್ಳಲು ಬ್ಲೋರ್ನ ಬಯಸಿದ್ದಾರೆ ಎಂಬ ವದಂತಿ ಹಬ್ಬಿತು. ವಾಸ್ತವದಲ್ಲಿ ಅವರಿಗೆ ಆ ಉದ್ದೇಶ ಇರಲಿಲ್ಲ. ಆದರೆ, ಈ ವದಂತಿ ಗಂಡ ಹೆಂಡತಿ ನಡುವೆ ಅನುಮಾನದ ಬೀಜ ಬಿತ್ತಿತು. ಬ್ಲೋರ್ನ, ಹಣಕಾಸಿನ ಬಿಕ್ಕಟ್ಟಿನಲ್ಲಿ ಇದ್ದರು ಎಂದು ಹೇಳಲಾಗುತ್ತಿತ್ತು. ಅದು ನಿಜವೇ ಆಗಿದ್ದುದರಿಂದ ಅಷ್ಟು ಒಳ್ಳೆಯ ಸುದ್ದಿ ಆಗಿರಲಿಲ್ಲ. ಒಂದು ನಿಜ ಸಂಗತಿ ಏನೆಂದರೆ ಅವರು ಕ್ಯಾಥರೀನಾಳ ಅಪಾರ್ಟ್‌ಮೆಂಟಿನ ಉಸ್ತುವಾರಿ ತಮ್ಮದೇ ಎಂದು ತಾವೇ ತಮ್ಮ ಮೇಲೆ ಹೊಣೆ ಹೊತ್ತುಕೊಂಡವರಂತೆ ನಡೆದುಕೊಂಡಿದ್ದರು. ಇದೀಗ ಆ ಮನೆ 'ರಕ್ತಸಿಕ್ತ'ವಾಗಿದ್ದುದರಿಂದ ಅದನ್ನು ಮಾರುವಂತೆಯೂ ಇರಲಿಲ್ಲ, ಬಾಡಿಗೆಗೆ ಕೊಡುವಂತೆಯೂ ಇರಲಿಲ್ಲ. ಏನೇ ಇರಲಿ, ಆ ಮನೆಯ ಮೌಲ್ಯ ಬಿದ್ದು ಹೋಗಿತ್ತು. ಆದಾಗ್ಯೂ, ಅದಕ್ಕೆ ತಕ್ಕಂತೆ ಕಡಿಮೆ ಮಾಡಲಾಗದ ಸಾಲದ ಅಸಲು ಮತ್ತು ಬಡ್ಡಿಯನ್ನು ಕಟ್ಟಲು ಬ್ಲೋರ್ನ ಅವರು ವ್ಯವಸ್ಥೆ ಮಾಡಲೇಬೇಕಿತ್ತು. ಹಾಗೆ ನೋಡಿದರೆ, 'ಎಲಿಗೆಂಟ್ ರಿವರ್‌ಸೈಡ್ ರೆಸಿಡೆನ್ಸಸ್'ನ ಮಾಲೀಕರಾದ ಹಾಫ್ಟೆಕ್ಸ್ ಕಂಪೆನಿಯವರು ಕ್ಯಾಥರೀನಾಳ ವಿರುದ್ಧ ನಷ್ಟ ಪರಿಹಾರ ಕೋರಿ ದಾವೆ ಹೂಡಲು ಯೋಚಿಸುತ್ತಿದ್ದರು. ಅವಳು (ಅಲ್ಲಿ ಕೊಲೆ ಮಾಡುವ ಮೂಲಕ) ತಮ್ಮ ಒಟ್ಟು ಕಟ್ಟಡದ ಬಾಡಿಗೆ, ವಾಣಿಜ್ಯ ಹಾಗೂ ಸಾಮಾಜಿಕ ಮೌಲ್ಯಕ್ಕೆ ಧಕ್ಕೆ ತಂದಿದ್ದಾಳೆ ಎಂಬುದು ಅವರ ಆರೋಪವಾಗಿತ್ತು. ನಮಗೆ ಇಲ್ಲಿ ತೊಂದರೆ, ಸಾಕಷ್ಟು ದೊಡ್ಡ ಪ್ರಮಾಣದ ತೊಂದರೆಯೇ ಕಾಣಿಸುತ್ತಿದೆ. ವಿಶ್ವಾಸದ್ರೋಹದ ಆರೋಪದ ಮೇಲೆ ಶ್ರೀಮತಿ ಬ್ಲೋರ್ನ ಅವರನ್ನು ತಮ್ಮ ವಾಸ್ತುಶಿಲ್ಪ ಸಂಸ್ಥೆಯಿಂದ ವಜಾ ಮಾಡಲು ಅನುಮತಿ ಕೇಳಿ ಕಂಪೆನಿಯು ನ್ಯಾಯಾಲಯದಲ್ಲಿ ಅರ್ಜಿ ಸಲ್ಲಿಸಿತ್ತು (ಅವರ

ಮೇಲೆ ಇದ್ದ ಆರೋಪವೆಂದರೆ ಕ್ಯಾಥರೀನಾಗೆ ಕಟ್ಟಡದ ಒಳ ರಚನೆಗಳನ್ನು ಪರಿಚಯಿಸಿದರು ಎಂಬುದು). ಈ ಅರ್ಜಿಯನ್ನು ಕೆಳ ನ್ಯಾಯಾಲಯ ತಳ್ಳಿ ಹಾಕಿದೆಯಾದರೂ ಮೇಲಿನ ಹಂತದ ನ್ಯಾಯಾಲಯ ಯಾವ ರೀತಿ ನಿರ್ಣಯ ಕೊಡುತ್ತದೆ ಎಂಬುದು ಯಾರಿಗೂ ಗೊತ್ತಿಲ್ಲ. ಇನ್ನೊಂದು ಸಂಗತಿ ಎಂದರೆ, ಬ್ಲೋರ್ನ ಅವರು ತಮ್ಮ ಎರಡನೇ ಕಾರನ್ನು ಈಗಾಗಲೇ ಮಾರಿ ಬಿಟ್ಟಿದ್ದರು. ಈ ನಡುವೆ 'ನ್ಯೂಜ್' ಪತ್ರಿಕೆ ಅವರ ಲಿಮೋಸಿನ್ ಕಾರಿನ ಚಿತ್ರ ಪ್ರಕಟಿಸಿ ಅದರ ಕೆಳಗೆ ಕೊಟ್ಟ ಶೀರ್ಷಿಕೆ ಹೀಗಿತ್ತು: ಈ 'ಕೆಂಪು' ಅಟಾರ್ನಿಯವರು ಯಾವಾಗ ಸಾಮಾನ್ಯ ಜನರ ಕಾರಿನ ಮಟ್ಟಕ್ಕೆ ಇಳಿಯುತ್ತಾರೆ?

52

ಲೂಸ್ತ್ರ (ಲ್ಯುಡಿಂಗ್ ಸ್ಟ್ರಾಯ್‌ಬ್ಲೆಡರ್ ಇನ್ವೆಸ್ಟ್‌ಮೆಂಟ್) ಕಂಪೆನಿ ಜೊತೆಗಿನ ಬ್ಲೋರ್ನ ಅವರ ನಂಟು ಇನ್ನೂ ಮುರಿದು ಬಿದ್ದಿರದೇ ಇದ್ದರೂ ಅದರ ಮೇಲೆ ಕೆಟ್ಟ ಪರಿಣಾಮಗಳು ಆಗಿರುವುದಂತೂ ನಿಜ ಎಂದು ನಾವು ಬಿಡಿಸಿ ಹೇಳಬೇಕೇ? ಕೆಲವು ವ್ಯವಹಾರಗಳನ್ನು ಮುಕ್ತಾಯಗೊಳಿಸುವುದು ಮಾತ್ರ ಈಗ ಉಳಿದಿದೆ ಅಷ್ಟೇ. ಈ ನಡುವೆ ಸ್ಟ್ರಾಯ್‌ಬ್ಲೆಡರ್ ಅವರು ದೂರವಾಣಿ ಕರೆ ಮಾಡಿ, "ನೀವು ಮತ್ತು ಟ್ರೂಡ್ ಉಪವಾಸ ಬೀಳಲು ನಾವು ಬಿಡುವುದಿಲ್ಲ," ಎಂದು ಹೇಳಿದ್ದರು. ಇದೇನು, ತಮ್ಮ ಜೊತೆಗೆ ತಮ್ಮ ಹೆಂಡತಿಯನ್ನೂ ಸೇರಿಸಿಕೊಂಡುದು ಏಕೆ ಎಂದು ಬ್ಲೋರ್ನ ಅವರಿಗೆ ಅಚ್ಚರಿಯಾಯಿತು. ಅವರು ಈಗಲೂ ಲೂಸ್ತ್ರ ಮತ್ತು ಹ್ಯಾಫೆಕ್ಸ್ ಪರವಾಗಿ ಕೆಲಸ ಮಾಡುತ್ತಿರುವುದು ನಿಜವಾದರೂ ರಾಷ್ಟ್ರೀಯ ಮತ್ತು ಅಂತಾರಾಷ್ಟ್ರೀಯ ಮಟ್ಟದಲ್ಲಿ ಅವರು ಯಾವುದೇ ಜವಾಬ್ದಾರಿ ನಿರ್ವಹಿಸುತ್ತಿಲ್ಲ. ಕೇವಲ ಪ್ರಾದೇಶಿಕ ಮಟ್ಟದಲ್ಲಿ ಅದೂ ಸ್ಥಳೀಯ ಮಟ್ಟದಲ್ಲಿ ಮಾತ್ರ ಅವರು ಸದ್ಯ ಕೆಲಸ ನಿರ್ವಹಿಸುತ್ತಿದ್ದಾರೆ.

ಈಗ ಅವರು ಸಣ್ಣಮಟ್ಟ ತೊಂದರೆಗಳನ್ನು ಸೃಷ್ಟಿಸುವವರ ಜೊತೆಗೆ ಅಥವಾ ಬಾಕಿ ಉಳಿಸಿಕೊಂಡವರ ಜೊತೆಗೆ ಗುದ್ದಾಡಬೇಕಾಗಿದೆ. ಗೋಡೆಗಳಿಗೆ ಹಸಿರು ಬಳಪದ ಕಲ್ಲುಗಳನ್ನು ಹಾಕಿದವರು ತಾವು ಗ್ರಾನೈಟ್ ಶಿಲೆ ಹಾಕಿದ್ದೇವೆ ಎಂದು ಬಂದು ಬಿಲ್ಲು ಕೇಳುತ್ತಾರೆ. ಬಚ್ಚಲು ಮನೆಗೆ ಮೂರು ಕೋಟ್ ಬಣ್ಣ ಹಚ್ಚಿದ್ದೇವೆ ಎಂದು ಬಂದು ಬಿಲ್ಲು ಕೇಳುವವರು, ಅಲ್ಲಿ ಹೋಗಿ ನಿಜವೇ ಸುಳ್ಳೇ ಎಂದು ತಜ್ಞರು ಗೋಡೆ ಕೆರೆದರೆ, ಕೇವಲ ಎರಡೇ ಕೋಟು ಬಣ್ಣ ಹಾಕಿರುವುದು ಕಾಣುತ್ತದೆ. ಕೊಡಬೇಕಾದ ಗುತ್ತಿಗೆ ಹಣವನ್ನು ಪಾವತಿ ಮಾಡದೇ ಇರಲು, ಅಲ್ಲಿನ ತೊಟ್ಟಿಕ್ಕುವ ನಲ್ಲಿಗಳು, ದೋಷಪೂರಿತ ತ್ಯಾಜ್ಯ ನಿರ್ವಹಣೆಯ ವ್ಯವಸ್ಥೆಗಳು... ಇಂಥವೇ ಜುಜುಬಿ

ಎನ್ನುವಂಥ ಕೆಲಸಗಳನ್ನು ಈಗ ಅವರಿಗೆ ವಹಿಸಲಾಗಿದೆ. ಮೊದಲಾದರೆ ಅವರು ಸತತವಾಗಿಯಲ್ಲದಿದ್ದರೂ ಆಗಾಗ್ಯೆ ಬ್ಯುನಸ್ ಐರಿಸ್ ಮತ್ತು ಪೆರ್ಸ ಪೊಲೀಸ್ ನಡುವೆ ದೊಡ್ಡ ದೊಡ್ಡ ಪ್ರಾಜೆಕ್ಟ್‌ಗಳ ಚರ್ಚೆಯಲ್ಲಿ ಭಾಗವಹಿಸಲು ವಿಮಾನದಲ್ಲಿ ಸಂಚರಿಸುತ್ತಿದ್ದರು. ಸೇನೆಯಲ್ಲಿ ಈ ಪ್ರಕ್ರಿಯೆಗೆ ಹಿಂಬಡ್ತಿ ಎಂದು ಕರೆಯುತ್ತಾರೆ. ಅದರಲ್ಲಿ ಒಂದಿಷ್ಟು ಅಪಮಾನವೂ ಸೇರಿಕೊಂಡಿರುತ್ತದೆ. ಪರಿಣಾಮವಾಗಿ ಅವರ ಹೊಟ್ಟೆಯಲ್ಲಿ ಇನ್ನೂ ಹುಣ್ಣುಗಳು ಆಗಿಲ್ಲ ಎನ್ನುವುದೇ ಒಂದು ಸಮಾಧಾನ. ಆದರೆ, ಈಗಾಗಲೇ ಬ್ಲೋರ್ನ ಅವರ ಹೊಟ್ಟೆ ಕಷ್ಟ ಕೊಡಲು ಆರಂಭಿಸಿದೆ.

ಗ್ಯೊಟೆನ್ ಬಂಧನವಾದಾಗ ಕೀಲಿ ಕೈ ಬಾಗಿಲ ಹೊರಗೆ ಇತ್ತೇ ಅಥವಾ ಒಳಗೆ ಇತ್ತೇ ಅಥವಾ ಬಾಗಿಲಿನ ಬೀಗ ಒಡೆದು ಆತ ಒಳಗೆ ಹೋಗಿದ್ದನೇ ಎಂದು ಅವರು ಕೊಪ್ಲಫೊರಸ್ಟನ್‌ಹೈಮ್‌ನಲ್ಲಿ ಸ್ಥಳೀಯ ಪೊಲೀಸ್ ಅಧಿಕಾರಿಯ ಬಳಿ ವಿಚಾರಿಸಿ ತಿಳಿದುಕೊಳ್ಳುವುದಕ್ಕಿಂತ ಮುಂಚೆ ತಮ್ಮದೇ ಆದ ರೀತಿಯಲ್ಲಿ ವಿಚಾರಣೆ ಮಾಡಿದರು. ಇದು ಅನಗತ್ಯವಾಗಿತ್ತು. ಎಲ್ಲ ವಿಚಾರಣೆಗಳು ಮುಗಿದಿರುವಾಗ ಏಕೆ ತಲೆ ಕೆಡಿಸಿಕೊಳ್ಳಬೇಕಿತ್ತು? ಇದು ಹೊಟ್ಟೆ ಹುಣ್ಣಿಗೆ ಯಾವ ರೀತಿಯಲ್ಲಿಯೂ ಪರಿಹಾರವಾಗುವ ವಿಚಾರವಾಗಿರಲಿಲ್ಲ. ಅದೃಷ್ಟಕ್ಕೆ ಪೊಲೀಸ್ ಮುಖ್ಯಸ್ಥ ಹರ್ಮನ್ಸ್ ಅವರು ಬ್ಲೋರ್ನ ಜೊತೆ ಬಹಳ ವಿಶ್ವಾಸದಿಂದ ಮಾತನಾಡಿದರು. ಇವರನ್ನೇನು ಅವರು ಕಮ್ಯುನಿಸ್ಟ್ ಎಂದೆಲ್ಲ ಆಪಾದಿಸಲಿಲ್ಲ. ಆದರೆ, ಈ ವಿಚಾರಣೆಯಲ್ಲಿ ತಲೆ ಹಾಕಬಾರದು ಎಂದು ಸ್ಪಷ್ಟವಾಗಿ ಹೇಳಿದರು.

ಬ್ಲೋರ್ನ ಅವರಿಗೆ ಇದ್ದುದರಲ್ಲಿಯೇ ಒಂದು ಸಮಾಧಾನದ ಸಂಗತಿ ಎಂದರೆ ಅವರ ಹೆಂಡತಿ ಅವರೊಂದಿಗೆ ಚೆನ್ನಾಗಿ ನಡೆದುಕೊಳ್ಳುತ್ತಿದ್ದರು. ಆದರೆ, ಅವರು ತಮ್ಮ ಹರಿತ ನಾಲಿಗೆಯನ್ನು ತಮ್ಮ ಗಂಡನ ವಿರುದ್ಧವಲ್ಲದೇ ಇತರರ ವಿರುದ್ಧ (ಎಲ್ಲ ಇತರರೂ ಅಲ್ಲ) ಬಳಸಲು ಸಿದ್ಧ ಮಾಡಿ ಇಟ್ಟುಕೊಂಡಿದ್ದರು. ತಮ್ಮ ವಿಲ್ಲಾ ಮಾರಿ ಅದರಿಂದ ಬಂದ ಹಣದಲ್ಲಿ ಕ್ಯಾಥರೀನಾಳ ಮನೆಯನ್ನು ಕೊಳ್ಳಬೇಕು ಎಂಬ ಅವರ ಯೋಚನೆಗೆ ಇದ್ದ ಒಂದೇ ಅಡ್ಡಿ ಎಂದರೆ ಕ್ಯಾಥರೀನಾಳ ಮನೆ ಚಿಕ್ಕದು ಎನ್ನುವುದು. ಬ್ಲೋರ್ನ ಅವರು ನಗರದಲ್ಲಿನ ತಮ್ಮ ಕಚೇರಿಯನ್ನು ಮುಚ್ಚಬೇಕು ಎಂದುಕೊಂಡಿದ್ದರು; ಜೊತೆಗೆ ಮನೆಯಿಂದ ಮಾಡುತ್ತಿದ್ದ ವೃತ್ತಿ ಸಂಬಂಧಿ ವ್ಯವಹಾರಗಳನ್ನೂ ನಿಲ್ಲಿಸಬೇಕು ಎಂದುಕೊಂಡಿದ್ದರು.

ಅವರು ಒಬ್ಬ ಉದಾರವಾದಿ ಎಂದು ಹೆಸರು ಮಾಡಿದ್ದರು. ಅವರನ್ನು ಅವರ ಗೆಳೆಯರು 'ಬಾನ್ ವಿವಾಂಟ್' (ಐಷಾರಾಮಿ ಮತ್ತು ಸಂಗಶೀಲ), ಅದ್ಭುತವಾಗಿ ಪಾರ್ಟಿಗಳನ್ನು ಏರ್ಪಡಿಸುತ್ತ ಸದಾ ಸಂತೋಷವಾಗಿರುವ ಸಹೋದ್ಯೋಗಿ, ಎಂದು ಕರೆಯುತ್ತಿದ್ದರು. ಆದರೆ, ತಮ್ಮ ಚಹರೆಗೆ ಸದಾ ವಿಪರೀತ ಮಹತ್ವ

ಕೊಟ್ಟಿದ್ದ ಅವರು ಈಗ ಅದನ್ನು ಅಲಕ್ಷಿಸಿ ಒಬ್ಬ ವಿರಕ್ತನ ಹಾಗೆ ಪರಿವರ್ತಿತರಾಗಲು ಹೊರಟಿದ್ದರು. ಅವರೀಗ ನಿಜವಾಗಿಯೂ ತಮ್ಮ ಚಹರೆಯನ್ನು ಅಲಕ್ಷಿಸಲು ತೊಡಗಿದ್ದರು. ಅದನ್ನೇನು ಅವರು ಕೇವಲ ಖಯಾಲಿಗಾಗಿ ಮಾಡಲು ಹೊರಟಿರಲಿಲ್ಲ. 'ಇದೇನು ಅವರು ಹೀಗೆ ತಮ್ಮ ವೈಯಕ್ತಿಕ ನೈರ್ಮಲ್ಯವನ್ನೂ ಅಲಕ್ಷಿಸುತ್ತಿದ್ದಾರೆ, ಅವರ ದೇಹದಿಂದ ಕೆಟ್ಟ ವಾಸನೆಯೂ ಬರುತ್ತಿದೆ' ಎಂದು ಅವರ ಕೆಲವು ಸಹೋದ್ಯೋಗಿಗಳು ಮಾತನಾಡಿಕೊಳ್ಳುತ್ತಿದ್ದರು. ಹೀಗಾಗಿ ಅವರ ಹೊಸ ಜೀವನದ ಬಗ್ಗೆ ಹೆಚ್ಚಿನ ಭರವಸೆಯೇನೂ ಉಳಿದಿರಲಿಲ್ಲ. (ಇಲ್ಲಿ ಏನನ್ನೂ ಮುಚ್ಚಿಡುತ್ತಿಲ್ಲ) ಅವರ ದೇಹದಿಂದ ಮೊದಲಿನ ವಾಸನೆ ಬರುತ್ತಿರಲಿಲ್ಲ. ಅಂದರೆ, ಬೆಳಿಗ್ಗೆ ಎದ್ದ ಕೂಡಲೇ ಸಾಕಷ್ಟು ಸಾಬೂನು, ಡಿಯೊಡ್ರೆಂಟ್‌ಗಳನ್ನು ಬಳಸಿ, ಸುವಾಸಿತ ನೀರಿನಿಂದ ಸ್ನಾನ ಮಾಡುವ ಒಬ್ಬ ವ್ಯಕ್ತಿಯ ಹಾಗೆ ಅವರು ಈಗ ಇರಲಿಲ್ಲ. ಸಂಕ್ಷಿಪ್ತವಾಗಿ ಹೇಳಬೇಕಾದರೆ, ಅವರಲ್ಲಿ ಗಣನೀಯ ಬದಲಾವಣೆ ಆಗುತ್ತಿದೆ.

ಅವರ ಗೆಳೆಯರು, ಕೆಲವರು ಇನ್ನೂ ಉಳಿದಿದ್ದಾರೆ, ಗ್ಯೊಟೆನ್-ಬ್ಲೂಮ್ ಪ್ರಕರಣದಲ್ಲಿ ವೃತ್ತಿಪರ ಸಂಬಂಧ ಹೊಂದಿರುವ ಹಾಶ್ ಅಂಥವರು ಈ ಬದಲಾವಣೆಯನ್ನು ಆತಂಕದಿಂದ ಗಮನಿಸುತ್ತಿದ್ದರು. ಅದರಲ್ಲಿಯೂ 'ನ್ಯೂಜ್' ಕುರಿತ ಅವರ ಆಕ್ರಮಣಕಾರಿ ಮನೋಭಾವ ಸ್ಫೋಟಗೊಳ್ಳುವ ಬದಲು, ಆ ಪತ್ರಿಕೆಯೂ ಅವರನ್ನು ಮರೆಯದೇ ಆಗೀಗ ಚಿಕ್ಕ ಪುಟ್ಟ ಸುದ್ದಿಗಳನ್ನು ಪ್ರಕಟಿಸಿ ಕಿಚಾಯಿಸುತ್ತಿತ್ತು, ಅವರು ಅದನ್ನೆಲ್ಲ ಒಳಗೊಳಗೇ ನುಂಗುತ್ತಿದ್ದಾರೆ ಎಂದು ಅನಿಸತೊಡಗಿತ್ತು. ಬ್ಲೋರ್ನ ಅವರು ಶಸ್ತ್ರಾಸ್ತ್ರಗಳನ್ನು ಹೊಂದಲು ಅಥವಾ ಸ್ಫೋಟಕಗಳನ್ನು ಸಂಯೋಜಿಸಲು ಯೋಚಿಸುತ್ತಿದ್ದಾರೆಯೇ ಎಂಬುದನ್ನು ರಹಸ್ಯವಾಗಿ ಪತ್ತೆ ಮಾಡುವಂತೆ ಅವರೆಲ್ಲ ಟ್ರೊಡ್ ಅವರಿಗೆ ಹೇಳಿದರು. ಏಕೆಂದರೆ ಕೊಲೆಯಾಗಿರುವ ಟ್ಯೋಟ್‌ಗೆಸ್‌ನ ಜಾಗದಲ್ಲಿ ಈಗಿನ್ ಹಾರ್ಡ್ ಟೆಂಪ್ಲರ್ ಎಂಬ ವರದಿಗಾರ ಬಂದಿದ್ದು ಅವನು ಟ್ಯೋಟ್‌ಗೆಸ್ ಮಾಡುತ್ತಿದ್ದ ಕೆಲಸವನ್ನೇ ಮುಂದುವರಿಸಿಕೊಂಡು ಹೊರಟಿದ್ದಾನೆ.

ಬ್ಲೋರ್ನ ಅವರು ಲೇವಾದೇವಿಗಾರನ ಅಂಗಡಿಗೆ ಹೋಗಿ ಅವನಿಗೆ ಒಂದು ಉಂಗುರ ಕೊಟ್ಟುದನ್ನು ಮತ್ತು ಲೇವಾದೇವಿಗಾರ ತನ್ನ ದುರ್ಬೀನಿನ ಮೂಲಕ ಅದರ ಮೌಲ್ಯವನ್ನು ನಿಷ್ಕರ್ಷೆ ಮಾಡುತ್ತಿದ್ದ ದೃಶ್ಯವನ್ನು ಆತ ಕಿಟಕಿಯ ಮೂಲಕ ತನ್ನ ಕ್ಯಾಮರಾದಲ್ಲಿ ಸೆರೆ ಹಿಡಿದಿದ್ದ. 'ನ್ಯೂಜ್'ನಲ್ಲಿ ಪ್ರಕಟವಾದ ಆ ಚಿತ್ರದ ಕೆಳಗೆ ಕೊಟ್ಟ ಶೀರ್ಷಿಕೆ ಹೀಗಿತ್ತು: "ಈ 'ಕೆಂಪು ಮಂದಿ'ಯ ಹಣಕಾಸು ಮೂಲಗಳೆಲ್ಲವೂ ಬತ್ತಿ ಹೋಗಿವೆಯೇ? ಅಥವಾ ತಾನು ಹಣಕಾಸು ಬಿಕ್ಕಟ್ಟಿನಲ್ಲಿ ಇದ್ದೇನೆ ಎಂದು ಇವರು ಸುಳ್ಳು ಸುಳ್ಳೇ ತೋರಿಸುತ್ತಿದ್ದಾರೆಯೇ?"

53

ತಾನು ಭಾನುವಾರದ ಬೆಳಗಿನವರೆಗೆ ಟ್ರೋಟ್‌ಗೆಸ್‌ನ ಮೇಲೆ ಸೇಡು ತೀರಿಸಿಕೊಳ್ಳಲು ನಿರ್ಧಾರ ಮಾಡಿರಲಿಲ್ಲ. ಅವನನ್ನು ಕೊಲೆ ಮಾಡುವುದು ತನ್ನ ಉದ್ದೇಶ ಆಗಿರಲೇ ಇಲ್ಲ, ಕೇವಲ ಹೆದರಿಸುವುದು ಮಾತ್ರ ಆಗಿತ್ತು ಎಂದು ಪ್ರಕರಣದ ವಿಚಾರಣೆ ಸಮಯದಲ್ಲಿ ಹೇಳಬೇಕು ಎಂದು ಕ್ಯಾಥರೀನಾಳನ್ನು ಒಪ್ಪಿಸುವುದು ಬ್ಲೋರ್ನ ಅವರಿಗೆ ದೊಡ್ಡ ಕಷ್ಟವಾಗಿತ್ತು. ಟ್ರೋಟ್‌ಗೆಸ್‌ನನ್ನು ಶನಿವಾರ ಸಂದರ್ಶನಕ್ಕಾಗಿ ಕರೆದಾಗ ಅವನ ಬಗ್ಗೆ ತನಗೆ ಏನು ಅನಿಸಿದೆ ಎಂಬುದನ್ನು ಅತ್ಯಂತ ಸ್ಪಷ್ಟವಾದ ಮಾತುಗಳಲ್ಲಿ ಆತನಿಗೇ ಹೇಳುವುದು ಮತ್ತು ತನ್ನ ಹಾಗೂ ತನ್ನ ತಾಯಿಯ ಜೀವನದ ಜೊತೆ ಆತ ಎಂಥ ಆಟವಾಡಿದ್ದಾನೆ ಎಂಬುದನ್ನು ಹೇಳುವುದು ತನ್ನ ಉದ್ದೇಶವಾಗಿತ್ತು; ಭಾನುವಾರದ ಪತ್ರಿಕೆಯನ್ನು ಓದಿದ ನಂತರವೂ ಆತನನ್ನು ಕೊಲೆ ಮಾಡುವುದು ತನ್ನ ಉದ್ದೇಶವಾಗಿರಲಿಲ್ಲ ಎಂದು ಆಕೆ ಹೇಳಬೇಕು ಎಂದು ಬ್ಲೋರ್ನ ಬಯಸಿದ್ದರು. ಆಕೆ ಬಹಳ ದಿನಗಳ ಹಿಂದೆಯೇ ಆತನ ಕೊಲೆ ಮಾಡಲು ಉದ್ದೇಶಿಸಿದ್ದಳು ಹಾಗೂ ಅದಕ್ಕೆ ತಕ್ಕ ಹಾಗೆಯೇ ಯೋಜನೆ ರೂಪಿಸಿ ಅದನ್ನು ಕಾರ್ಯಗತಗೊಳಿಸಿದಳು ಎಂಬ ಅಭಿಪ್ರಾಯವನ್ನು ನಿವಾರಿಸಬೇಕಾದುದು ಬಹಳ ಮುಖ್ಯ ಎಂದು ಅವರು ಅಂದುಕೊಂಡಿದ್ದರು.

ಗುರುವಾರದ ಪತ್ರಿಕೆಯಲ್ಲಿ ಮೊದಲ ಲೇಖನ ಬಂದಾಗಲೇ ತಾನು ಆತನ ಕೊಲೆ ಮಾಡಬೇಕು ಎಂದು ಯೋಚಿಸಿದ್ದಳು ಎಂದು ಆಕೆ ಹೇಳಿಕೊಂಡಿದ್ದಳಾದರೂ ಅನೇಕ ಜನರು– ಅದರಲ್ಲಿ ತಾವೂ ಸೇರಿದಂತೆ– ಆಗೀಗ ಹೀಗೆ ಕೊಲೆ ಮಾಡಬೇಕು ಎಂದು ಯೋಚಿಸುತ್ತಾರಾದರೂ ಹಾಗೆ ಯೋಚಿಸುವ ಮತ್ತು ಅದನ್ನು ಕಾರ್ಯಗತಗೊಳಿಸುವುದರ ನಡುವೆ ದೊಡ್ಡ ವ್ಯತ್ಯಾಸ ಇರುತ್ತದೆ ಎಂದು ಅವರು ಕ್ಯಾಥರೀನಾಳಿಗೆ ತಿಳಿಸಿ ಹೇಳಲೂ ಪ್ರಯತ್ನ ಮಾಡಿದರು. ಆದರೆ, ಕ್ಯಾಥರೀನಾಳಲ್ಲಿ ಲವಲೇಶವೂ ಪಶ್ಚಾತ್ತಾಪದ ಭಾವನೆ ಮೂಡದೇ ಇದ್ದುದು ಅವರನ್ನು ಇನ್ನೂ ಕಳವಳಕ್ಕೆ ದೂಡಿತ್ತು. ಅವಳು ನ್ಯಾಯಾಲಯದಲ್ಲಿಯೂ ಅದನ್ನು ವ್ಯಕ್ತಪಡಿಸುವುದಿಲ್ಲ ಎಂದು ಅವರಿಗೆ ಮನವರಿಕೆಯಾಗತೊಡಗಿತ್ತು. ಅವಳು ಖಿನ್ನಳೂ ಆಗಿರಲಿಲ್ಲ. ಅದಕ್ಕೆ ತದ್ವಿರುದ್ಧವಾಗಿ ಗೆಲುವಾಗಿಯೇ ಇದ್ದಳು. ತಾನು ಮತ್ತು ತನ್ನ ಪ್ರಿಯ ವ್ಯಕ್ತಿ ಗ್ಯೊಟೆನ್ 'ಒಂದೇ ಸ್ಥಿತಿಯಲ್ಲಿ ಜೀವಿಸುತ್ತಿದ್ದೇವೆ' ಎಂದು ಆಕೆಗೆ ಅನಿಸತೊಡಗಿತ್ತು.

ಸದ್ಯ ಆಕೆಯನ್ನು ಒಬ್ಬ ಮಾದರಿ ಕೈದಿ ಎಂದು ಪರಿಗಣಿಸಲಾಗಿತ್ತು. ಆಕೆ ಅಲ್ಲಿನ ಪಾಕಶಾಲೆಯಲ್ಲಿ ಕೆಲಸ ಮಾಡುತಿದ್ದಳು. ಆದರೆ, ಒಂದು ವೇಳೆ ವಿಚಾರಣೆ ಆರಂಭವಾಗುವುದು ವಿಳಂಬವಾದರೆ ಅವಳನ್ನು ಜೈಲಿನ ಹಣಕಾಸು ವಿಭಾಗಕ್ಕೆ ಅಧಿಕಾರಿಯಾಗಿ ವರ್ಗಾಯಿಸಲಾಗುತ್ತಿತ್ತು. ಆದರೆ, ಆಕೆಯನ್ನು ಬರಮಾಡಿಕೊಳ್ಳಲು

ಅಲ್ಲಿ ಯಾರಿಗೂ ಉತ್ಸಾಹವೇ ಇರಲಿಲ್ಲ (ಹಾಗೆಂದು ಕೇಳಿಯೂ ಬಂತು). ಜೈಲಿನ ಆಡಳಿತಕ್ಕೆ ಮತ್ತು ಅಲ್ಲಿ ಇದ್ದ ಕೈದಿಗಳಿಗೆ ಕ್ಯಾಥರೀನಾಳ ಹೆಸರಿನ ಜೊತೆಗಿದ್ದ ಪ್ರಾಮಾಣಿಕತೆ ಕುರಿತು ಒಂದು ರೀತಿಯ ದಿಗಿಲು ಇತ್ತು (ಏಕೆಂದರೆ ಕನಿಷ್ಠವೆಂದರೂ ಹದಿನೈದು ವರ್ಷಗಳ ಶಿಕ್ಷೆಯನ್ನು ಆಕೆಗೆ ವಿಧಿಸಬೇಕು ಎಂದು ಪ್ರಾಸಿಕ್ಯೂಷನ್ ವಾದಿಸುತ್ತಿತ್ತು ಮತ್ತು ಆಕೆಗೆ ಎಂಟರಿಂದ ಹತ್ತು ವರ್ಷಗಳ ಶಿಕ್ಷೆ ಆಗುವ ಸಂಭವ ಇತ್ತು). ಆಗ ಆ ಎಲ್ಲ ಅವಧಿಯುದ್ದಕ್ಕೂ ಆಕೆ ಜೈಲಿನ ಹಣಕಾಸು ವಿಭಾಗದಲ್ಲಿಯೇ ಅಧಿಕಾರಿಯಾಗಿ ಇರಬೇಕಾಗುತ್ತಿತ್ತು. ಜಾಣ್ಮೆಯಿಂದ ಕೆಲಸ ಮಾಡುವ ಸಾಮರ್ಥ್ಯದ ಜೊತೆಗೆ ಪ್ರಾಮಾಣಿಕತೆಯೂ ಸೇರಿಕೊಂಡಿದ್ದರೆ ಅದು ಯಾರಿಗೂ ಬೇಕಾಗಿರುತ್ತಿರಲಿಲ್ಲ, ಕೈದಿಗಳಿಗೂ ಅದು ಬೇಡ ಮತ್ತು ಕೈದಿಗಳ ಉಸ್ತುವಾರಿ ನೋಡಿಕೊಳ್ಳುವ ಬಂದೀಖಾನೆಗಳ ಆಡಳಿತ ವರ್ಗಕ್ಕೂ ಬೇಡ ಎನ್ನುವಂತೆ ಆಗಿತ್ತು!

54

ಗೊಟ್ಟೆನ್ ವಿರುದ್ಧದ ಕೊಲೆ ಆರೋಪ ನಿಲ್ಲುವಂತೆ ಕಾಣುವುದಿಲ್ಲವಾದ್ದರಿಂದ ಅದನ್ನು ಕೈ ಬಿಡಲಾಗುತ್ತಿದೆ ಎಂದು ಬ್ಲೋರ್ನ ಅವರಿಗೆ ಹಾಶ್ ಅವರು ಖಾಸಗಿಯಾಗಿ ಮಾಹಿತಿ ಕೊಟ್ಟರು. ಅವನು ತನ್ನ ಅವಧಿ ಮುಗಿಯುವುದಕ್ಕಿಂತ ಮುಂಚೆಯೇ ಸೇನೆಯನ್ನು ಬಿಟ್ಟು ಬಂದಿರುವುದು ಮಾತ್ರವಲ್ಲ ಈ ಗೌರವಾನ್ವಿತವಾದ ಸಂಸ್ಥೆಗೆ (ನೈತಿಕವಾಗಿ ಮತ್ತು ಭೌತಿಕವಾಗಿ) ಸಾಕಷ್ಟು ಹಾನಿಯಾಗುವಂತೆ ನಡೆದುಕೊಂಡಿರುವುದು ಸಾಬೀತಾಗಿದೆ ಎಂದು ಪರಿಗಣಿಸಲಾಗಿದೆ. ಅವನು ಮಾಡಿದ ಅಪರಾಧ ಬ್ಯಾಂಕಿನ ದರೋಡೆಯಲ್ಲ. ಬ್ಯಾಂಕಿನಲ್ಲಿ ಇದ್ದ ಒಂದು ಸೇಫ್‌ನಿಂದ ಭಾರಿ ಪ್ರಮಾಣದ ನಗದು ಹಾಗೂ ಎರಡು ರೆಜಿಮೆಂಟುಗಳ ವೇತನದ ಹಣವನ್ನು ಖಾಲಿ ಮಾಡಿರುವುದು, ಸುಳ್ಳು ಲೆಕ್ಕ ಪತ್ರ ಕೊಟ್ಟಿರುವುದು ಮತ್ತು ಒಂದು ಶಸ್ತ್ರವನ್ನು ಕದ್ದಿರುವುದು ಅವನ ವಿರುದ್ಧ ಇರುವ ಆರೋಪ. ಅಂತೂ, ಎಂಟರಿಂದ ಹತ್ತು ವರ್ಷಗಳ ಶಿಕ್ಷೆ ಅವನಿಗಾಗಿ ಕಾದಿದೆ ಎಂಬುದು ಸತ್ಯ. ಅಂದರೆ, ಆತ ಜೈಲಿನಿಂದ ಬಿಡುಗಡೆಯಾದಾಗ ಅವನಿಗೆ 44 ವರ್ಷ ವಯಸ್ಸಾಗಿರುತ್ತದೆ. ಮತ್ತು ಕ್ಯಾಥರೀನಾಗೆ 35 ವರ್ಷ ವಯಸ್ಸಾಗಿರುತ್ತದೆ.

ಅವಳು ಈಗಾಗಲೇ ತನ್ನ ಭವಿಷ್ಯದ ಜೀವನ ಕುರಿತು ಯೋಜನೆ ರೂಪಿಸಿದ್ದಾಳೆ. ಅವಳು ಜೈಲಿನಿಂದ ಬಿಡುಗಡೆಯಾಗುವ ವೇಳೆಗೆ ಅವಳ ಬಳಿ ಇರುವ ಹಣವನ್ನು ಅದರ ಮೇಲೆ ಬಂದ ಬಡ್ಡಿಯು ಗಣನೀಯ ಪ್ರಮಾಣದಲ್ಲಿ ಹೆಚ್ಚಿಸಿರುತ್ತದೆ. ಕಾಲ ಬಂದಾಗ, 'ಖಂಡಿತ ಇಲ್ಲಿಯಂತೂ ಅಲ್ಲ, ಬೇರೆ ಕಡೆ ಎಲ್ಲಿಯಾದರೂ ಹೊರಗಡೆ'

ಕೇಟರಿಂಗ್ ಸೇವೆ ಇರುವ ರೆಸ್ಟೋರೆಂಟ್‌ವೊಂದನ್ನು ತೆರೆಯಬೇಕು ಎಂದು ಆಕೆ ಅಂದುಕೊಂಡಿದ್ದಾಳೆ. ತನ್ನ ಗಂಡನಾಗಿ ಗ್ಯೊಟೆನ್‌ನನ್ನು ಆಯ್ಕೆ ಮಾಡಿಕೊಳ್ಳಲು ಅನುಮತಿ ಕೊಡುವ ನಿರ್ಧಾರವನ್ನು ಅತ್ಯುನ್ನತ ಮಟ್ಟದಲ್ಲಿ, ಕೇವಲ ಉನ್ನತ ಮಟ್ಟದಲ್ಲಿ ಅಲ್ಲ, ಪರಿಗಣಿಸಬೇಕಾಗುತ್ತದೆ ಎಂದು ಅವಳಿಗೆ ತಿಳಿದಿದೆ. ಈಗಾಗಲೇ ಅದಕ್ಕೆ ಸಂಬಂಧಪಟ್ಟ ಅರ್ಜಿಗಳು ಸಲ್ಲಿಕೆಯಾಗಿದ್ದು ಅವು ಒಂದು ಇಲಾಖೆಯಿಂದ ಇನ್ನೊಂದು ಇಲಾಖೆಗೆ ಹೋಗುವ ದೀರ್ಘ ಪಯಣ ಆರಂಭವಾಗಿದೆ. ಈ ನಡುವೆ ಸ್ಟ್ರಾಯ್‌ಬ್ಲೆಡರ್ ಅವರ ಹಳ್ಳಿ ಮನೆಯಿಂದ ಗ್ಯೊಟೆನ್ ಮಾಡಿದ ಎಲ್ಲ ಕರೆಗಳು ಸೇನಾ ಸಿಬ್ಬಂದಿ ಮತ್ತು ಅವರ ಪತ್ನಿಯರಿಗೆ, ಸೇನೆಯ ಅಧಿಕಾರಿಗಳಿಗೆ ಹಾಗೂ ಅವರ ಪತ್ನಿಯರಿಗೆ ಮಾಡಿದ ಕರೆಗಳೇ ಆಗಿವೆ. ಹೀಗಾಗಿ ಇದು ತಕ್ಕಮಟ್ಟಿನ ಹಗರಣವಾಗಿಯೂ ಪರಿಣಮಿಸುವ ಸಾಧ್ಯತೆ ಗೋಚರಿಸುತ್ತಿದೆ.

55

ಸದ್ಯ ತನಗಿರುವ ಸ್ವಾತಂತ್ರ್ಯಕ್ಕೆ ತನ್ನನ್ನು ಸೀಮಿತಗೊಳಿಸಿಕೊಂಡಿರುವ ಕ್ಯಾಥರೀನಾಳಿಗೆ ತನ್ನ ಭವಿಷ್ಯದ ಕುರಿತು ಯಾವುದೇ ತಳಮಳವಿಲ್ಲ. ಆದರೆ, ವೋಲ್ಟೆರ್ಸ್‌ಹೈಮ್ ಅವರ ಮನಸ್ಸಿನಲ್ಲಿ ಕಟುತ್ವ ತುಂಬಿಕೊಳ್ಳುತ್ತಿದೆ. ತನ್ನ ತಾಯಿ ಹಾಗೂ ಸ್ಟಾಲಿನಿಸಂಗೆ ಬಲಿಯಾದ ತಮ್ಮ ತಂದೆಯ ಬಗೆಗೆ ಎಂಥ ಮಾನಹಾನಿಕರ ಮಾತುಗಳನ್ನು ಕೇಳಬೇಕಾಯಿತಲ್ಲ ಎಂದು ಅವರ ಮನಸ್ಸು ತೀವ್ರವಾಗಿ ಕಲಕಿ ಹೋಗಿದೆ. ಅವರಲ್ಲಿ ಕಂಡು ಬರುತ್ತಿರುವ ಈ ತೀವ್ರ ಸಮಾಜವಿರೋಧಿ ಮನೋಭಾವವನ್ನು ಬೈಟೆರ್ಸ್ ಕೂಡ ನಿವಾರಿಸಲು ಆಗುತ್ತಿಲ್ಲ. ವೋಲ್ಟೆರ್ಸ್‌ಹೈಮ್ ಈಗೀಗ ಕೋಲ್ಡ್ ಬಫೆಯನ್ನು (ಪಾಶ್ಚಾತ್ಯರಲ್ಲಿ ರೂಢಿ ಇರುವ, ಊಟಕ್ಕಿಂತ ಮುಂಚೆ ತಿನ್ನುವ ಬಿಸಿಯಿರದ ಆಹಾರ) ಏರ್ಪಡಿಸುವುದರಲ್ಲಿ, ಪೂರೈಸುವುದರಲ್ಲಿ ಮತ್ತು ಮೇಲ್ವಿಚಾರಣೆ ಮಾಡುವುದರಲ್ಲಿ ಹೆಚ್ಚು ಹೆಚ್ಚು ತೊಡಗಿಕೊಳ್ಳುತ್ತಿದ್ದಾರೆ. ಆದರೆ, ಅವರ ಆಕ್ರಮಣಶೀಲತೆ ಅವರ ಅತಿಥಿಗಳ ವಿರುದ್ಧ ತೀವ್ರವಾಗಿ ವ್ಯಕ್ತವಾಗುತ್ತಿದೆ. ಅವರು ಸ್ವದೇಶಿ ಪತ್ರಕರ್ತರೇ ಇರಲಿ, ವಿದೇಶಿ ಪತ್ರಕರ್ತರೇ ಇರಲಿ, ಬ್ಯಾಂಕರುಗಳೇ ಇರಲಿ ಅಥವಾ ಕಿರಿಯ ಅಧಿಕಾರಿಗಳೇ ಇರಲಿ ಅವರ ಬಗೆಗಿನ ಅಸಹನೆ ತುಂಬಿ ತುಳುಕುತ್ತಿದೆ. "ಕೆಲವು ಸಾರಿ, ರಾತ್ರಿ ಊಟಕ್ಕೆ ಬಂದ ಯಾವನೋ ಪೆದ್ದನ ಜಾಕೆಟಿನ ಮೇಲೆ ಆಲೂಗಡ್ಡೆ ಸಾಲಡ್ ಬಟ್ಟಲನ್ನು ಹಾಕಿಬಿಡಬೇಕು ಅಥವಾ ಮೀನಿನ ತಣ್ಣನೆಯ ತುಣುಕುಗಳನ್ನು ಇನ್ನಾರೋ ಮೂರ್ಖಳ ಎದೆಯ ಬಿರುಕಿನಲ್ಲಿ ಸುರಿಯಬೇಕು ಎಂದು ಅನಿಸುವುದನ್ನು ಬಲವಂತವಾಗಿ ತಡೆದುಕೊಳ್ಳುತ್ತಿದ್ದೇನೆ," ಎಂದು ಆಕೆ ಬ್ಲೋರ್ನ ಅವರಿಗೆ ಹೇಳಿ ಬಹಳ ದಿನಗಳೇನೂ ಆಗಿಲ್ಲ.

"ಈ ಚಿತ್ರವನ್ನು ನಮ್ಮ ಬದಿಯಿಂದ ನೋಡಲು ಪ್ರಯತ್ನಿಸೋಣ: ಲಕ್ಷಾಧೀಶ್ವರರು ಮತ್ತು ಅವರ ಹೆಂಡತಿಯರು ಊಟಕ್ಕಿಂತ ಮುಂಚಿನ ಚಿಕ್ಕಪುಟ್ಟ ತಿಂಡಿಗಳನ್ನು ತಿನ್ನಲು ಬಾಯಿ ತೆರೆದುಕೊಂಡು, ನಾಲಿಗೆ ಚಾಚಿಕೊಂಡು ಧಾವಿಸಿ ಬರುವುದನ್ನು, ತಮ್ಮ ಜೇಬು, ಪರ್ಸುಗಳಲ್ಲಿ ಅದೇ ಚಿಕ್ಕ ಪುಟ್ಟ ಕೇಕು, ಬಿಸ್ಕತ್ತು, ಸಿಗರೇಟು, ಬೆಂಕಿ ಪೊಟ್ಟಣಗಳನ್ನು ತುಂಬಿಕೊಳ್ಳುವುದನ್ನು ನಾವು ನೋಡಿದ್ದೇವೆ ಅಲ್ಲವೇ? ಇನ್ನೇನು ಅವರು ಕಾಫಿ ಇತ್ಯಾದಿಗಳನ್ನು ರವಾನಿಸಲು ಪ್ಲಾಸ್ಟಿಕ್ ಡಬ್ಬಗಳನ್ನೇ ತಂದು ಬಿಡುತ್ತಾರೋ ಏನೋ? ಇದೆಲ್ಲದಕ್ಕೂ ಒಂದಲ್ಲ ಒಂದು ರೀತಿ ನಾವು ತೆರಿಗೆ ಕೊಟ್ಟಿದ್ದೇವೆ. ಬಫೆ ಇರುವ ಕಡೆಗೆ ಇವರು ಬೆಳಗಿನ ತಿಂಡಿ, ಮಧ್ಯಾಹ್ನದ ಊಟ ಕೂಡ ಮಾಡದೇ ಬಂದವರಂತೆ ಹದ್ದುಗಳ ಹಾಗೆ ಮುಗಿಬೀಳುತ್ತಾರೆ. ನಿಜವಾದ ಹದ್ದುಗಳಿಗೆ ಅವಮಾನ ಮಾಡುವುದು ನನ್ನ ಉದ್ದೇಶವಲ್ಲ," ಎಂದ ವೋಲ್ಫೆರ್ಸ್‌ಹೈಮ್ ಅವರ ಮಾತುಗಳಲ್ಲಿ ಕಹಿ ಎದ್ದು ಕಾಣುತ್ತಿತ್ತು.

56

ಇದುವರೆಗೆ ಹೊಡೆದಾಟದ ಒಂದೇ ಒಂದು ಪ್ರಸಂಗವನ್ನು ನೋಡಿದ್ದೇವೆ. ಅದು ಕೂಡ ಸಾಕಷ್ಟು ಸಾರ್ವಜನಿಕರ ಗಮನ ಸೆಳೆಯಿತು. ಫ್ರೆಡರಿಕ್ ಲೀ ಬಾಷ್ ಅವರ ವರ್ಣಚಿತ್ರಗಳ ಪ್ರದರ್ಶನ ಏರ್ಪಾಡಾಗಿತ್ತು. ಬ್ಲೋರ್ನ ಅದರ ವ್ಯವಸ್ಥೆ ಮಾಡಿದ್ದರು. ಈ ವರ್ಣಚಿತ್ರಗಳ ಪ್ರದರ್ಶನದಲ್ಲಿ ಬ್ಲೋರ್ನ ಮತ್ತು ಸ್ಟ್ರಾಯ್‌ಬ್ಲೆಡರ್ ಮುಖಾಮುಖಿಯಾದರು. ಸ್ಟ್ರಾಯ್‌ಬ್ಲೆಡರ್ ತನ್ನ ಮುಖದಲ್ಲಿ ನಗೆ ತುಳುಕಿಸುತ್ತಿದ್ದಂತೆಯೇ ಬ್ಲೋರ್ನ ತಮ್ಮ ಕೈಗಳನ್ನು ಹಸ್ತಲಾಘವಕ್ಕೆ ಮುಂದೆ ಮಾಡಲಿಲ್ಲ. ಆದರೆ, ಸ್ಟ್ರಾಯ್‌ಬ್ಲೆಡರ್ ತಾನೇ ಅವರ ಕೈಗಳನ್ನು ಎಳೆದು ಹಿಡಿದುಕೊಂಡು, "ದಯಮಾಡಿ ಇದನ್ನೆಲ್ಲ ಬಹಳ ಗಂಭೀರವಾಗಿ ನೋಡಬೇಡಿ. ನೀವು ಮತ್ತು ಟ್ರೂಡ್ ನಾಯಿಪಾಡು ಪಡುವುದನ್ನು ನೋಡುತ್ತ ನಾವೇನು ಸುಮ್ಮನೆ ಕೂಡ್ರುವುದಿಲ್ಲ. ನೀವೇ ಇದಕ್ಕೆಲ್ಲ ಕಾರಣರಾಗಿದ್ದೀರಿ," ಎಂದ. ಹಾಗೆ ಹೇಳುತ್ತಿದ್ದಂತೆಯೇ ಆತನ ದವಡೆಗೆ ಬ್ಲೋರ್ನ ಗುದ್ದಿದರು. ಸ್ಟ್ರಾಯ್‌ಬ್ಲೆಡರ್ ಮೂಗಿನಿಂದ ರಕ್ತ ಸುರಿಯತೊಡಗಿತು. ನಾಲ್ಕಾರು ಹನಿ ಇರಬಹುದು. ತಕ್ಷಣ ಆತ ಹಿಂದೆ ಸರಿದನಾದರೂ, "ನಾನು ನಿಮ್ಮನ್ನು ಕ್ಷಮಿಸುತ್ತೇನೆ. ನಾನು ಎಲ್ಲವನ್ನೂ ಕ್ಷಮಿಸುತ್ತೇನೆ. ಏಕೆಂದರೆ ಈಗಿನ ನಿಮ್ಮ ಮನಃಸ್ಥಿತಿ ಹಾಗಿದೆ," ಎಂದ. ಇದರಿಂದ ಬ್ಲೋರ್ನ ಇನ್ನೂ ಉದ್ವಿಗ್ನಗೊಂಡರು. ಇದು 'ಕೈ ಕೈ ಮಿಲಾಯಿಸುವ' ಹಂತ ತಲುಪಿತು ಎಂದು ಅಲ್ಲಿ ಇದ್ದ ಜನರು ಹೇಳಿದರು. ಇವರು ಇಬ್ಬರೂ ಸಾರ್ವಜನಿಕವಾಗಿ ಹೀಗೆ ನಡೆದುಕೊಳ್ಳುತ್ತಿದ್ದಾಗ 'ನ್ಯೂಜ್' ಪತ್ರಿಕೆಯ ಛಾಯಾಗ್ರಾಹಕ ಕೊಟ್ವೆನ್‌ಜೆಲ್ (ಕೊಲೆಯಾದ ಶ್ಪ್ಯೋನ್ನರ್‌ನ ಜಾಗಕ್ಕೆ ಬಂದವನು)

ಅಲ್ಲಿಯೇ ಇದ್ದ. 'ನ್ಯೂಜ್' ಪತ್ರಿಕೆಯಲ್ಲಿ ಈ ಕೈ ಕೈ ಮಿಲಾಯಿಸುವಿಕೆಯ ಚಿತ್ರ ಪ್ರಕಟವಾಯಿತು. ಆ ಪತ್ರಿಕೆಯ ಈಚಿನ ಪ್ರವೃತ್ತಿ ನಮಗೆ ಗೊತ್ತಾಗಿರುವುದರಿಂದ ನಮಗೆ ಅದೇನು ಆಶ್ಚರ್ಯಕರವಾಗಿ ಕಾಣಿಸುವುದಿಲ್ಲ. ಆ ಚಿತ್ರದ ಕೆಳಗೆ ಇದ್ದ ಶೀರ್ಷಿಕೆ ಹೀಗಿತ್ತು: 'ಎಡಪಂಥೀಯ ವಕೀಲರಿಂದ ಬಲಪಂಥೀಯ ರಾಜಕಾರಣಿ ಮೇಲೆ ಹಲ್ಲೆ' ಅದೃಷ್ಟಕ್ಕೆ ಅದು ಮರುದಿನದ ಪತ್ರಿಕೆಯಲ್ಲಿ ಬಂತು ಎಂದು ಹೇಳಬೇಕಿಲ್ಲ!

ಇದು ಇಲ್ಲಿಗೇ ಮುಗಿಯಲಿಲ್ಲ. ಅದೇ ಜಾಗದಲ್ಲಿ ಸ್ಟಾಯ್‌ಬ್ಲೆಡರ್ ಪತ್ನಿ ಮೌದ್ ಹಾಗೂ ಬ್ಲೋರ್ನ ಪತ್ನಿ ಟ್ರೂಡ್ ಅವರೂ ಮುಖಾಮುಖಿಯಾದರು. "ನನಗೆ ನಿನ್ನ ಬಗೆಗೆ ಸಹಾನುಭೂತಿ ಇದೆ ಪ್ರಿಯ ಟ್ರೂಡ್" ಎಂದು ಮೌದ್ ಹೇಳಿದರು. ಅದಕ್ಕೆ ಉತ್ತರವಾಗಿ, "ನಿನ್ನ ಸಹಾನುಭೂತಿಯನ್ನು ನೀನು ಇಡುವ ಇತರ ಭಾವನೆಗಳ ಜೊತೆಗೆ ಫ್ರಿಜ್‌ನಲ್ಲಿ ಇಟ್ಟುಬಿಡು," ಎಂದರು ಟ್ರೂಡ್. ಆದರೂ ಮೌದ್, "ಇಲ್ಲ, ಇಲ್ಲ, ನೀವು ಎಷ್ಟೇ ಕೆಡುಕಿನ ಮಾತುಗಳನ್ನು ಆಡಿದರೂ ನಿಮ್ಮ ಬಗೆಗಿನ ನನ್ನ ಸಹಾನುಭೂತಿ ಕಡಿಮೆ ಆಗುವುದಿಲ್ಲ," ಎಂದು ತಮ್ಮ ಕ್ಷಮಾಶೀಲತೆಯನ್ನು, ಕರುಣೆ ಮತ್ತು ನಿಜವಾದ ಪ್ರೀತಿಯನ್ನು ವ್ಯಕ್ತಪಡಿಸಿದರು. ಅದಕ್ಕೆ ಟ್ರೂಡ್ ಕೊಟ್ಟ ಉತ್ತರವನ್ನು ಇಲ್ಲಿ ಪುನರಾವರ್ತನೆ ಮಾಡಲು ಆಗದು. ಅವು ಅವರ ಘನತೆಗೆ ಧಕ್ಕೆ ತರುತ್ತವೆ. ಅವರು ಹೇಳಿದ ಮಾತುಗಳ ಸಾರಾಂಶ: ಸ್ಟಾಯ್‌ಬ್ಲೆಡರ್ ಹೇಗೆ ತಮ್ಮ ಜೊತೆ ಹಲವು ಸಾರಿ ಅಸಭ್ಯವಾಗಿ ನಡೆದುಕೊಂಡರು, ಆ ಮೂಲಕ ಒಬ್ಬ ಅಟಾರ್ನಿಯ ಹೆಂಡತಿಗೆ ಇರಬೇಕಾದ ವೃತ್ತಿಪರ ಖಾಸಗಿತನ ಕೂಡ ಉಲ್ಲಂಘನೆಯಾಯಿತು. ನಿಮ್ಮ ಗಂಡ, "ಒಂದು ನಿರ್ದಿಷ್ಟ ಅಪಾರ್ಟ್‌ಮೆಂಟಿನಲ್ಲಿ ಉಂಗುರ ಬಿಟ್ಟು ಬಂದಿದ್ದಾರೆ. ಅಲ್ಲಿರುವ ಮಹಿಳೆಗೆ ಪತ್ರ ಬರೆದಿದ್ದಾರೆ. ಸಾಲದು ಎಂದು ತಮ್ಮ ಐಷಾರಾಮಿ ಮನೆಯ ಬೀಗದ ಕೈಯನ್ನೂ ಆಕೆಗೆ ಕೊಟ್ಟು ಬಂದಿದ್ದಾರೆ. ಸಂಗಾತಿ ಹುಡುಕಾಟದಲ್ಲಿ ಸತತವಾಗಿ ತಿರಸ್ಕೃತನಾದ ವ್ಯಕ್ತಿ ನಿಮ್ಮ ಗಂಡ," ಎಂದು ಟ್ರೂಡ್ ಹಂಗಿಸಿದರು.

ಇವರು ಇಬ್ಬರೂ ಇನ್ನೂ ಎಷ್ಟು ಹೊತ್ತು ಹೀಗೆಯೇ ಜಗಳವಾಡುತ್ತಿದ್ದರೋ ಏನೋ ಕಲಾವಿದ ಫ್ರೆಡರಿಕ್ ಲಿ ಬಾಷ್ ಮಧ್ಯ ಪ್ರವೇಶಿಸಿ 'ಹೋಗಲಿ ಬಿಡಿ' ಎಂದು ಅವರನ್ನು ಆಚೆ ಸರಿಸಿದ. ಈ ನಡುವೆ ಆತ, ಸ್ಟಾಯ್‌ಬ್ಲೆಡರ್ ಅವರ ಮೂಗಿನಿಂದ ಸುರಿದ ರಕ್ತವನ್ನು ಒಂದು ಬ್ಲಾಟಿಂಗ್ ಕಾಗದದಲ್ಲಿ ಹಿಡಿದು ಅದನ್ನೇ ಒಂದು ಚಿತ್ರವಾಗಿ ಮಾಡಿ "ತಕ್ಷಣದ ಕಲೆಗೆ ಒಂದು ಮಾದರಿ" ಎಂದು ಬಣ್ಣಿಸಿ ತನ್ನ ಪ್ರಸಂಗಾವಧಾನ ಮೆರೆದ. ಆ ಚಿತ್ರದ ಕೆಳಗೆ "ಬಹುಕಾಲದ ಗೆಳೆತನದ ಅಂತ್ಯ" ಎಂಬ ಶೀರ್ಷಿಕೆ ಬರೆದು ಅದನ್ನು (ಸ್ಟಾಯ್‌ಬ್ಲೆಡರ್ ಅವರಿಗೆ ಅಲ್ಲ) ಬ್ಲೋರ್ನ ಅವರ ಕೈಗೆ ಇಟ್ಟು: "ನೀವು ಇದನ್ನು ಬೇರೆ ಎಲ್ಲಿಯಾದರೂ ಹೋಗಿ ಮಾರಿ ನಿಮ್ಮ

ಸಾಲ ತೀರಿಸಿಕೊಳ್ಳಬಹುದು," ಎಂದು ಹೇಳಿದ. ಈ ಘಟನೆಯಿಂದ ಮತ್ತು ಅಲ್ಲಿ ಇದಕ್ಕೆ ಮುಂಚೆ ನಡೆದ ಹಿಂಸಾತ್ಮಕ ಪ್ರಸಂಗಗಳಿಂದ ಕಲೆಗೆ ಈಗಲೂ ಸಾಮಾಜಿಕ ಸಂಬಂಧ ಎನ್ನುವುದು ಇದೆ ಎಂದು ನಾವು ಊಹಿಸಬಹುದು.

57

ನಾವು ಈಗ ಸಮಾರೋಪದ ಹಂತಕ್ಕೆ ತಲುಪುತ್ತಿದ್ದು ಅಲ್ಲಿ ಕೊಂಚ ಕೂಡ ಸೌಹಾರ್ದ ಉಳಿದಿದೆ ಎಂದು ನಾವು ಹೇಳಲು ಸಾಧ್ಯವಿಲ್ಲದೇ ಇರುವುದು ಹಾಗೂ ಭವಿಷ್ಯದ ಕುರಿತು ಕನಿಷ್ಠ ಆಶಾವಾದವೂ ಉಳಿದಿಲ್ಲದೇ ಇರುವುದು ನಿಜಕ್ಕೂ ವ್ಯಥೆ ಹುಟ್ಟಿಸುವಂತಿದೆ. ಈಗ ಹೊರಹೊಮ್ಮಿರುವುದು ಒಟ್ಟಂದವಲ್ಲ ಬದಲಿಗೆ ಸಂಘರ್ಷ. ಹಾಗಾಗಿ ಸಹಜವಾಗಿಯೇ ಈಗ ಏಳುವ ಪ್ರಶ್ನೆ ಎಂದರೆ ಇದೆಲ್ಲ ಏಕೆ ಎನ್ನುವುದು? ಇಲ್ಲಿ ಒಬ್ಬ ಯುವ ಹೆಣ್ಣುಮಗಳು ಇದ್ದಾಳೆ. ಆಕೆ ಸದಾ ಹಸನ್ಮುಖಳಾಗಿ ಇರುವಂಥವಳು, ಉಲ್ಲಾಸದಿಂದ ಇರುವಂಥವಳು. ಅವಳು ಯಾವುದೇ ಸಮಸ್ಯಾತ್ಮಕವಲ್ಲದ ಪುಟ್ಟ ಖಾಸಗಿ ಪಾರ್ಟಿಯೊಂದರಲ್ಲಿ ಡಾನ್ಸ್ ಮಾಡಲು ಹೋಗುತ್ತಾಳೆ. ನಾಲ್ಕು ದಿನಗಳ ನಂತರ ಅವಳು (ಇದು ಕೇವಲ ವರದಿಯಾದುದರಿಂದ ಮತ್ತು ನ್ಯಾಯತೀರ್ಮಾನ ಅಲ್ಲವಾದ್ದರಿಂದ ನಾವು ಕೇವಲ ಘಟನೆಗಳಿಗೆ ಮಾತ್ರ ನಮ್ಮನ್ನು ನಾವು ಸೀಮಿತಗೊಳಿಸಿಕೊಳ್ಳೋಣ) ಕೊಲೆಗಾರ್ತಿಯಾಗುತ್ತಾಳೆ.

ನಾವು ಇಲ್ಲಿನ ಸಂಗತಿಗಳನ್ನು ಸೂಕ್ಷ್ಮವಾಗಿ ಪರಿಶೀಲಿಸಿದರೆ ಅವಳು ಹಾಗೆ ಆದುದು ವೃತ್ತಪತ್ರಿಕೆಯ ವರದಿಗಳಿಂದ ಎಂದು ಗೊತ್ತಾಗುತ್ತದೆ. ನಾವು ಅನೇಕ ವರ್ಷಗಳ ಕಾಲ ಗೆಳೆಯರಾಗಿದ್ದವರ ನಡುವೆ ಜಗಳ ನಡೆದುದನ್ನು, ಅವರು ಉದ್ವಿಗ್ನರಾದುದನ್ನು, ಅಂತಿಮವಾಗಿ ಕೈ ಕೈ ಮಿಲಾಯಿಸಿದುದನ್ನು ನೋಡಿದ್ದೇವೆ. ಅವರ ಹೆಂಡತಿಯರು ಚೂಪಾದ ಮಾತುಗಳಿಂದ ಪರಸ್ಪರರಿಗೆ ತಿವಿದುದನ್ನು ಕಂಡಿದ್ದೇವೆ. ಅವರು ಪರಸ್ಪರರ ಸಹಾನುಭೂತಿಯನ್ನು ನಿರಾಕರಿಸಿದ್ದಾರೆ, ಪ್ರೀತಿಯನ್ನು ತಿರಸ್ಕರಿಸಿದ್ದಾರೆ. ನಿಜವಾಗಿಯೂ ಬೇಸರ ಹುಟ್ಟಿಸುವ ಬೆಳವಣಿಗೆಗಳು ಇವು.

ಪ್ರವಾಸವನ್ನು, ಐಷಾರಾಮಿ ಜೀವನವನ್ನು ಪ್ರೀತಿಸುವ ಒಬ್ಬ ಸ್ನೇಹಪರ, ಸಹನಶೀಲ ವ್ಯಕ್ತಿ ತನ್ನ ದೇಹದಿಂದ ದುರ್ಗಂಧ ಸೂಸುವಷ್ಟು ತನ್ನನ್ನು ತಾನೇ ಅಲಕ್ಷಿಸುತ್ತಾರೆ! ಅವರ ಬಾಯಿಯಿಂದ ದುರ್ವಾಸನೆ ಬರುತ್ತಿದೆ ಎಂದೂ ಕಂಡು ಬಂದಿದೆ. ಅವರು ತಮ್ಮ ಮನೆಯನ್ನು ಮಾರಲು ಇಡುತ್ತಾರೆ, ಲೇವಾದೇವಿಗಾರನ ಬಳಿ ಹೋಗುತ್ತಾರೆ. ಅವರ ಹೆಂಡತಿ ಇನ್ನೊಂದು ನೌಕರಿ ಹುಡುಕಿಕೊಂಡು

ಹೋಗುತ್ತಾರೆ. ಅವರು ಈಗ ಕೆಲಸ ಮಾಡುತ್ತಿರುವ ಸಂಸ್ಥೆಯು ಅವರನ್ನು ನೌಕರಿಯಿಂದ ತೆಗೆಯಬೇಕು ಎಂದು ನ್ಯಾಯಾಲಯದಲ್ಲಿ ಸಲ್ಲಿಸಿದ ಎರಡನೇ ಅರ್ಜಿಯಲ್ಲಿ ತನಗೆ ಸೋಲಾಗುತ್ತದೆ ಎಂದು ಅವರಿಗೆ ಅನಿಸಿದೆ. ಸೇಲ್ಸ್ ಗರ್ಲ್‌ಗಿಂತ ಕೊಂಚ ಮೇಲುಮಟ್ಟದ ಕೆಲಸ ಮಾಡಲೂ ಈ ಪ್ರತಿಭಾವಂತ ಹೆಣ್ಣುಮಗಳು ಈಗ ಸಿದ್ಧರಾಗಿದ್ದಾರೆ. ಆ ಹುದ್ದೆಗೆ (ಒಳಾಂಗಣ ಅಲಂಕಾರ ಸಲಹೆಗಾರ್ತಿ) ಎಂದು ಹೆಸರು ಕೊಟ್ಟಿದ್ದಾರೆ. ಅದು ದೊಡ್ಡ ಪೀಠೋಪಕರಣ ಮಳಿಗೆ. ಆದರೆ, ಮಳಿಗೆ ಮಾಲೀಕರು ಈಗಾಗಲೇ, "ನೋಡಿ ಮೇಡಂ, ನಾವು ವ್ಯಾಪಾರ ಮಾಡಲು ಯಾವ ವಲಯದಲ್ಲಿ ಪರಿಚಿತರಾಗಿದ್ದೇವೆಯೋ ಅದೇ ವಲಯದಲ್ಲಿ ನೀವು ಈಗಾಗಲೇ ವೈರಿಗಳನ್ನು ಸೃಷ್ಟಿಸಿಕೊಂಡಿದ್ದೀರಿ," ಎಂದು ತಿಳಿಸಿಯಾಗಿದೆ.

ಸಂಕ್ಷಿಪ್ತವಾಗಿ ಹೇಳಬೇಕು ಎಂದರೆ ಪರಿಸ್ಥಿತಿ ಉತ್ತಮವಾಗಿಲ್ಲ. ಈ ಪ್ರಕರಣದಲ್ಲಿ ಯುಕ್ತವಲ್ಲದ ರೀತಿಯಲ್ಲಿ ಸಿಲುಕಿಕೊಂಡಿರುವ ನಿಮಗೆ ಆರೋಪಿ ಪರ ವಕೀಲರಾಗುವುದಕ್ಕೆ ಅನುಮತಿ ಸಿಗದೇ ಇರಬಹುದು ಎಂದು ಬ್ಲೋರ್ನ ಅವರಿಗೆ ಹೇಳಲು ತಮಗೆ ಧೈರ್ಯ ಸಾಲುತ್ತಿಲ್ಲ ಎಂದು ಸರ್ಕಾರಿ ವಕೀಲ ಹಾಶ್ ಈಗಾಗಲೇ ತಮ್ಮ ಆಪ್ತ ವಲಯದಲ್ಲಿ ಪಿಸುಗುಡುತ್ತಿದ್ದಾರೆ. ಹಾಗಾದರೆ ಮುಂದೆ ಏನಾಗುತ್ತದೆ? ಇದು ಹೇಗೆ ಕೊನೆಗೊಳ್ಳುತ್ತದೆ? ಕ್ಯಾಥರೀನಾಳನ್ನು ಮುಂದೆ ಎಂದೂ ಭೇಟಿಯಾಗಲು ಸಾಧ್ಯವಾಗದೇ ಇದ್ದರೆ ಬ್ಲೋರ್ನ ಅವರ ಕಥೆ ಏನು? ಅವಳ ಕೈಯಲ್ಲಿ ತಮ್ಮ ಕೈ ಸೇರಿಸಬೇಕು ಎಂದು ಅವರಿಗೆ ಅನಿಸುತ್ತಿದೆ. ಇದು ಹೊರಗೆ ಬರಲೇಬೇಕಿದೆ. ಅವರು ಆಕೆಯನ್ನು ಪ್ರೀತಿಸುತ್ತಿದ್ದಾರೆ. ಆದರೆ, ಆಕೆ ಇವರನ್ನು ಪ್ರೀತಿಸುತ್ತಿಲ್ಲ. ಆಗ ಇವರಿಗೆ ಜಗತ್ತಿನಲ್ಲಿ ಯಾವ ಭರವಸೆಯೂ ಉಳಿಯುವುದಿಲ್ಲ. ತನ್ನ ಎಲ್ಲವೂ, ಎಲ್ಲವೂ ತನ್ನ ಪ್ರೀತಿಯ ಲೂದ್ವಿಶ್‌ಗೆ ಸೇರಿದ್ದು ಎಂದು ಅವಳಿಗೆ ಅನಿಸಿದೆ!

ನಾವು ಇಲ್ಲಿಯೇ ಸ್ಪಷ್ಟವಾಗಿ ಹೇಳಬೇಕು: ಬ್ಲೋರ್ನ ಅವರಿಗೆ ಅನಿಸುತ್ತಿರುವ 'ಅವಳ ಕೈ ಹಿಡಿಯಬೇಕು' ಎನ್ನುವ ಭಾವನೆ ಸಂಪೂರ್ಣವಾಗಿ ಏಕಮುಖವಾಗಿದೆ. ಕ್ಯಾಥರೀನಾಳು ಈ ಪ್ರಕರಣಕ್ಕೆ ಸಂಬಂಧಿಸಿದ ಕಾಗದ ಪತ್ರಗಳನ್ನು ಇವರ ಕೈಗೆ ಕೊಡುವಾಗ ಇವರು ಆಕೆಯ ಕೈ ಮೇಲೆ ತಮ್ಮ ಕೈಯನ್ನು ಕೆಲವು ಸೆಕೆಂಡುಗಳ ಕಾಲ ಹೆಚ್ಚು ಹೊತ್ತು ಇಡುತ್ತಿದ್ದಾರೆ ಅಷ್ಟೇ. ಇದು ಸಾಮಾನ್ಯವಾಗಿ ಇರುವುದಕ್ಕಿಂತ ಕೊಂಚ ಅಂದರೆ ಕೊಂಚ ಕಾಲ ಹೆಚ್ಚು. ಇದೆಲ್ಲದರಿಂದ ಸಾಮರಸ್ಯ ಸಾಧ್ಯವಾದೀತೇ? ಕ್ಯಾಥರೀನಾಳ ಬಗೆಗೆ ಅಷ್ಟು ಬಲವಾಗಿ ಬೆಳೆದಿರುವ ಆಕರ್ಷಣೆಯೂ ಬ್ಲೋರ್ನ ಅವರನ್ನು ಒಂದಿಷ್ಟು ಹೆಚ್ಚಿನ ವೈಯಕ್ತಿಕ ಶುಚಿತ್ವಕ್ಕೆ ಗಮನ ಕೊಡುವಂತೆ ಪ್ರೇರೇಪಿಸುತ್ತಿಲ್ಲ ಎಂದರೆ ಏನು ಹೇಳುವುದು?

ಕೊಲೆಗೆ ಬಳಸಿದ ಆಯುಧವನ್ನು ಪತ್ತೆ ಮಾಡಲು ಬೈತ್ಸ್‌ಮೆನ್ನೆ, ಮ್ಯೋಡಿಂಗ್ ಮತ್ತು ಅವರ ಸಹಾಯಕರು ವಿಫಲರಾದಾಗಲೂ, ತಾವು ಮಾತ್ರ ಅದನ್ನು ಹುಡುಕಿ ತೆಗೆದವರು ಎಂಬುದು ಕೂಡ ಬ್ಲೋರ್ನ ಅವರಿಗೆ ನೆಮ್ಮದಿ ತಂದಿಲ್ಲ. ಅವರು ಹುಡುಕಿ ತೆಗೆದರು ಎಂಬುದು ದೊಡ್ಡ ಮಾತು ಎನಿಸಬಹುದು: ನಿಜವಾಗಿಯೂ ಏನಾಯಿತು ಎಂದರೆ ಕೊನ್ರಾಡ್ ಬೈಟೆರ್ಸ್ ತಾನೇ ಹಿಂದೊಮ್ಮೆ ನಾಜಿ ಆಗಿದ್ದೆ ಎಂದು ಒಪ್ಪಿಕೊಂಡರು. ಬಹುಶಃ ಅದೇ ಕಾರಣಕ್ಕಾಗಿ ಇದುವರೆಗೆ ಯಾರೂ ಅವರ ಕಡೆಗೆ ಗಮನವನ್ನೇ ಕೊಟ್ಟಿರಲಿಲ್ಲ ಎಂದು ಅನಿಸುತ್ತದೆ. ನಿಜ, ಅವರು ಕುಯಿರ್‌ದಲ್ಲಿ ಪಕ್ಷದ ಮುಖಂಡರಾಗಿ ಕೆಲಸ ಮಾಡಿದ್ದರು ಮತ್ತು ಆ ಸಮಯದಲ್ಲಿ ಅವರು ವೋಲ್ಬೆರ್ಸ್‌ಹೈಮ್ ಅವರ ತಾಯಿಗೆ ಒಂದಿಷ್ಟು ಸಹಾಯ ಮಾಡಿದ್ದರು. ಅವರ ಬಳಿ ಒಂದು ಸರ್ವೀಸ್ ಪಿಸ್ತೂಲು ಇತ್ತು. ಅದನ್ನು ಅವರು ಅಡಗಿಸಿ ಇಟ್ಟುಕೊಂಡಿದ್ದರು. ಆದರೆ, ಪೆದ್ದು ಪೆದ್ದಾಗಿ ಯಾವುದೋ ಒಂದು ಸಂದರ್ಭದಲ್ಲಿ ಅದನ್ನು ವೋಲ್ಬೆರ್ಸ್‌ಹೈಮ್ ಹಾಗೂ ಕ್ಯಾಥರೀನಾಗೆ ತೋರಿಸಿದ್ದರು. ಇವರು ಮೂವರೂ ಸೇರಿಕೊಂಡು ಒಮ್ಮೆ ಅರಣ್ಯ ಪ್ರದೇಶಕ್ಕೆ ಹೋಗಿ ಗುರಿ ಇಟ್ಟು ಗುಂಡು ಹೊಡೆಯುವುದರ ತಾಲೀಮು ಮಾಡಿದ್ದರು. ಅವರಲ್ಲಿ ಕ್ಯಾಥರೀನಾ ಒಳ್ಳೆಯ ಗುರಿಕಾರಳು ಎಂದು ಕಂಡು ಬಂತು. ತಾನು ಚಿಕ್ಕವಳಿದ್ದಾಗ ರೈಫಲ್ ಕ್ಲಬ್‌ನಲ್ಲಿ ವೇಟ್ರೆಸ್ ಆಗಿ ಕೆಲಸ ಮಾಡಿದ್ದು ಆ ಕ್ಲಬ್‌ನ ಕೆಲವು ಸಭೆಗಳ ಸಂದರ್ಭದಲ್ಲಿ ಕೆಲವು ಸುತ್ತು ಗುಂಡು ಹಾರಿಸಲು ತನಗೆ ಅವಕಾಶ ಸಿಗುತ್ತಿದ್ದುದನ್ನು ಆಕೆ ನೆನಪಿಸಿಕೊಂಡಳು. ಶನಿವಾರ ಸಂಜೆ ಕ್ಯಾಥರೀನಾ, ಬೈಟೆರ್ಸ್‌ರ ಅಪಾರ್ಟ್‌ಮೆಂಟಿನ ಕೀಲಿ ಕೈ ಕೇಳಿ ಪಡೆದುಕೊಂಡಿದ್ದಳು. ತಾನು ಕೆಲ ಸಮಯ ಏಕಾಂಗಿಯಾಗಿ ಇರಲು ಬಯಸಿರುವುದಾಗಿಯೂ ಮತ್ತು ಅದನ್ನು ಅವರು ಅರ್ಥ ಮಾಡಿಕೊಳ್ಳುತ್ತಾರೆ ಎಂದು ತಾನು ತಿಳಿದುಕೊಂಡಿರುವುದಾಗಿಯೂ ಕ್ಯಾಥರೀನಾ ಅವರಿಗೆ ಹೇಳಿದಳು.

ಅವಳ ಅಪಾರ್ಟ್‌ಮೆಂಟ್ ಅವಳ ಪಾಲಿಗೆ ಇನ್ನಿಲ್ಲ ಎಂದು ಅನಿಸಿತ್ತು. ಶನಿವಾರ ರಾತ್ರಿ ಅವಳು ಎಲ್ಸ್ ಮನೆಯಲ್ಲಿಯೇ ಇದ್ದಳು. ಬಹುಶಃ ಭಾನುವಾರ ದಿನ ಆಕೆ ಬೈಟೆರ್ಸ್‌ರ ಅಪಾರ್ಟ್‌ಮೆಂಟಿನಿಂದ ಪಿಸ್ತೂಲನ್ನು ತೆಗೆದು ಇಟ್ಟುಕೊಂಡಂತೆ ಕಾಣುತ್ತದೆ. ಅಂದು ಬೆಳಿಗ್ಗೆ ತಿಂಡಿ ತಿಂದ ನಂತರ ಹಾಗೂ ಭಾನುವಾರದ 'ನ್ಯೂಜ್' ಪತ್ರಿಕೆಯನ್ನು ಓದಿದ ನಂತರ ಬೆದುವಿಯನ್ ವೇಷದಲ್ಲಿ ವರದಿಗಾರರ ಅಡ್ಡಾಕ್ಕೆ ಹೋಗುವುದಕ್ಕಿಂತ ಮುಂಚೆ ಆಕೆ ಪಿಸ್ತೂಲನ್ನು ತೆಗೆದು ಇಟ್ಟುಕೊಂಡಂತಿದೆ.

58

ಅಂತಿಮವಾಗಿ ಒಂದಿಷ್ಟು ಸಂತೋಷಕರವಾದುದನ್ನು ನಮಗೆ ವರದಿ ಮಾಡಬೇಕಿದೆ. ಕ್ಯಾಥರೀನಾ ಇಡೀ ಕಥೆಯನ್ನು ಬ್ಲೋರ್ನ ಅವರ ಮುಂದೆ ಹೇಳಿದಳು. ಕೊಲೆ ನಡೆದ ನಂತರ ತಾನು ಪೋಲೀಸ್ ಅಧಿಕಾರಿ ಮ್ಯೋಡಿಂಗ್ ಅವರ ಮನೆಗೆ ಹೋದ ನಡುವಿನ ಆರೇಳು ಗಂಟೆಗಳನ್ನು ತಾನು ಹೇಗೆ ಕಳೆದೆ ಎಂಬುದನ್ನೂ ಆಕೆ ವಿವರಿಸಿದಳು. ಅವಳು ನೀಡಿದ ಹೇಳಿಕೆಯನ್ನು ಶಬ್ದಶಃ ಇಲ್ಲಿ ಉಲ್ಲೇಖಿಸುವ ಅದೃಷ್ಟ ನಮಗಿದೆ. ಏಕೆಂದರೆ ಅವಳು ಅದೆಲ್ಲವನ್ನೂ ಬ್ಲೋರ್ನ ಅವರಿಗೆ ಬರೆದು ಕೊಟ್ಟಿದ್ದಳು. ವಿಚಾರಣೆ ಸಮಯದಲ್ಲಿ ಅದನ್ನು ಬಳಸಿಕೊಳ್ಳಲು ಅನುಮತಿಯನ್ನೂ ಕೊಟ್ಟಿದ್ದಳು.

"ವರದಿಗಾರರ ಬಾರ್‌ಗೆ ನಾನು ಹೋದ ಒಂದೇ ಕಾರಣ ಎಂದರೆ ಆತನನ್ನು ಒಂದು ಸಾರಿ ನಾನು ನೋಡಬೇಕಿತ್ತು. ಅವನು ಎಂಥ ಮನುಷ್ಯ, ಹೇಗೆ ಕಾಣುತ್ತಾನೆ ಎಂದು ಕಣ್ಣಾರೆ ಕಾಣಬೇಕಿತ್ತು. ನನ್ನ ಜೀವನವನ್ನು ನಾಶ ಮಾಡಿದ ಆ ವ್ಯಕ್ತಿಯ ಚಲನವಲನ ಹೇಗಿರುತ್ತದೆ, ಅವನು ಹೇಗೆ ಮಾತನಾಡುತ್ತಾನೆ, ಹೇಗೆ ಮದ್ಯ ಸೇವಿಸುತ್ತಾನೆ, ಹೇಗೆ ಡಾನ್ಸ್ ಮಾಡುತ್ತಾನೆ ಎಂದು ನೋಡಬೇಕಿತ್ತು. ಹೌದು, ನಾನು ಮೊದಲು ಕೊನ್ರಾಡ್ ಅಪಾರ್ಟ್‌ಮೆಂಟಿಗೆ ಹೋದೆ. ಅಲ್ಲಿದ್ದ ಪಿಸ್ತೂಲು ತೆಗೆದುಕೊಂಡೆ. ನಾನೇ ಅದಕ್ಕೆ ಗುಂಡುಗಳನ್ನು ತುಂಬಿದೆ. ಅರಣ್ಯಕ್ಕೆ ಹೋಗಿ ಗುರಿ ಇಡುವುದರ ತಾಲೀಮು ಮಾಡಿದಾಗ ಪಿಸ್ತೂಲಿಗೆ ಗುಂಡುಗಳನ್ನು ತುಂಬುವುದು ಹೇಗೆ ಎಂದು ಬೈಟೆರ್ಸ್ ಅವರಿಂದ ಕೇಳಿ ತಿಳಿದಿದ್ದೆ.

"ವರದಿಗಾರರ ಬಾರ್‌ನಲ್ಲಿ ಒಂದೂವರೆ ಗಂಟೆ ಕಾಲ ಕಾಯ್ದೆ. ಎರಡು ಗಂಟೆ ಆಗಿದ್ದರೂ ಆಗಿರಬಹುದು. ಆತ ಬರಲೇ ಇಲ್ಲ. ಅವನು ಒಂದು ವೇಳೆ ಕುರೂಪಿಯಾಗಿದ್ದರೆ ನಾನು ಆತನಿಗೆ ಸಂದರ್ಶನ ಕೊಡಲು ಹೋಗುತ್ತಿರಲೇ ಇಲ್ಲ. ಇದು ಕೂಡ ನಿಜ. ನಾನು ಮುಂಚೆ ಅವನನ್ನು ಒಂದು ವೇಳೆ ನೋಡಿದ್ದಿದ್ದರೆ ನಾನು ಸಂದರ್ಶನಕ್ಕೆ ಹೋಗುತ್ತಿರಲೇ ಇಲ್ಲ. ಆದರೆ, ಅವನು ಅಲ್ಲಿಗೆ ಬರಲೇ ಇಲ್ಲ. ಆ ತಾಣದ ಮಾಲೀಕ ಪೀಟರ್ ಕ್ರಾಫ್ಲೂಹ್‌ನನ್ನು ಕಂಡು ಬಾರ್ ಹಿಂಬದಿಯಲ್ಲಿ ನಿಂತು ಮದ್ಯ ಪೂರೈಸಲು ಅವಕಾಶ ಕೊಡಬೇಕು ಎಂದು ಕೇಳಿಕೊಂಡೆ. ನಾನು ಹೆಚ್ಚುವರಿ ಕೆಲಸ ಮಾಡುವ ಜಾಗದಲ್ಲಿ ಆತನೂ ಬಂದು ಮುಖ್ಯ ವೇಟರ್ ಆಗಿ ಕೆಲಸ ಮಾಡುತ್ತಿದ್ದುದರಿಂದ ನನಗೆ ಅವನ ಪರಿಚಯ ಇತ್ತು. 'ನ್ಯೂಜ್' ಪತ್ರಿಕೆಯಲ್ಲಿ ನನ್ನ ಬಗೆಗೆ ಏನೆಲ್ಲ ವರದಿ ಬಂದಿತ್ತು ಎಂಬುದು ಅವನಿಗೂ ಗೊತ್ತಿತ್ತು. ಟ್ಯೋಟ್‌ಗೆಸ್ ಬಂದ ಕೂಡಲೇ ನಾನು ನಿನಗೆ ರಹಸ್ಯವಾಗಿ ಸಂಜ್ಞೆ ಮಾಡುತ್ತೇನೆ ಎಂದು ಪೀಟರ್

ನನಗೆ ಹೇಳಿದ್ದ. ಅದು ಕಾರ್ನಿವಾಲ್ ಸಮಯವಾದುದರಿಂದ ಕೆಲವು ಸಾರಿ ಕೆಲವರ ಜೊತೆಗೆ ಡಾನ್ಸ್ ಮಾಡಲೂ ನಾನು ಹಿಂದೇಟು ಹಾಕಲಿಲ್ಲ. ಯಾವಾಗ ಅಲ್ಲಿಗೆ ಟ್ರೋಟ್‌ಗೆಸ್ ಬರಲೇ ಇಲ್ಲವೋ ಆಗ ನನ್ನ ಮನಸ್ಸು ಅಸ್ಥಿರವಾಯಿತು ಎಂದು ನಾನು ಇಲ್ಲಿ ಹೇಳಲೇಬೇಕು. ಅಂಥ ಶೀತಲ ಮನಃಸ್ಥಿತಿಯಲ್ಲಿ ನಾನು ಅವನನ್ನು ಭೇಟಿ ಮಾಡಲು ಸಿದ್ಧಳಿರಲಿಲ್ಲ.

"ಮಧ್ಯಾಹ್ನದ ವೇಳೆಗೆ ನನ್ನ ಕಾರು ತೆಗೆದುಕೊಂಡು ಮನೆಗೆ ಹೋದೆ. ಕೊಳಕಾಗಿದ್ದ ಮನೆಯನ್ನು ನೋಡಿ ಮನಸ್ಸಿಗೆ ಬೇಸರವಾಯಿತು. ಒಳಗೆ ಹೋದ ಕೆಲವೇ ನಿಮಿಷಗಳಲ್ಲಿ ಬಾಗಿಲ ಕರೆಗಂಟೆ ಬಾರಿಸುವುದಕ್ಕಿಂತ ಮುಂಚೆಯೇ ಪಿಸ್ತೂಲನ್ನು ನನ್ನ ಕೈಚೀಲದಲ್ಲಿ ಅಡಗಿಸಿ ಇಟ್ಟೆ. ಬೇಕಾದಾಗ ಹೊರಗೆ ತೆಗೆಯಲು ಅನುವಾಗುವಂತೆ. ಅಷ್ಟರಲ್ಲಿಯೇ ಕರೆಗಂಟೆ ಬಾರಿಸಿತು. ಬಾಗಿಲು ತೆರೆದು ನೋಡುವಾಗ ಆತ ಹೊರಗೆ ಬಂದು ನಿಂತಿದ್ದ. ಅವನು ಎಲಿವೇಟರ್‌ನಲ್ಲಿ ಬರುವವರೆಗೆ ನನಗೆ ಒಂದಿಷ್ಟು ವೇಳೆ ಸಿಗಬಹುದು ಎಂದುಕೊಂಡಿದ್ದೆ. ಆದರೆ, ಆತ ಎದುರಿಗೇ ಬಂದು ನಿಂತು ಬಿಟ್ಟಿದ್ದ. ಅವನನ್ನು ನೋಡಿ ಒಂದು ಕ್ಷಣ ಆಘಾತವಾದಂತೆ ಆಯಿತು. ಅವನು ಎಂಥ ಸೂಳೆಮಗ ಎಂದು ನೋಡಿದ ಕೂಡಲೇ ಅನಿಸಿತು. ನಿಜವಾಗಿಯೂ ಆತ ಸೂಳೆಮಗ. ಆದರೆ, ನೋಡಲು ಲಕ್ಷಣವಾಗಿದ್ದ. ಅಂದರೆ ಜನರು ಹೇಳುವ 'ಲಕ್ಷಣ'ದ ಮಾತು ಅದು. ಅದಿರಲಿ, ನೀವು ಅವನ ಚಿತ್ರಗಳನ್ನು ಈಗಾಗಲೇ ನೋಡಿದ್ದೀರಿ.

"ಈಗ ಏನು ಮಾಡೋಣ ಬ್ಲೂಮ್ಕಿ, ನಾನು ನೀನು," ಎಂದು ಅವನು ನನಗೆ ಕೇಳಿದ. ನಾನು ಅದಕ್ಕೆ ಏನೂ ಉತ್ತರ ಕೊಡಲಿಲ್ಲ. ಲಿವಿಂಗ್ ರೂಮಿನ ಕಡೆಗೆ ಹಿಂದೆ ಸರಿದೆ ಅಷ್ಟೇ. ಅವನು ಒಳಗೆ ಬಂದು, "ನನ್ನನ್ನು ಹಾಗೇಕೆ ನೋಡುತ್ತಿದ್ದೀ ಬ್ಲೂಮ್ಕಿ? ನೀನು ಏಕಾಏಕಿ ಭಯಭೀತಳಾದಂತೆ ಕಾಣುತ್ತಿದೆ," ಎಂದ. "ಶುರುವಿಗೆ ನಾವು ಸಂಭೋಗ ಮಾಡೋಣವೇ," ಎಂದು ಕೇಳಿದ. ಆ ವೇಳೆಗೆ ನನ್ನ ಕೈ ನನ್ನ ಕೈ ಚೀಲದ ಒಳಗೆ ಹೋಗಿತ್ತು. ಅವನು ಹತ್ತಿರ ಬಂದು ನನ್ನ ವಸ್ತ್ರ ಸೆಳೆಯಲು ಕೈ ಹಾಕಿದ ಎಂದು ಅನಿಸಿತು. "ಸಂಭೋಗ... ಅದೇ ನಿನಗೆ ಬೇಕಾಗಿದ್ದರೆ," ಎಂದು ಅಂದುಕೊಳ್ಳುತ್ತ ಅಲ್ಲಿಯೇ ಅವನಿಗೆ ಗುಂಡು ಹಾಕಿದೆ. ಅದು ಎರಡು ಸಾರಿಯೋ, ಮೂರು ಸಾರಿಯೋ, ನಾಲ್ಕು ಸಾರಿಯೋ ಗುಂಡು ಹಾರಿಸಿದ್ದು ನನಗೆ ನೆನಪು ಇಲ್ಲ. ಎಷ್ಟು ಸುತ್ತು ಗುಂಡು ಹಾರಿಸಿದ್ದೇನೆ ಎಂಬುದನ್ನು ನಿಮಗೆ ಪೊಲೀಸ್ ವರದಿ ಹೇಳುತ್ತದೆ.

"ಒಬ್ಬ ಮನುಷ್ಯ ನನ್ನ ಮೈಮೇಲೆ ಕೈ ಹಾಕುವುದು ನನಗೆ ಹೊಸದು ಎಂದು ನೀವು ಅಂದುಕೊಳ್ಳಬಾರದು. ಕೇವಲ ಹದಿನಾಲ್ಕು ವರ್ಷದವಳು ಆಗಿದ್ದಾಗಿನಿಂದ ಮತ್ತು

ಅದಕ್ಕೂ ಮುಂಚಿನಿಂದ ಇನ್ನೊಬ್ಬರ ಮನೆಗೆಲಸ ಮಾಡಿಕೊಂಡಿರುವ ಹೆಣ್ಣುಮಗಳಿಗೆ ಇದೆಲ್ಲ ರೂಢಿಯಾಗಿರುತ್ತದೆ. ಈ ಸೂ..ಮಗ ನನಗೆ ಸಂಭೋಗ ಮಾಡೋಣವೇ ಎಂದು ಕೇಳುತ್ತಾನೆ. ಸರಿ ಮಾಡಿಯೇ ಬಿಡೋಣ ಎಂದು ನಾನೂ ಹೊಡೆದು ಬಿಸಾಕಿದೆ. ಬಹುಶಃ ನಾನು ಹಾಗೆ ಗುಂಡಿಟ್ಟು ಸಾಯಿಸಬಹುದು ಎಂದು ಅವನು ನಿರೀಕ್ಷಿಸಿರಲಿಲ್ಲ. ಒಂದು ಕ್ಷಣ ಅವನು ಬೆಚ್ಚಿಬಿದ್ದ. ಸಿನಿಮಾದಲ್ಲಿ ಆಗುತ್ತದೆಯಲ್ಲ ಹಾಗೆ. ಎಲ್ಲಿಂದಲೋ ಒಬ್ಬ ಬಂದು ಗುಂಡಿಟ್ಟಾಗ ಆಗುವ ಹಾಗೆಯೇ ಅವನಿಗೂ ಆಯಿತು. ಅವನು ಅಲ್ಲಿಯೇ ಕುಸಿದು ಬಿದ್ದ. ಬಹುಶಃ ಅಲ್ಲಿಯೇ ಅವನ ಪ್ರಾಣ ಹೋಗಿತ್ತು.

"ಅಲ್ಲಿಯೇ ಪಿಸ್ತೂಲನ್ನು ಬಿಸಾಕಿ ಎಲೆವೇಟರ್ ಮೂಲಕ ಕೆಳಗೆ ಬಂದು ನೇರವಾಗಿ ಬಾರ್‌ಗೆ ಬಂದೆ. ನನ್ನನ್ನು ನೋಡಿ ಪೀಟರ್‌ಗೆ ಆಶ್ಚರ್ಯವಾಯಿತು. ಏಕೆಂದರೆ ಕೇವಲ ಅರ್ಧ ಗಂಟೆಯಷ್ಟೇ ಮುಂಚೆ ನಾನು ಅಲ್ಲಿಂದ ಹೋಗಿದ್ದೆ. ಅಲ್ಲಿಯೇ ಬಾರ್‌ನಲ್ಲಿ ಕೆಲಸ ಮಾಡುತ್ತ ಇದ್ದೆ. ಆದರೆ, ಯಾರ ಜೊತೆಗೂ ಡಾನ್ಸ್ ಮಾಡಲಿಲ್ಲ. ಅಲ್ಲಿ ಇದ್ದಷ್ಟು ಹೊತ್ತೂ ನಾನು 'ಇದುವರೆಗೆ ಆದುದೆಲ್ಲ ನಿಜವಲ್ಲ' ಎಂದು ಯೋಚಿಸುತ್ತಿದ್ದೆ. ಆದರೆ, ಅದೆಲ್ಲ ನಿಜವಾಗಿಯೇ ಇತ್ತು. ಪೀಟರ್ ಆಗಾಗ ನನ್ನ ಬಳಿ ಬಂದು, 'ಆ ನಿನ್ನ ಗೆಳೆಯ ಇವತ್ತು ಬರುವ ಹಾಗೆ ಕಾಣುವುದಿಲ್ಲ' ಎಂದು ಹೇಳುತ್ತಿದ್ದ. 'ಹೌದು ಅವನು ಬರುವ ಹಾಗೆ ಕಾಣೆ' ಎಂದು ನಾನೂ ನಿಷ್ಕಾಳಜಿಯಿಂದ ಇದ್ದವರಂತೆ ಉತ್ತರಿಸುತ್ತಿದ್ದೆ. ಸಂಜೆ 4 ಗಂಟೆಯವರೆಗೆ ಬಾರ್‌ಗೆ ಬಂದ ಗ್ರಾಹಕರಿಗೆ ಬಿಯರ್, ಶ್ಯಾಂಪೇನ್ ಇತ್ಯಾದಿ ಪೇಯಗಳನ್ನು ಪೂರೈಸುತ್ತಿದ್ದೆ. ತಿಂಡಿ ಹಾಕಿ ಕೊಡುತ್ತಿದ್ದೆ. ನಂತರ ನಾನು ಅಲ್ಲಿಂದ 'ಹೋಗಿ ಬರುತ್ತೇನೆ' ಎಂದು ಕೂಡ ಪೀಟರ್‌ಗೆ ಹೇಳದೆ ಹೊರಟು ಬಂದೆ.

"ಅಲ್ಲಿ ಪಕ್ಕದಲ್ಲಿಯೇ ಇದ್ದ ಚರ್ಚಿಗೆ ಹೋಗಿ ಒಂದರ್ಧ ಗಂಟೆ ಕಾಲ ಅಲ್ಲಿಯೇ ಕುಳಿತೆ. ನನ್ನ ತಾಯಿಯ ಬಗೆಗೆ, ಆಕೆ ಅನುಭವಿಸಿದ ನರಕದಂಥ ಜೀವನದ ಬಗೆಗೆ, ನನ್ನ ತಂದೆಯ ಬಗೆಗೆ ಯೋಚಿಸಿದೆ. ನನ್ನ ತಂದೆ ಸದಾ ಗೊಣಗುತ್ತಿದ್ದ. ಗೊಣಗುತ್ತಲೇ ಇರುತ್ತಿದ್ದ. ಆತ, ಸರ್ಕಾರಕ್ಕೆ, ಚರ್ಚಿಗೆ, ಸರ್ಕಾರಿ ನೌಕರರಿಗೆ, ಅಧಿಕಾರಿಗಳಿಗೆ ಹೀಗೆಯೇ ಎಲ್ಲರಿಗೂ ಮತ್ತು ಯಾವಾಗಲೂ ಶಾಪ ಹಾಕುತ್ತಲೇ ಇದ್ದ. ಆದರೆ, ಅವರಿಂದ ಏನಾದರೂ ಆತನಿಗೆ ಕೆಲಸ ಆಗಬೇಕಾಗಿದ್ದರೆ ಅವರ ಮುಂದೆ ಹೋಗಿ ಬಾಗಿ ನಿಲ್ಲುತ್ತಿದ್ದ, ಕುಂಯ್‌ಗುಡುತ್ತಿದ್ದ. ಸಾಷ್ಟಾಂಗ ನಮಸ್ಕಾರ ಮಾಡುತ್ತಿದ್ದ. ನನ್ನ ಗಂಡ ಬ್ರೆಟ್ಟ್ ಲೋನ ಬಗೆಗೆ ಯೋಚಿಸಿದೆ. ಆತ ಟ್ರ್ಯೊಟ್‌ಗೆಸ್‌ನ ಮುಂದೆ ಆಡಿದ ಕೊಳಕು ಸುಳ್ಳುಗಳ ಬಗೆಗೆ ಯೋಚಿಸಿದೆ. ನನ್ನ ಸೋದರನನ್ನೂ ನೆನಪಿಸಿಕೊಂಡೆ. ಆತನಿಗೆ ಯಾವಾಗಲೂ ನನ್ನ ಹಣದ ಮೇಲೆ ಕಣ್ಣು. ನಾನು ನಾಲ್ಕಾಣೆ ಗಳಿಸಲು ಶುರು ಮಾಡಿದ ಕೂಡಲೇ ಇದು ಶುರುವಾಗಿತ್ತು. ನಾನು

ಇನ್ನೇನು ಒಂದಿಷ್ಟು ಹಣ ಗಳಿಸಿದೆ ಎನ್ನುತ್ತಿದ್ದಂತೆಯೇ ಆತ ಬಂದು ಅವುಗಳನ್ನೆಲ್ಲ ಕಿತ್ತುಕೊಂಡು ಹೋಗುತ್ತಿದ್ದ. ಹೋಗಿ ಅದನ್ನು ಜೂಜು ಆಡಲು, ಮೋಟಾರ್‌ಬೈಕ್ ಓಡಿಸಲು, ಬಟ್ಟೆ ಖರೀದಿಸಲು ಹೀಗೆಲ್ಲ ವ್ಯರ್ಥವಾಗಿ ಅದನ್ನು ಖರ್ಚು ಮಾಡುತ್ತಿದ್ದ.

"ಚರ್ಚಿನ ಆ ಪಾದ್ರಿ ಮಹಾಶಯನೋ ನಾನು ಚಿಕ್ಕವಳಿದ್ದಾಗಿನಿಂದಲೂ ನನಗೆ 'ನಮ್ಮ ಗುಲಾಬಿ ಕಾಟಿ' ಎಂದು ಕರೆಯುತ್ತಿದ್ದ. ಅವನ ಮಾತಿನ ಅರ್ಥವೇನು ಎಂದು ನನಗೆ ಆಗ ತಿಳಿದಿರಲಿಲ್ಲ. ಆತ ಹಾಗೆ ಹೇಳುತ್ತಿದ್ದಂತೆಯೇ ತರಗತಿಯಲ್ಲಿ ಇದ್ದವರೆಲ್ಲ ಜೋರಾಗಿ ನಗುತ್ತಿದ್ದರು. ನಾನು ನಾಚಿ ನಿಜವಾಗಿಯೂ ಗುಲಾಬಿ ಬಣ್ಣಕ್ಕೆ ತಿರುಗುತ್ತಿದ್ದೆ. ನಿಜ, ನಾನು ಲೂಧ್ವಿಶ್ ಎಂದರೂ ನಾಚಿ ಗುಲಾಬಿ ಬಣ್ಣಕ್ಕೆ ತಿರುಗುತ್ತೇನೆ. ಚರ್ಚಿನಿಂದ ಎದ್ದು ಹತ್ತಿರದ ಚಿತ್ರಮಂದಿರಕ್ಕೆ ಹೋದೆ. ಅಲ್ಲಿಂದ ತೆರಳಿ ಮತ್ತೊಂದು ಚರ್ಚಿಗೆ ಹೋದೆ. ಕಾರ್ನಿವಾಲ್‌ನ ಆ ಭಾನುವಾರ ಒಂದಿಷ್ಟು ಶಾಂತಿಯಿಂದ ಸಮಯ ಕಳೆಯಬೇಕು ಎನ್ನುವುದಾದರೆ ಚರ್ಚ್ ಬಿಟ್ಟು ಬೇರೆ ಎಲ್ಲಿಯೂ ಹೋಗುವ ಹಾಗಿರಲಿಲ್ಲ.

"ನನ್ನ ಅಪಾರ್ಟ್‌ಮೆಂಟಿನಲ್ಲಿ ಸತ್ತು ಬಿದ್ದಿದ್ದ ವ್ಯಕ್ತಿಯ ಬಗೆಗೆ ಯೋಚಿಸಿದೆ. ನನಗೆ ಯಾವ ಪಶ್ಚಾತ್ತಾಪವೂ ಇರಲಿಲ್ಲ, ಯಾವ ವಿಷಾದವೂ ಇರಲಿಲ್ಲ. ಅವನಿಗೆ ಸಂಭೋಗ ಬೇಕಾಗಿತ್ತು. ಬೇಕಾಗಿತ್ತು ತಾನೇ? ನಾನು ಅವನಿಗೆ ಏನು ಮಾಡಬೇಕೋ ಅದನ್ನು ಮಾಡಿದ್ದೆ. ಮಾಡಿದ್ದೆ ತಾನೇ? ರಾತ್ರಿ ವೇಳೆಯಲ್ಲಿ ದೂರವಾಣಿ ಮಾಡಿ ಅಶ್ಲೀಲವಾಗಿ ಮಾತನಾಡುತ್ತಿದ್ದ ವ್ಯಕ್ತಿ ಇವನೇ ಆಗಿದ್ದ ಎಂದು ಒಂದು ಕ್ಷಣ ಅನಿಸಿತು. ಆ ಬಡಪಾಯಿ ಎಲ್ಸ್‌ಗೆ ಕೂಡ ಈತನೇ ಕರೆ ಮಾಡಿ ಉಪದ್ರವ ಕೊಟ್ಟಿದ್ದ. ಅದು ಅವನ ಧ್ವನಿಯೇ ಆಗಿತ್ತಲ್ಲವೇ? ಅದಕ್ಕಾಗಿ ಅವನೂ ಒಂದಿಷ್ಟು ಅನುಭವಿಸಲಿ ಎಂದು ಅಂದುಕೊಂಡೆ. ಆದರೆ, ಅದರಿಂದ ನನಗೆ ಏನು ಒಳ್ಳೆಯದಾಗುತ್ತದೆ?

"ಈಗ ಇದ್ದಕ್ಕಿದ್ದಂತೆ ಕಟು ಕಾಫಿ ಕುಡಿಯಬೇಕು ಎಂದು ಅನಿಸಿತು. ಅಲ್ಲಿಯೇ ಹತ್ತಿರದಲ್ಲಿನ ಬೇಕರಿ ಕಾಫಿ ಹೌಸ್‌ಗೆ ಹೋದೆ. ಅಲ್ಲಿ ರೆಸ್ಟೋರೆಂಟಿನಲ್ಲಿ ಕುಳಿತುಕೊಳ್ಳದೇ ನೇರವಾಗಿ ಪಾಕಶಾಲೆಗೆ ಹೋದೆ. ಅದರ ಮಾಲೀಕನ ಹೆಂಡತಿ ಕಾಟೆ ಬಾಕರಿಂಗ್ ನನಗೆ ಪರಿಚಯವಿದ್ದಳು. ಆಕೆ ಶಾಲೆಯಲ್ಲಿ ಇದ್ದಾಗಿನಿಂದಲೂ ನನಗೆ ಪರಿಚಯ. ತನ್ನ ಕೆಲಸದಲ್ಲಿ ಆಕೆ ಸಂಪೂರ್ಣವಾಗಿ ತಲ್ಲೀನಳಾಗಿದ್ದರೂ ನನ್ನ ಜೊತೆಗೆ ಪ್ರೀತಿಯಿಂದ ಮಾತನಾಡಿದಳು. ಆಕೆ ತನ್ನದೇ ಒಂದು ಕಪ್ ಕಾಫಿಯನ್ನು ನನಗೆ ಕೊಟ್ಟಳು. ಹಿಂದೆ ಮನೆಯಲ್ಲಿ ಅಜ್ಜಿಯರು ಕಾಫಿ ಪುಡಿಗೆ ಬಿಸಿ ನೀರು ಹಾಕಿ ಮಾಡಿಕೊಡುತ್ತಿದ್ದರಲ್ಲ ಅಂಥ ಕಾಫಿ ಅದು. ಆದರೆ, ಆಕೆ 'ನ್ಯೂಜ್' ಪತ್ರಿಕೆಯಲ್ಲಿ ಬಂದಿದ್ದ ಆ ಸುದ್ದಿಯ ಕುರಿತು ಮಾತನಾಡತೊಡಗಿದಳು.

ಆ ಸುದ್ದಿಗಳ ಬಗೆಗೆ ಒಂದಿಷ್ಟು ಒಳ್ಳೆಯ ಮಾತುಗಳನ್ನೇ ಆಡಿದಳು. ಅದರಲ್ಲಿ ಒಂದಿಷ್ಟನ್ನು ಆಕೆ ನಂಬಿದಂತೆಯೂ ಕಾಣುತ್ತಿತ್ತು. ಆದರೆ, ಅದೆಲ್ಲ ಸುಳ್ಳು ಎಂದು ಜನರಿಗೆ ತಿಳಿಸುವುದಾದರೂ ಹೇಗೆ? ನಾನು ಅವಳಿಗೆ ತಿಳಿಸಿ ಹೇಳಲು ಪ್ರಯತ್ನಪಟ್ಟೆ. ಆದರೆ, ಆಕೆ ಕೇಳಿಸಿಕೊಳ್ಳುವ ಸ್ಥಿತಿಯಲ್ಲಿ ಇರಲಿಲ್ಲ. ಆಕೆ ನನ್ನತ್ತ ಕಣ್ಣು ಮಿಟುಕಿಸಿ, 'ಹಾಗಾದರೆ ನೀನು ಆತನನ್ನು ನಿಜವಾಗಿಯೂ ಪ್ರೀತಿಸುತೀಯಾ' ಎಂದಳು. ನಾನು "ಹೌದು" ಎಂದು ಹೇಳಿ ನನಗೆ ಕಾಫಿ ಕೊಟ್ಟುದಕ್ಕೆ ಕೃತಜ್ಞತೆ ಸಲ್ಲಿಸಿ ಹೊರಗೆ ಬಂದು ಮ್ಯೋಡಿಂಗ್ ಅವರ ಮನೆಗೆ ಟ್ಯಾಕ್ಸಿ ತೆಗೆದುಕೊಂಡು ಹೋದೆ. ಅವರು ನನ್ನ ಜೊತೆಗೆ ಮುಂಚೆಯಿಂದಲೂ ಬಹಳ ಚೆನ್ನಾಗಿ ನಡೆದುಕೊಂಡಿದ್ದರು."

***

www.ingramcontent.com/pod-product-compliance
Lightning Source LLC
LaVergne TN
LVHW090407051026
849518LV00006B/2275
* 9 7 8 8 1 9 5 6 1 5 2 4 7 *